AF889737

वाचायलाच पाहिजे अशा जॅक रीचरच्या सर्वोत्कृष्ट साहसकथांपैकी एक.

– डेली एक्स्प्रेस

ली चाइल्डच्या साहसकथांत सर्व काही असते. वेगानं घडणाऱ्या नाट्यमय घटना, ओघवती भाषा आणि अर्थातच जॅक रीचर.

– जेम्स पॅटरसन

या ग्रहावरील सर्वोत्कृष्ट साहसकथा लेखक.

– सूझन हिल

पाने उलटायला लागतात या शब्दांना नवीनच अर्थ प्राप्त होतो.

– मायकेल कोनेली

पहिल्या पानावर रीचर माझा ताबा घेतो आणि शेवटपर्यंत सोडत नाही.

– केन फोलेट

नेव्हर गो बॅक

ली चाइल्ड

अनुवाद
बाळ भागवत

मेहता पब्लिशिंग हाऊस

NEVER GO BACK by LEE CHILD

Translated into Marathi Language by Bal Bhagwat

नेव्हर गो बॅक / अनुवादित कादंबरी

TBC-29 Book No. 5

अनुवाद : बाळ भागवत

Email : author@mehtapublishinghouse.com

प्रकाशक : सुनील अनिल मेहता, मेहता पब्लिशिंग हाऊस,
१९४१, सदाशिव पेठ, माडीवाले कॉलनी, पुणे - ४११०३०.

मुद्रक : ट्रिनिटी ॲकॅडमी फॉर कॉर्पोरेट ट्रेनिंग लिमिटेड

मुखपृष्ठ : फाल्गुन ग्राफिक्स

प्रथमावृत्ती : फेब्रुवारी, २०२१

किंमत : ₹ ५५०

P Book ISBN 9789353175351
E Book ISBN 9789353175368
E Books available on : amazonkindle Apple Books Google Play Books

---

माझ्या वाचकांना,

मनापासून धन्यवाद!

✆ +91 020-24476924 / 24460313 / Mob. No. 9545000513
Email : production@mehtapublishinghouse.com
Website : www.mehtapublishinghouse.com

१

शेवटी त्यांनी रीचरला गाडीत बसवले आणि मैलभर अंतरावरील एका मोटेलबाहेर सोडले. रात्रपाळीच्या क्लार्कने त्याला एक खोली दिली. रीचरची अपेक्षा होती तशीच खोली. आजपर्यंत हजारो वेळा त्याने वेगवेगळ्या मोटेल्समध्ये बघितली होती तशीच खोली. भिंतीत बसवलेला आवाज करणारा हिटर. झोपणे अशक्य करणारा असला तरी मालकाचे विजेचे बिल कमी करणारा. गरज असणाऱ्या सर्व ठिकाणी एकसारखे आणि कमी प्रकाश पाडणारे बल्ब्ज. धुतल्यानंतर काही तासात वाळेल इतपत जाडीचा गालिचा. ज्यामुळे खोली रिकामी झाली की ताबडतोब दुसऱ्या कुणाला तरी देता यावी. तसा तो बऱ्याचदा धुतला जात नसेच म्हणा. कुठल्याही तऱ्हेचे डाग लपतील असा गडद रंग आणि नक्षी. गादीवरची चादरही तशीच. स्नानगृहामधल्या फवाऱ्याच्या पाण्याला जोर नसणार, टॉवेल्स जाड नसणार, अंगाला लावायला साबणाची वडी छोटी असणार अणि शाम्पू स्वस्तातला असणार, याबद्दलही त्याच्या मनात शंका नव्हती. फर्निचर लाकडाचे होते, काळे पडलेले आणि बरेच दणके खाल्लेले. टीव्ही जुना होता आणि छोटा. पडदे धूळ माखून करड्या रंगाचे बनलेले.

सर्व काही अपेक्षेप्रमाणे. यापूर्वी हजार वेळा बघितलेले.

मन उदास करणारे.

तेव्हा खोलीची किल्ली खिशात टाकण्यापूर्वीच तो वळला आणि बाहेर पार्किंग लॉटमध्ये आला. हवा थंड होती, थोडीशी दमटही. व्हर्जिनियाच्या उत्तर-पूर्व भागामधल्या हिवाळ्यातील एक संध्याकाळ. शांतपणे वाहणारी पोटोमॅक नदी जवळच होती. तिच्या पलीकडे वॉशिंग्टन डी.सी.मधला प्रकाश ढगांवर फाकला होता. अनंत गोष्टी घडत असणारी देशाची राजधानी.

ज्या गाडीमधून त्याला इथे आणले होते, ती परतही निघाली होती. तिच्या

मागच्या दिव्यांचा प्रकाश धुक्यामध्ये मंद होत जाताना रीचर बघत होता. काही क्षणांत दिवे दिसेनासे झाले. आसपासच्या जगात शांतता पसरली आणि स्तब्धताही. एखादे मिनिटच टिकली ती. आपल्याला कुठे जायचे आहे याची गाडीच्या ड्रायव्हरला पूर्ण खात्री असल्याप्रमाणे दुसरी एक गाडी आली आणि पार्किंग लॉटमध्ये वळली. गडद रंगाची, चार माणसे बसू शकतील अशी सेदान. नक्की सरकारी वाहन. मोटेलच्या कार्यालयाच्या दिशेने ती जात असताना पुढच्या दिव्यांच्या प्रकाशाचा झोत स्तब्ध उभ्या असणाऱ्या रीचरवरून पुढे सरकला आणि दिशा बदलून ती सरळ त्याच्याच रोखाने निघाली.

पाहुणे येण्याचे कारण माहीत नाही. बातमी चांगली असू शकत होती किंवा वाईटही.

मोटेलच्या भिंतीला समांतर अशी ती उभी राहिली. रीचरची मोटेलमधील खोली त्याच्या मागे जितक्या अंतरावर होती, तितक्याच अंतरावर त्याच्या पुढे ती उभी राहिली. मुष्टियुद्ध खेळतात तेवढ्या चौरस जागेत रीचर एकटाच उभा होता. गाडीमधून दोन माणसे बाहेर पडली. हवा इतकी थंड असतानाही त्यांच्या अंगावर फक्त घट्ट पांढरे टी-शर्ट्स होते आणि शर्यत सुरू व्हायच्या आधी स्पर्धक पटकन काढून टाकतात तशा तऱ्हेच्या पॅन्ट्स. दोघेही सहा फुटांहून जास्त उंच होते. निदान दोन- दोनशे पौंड वजनाचे. रीचरहून थोड्याशाच लहान चणीचे, पण जास्ती लहानही नाहीत. दोघेही सैन्य दलात होते, हे त्यांच्या केस कापण्याच्या पद्धतीवरूनच स्पष्ट कळत होते. सामान्य लोकांनी केस कापण्यामधला इतका हटवादीपणा आणि क्रूरपणाही पटवून घेतलाच नसता.

ड्रायव्हरशेजारी बसलेला माणूस गाडीच्या बॉनेटला वळसा घालत ड्रायव्हरच्या शेजारी येऊन उभा राहिला. दोघांच्याही पॅन्ट्स मोठ्या होत्या, पांढऱ्या होत्या आणि तशा बेढबही होत्या. दोघांपैकी कुणीही एवढ्यातच मध्यपूर्वेत जाऊन आलेले नव्हते. त्यांचा वर्ण पालटला नव्हता. त्यांच्या डोळ्यांवरूनही त्यांनी मानसिक किंवा शारीरिक ताणतणावाला तोंड दिले होते असे वाटत नव्हते. तरुण होते. तिशीच्या थोडे आतलेच. रीचर त्यांच्या वडिलांच्या वयाचा असेल. नॉन कमिशण्ड ऑफिसर्स– एन.सी.ओ.ज. असणार, रीचरला वाटले. त्यांच्या विषयातले तज्ज्ञ असतीलही; पण सार्जन्ट्स नसणार. तसे वाटत नव्हते. चेहऱ्यावर शहाणपणापेक्षा मठ्ठपणाच जास्ती दिसत होता.

ड्रायव्हरच्या शेजारच्या सीटवर बसून आलेल्या माणसाने विचारले, ‘‘तू जॅक रीचर?’’

‘‘कोण चौकशी करते आहे?’’ जॅक रीचरने विचारले.

‘‘आम्ही.’’

“आणि तुम्ही कोण?”

“तुझे कायदेशीर सल्लागार.”

ते कायदेशीर सल्लागार वगैरे नव्हते, हे तर रीचरला माहीतच होते. सैन्य दलांमधले कायदेशीर सल्लागार असे जोडीजोडीने येत नाहीत आणि तोंड उघडे ठेवून श्वासोच्छ्वासही करत नाहीत. दुसरेच कुणीतरी होते. बातमी वाईट होती, चांगली नाही. अशा परिस्थितीत तत्काळ कार्यवाही करणे नेहमीच चांगले. अचानक डोक्यात प्रकाश पडल्याचे दाखवून उत्सुकतेने स्वागत करत असल्याप्रमाणे हात पुढे करायचा आणि तोच हात शस्त्र म्हणून चालवायचा. डाव्या बाजूच्या माणसाच्या तोंडावर वरून खाली दाणकन कोपर हाणायचे आणि एखादे झुरळ मारत असल्याप्रमाणे खाडकन उजवा पाय आपटत तेच कोपर उजवीकडल्या माणसाच्या गळ्यावर उलटे हाणायचे. एक-दोन-तीन, डावीकडच्या माणसाच्या तोंडावर कोपर, पाय आपटणे, उजवीकडच्या माणसाच्या गळ्यावर दणका, खेळ खल्लास.

सोपे होते. सुरक्षितही. रीचरच्या मनाची धारणा तशीच होती. काही घडण्याची लक्षणे असतील तर पहिला दणका स्वतःच द्यायचा. वाट बघायचीच नाही. दोन तरुण आणि उत्साही माणसांना एकट्यानेच तोंड द्यायचे असेल तर नक्कीच नाही.

पण त्याला खात्री वाटत नव्हती. पूर्ण खात्री वाटत नव्हती. अजून तरी नव्हती. आणि त्याच्याकडून भलतीच चूक व्हावी अशी त्याची इच्छा नव्हती. नक्कीच नव्हती. आत्ताच्या परिस्थितीत तर मुळीच नव्हती. त्याने तो क्षण जाऊ दिला.

“मग तुमचा कायदेशीर सल्ला काय आहे?”

“अत्यंत अशोभनीय गैरवर्तणुकीने तू युनिटच्या नावाला काळिमा फासला आहेस,” तो म्हणाला. “लष्करी कायद्याप्रमाणे खटला चालवला तर त्याची झळ सर्वांनाच पोहोचेल. तेव्हा तू ताबडतोब शहर सोडून जा. या क्षणी. आणि पुन्हा कधीही परत येऊ नकोस.”

“कोर्ट मार्शलबद्दल कुणी बोलले नव्हते.”

“अजून नसेल, पण बोलतील. तेव्हा तू इथे राहू नकोस.”

“पण मला आज्ञा मिळालेल्या आहेत.”

“यापूर्वी तुला कोणी शोधू शकले नव्हते. आत्ताही शोधू शकणार नाहीत. कोणत्याही कारणासाठी एखाद्या व्यक्तीचा सैन्यदल शोध घेणार नाही आणि तू ज्या तऱ्हेने आयुष्य काढतो आहेस त्याचा विचार करता, तुला कुणी शोधून काढू शकेल असेही वाटत नाही.”

रीचर काहीच बोलला नाही.

“तेव्हा तोच आमचा कायदेशीर सल्ला आहे,” तो पुन्हा म्हणाला.

“लक्षात ठेवेन मी,” रीचरने उत्तर दिले.

"नुसता लक्षात ठेवून उपयोग नाही. तो अमलातही आणला पाहिजे."

"खरंच?"

"कारण आम्ही त्यासाठी उत्तेजनही देणार आहोत."

"कुठल्या तऱ्हेचे?"

"ज्या ज्या रात्री तू इथे आढळशील त्या त्या रात्री आम्ही तुला लाथांनी तुडवणार आहोत."

"तुम्ही?"

"सुरुवात आज रात्रीच होईल. तेव्हा काय करणे आवश्यक आहे याची सर्वसाधारण कल्पना तुला आली असेलच."

"तुम्ही कधी विजेचे उपकरण विकत घेतले आहे?" रीचरने विचारले.

"त्याचा इथे काय संबंध आहे?"

"एकदा एका दुकानात मी ते बघितले होते. त्याच्या मागच्या बाजूला एक पिवळ्या रंगाचे लेबल चिकटविलेले होते. योग्य तऱ्हेने न हाताळल्यास गंभीर स्वरूपाची इजा होऊ शकते किंवा मृत्यूही ओढवू शकतो."

"मग?"

"माझ्यावरही तशाच तऱ्हेचे लेबल चिकटविलेले आहे, असं समजा."

"तुझ्यासारख्या म्हाताऱ्याची काळजी वाटत नाही आम्हाला."

म्हातारा! रीचरच्या मनात त्याच्या वडिलांची प्रतिमा उभी राहिली. कुठल्या तरी ठिकाणच्या सूर्यप्रकाशातील. ओकिनावा बेट असण्याचीच शक्यता जास्ती. स्टॅन रीचर. जन्मस्थान न्यू हॅम्पशायरमधील लॅकोनिया. मरीन कॅप्टन. जपानमध्ये नेमणूक. पत्नी आणि दोन छोटी मुले. रीचर आणि त्याचा भाऊ आपल्या वडिलांचा उल्लेख करताना *म्हातारा* असाच शब्द वापरत. त्यांना तो तसाच भासत असे. खरं तर आज रीचरचे जे वय होते, त्याच्याहून त्या वेळी त्याचे वडील दहा वर्षे तरी तरुण असणार.

"तुम्ही वळून जिथून आला असाल तिथे परत जा," रीचर थंडपणे म्हणाला. "तुम्ही कुठल्या भानगडीत अडकता आहात याची तुम्हाला जाणीवच नाही."

"आम्हाला तसे वाटत नाही."

"मी जगण्यासाठी हे करत आलो आहे," रीचर म्हणाला. "तुम्हाला ते माहीत असणारच म्हणा."

कुठलीच प्रतिक्रिया नाही.

"तुमच्या पुढच्या हालचाली कशा तऱ्हेच्या असतील ते माहीत आहे मला. त्यातल्या काही तर मीच शोधल्या आहेत."

उत्तर नाही.

खोलीची चावी अजूनही रीचरच्या हातातच होती. कुलूप लावलेल्या दारातून बाहेर आलेल्या माणसावर हल्ला चढवू नये, हा अनुभवाने सिद्ध झालेला नियम आहे. किल्ल्यांचा जुडगा कधीही चांगलाच; पण फक्त एक किल्लीसुद्धा चालू शकते. किल्लीचा वरचा भाग तळहातावर ठेवून किल्लीचे टोक मधल्या आणि अंगठ्याजवळच्या बोटांमधून बाहेर आणले की चांगले शस्त्र हातात असते.

पण ती मठ्ठ अशी तरुण पोरंच होती. त्यांची हाडं वगैरे मोडायची किंवा त्यांना मोठ्या जखमा करण्याची रीचरला इच्छा नव्हती.

रीचरने किल्ली खिशात ठेवून दिली.

त्यांनी घातलेल्या पॅन्ट्सचा विचार करता, त्याला लाथा हाणण्याचा त्यांचा नक्कीच विचार नव्हता. त्याशिवाय पांढरे, मऊ, खेळाडू घालतात तसे शूज त्यासाठी निरुपयोगीच ठरतात. स्पर्धेत मिळणाऱ्या गुणांचाच विचार करून ते त्या शूजनी त्याला लाथा मारणार असले तर बाब वेगळी होती. चायनीज खाद्य पदार्थांची यादी वाचतो आहोत, असं वाटणाऱ्या ताइ क्वान डो सारख्या युद्धकलांना रीचर अवाजवी महत्त्व देत नव्हता. ऑलिम्पिक स्पर्धांमध्येच तसले खेळ ठीक असतात. पण रस्त्यांवरच्या जीवन-मरणाच्या लढाईत त्यांचा काहीच उपयोग नसतो. आग विझवण्यासाठी वेगाने पाण्याचा झोत फेकू शकणाऱ्या रस्त्यावरच्या फायर हायड्रन्ट्सजवळ कुत्री तंगडी वर करतात, त्याप्रमाणे पाय उचलला तर दणके खाऊन बेशुद्ध पडायचीच पाळी आली असती.

या पोरांना ते माहीत तरी होते का? ते त्याच्या पायांकडे बघत तरी होते का? रीचरच्या पायात वजनदार बूट होते. टिकाऊ आणि आरामशीर. त्याने दक्षिण डाकोटामध्ये ते विकत घेतले होते. संपूर्ण हिवाळा त्या बुटांवर काढायचा त्याचा विचार होता.

"मी आता आतमध्ये जातो आहे," रीचरने सांगितले.

प्रतिक्रिया नाही.

"गुड नाईट," तो म्हणाला.

प्रतिक्रिया नाही.

रीचर पाऊल थोडे मागे घेऊन आपल्या खोलीच्या दिशेने अर्धवट वळत असतानाच, त्याला आधीच खात्री होती त्याप्रमाणे, तो वळत होता त्यापेक्षा जास्ती वेगाने त्याला पकडण्यासाठी म्हणून ते धावतच त्याच्या मागे निघाले.

त्यांची धावण्याची गती वाढेपर्यंत रीचर तसाच वळत राहिला आणि योग्य तो क्षण पकडून तसाच गर्रकन मागे वळला. दोनशे पौंडांचे वजन चारशे पौंडांना दणक्यात धडक द्यायला सिद्ध झाले. वळता वळताच त्याने डाव्या हाताची मूठ अगदी ठरवल्यासारखी डाव्या बाजूच्या माणसाच्या कानशिलात हाणली आणि

त्याचे डोके दाणकन उजवीकडील माणसाच्या खांद्यावर आदळले. पण तेवढ्या काळात रीचरची उजव्या हाताची मूठही खालच्या बाजूने उजवीकडच्या माणसाच्या हनुवटीवर आदळली. त्याच्या सहकाऱ्याचे डोके खांद्यावर आपटून पुन्हा वर उचलले जात होते, त्या क्षणी त्याचे डोळे खाडकन वरती आणि मागे वळले. ती दोन माणसे म्हणजे जणू काही कळसूत्री बाहुल्या होत्या आणि त्यांना नाचवणारा माणूस खेळ करता करता शिंकला होता.

पण दोघेही अजून त्यांच्या पायांवर उभे होते. डाव्या बाजूचा माणूस डुलत्या जहाजावर उभा असावा त्याप्रमाणे झोकांड्या खात होता आणि उजव्या बाजूचा धडपडत मागे मागे जात होता. डाव्या बाजूच्या माणसाच्या शरीराचा मधला भाग उघडाच होता. रीचरने आपल्या उजव्या हाताने त्याच्या बरगड्यांवर असा दणका हाणला की त्याची हवाच निघून गेली. पण तरीही तो सांभाळूनच मारलेला दणका होता. त्याच्यामुळे मज्जासंस्थेवर कायमस्वरूपी हानी होणार नव्हती. तो कंबरेतून वाकला आणि त्याने आपले गुडघे पकडून धरले. त्याला तसाच मागे सोडून रीचरने एक पाऊल पुढे टाकले आणि तो उजव्या बाजूच्या माणसाच्या दिशेने निघाला. रीचरला येताना बघताच त्याने उजव्या हाताने ठोसा हाणायचा एक दुर्बल आणि निष्फळ असा प्रयत्न केला. त्याचा हात सहजपणे बाजूला सारत रीचरने त्याच्याही बरगड्यांवर ठोसा हाणताच, त्याची अवस्थाही पहिल्या माणसासारखीच झाली.

पुढचे सगळे सोपे होते. रीचरने एका एकाला त्यांच्या गाडीच्या दिशेने वळवत एक एक लाथ हाणताच धाडकन त्यांची डोकी गाडीवर आदळली आणि ते गाडीजवळ आडवे झाले. गाडीच्या दरवाजावर दोन छोटे पोचे पडले. ते शुद्धीवर होते, पण श्वास घ्यायला त्यांना धडपड करावी लागत होती.

सकाळी त्यांना गाडीला पोचे का पडले, याचे स्पष्टीकरण द्यावे लागणार होते आणि त्यांची डोकी का ठणकत होती याचेही. तेवढेच. एकूण परिस्थितीचा विचार करता रीचर तसा विचाराने आणि दयाळूपणाने वागला होता.

म्हातारा!

त्यांचा बाप शोभेल इतका म्हातारा!

व्हर्जिनियामध्ये येऊन रीचरला आत्तापर्यंत तीन ताससुद्धा झाले नव्हते.

२

रीचर शेवटी पोहोचला होता खरा, पण खूप घाईगर्दीने नाही. निघाला तेव्हा दक्षिण डाकोटामध्ये हिमवर्षाव चालू होता. नेब्रास्कामध्ये तो अडकला. दोन वेळा. पुढचा प्रवासही सावकाशच झाला. मिसुरीमध्ये खूप वेळ थांबल्यानंतर एका सिल्व्हर फोर्डमधून तो निघाला. कान्सास शहरापासून थेट कोलंबियापर्यंत अखंड वटवट केल्यावरच ड्रायव्हरचे बोलणे थांबले. इलिनॉयमधला प्रवास एका काळ्या रंगाच्या पोर्शेमधून झाल्याने खूप झपाट्याने पार पडला. ती बहुतेक चोरलेली असावी असा रीचरचा तर्क होता. एका ठिकाणी विश्रांतीसाठी थांबल्यावर तिथे दोन सुराधारी माणसांशी त्याची गाठ पडली. त्यांना पैसे हवे होते. ते अजूनही रुग्णालयातच असावेत, अशी रीचरची कल्पना होती. इन्डियानामधल्या दोन दिवसांत तो कुठे पोहोचलाच नाही. नंतर एका निळ्या, दणके खाल्लेल्या कॅडिलॅकमधून प्रवास. गाडीच्या रंगासारखाच निळा बो लावलेला अत्यंत सभ्य असा म्हातारा सावकाशपणे गाडी चालवत होता. ओहायओमध्ये एका छोट्या शहरात चार दिवस. मग लाल रंगाची क्रू कॅब सिल्व्हरॅडो. लग्न झालेले एक तरुण जोडपे आणि एक कुत्रा. कामाच्या शोधात दिवसभर गाडी चालवत होते. रीचरच्या मते त्या दोघांना काम मिळण्याची शक्यता होती. कुत्र्याला मात्र काम मिळण्याची शक्यता त्याला अजिबात दिसत नव्हती. जमाखर्चाच्या वहीत कुत्र्याच्या नावाने फक्त खर्चच दिसणार होता. पांढऱ्या रंगाचा मोठा प्राणी. काही कामाचा नाही. चार एक वर्षांचा होता. दुसऱ्यावर विश्वास टाकणारा, मैत्रीने वागणारा. अर्धा हिवाळा पार पडला होता तरी अंगावर सोनेरी केस शिल्लक होते. रीचरच्या अंगावरच किती तरी सोनेरी केस उडाले होते.

मग उगीचच एक मोठा वळसा घेत पेन्सिल्व्हानियात प्रवेश. रीचरला तशाच मार्गाने जाणाऱ्या गाडीच्या चालकाने गाडीत घेतले होते. पिट्सबर्गजवळ त्याला एक दिवस काढावा लागला आणि नंतर न्यू यॉर्कलाही. मग वीस एक वर्षांच्या

एका कृष्णवर्णीय तरुणाने, तीस एक वर्षांच्या जुन्या पांढऱ्या ब्यूक गाडीमधून त्याला मेरिलॅन्डमधील बाल्टिमोर येथे सोडले. एकूण प्रवास तसा वेळ काढतच झाला होता.

बाल्टिमोरच्या पुढचा प्रवास सोपा होता. बाल्टिमोर आय - ९५ या महामार्गावर आहे. पुढचा मुक्काम दक्षिणेकडे वॉशिंग्टन डी.सी. मध्येच. रीचर व्हर्जिनियामधील साधारण त्याच भागात जायला निघाला होता. आर्लिंग्टन सेमेट्रीपासून पूर्वेला जितक्या अंतरावर व्हाइट हाऊस होते, तेवढेच त्याचे ठिकाण सेमेट्रीपासून पश्चिमेकडे होते. बाल्टिमोरला तो बसमध्ये चढला आणि वॉशिंग्टनमध्ये युनियन स्टेशनच्या मागच्या बस डेपोमध्ये उतरला. मग शहरातून चालत निघाला. के स्ट्रीटपासून वॉशिंग्टन सर्कल, लिंकन मेमोरिअलकडे नेणारा तेविसावा रस्ता, मग पूल पार करून सेमेट्री. सेमेट्रीच्या गेटबाहेर बसस्टॉप होता. या स्थानिक बससेवेचा उपयोग बागांची निगा राखणारे वेगवेगळे लोक करत. रीचरला रॉक क्रीकच्या भागात पोहोचायचे होते. त्याच नावाची अनेक ठिकाणे होती, कारण खडक आणि पाण्याचे पाट अनेक ठिकाणी होते. प्रथम वसाहती केलेल्या गटांचा आपापसात संपर्क नसे; पण वर्णन करून जागांची नावे शोधताना त्यांच्या सवयी सारख्याच होत्या. चिखल, गुडघ्याएवढ्या विजारी आणि डोक्यावर केसांचा टोप घातला जाण्याच्या काळात त्या छान, छोट्या आणि टुमदार वसाहती असतीलही, पण आत्ताच्या मौल्यवान घरांच्या आणि कार्यालयांच्या, बागांच्या, शंभर चौरस मैलांच्या भागात प्रत्येक वसाहत म्हणजे उभ्या आडव्या रस्त्यांमधील एक वस्ती बनली होती. रीचर बसच्या खिडकीमधून ओळखीची ठिकाणे बघत होता, नवीन गोष्टी लक्षात ठेवत होता, त्याचे उतरण्याचे ठिकाण येण्याची शांतपणे वाट बघत होता.

साठ वर्षांपूर्वी डिपार्टमेन्ट ऑफ डिफेन्सने बांधलेल्या एका दणकट इमारतीत त्याला जायचे होते. ती प्रथम कुठल्या कारणासाठी बांधली होती याचा सर्वांनाच विसर पडला होता. पण बांधल्यानंतर चाळीस वर्षांनी मिलिटरी पोलिसांनी ती मिळविण्याचा प्रयत्न केला. खरं तर चुकूनच. त्या लष्करी अधिकाऱ्याच्या मनात दुसऱ्याच कुठल्या तरी रॉक क्रीकमधील इमारत डोक्यात होती. पण ती इमारत त्याला मिळाली. थोडा काळ रिकामी राहिल्यावर नवीनच स्थापन झालेल्या ११०व्या एम.पी. स्पेशल युनिटच्या मुख्यालयासाठी ती दिली गेली.

आपले घर अशी रीचरच्या मनात भावना निर्माण करणारी एकुलती एक वास्तू.

बसमधून तो इमारतीपासून दोन चौक अंतरावर असणाऱ्या कोपऱ्यावर एका टेकडीच्या पायथ्याशी उतरला. त्या टेकडीवर अगणित वेळा तो चालला होता. समोर तीन मार्गिका असणारा रस्ता त्याला दिसत होता. काँक्रीट उखडले गेलेले फुटपाथ. मोठमोठी जुनी झाडे. मुख्यालयाची इमारत पुढे, डावीकडे एका विस्तीर्ण

जागेत होती. भोवती दगडी भिंत. तिचे काळसर फरशांचे छप्परच फक्त इथून दिसू शकत होते. एका कोपऱ्यात शेवाळही उगवले होते.

दगडी भिंतीमधून आत जाणाऱ्या ड्राइव्हवेच्या बाजूला, रीचर जेव्हा त्या ठिकाणी होता त्या काळात, विटांचे स्तंभ उभे केले होते. नुसतीच शोभा. दारे वगैरे नव्हतीच. आता गेट बांधून आतल्या बाजूला उघडत जाणारी दोन पोलादी दारेही बसवली होती. सुरक्षितता नावापुरतीच असावी, कारण दारे उघडीच होती. उघडलेल्या दारांपलीकडेच पहारेकऱ्याची केबिन होती. तीदेखील नवीनच होती. आतमध्ये आर्मी कॉम्बॅट युनिफॉर्ममधला एक प्रायव्हेट फर्स्ट क्लास ड्यूटीवर होता. पायजम्यासारखाच दिसतो गणवेश, रीचरच्या मनात विचार आला. नक्षीकाम असलेला आणि ढगळही. संध्याकाळची वेळ. प्रकाश नाहीसा होत होता.

पहारेकऱ्याच्या केबिनबाहेर रीचर थांबताच, त्याने प्रश्नार्थक मुद्रेने रीचरकडे बघितले. "मी तुमच्या कमान्डिंग ऑफिसरला भेटायला आलो आहे," रीचरने सांगितले.

"म्हणजे मेजर टर्नर?" प्रायव्हेटने विचारले.

"तुमच्याकडे कमान्डिंग ऑफिसर्स आहेत तरी किती?" रीचरने विचारले.

"एकच, सर."

"स्वतःचे नाव सूझन असणारी?"

"हो, सर. बरोबर. मेजर सूझन टर्नर, सर."

"मग तिलाच भेटायचे आहे मला."

"काय नाव सांगू?"

"रीचर."

"कामाचे स्वरूप?"

"खासगी काम आहे."

"एक सेकंद, सर," असे म्हणत त्याने फोन उचलला. *मेजर टर्नरला भेटायला कुणी मिस्टर रीचर आला आहे.* रीचरच्या अपेक्षेपेक्षा तो बराच जास्त वेळ फोनवर बोलत होता. मध्येच एकदा माऊथपीसवर हात ठेवत त्याने विचारले, "एके काळी इथे कमान्डिंग ऑफिसर असलेला रीचर तूच का? मेजर जॅक रीचर?"

"हो," रीचर म्हणाला.

"आणि दक्षिण डाकोटामधून कुठून तरी तू मेजर टर्नरशी बोलला होतास?"

"हो," रीचर म्हणाला.

त्याने त्याप्रमाणे फोनवर सांगितले आणि तो पुन्हा काही वेळ ऐकत बसला. मग फोन ठेवून रीचरला आत जायला सांगून कसे आणि कुठे जायचे, ते सांगायला त्याने सुरुवात केली आणि तो थांबला. "तुला मार्ग माहीत असणारच."

"वाटतं तरी तसंच," रीचर म्हणाला आणि तो पुढे निघाला. दहा पावले टाकली असतील नसतील तोच त्याला मागे घर्षणाचा खरखर आवाज आला. तो थांबला आणि मागे वळला.

गेटची दारे बंद होत होती.

समोरची इमारत म्हणजे १९५०च्या काळामधील डिपार्टमेन्ट ऑफ डिफेन्सच्या घरबांधणीचा उत्कृष्ट नमुना होती. लांबलचक, बसकी भासणारी, दुमजली, विटा आणि दगड आणि फरशा, धातूच्या आणि हिरवा रंग दिलेल्या खिडकीच्या चौकटी, दरवाजापर्यंत नेणाऱ्या पायऱ्यांच्या बाजूला हात धरण्यासाठी गोल आणि पोकळ असे दांडे बसवलेले. १९५० म्हणजे डिपार्टमेन्ट ऑफ डिफेन्सच्या दृष्टीने सुवर्णकाळच होता. लष्कर, नौदल, विमान दल, मरीन्स सर्वांसाठी भरपूर पैसा उपलब्ध होत होता. मागतील तेवढा. कधीतरी जास्तीच. पार्किंग लॉट्समध्ये गाड्या उभ्या होत्या. साध्या वाटणाऱ्या, काळ्या रंगाच्या, सरकारी सेदान गाड्या. काही खासगी गाड्या. रंग चकचकीत असला तरी तशा जुन्याच झालेल्या. गडद हिरव्या आणि काळ्या रंगाची, मनावर भीतीचे दडपण आणणारी एक हमवीसुद्धा होती. तिच्या शेजारी, फक्त दोघांना वापरता येण्याजोगी एक लाल गाडी होती. सूझन टर्नरची? तिचीच असणार, असा विचार रीचरच्या मनात येऊन गेला. फोनवर त्याने जिचा आवाज ऐकला होता, ती स्त्री हीच गाडी चालवत असणार.

थोड्या दगडी पायऱ्या चढून तो दरवाजाजवळ आला. त्याच्या काळापासून चालत आलेल्या त्याच पायऱ्या आणि तोच दरवाजा. रंगविला होता. बहुधा पुन्हा पुन्हा रंगवलेलाही असेल. सैन्य दलाकडे रंगांचा तोटा नसे आणि तो तसा आनंदाने वापरलाही जात असे. दरवाजाच्या आतल्या भागात त्याला विशेष फरक जाणवला नाही. लॉबी, उजव्या हाताला वरच्या मजल्यावर घेऊन जाणारा दगडी जिना, डावीकडे स्वागत कक्ष. म्हणजे एक टेबल-खुर्ची ठेवलेली. लॉबी संपली की इमारतीच्या लांबीएवढा कॉरिडॉर. उजव्या आणि डाव्या हाताला कार्यालये. कार्यालयांचे दरवाजे काचेच्या उभ्या पट्ट्यांपासून बनविलेल्या फ्रेम्सचे होते. कॉरिडॉरमधले दिवे लागलेले होते. हिवाळा सुरू झाला होता. इमारतीत नेहमी तसा काळोखच असे.

स्वागत कक्षातल्या टेबलाशी एक स्त्री बसलेली होती. बाहेरच्या पहारेकऱ्यासारखाच पोशाख. नेम धरण्यासाठी लक्ष्य असावे तशी छातीवर ती सार्जन्ट आहे असे दर्शवणारी फीत. त्याला स्वतःला खरं तर जंगलांमधील युद्धांसाठी बनवलेला सैनिकी गणवेश आवडे. कृष्णवर्णीय स्त्री. त्याला बघून तिला काही खूप आनंद झालेला दिसला नाही. तिच्या मनात कशामुळे तरी खूप खळबळ उडाली आहे, असे

त्याला तरी वाटले. तिची खूप चुळबुळ चालू होती.

"जॅक रीचर. मेजर टर्नरला भेटायला आलो आहे."

ती थांबली, एक-दोन वेळा तिने बोलण्यासाठी तोंड उघडले. तिला बरेच काही बोलायची इच्छा असली तरी शेवटी ती म्हणाली, "तू तिच्या कार्यालयामध्ये जा. कुठे आहे ते माहीत आहे ना?"

रीचरने मान डोलवली. त्याला माहीत होते. एके काळी *ते त्याचे* कार्यालय होते. "आभारी आहे, सार्जन्ट."

तो पायऱ्या चढून वर गेला. त्याच दगडी पायऱ्या, हात धरण्यासाठी तेच गोल आणि पोकळ दांडे. हजार वेळा तो त्या पायऱ्यांवरून चढून गेला असेल. एकदा वळून त्या पायऱ्या त्याला दुसऱ्या मजल्यावरच्या लॉबीच्या मध्यावर घेऊन गेल्या. सागोर खालच्या मजल्याप्रमाणेच लांबलचक कॉरिडॉर. कॉरिडॉरमधले दिवे लागलेले. जमिनीवर कॅनव्हासचे तेच जाड लिनोलिअम पसरलेले. डावीकडे दारे, उजवीकडे दारे, पहिल्या मजल्याप्रमाणेच. त्या दरवाजांनासुद्धा उभ्या जाड रेषांची नक्षी असलेल्या काचेच्या फ्रेम्स होत्या.

डावीकडचे तिसरे कार्यालय त्याचे.

त्याचे नाही, सूझन टर्नरचे.

आपला शर्ट पॅन्टमध्ये व्यवस्थित खोचलेला आहे याची त्याने खात्री करून घेतली. केसांवरून हात फिरवला. तो तिच्याशी काय बोलणार आहे याची त्यालाच कल्पना नव्हती. फोनवर बोलत असताना त्याला तिचा आवाज खूप आवडला होता एवढेच. त्याच्या मनात आले की तिला भेटावे अशीच ती स्त्री असणार. बस. एवढे साधे कारण त्याला पुरले होते. त्याने दोन पावले पुढे टाकली आणि तो थांबला. तो चक्रम माणूस आहे अशीच बहुतेक तिची समजूत होणार होती.

पण शेवटी मनात येताक्षणी दणक्यात काहीतरी केले तरच लाभ होतो. एकदा खांदे उडवून तो पुढे निघाला. डावीकडचे तिसरे दार. पूर्वी जसे होते तसेच, पण रंगविलेले. वरच्या अर्ध्या भागात काच. काचेवरच्या उभ्या जाड रेषांमुळे आतले दृश्य तुटकतुटक आणि वेडेवाकडे दिसत होते.

दाराच्या मुठीजवळच्या भिंतीवर एखाद्या व्यावसायिक कार्यालयात असावी तशी नावाची पट्टी. *मेजर एस. आर. टर्नर, कमान्डिंग ऑफिसर.* नवीनच तऱ्हा. रीचरच्या काळात काचेखालच्या लाकडी पट्टीवरच कमीतकमी अक्षरे वापरून त्याचे नाव स्टेन्सिल करून छापलेले होते. *मेजर रीचर, सी.ओ.*

त्याने दारावर टकटक केली.

आतून काहीतरी आवाज ऐकल्यासारखा त्याला भास झाला. बहुधा *आत ये* असेच सांगितले असणार. त्याने एक दीर्घ श्वास घेतला आणि दार उघडून आत

पाऊल टाकले.

त्याला बरेच बदल अपेक्षित होते. पण तसा फरक नव्हता. काळसर पडलेले लिनोलिअम जास्तीत जास्त स्वच्छ केले होते. पोलादी टेबलाला लावलेला रंग कुठे कुठे उडाला होता आणि त्या ठिकाणी ते चमकत होते. त्याच्या शेवटच्या दिवसांमध्ये त्याने जिथे कुणाचे तरी डोके आपटले होते, तिथे पडलेला पोचा आजही दिसत होता. टेबलाच्या मागे आणि समोर असणाऱ्या खुर्च्याही त्याच. न्यू यॉर्क किंवा सानफ्रान्सिस्को इथल्या कुठल्यातरी विशिष्ट ब्रॅण्डच्या वस्तू विकणाऱ्या दुकानात विकल्या असत्या तर आज खूप पैसे मिळाले असते. फायलिंग कॅबिनेट्सही तीच. तीन साखळ्या बांधलेला दुधी काचेचा गोळ्यासारखा दिवाही तोच.

फरक पडला असेल तर तो बहुधा काळामुळे. पूर्वी टेबलावर काळ्या रंगाचा वजनदार, डायल फिरवायचा एक फोन होता. त्याची जागा आता तीन कन्सोल टेलिफोन्सनी घेतली होती. इन ट्रे, आऊट ट्रे आणि कागदपत्रांची जागा आता डेस्कटॉप कॉम्प्यूटर आणि लॅपटॉप यांनी घेतली होती. भिंतीवरचा नकाशा अद्ययावत होता. फ्लुअरेसन्ट दिव्याचा हिरवटसर असा प्रकाश पडला होता. ऊर्जेची बचत. सैन्य दलातही सुधारणा होतात. रीचरला मात्र त्या विचित्र प्रकाशाचेच दडपण आले.

कार्यालयामधल्या दोन गोष्टींची कल्पना मात्र त्याच्या एकदाही मनात आली नव्हती.

एक म्हणजे टेबलामागे बसलेली व्यक्ती मेजर नव्हती, तर ती लेफ्टनंट कर्नल होती.

आणि दुसरं म्हणजे ती व्यक्ती स्त्री नव्हती, तर पुरुष होती.

३

टेबलामागे बसलेल्या व्यक्तीने इतरांसारखाच गणवेश चढवला असला तरी त्यामध्ये तो फार वाईटच दिसत होता. त्याचे शरीर बेढब नसले तरी फॅन्सी ड्रेस स्पर्धा किंवा हॅलोविन पार्टीमध्ये घालावा तसा त्याचा पोशाख वाटत होता. त्याचा चेहरा गंभीर होता. त्याला टेबल-खुर्ची घेऊन काम करण्याचीच सवय असावी. तो मॅनेजर म्हणून शोभला असता म्हणूनही असेल कदाचित. एम-१६ रायफल नाही तर पेन्सिल हेच त्याचे शस्त्र असावे. करड्या रंगाच्या केसांचा शाळकरी मुलासारखा भांग पाडलेला. धातूच्या फ्रेमचा चश्मा. गणवेशावरची फीत आणि नावाची पट्टी दर्शवत होती की तो खरोखरच अमेरिकन सैन्य दलामधला लेफ्टनंट कर्नल होता आणि त्याचे नाव मॉर्गन होते.

"माफ कर, कर्नल," रीचर म्हणाला, "मी मेजर टर्नरला शोधत होतो."

मॉर्गन नाव असलेला तो माणूस म्हणाला, "खाली बस, मिस्टर रीचर."

काही जणांची साधी विनंतीसुद्धा आज्ञेसारखी भासते. सैन्य दलांमध्ये अत्यंत क्वचित दिसणारी मौल्यवान अशी ताकद. मॉर्गनकडे ती ताकद नक्कीच होती. त्याचे केस, त्याचा चश्मा, त्याचा आवाज सर्व कणखर पोलादाची आठवण करून देत होते. दमदाटी नाही, शिरा ताणून बोलणे नाही, पण कोणताही सर्वसाधारण माणूस त्याने सांगितलेले तत्काळ करेल, याची पूर्ण खात्री. जसा काही त्याशिवाय त्याला दुसरा पर्यायच नाही.

रीचर खिडकीजवळच्या पाहुण्याच्या खुर्चीत बसताच त्याच्या वजनानेच ती जरा लडखडली. कोणत्या ना कोणत्या कारणाने तो त्या खुर्चीत पूर्वीही बसला होता.

"तू इथे नक्की कशासाठी आला आहेस ते सांग मला," मॉर्गन म्हणाला.

त्या क्षणी कुणाच्या तरी मृत्यूचीच चाहूल जॅक रीचरला लागली. सूझन टर्नर

नक्कीच मरण पावली असणार. अफगाणिस्तानमध्ये मरण ओढवले असण्याची शक्यता जास्ती. मोटर अपघातामध्येही मरण पावली असू शकेल म्हणा.

"मेजर टर्नर कुठे आहे?" त्याने विचारले.

"इथे नाही," मॉर्गनने उत्तर दिले.

"मग कुठे आहे?"

"ते नंतर बघू. पण तू कसा काय गुंतला आहेस हे मला समजण्याची गरज आहे."

"कशामध्ये?"

"मेजर टर्नरमध्ये."

"मी तिच्यामध्ये अजिबात गुंतलेलो नाही."

"पण गेटवर तू तिचेच नाव सांगितले होतेस."

"खासगी काम."

"कशा तऱ्हेचे?"

"मी फोनवर तिच्याशी बोललो," रीचर म्हणाला. "चांगली वाटली. कुतूहल निर्माण झाले. मनात आले की इथे यावे आणि माझ्याबरोबर जेवण घेशील का, हे विचारावे. फिल्ड मॅन्युअलप्रमाणे तिला तशी संमती देण्यास मनाई केलेली नाही."

"नाकारण्यासही नाही."

"खरं आहे."

"फोनवर कशाबद्दल बोलला होतात तुम्ही?"

"अशाच इकडच्या तिकडच्या गप्पा."

"नक्की कशाबद्दल?"

"खासगी संभाषण, कर्नल, आणि तू कोण आहेस ते मला माहीत नाही."

"मी ११०व्या स्पेशल युनिटचा कमान्डर आहे."

"मेजर टर्नर नाही?"

"यापुढे नाही."

"मला तर वाटत होतं की हे काम मेजरचे असते म्हणून; कर्नलचे नाही."

"तात्पुरती नेमणूक. कुठेही गोंधळ निर्माण झाला तर तो निस्तरण्याचे काम नेहमी माझ्यावरच सोपविले जाते."

"आणि इथे गोंधळ निर्माण झाला आहे, असेच म्हणतो आहेस तू?"

मॉर्गनने या प्रश्नाकडे दुर्लक्षच केले.

"तू आधी वेळ ठरवून मेजर टर्नरची भेट घ्यायला आला आहेस का?"

"तसं नाही," रीचरने उत्तर दिले.

"तिने तू इथे यावेस असे सुचविले होते का?"

“तसं नाही,” रीचरने पुन्हा तेच उत्तर दिले.

“हो की नाही?”

“दोघांमधले कुठलेच उत्तर नाही. मला वाटते आमच्या दोघांच्याही मनात तशी थोडीफार कल्पना आली होती. मी या भागात कधी आलोच तर, असेच काहीतरी.”

“आणि तू याच भागात आला आहेस. का?”

“का नको? मला कुठेतरी असायलाच हवे.”

“तू दक्षिण डाकोटाहून थेट इथपर्यंत अशीच काही संदिग्ध इच्छा मनात बाळगून आला आहेस, असं समजायचं का मी?”

रीचर म्हणाला, “मला तिचा आवाज आवडला होता. तुझ्यापुढे यामुळे काही प्रश्न निर्माण होतो आहे का?”

“तू काही नोकरी, धंदा, व्यवसाय करत नाहीस, बरोबर?”

“सध्या तरी.”

“म्हणजे कधीपासून?”

“सैन्य दलामधून बाहेर पडल्यापासून.”

“लाजिरवाणीच गोष्ट.”

“मेजर टर्नर कुठे आहे?” रीचरने विचारले.

“ही मुलाखत तिच्या संदर्भात चाललेली नाही,” मॉर्गन म्हणाला.

“मग कुणाच्या संदर्भात?”

“तुझ्याच संदर्भात.”

“माझ्या?”

“तिच्याशी काहीही संबंध नाही. पण तिने तुझी फाइल काढली होती. एखादे वेळी तिला तुझ्याबद्दल कुतूहल निर्माण झाले असेल. तुझ्या फाइलवर एक फ्लॅग होता. धोक्याची सूचना. त्यामुळे ती काढताच आम्हाला कळायला हवे होते. आमचा थोडा वेळ तरी वाचला असता. दुर्दैवाने तसे झाले नाही. तिने ती फाइल परत केली तेव्हा ते आम्हाला कळले. अजिबात न कळण्यापेक्षा उशिरा कळले तरी बरेच की. निदान तू आलास इथपर्यंत.”

“हे सर्व कशाबद्दल चालले आहे?”

“तू हुआन रॉड्रिगेझ या माणसाला ओळखत होतास?”

“नाही. कोण आहे तो?”

“एके काळी ११०व्या युनिटला त्याची चौकशी करायची इच्छा होती. आता तो मेला आहे. बरं, कॅन्डिस डेटन नावाच्या स्त्रीला ओळखतोस?”

“नाही. ती पण मेली आहे का?”

“ती अजून जिवंत आहे, ही आनंदाची गोष्ट आहे. पण एखादे वेळी तिला

स्वतःला तसे वाटत नसेलही. तू तिला ओळखत नाहीस याची खात्री आहे तुला?''

''हे सर्व कशाबद्दल चालले आहे?''

''तू भानगडीत अडकला आहेस, रीचर.''

''का?''

''सेक्रेटरी ऑफ आर्मीने वैद्यकीय पुरावा दाखल केला आहे की सोळा वर्षांपूर्वी मारहाण झाल्याने हुआन रॉड्रिगेझ याचा मृत्यू ओढवला होता. अशा आरोपांच्या बाबतीत कायद्याने मुदत घालून दिलेली नाही. तांत्रिकदृष्ट्या तो खूनच आहे.''

''माझ्या कुठल्या तरी माणसाने ते कृत्य केले होते असे सुचवतो आहेस तू? सोळा वर्षांपूर्वी?''

''नाही, मी तसे काहीही म्हणत नाही.''

''ते बरं झालं आणि मिसेस् डेटन कशामुळे दुःखी आहे?''

''तो माझा विषय नाही. त्याबद्दल तुझ्याशी दुसरे कुणीतरी बोलेल.''

''मग ते त्यांना लवकर करावे लागेल. मेजर टर्नर जर इथे नसेल तर मी काही इथे जास्त वेळ थांबणार नाही. या भागात मनोवेधक अशा दुसऱ्या कुठल्या गोष्टी आहेत, असं आठवत नाही मला.''

''तुला इथे थांबावे तर लागणारच आहे,'' मॉर्गन म्हणाला. ''तुला आणि मला बरेच काही बोलायचे आहे.''

''कशाबद्दल?''

''पुराव्याप्रमाणे सोळा वर्षांपूर्वी तूच रॉड्रिगेझला मारहाण केली होतीस.''

''मूर्खासारखी बडबड करू नकोस.''

''तुझ्यासाठी वकील देण्यात येईल. हा सर्व मूर्खपणा असेल तर तो तुला तसे सांगेल, अशी मला खात्री आहे.''

''मूर्खासारखी बडबड करू नकोस याचा अर्थ आहे आपल्या दोघांत कुठलेच संभाषण होणार नाही. वकिलाशीही नाही. मी सैन्य दलात नाही. माझा सैन्य दलाशी काहीही संबंध नाही. तू तर पायजमा घातलेला एक गाढव माणूस दिसतो आहेस.''

''म्हणजे तू स्वतःहून सहकार्य करायला तयार नाहीस तर!''

''बरोबर.''

''युनायटेड स्टेट्स कोड, टायटल १०ची माहिती आहे तुला?''

''काही भागांची तर नक्कीच आहे.''

''तर मग तुला माहीत असायला पाहिजे की त्यांतल्या एका भागाप्रमाणे तुझ्या पदावर असलेला माणूस जेव्हा सैन्य दल सोडतो, तेव्हा तो सामान्य नागरिक बनत नाही. ताबडतोब नाही आणि पूर्णतः कधीच नाही. तो राखीव दलात राहतो. कुठलीही ड्यूटी करत नसला तरी कधीही त्याला परत बोलावले जाऊ शकते.''

"पण किती वर्षांपर्यंत?"

"कारण तुम्हाला सरकारी गुपिते माहिती असतात."

"ते चांगले लक्षात आहे माझ्या."

"त्यासाठी तुला कागदपत्रांवर सह्याही कराव्या लागल्या होत्या, ते आठवते तुला?"

"अर्धवट काहीतरी आठवते," रीचर म्हणाला. एका खोलीत वकील, नोटरीज वगैरे माणसे गंभीर चेहऱ्याने सील्स, स्टॅम्प्स आणि पेन्स घेऊन बसल्याचे त्याला आठवत होते.

"कागदपत्रांमध्ये बारीकसारीक असा खूप तपशील असतो. सरकारबद्दलची गोपनीय माहिती तुला कळणार असेल तर सरकार तुझ्यावर काही बंधने घालणारच. त्या काळात आणि नंतरच्या काळातही."

"तो काळ तरी किती असतो?"

"बहुतेक सर्व गुपिते साठ वर्षे उघड केली जात नाहीत."

"ही फारच हास्यास्पद गोष्ट आहे."

"काळजी करू नकोस. तुला साठ वर्षे राखीव दलात ठेवणार आहेत, असं कागदपत्रात कुठेही म्हटलेलं नाही."

"तेवढं तरी चांगलं आहे."

"कागदपत्रात त्याच्याहून वाईट शब्द वापरले आहेत. अनिश्चित काळापर्यंत असे. पण एकदा सुप्रीम कोर्टानंच दणका दिला. कायदेशीर हुकूमच दिला की टायटल १० खाली येणाऱ्या सर्व केसेसच्या बाबतीत नेहमीचीच तीन ओळींची बंधनं लागू करण्यात यावीत."

"काय आहेत ती?"

"परत बोलावण्यासाठी तुमची प्रकृती धडधाकट हवी, तुमचे वय पंचावन्नपेक्षा कमी हवे आणि तुम्हाला प्रशिक्षण घेता यायला हवे."

रीचर गप्प राहिला.

मॉर्गनने विचारले, "तुझी तब्येत कशी आहे?"

"तशी ठणठणीत आहे."

"वय?"

"पंचावन्न वर्षे पुरी व्हायला अजून खूप अवकाश आहे."

"तुला प्रशिक्षण घेता येईल?"

"त्याबद्दल शंका आहे मला."

"मलाही. पण त्याबाबत आम्ही बराच अभ्यास केला आहे. अनुभव आहे आम्हाला. तुला आम्ही नक्की प्रशिक्षण देऊ शकू."

"तू गंभीरपणे बोलतो आहेस ना?" रीचरने विचारले.

"शंकाच नाही," मॉर्गनने उत्तर दिले. "जॅक रीचर, आजच्या दिवसाच्या या क्षणापासून तुला अधिकृतपणे लष्करी सेवेसाठी परत बोलावण्यात येत आहे."
रीचर काही बोलला नाही.

"तेव्हा मेजर, तू आता सैन्य दलात परत आला आहेस," मॉर्गन म्हणाला. "आणि तुझे भवितव्य आता फक्त माझ्या हातात असणार आहे."

४

मोठा समारंभ नाही, सरकारी छापील फॉर्म्स भरणे नाहीत, कागदपत्रांवर सह्या नाहीत, काही नाही. मॉर्गनने शब्द उच्चारले आणि जॅक रीचर पुनश्च सैन्य दलात समाविष्ट झाला. कॉरिडॉरमधला माणूस दारात उभा राहिल्यावर काचेच्या उभ्या पट्ट्यांमधून येणारा प्रकाश अडला आणि खोलीमध्ये थोडा काळोखच झाला. त्या माणसाच्या शरीराचे उभे तुकडेच दिसायला लागले. दणकट आणि उंच असा पहारेकरी पाठ करून उभा राहिला.

"तू नेहमीच्या पद्धतींना अनुसरून अपील करू शकतोस हे मी तुला सांगणे अपेक्षित आहे. तुला त्यासाठी एक वकीलही देण्यात येईल," मॉर्गन म्हणाला.

"देण्यात येईल?" रीचरने विचारले.

"हा तर्कशुद्ध विचार आहे. यातून बाहेर पडण्यासाठी तू दाद मागणारच, त्यासाठी तुला वकिलाची गरज भासणार आहे. याचा दुसरा अर्थ असा आहे की, सैन्य दलाला जो वकील तुला देण्याची इच्छा आहे तोच तुला मिळेल. पण तरीही माझी समजूत आहे की आम्ही समजूतदारपणा दाखवू."

"मला कुणी हुआन रॉड्रिगेझ आठवतसुद्धा नाही."

"त्यासाठीदेखील तुला वकील देण्यात येईल."

"त्याचे नक्की काय झाले होते असे म्हणतो आहेस तू?"

"ते तूच सांग मला," मॉर्गनने उत्तर दिले.

"शक्य नाही ते. मला तो आठवतही नाही."

"त्याच्या मेंदूला इजा पोहोचली होती. शेवटी त्यामुळेच तो मरण पावला."

"कोण होता तो?"

"कायम नकारघंटा वाजवून काही साध्य होणार नाही."

"मी नाकबूल करत नाही. मी सांगतो आहे की तो माणूस मला आठवतही

नाही.''

"ती चर्चा तू तुझ्या वकिलाबरोबर कर.''

"आणि कॅन्डिस डेटन कोण आहे?''

"तेच उत्तर. पण वेगळा वकील असेल.''

"वेगळा वकील कशासाठी?''

"वेगळ्या तऱ्हेची केस.''

"तू मला अटक केली आहेस का?''

"नाही,'' मॉर्गन म्हणाला. "अजून नाही. तो निर्णय प्रॉसिक्यूटर्स त्यांना हव्या त्या वेळी घेतील. पण दोन मिनिटे आधीपासून तू यापुढे माझ्याच आज्ञा पाळणार आहेस. सध्या तरी तू तुझ्या आधीच्या पदावरच राहशील. याच युनिटमध्ये काम करशील. ही इमारत म्हणजे तुझे ड्यूटी स्टेशन आहे. दररोज सकाळी आठ वाजण्यापूर्वी तू इथे हजर राहशील. तू या भागातून म्हणजे या टेबलापासून पाच मैल त्रिज्येच्या वर्तुळाकार भागाबाहेर जायचे नाही. सैन्य दल ठरवेल त्या ठिकाणी तुला राहावे लागेल.''

रीचर काहीच बोलला नाही.

"काही प्रश्न, मेजर?'' मॉर्गनने विचारले.

"मला गणवेश चढवावा लागेल का?''

"आत्ता तरी नाही.''

"बरे वाटले ऐकून.''

"हा विनोद नाही, मेजर. परिस्थिती फार बिकट होऊ शकते. म्हणजे तुझ्यासाठी. सर्वांत वाईट म्हणजे मनुष्यवधाचा गुन्हा शाबित झाला तर लेव्हनवर्थ इथे आयुष्य काढावे लागेल. पण गुन्हा घडून सोळा वर्षे झाली आहेत. तेव्हा बहुतेक दहा वर्षांची सजा होईल. पण तरीही त्या गुन्ह्याचा पूर्ण तपशील पुन्हा बघितला जाईल. कमीत कमी पदाला न शोभेशा वर्तणुकीचा आरोप मी तरी ठेवेन. सैन्य दलामधून या वेळी सन्माननीय मुक्तता होणार नाही. तुझ्यावर ठपका ठेवूनच लष्करातून कमी केले जाईल. तुझा वकील सर्व समजावेल तुला.''

"कधी?''

"संबंधित खात्याला आधीच कळविण्यात आले आहे.''

या जुन्या इमारतीत कोठड्या वगैरे बांधलेल्या नव्हत्या, तशा तऱ्हेच्या सुरक्षित जागाही नव्हत्या. कधीच नव्हत्या. फक्त कार्यालयेच. रीचरला पाहुण्यांच्या खुर्चीत तसेच सोडण्यात आले. त्याच्याकडे कुणी बघत नव्हते की त्याच्याशी कुणी बोलत नव्हते. त्याच्याकडे संपूर्ण दुर्लक्ष केले जात होते. दाराच्या बाहेरच्या बाजूला

पहारेकरी उभा होता. मॉर्गनने लॅपटॉपवर टाइप करायला, स्क्रोल करायला सुरुवात केली होती. रीचर, हुआन रॉड्रिगेझला आठवायचा प्रयत्न करत होता. सोळा वर्षे. ११०व्या युनिटचा कमान्डिंग ऑफिसर बनून त्याला फार तर वर्ष झाले होते. तसे नवीन दिवस. रॉड्रिगेझ नाव तरी स्पॅनिश वाटत होते. त्याला हिस्पॅनिक– मध्य किंवा दक्षिण अमेरिकेतील स्पॅनिश वंशाचे अनेक जण माहीत होते. सैन्य दलांमधले आणि बाहेरचेही. कधी कधी लोकांना हाणल्याचेही आठवत होते. सैन्य दलांमधल्या आणि बाहेरच्याही. पण त्यांच्यापैकी कुणाचेही नाव रॉड्रिगेझ नव्हते. आणि ११०व्या युनिटचा संबंध असेल तर त्याला ते नाव नक्की आठवले असते. अगदी पूर्ण खात्री होती त्याची. सुरुवातीच्या काळात तर नक्कीच; त्या वेळी प्रत्येक केस महत्त्वाची असे. ११०वे युनिट म्हणजे एक नवीन धाडसी प्रयोग होता. सर्वांचे त्यांच्यावर बारीक लक्ष होते. प्रत्येक निर्णय पारखला जात होता. कुठलीही कामगिरी पार पाडली की प्रत्येक बाब चिरफाड करून तपासली जात होती.

"त्याचा संदर्भ तरी कसा आला होता?" रीचरने विचारले.

मॉर्गनकडून उत्तर मिळाले नाही. तो लॅपटॉपवर बटणे दाबत होता, स्क्रोल करत होता. तेव्हा रीचरने कॅन्डिस डेटन या स्त्रीच्या बाबतीत डोके खाजवायला सुरुवात केली. तो अनेक स्त्रियांनाही ओळखत होता. सैन्य दलांमधल्या आणि बाहेरच्याही. कॅन्डिस तसे नेहमी कानावर पडणारे नाव होते. डेटनही. पण ती दोन नावे एकत्र करूनही त्याला कुणाची आठवणच येत नव्हती. नावाचे छोटे रूप कॅन्डी. कॅन्डी डेटन? कॅन्डिस डेटन? छे! सर्व गोष्टी काही त्याच्या लक्षात राहत नव्हत्या. पण तशा त्या कुणाच्याच लक्षात राहत नाहीत.

"कॅन्डिस डेटन आणि हुआन रॉड्रिगेझ यांचा काही संबंध होता?" त्याने विचारले.

मॉर्गनने वर बघितले. त्याच्या कार्यालयात पाहुणा बसला आहे, याचे त्याला जणू आश्चर्य वाटले होते. त्याचे अस्तित्व तो जसा काही विसरुनच गेला होता. त्याने प्रश्नाचे उत्तर दिले नाही. त्याने टेबलावरचा एक नवीन, गुंतागुंतीचा फोन उचलला आणि त्याच्यासाठी गाडी मागवली. रीचरला खालच्या मजल्यावरील सार्जन्टजवळ थांबायला सांगितले.

दोन मैल अंतरावर ज्या व्यक्तीला जगातील फक्त तीन जण रोमिओ म्हणून ओळखत होते, त्याने आपला सेल फोन उचलला आणि त्यावरून जगातील फक्त दोन जण ज्याला ज्यूलिएट म्हणून ओळखत होते, त्या व्यक्तीला फोन केला. "आत्ताच त्याला परत सेवेमध्ये घेतले आहे. कर्नल मॉर्गनने एवढ्यातच त्या माहितीची संगणकात नोंद केली आहे."

"यानंतर काय होईल?" ज्यूलिएटने विचारले.

"एवढ्यात नाही कळणार ते."

"तो पळ काढेल का?"

"शहाणा माणूस खरं तर तेच करेल."

"त्याच्या राहण्याची कुठे सोय करत आहेत ते?"

"नेहमीचेच मोटेल असणार. माझी तरी तीच अपेक्षा आहे."

खालच्या मजल्यावर टेबलाशी बसलेली सार्जन्ट त्याच्याशी काही बोलली नाही. भिंतीला टेकून रीचर शांतपणे उभा राहिला. दहा मिनिटांनी कुठून तरी एक प्रायव्हेट फर्स्ट क्लास आला आणि सलाम ठोकून त्याने रीचरला त्याच्या मागोमाग यायला सांगितले. शिष्टाचार पाळून दिलेली सभ्यतेची वागणूक. अपराधी म्हणून सिद्ध होईपर्यंत प्रत्येक जण निरपराधच असतो, निदान काही जणांच्या नजरेत तरी, असा रीचरने तर्क केला. पार्किंग लॉटमध्ये सैन्य दलाची एक जुनाट सेदान उभी होती. इंजिन चालू होते. एक तरुण लेफ्टनंट गाडीशेजारी उभा होता. त्याच्या मनात बहुधा गोंधळ उडाला असावा. त्याने मागचे दार उघडून धरले. रीचर आत शिरल्यावर बंद केले. लेफ्टनंट ड्रायव्हरच्या शेजारच्या सीटवर बसला आणि प्रायव्हेटने गाडी सुरू केली. मैलभर अंतर गेल्यावर ते एका मोटेलजवळ आले. संध्याकाळची वेळ, उपनगरी भाग. तीन मार्गिकांच्या रस्त्यावर विशेष रहदारी नव्हती. आधीच चुकीच्या आराखड्याप्रमाणे बांधलेले ते मोटेल अंधारे, घाणेरडे आणि जुनाटही होते. लेफ्टनंटने सही केली आणि क्लार्कने रीचरच्या हातात किल्ली ठेवली. लेफ्टनंटला बरोबर घेऊन प्रायव्हेट गाडी चालवत परत निघाला.

आणि नंतर ती दुसरी गाडी आली होती. घट्ट पांढरे टी-शर्ट्स आणि मैदानावर खेळाडू घालतात तशा पॅन्ट्स घातलेले दोघे जण गाडीमधून बाहेर पडले होते.

५

पॅन्ट्सना खिसे नव्हते. टी-शर्ट्सनाही नव्हते. साखळीला अडकवून गळ्यात घालतात तशी ओळखपत्रे नव्हती. त्यांची ओळख पटेल अशी कुठलीच गोष्ट नव्हती. गाडीमध्येही काही नव्हते. ग्लोव्ह कम्पार्टमेन्टमध्ये सैन्य दलातील कागदपत्रांचे असावे असे वाटणारे एक पाकीट नीट ठेवलेले होते. शस्त्रे नाहीत, वैयक्तिक वस्तू नाहीत, पैशांची लपविलेली पाकिटे नाहीत, कागदाचा एक कपटा नाही, पेट्रोल पंपावरच्या पावत्या नाहीत. सरकारी वाहन आहे असे दर्शवणारी लायसन्स प्लेट मात्र होती. गाडीबद्दल तसे काही विशेष सांगता आले नसते. दारावर पडलेले दोन नवीन पोचे सोडले तर काहीच नाही.

डावीकडच्या माणसाने ड्रायव्हरच्या बाजूचे दार अडविले होते. रीचरने डांबरी रस्त्यावरून त्याला सहा फूट तरी बाजूला खेचले. त्याने थोडाही विरोध केला नाही. खरे जीवन म्हणजे काही टी.व्ही.वरची मालिका नसते. डोक्याच्या बाजूवर दणदणीत दणका खाल्लेला तो माणूस उडी मारून उठून लढायला तयार होणार नव्हता. तो तासभर किंवा थोडा जास्तीच वेळ, आडवाच राहणार होता. हालचाल करायचा प्रयत्न केला तरी त्याला चक्कर येत होती. त्याच्या धड काही लक्षात येत नव्हते. रीचरने बऱ्याच वर्षांपूर्वी एक धडा शिकला होता. मानवी मेंदू दोन बाजूंना हलण्याची शक्यता जास्ती असते. पुढून मागे सरकण्याची शक्यता कमीच. बहुतेक सर्व गोष्टींप्रमाणे निसर्गाचीच कृती. उत्क्रांतीच्या काळात घडून आलेली एक चमत्कारिक गोष्ट.

ड्रायव्हरच्या बाजूचे गाडीचे दार उघडून रीचर गाडीत शिरला. इंजिन बंद असले तरी किल्ली जागेवरच होती. रीचरने सीट मागे सरकवली आणि गाडीचे इंजिन सुरू केले. विन्डशिल्डमधून सरळ बघत तो बराच वेळ स्तब्धपणे बसला. *या पूर्वी तुला कोणी शोधू शकले नव्हते. आत्ताही शोधू शकणार नाहीत. कोणत्याही कारणास्तव*

एखाद्या व्यक्तीचा सैन्य दल शोध घेणार नाही आणि तू ज्या तऱ्हेने आयुष्य काढतो आहेस, त्याचा विचार करता तुला कुणी शोधून काढू शकेल असेही वाटत नाही.

त्याने मागच्या बाजूची वाहतूक दर्शविणारा आरसा त्याला हवा तसा फिरवून घेतला. ब्रेकवर पाय ठेवत गाडी कशीबशी गिअरमध्ये टाकली. *कमीत कमी पदाला न शोभेशा गैरवर्तणुकीचा आरोप मी तरी ठेवेन. तुझ्यावर ठपका ठेवूनच लष्करातून कमी केले जाईल.*

ब्रेकवरचा पाय उचलून त्याने गाडी सुरू केली.

तो सरळ आपल्या मुख्यालयाच्या दिशेने निघाला. मुख्यालयाच्या इमारतीपासून पन्नास यार्ड अंतरावर तीन मार्गिकांच्या रस्त्यावरच त्याने गाडी उभी केली. गाडी उबदार होती आणि ती तशीच राहावी म्हणून त्याने इंजिन चालूच ठेवले. विन्डशिल्डमधून बघत बसला. काही हालचाल नाही. कोणीच इमारतीकडे जात नव्हते की इमारतीमधून बाहेर पडत नव्हते. तो ११०व्या युनिटमध्ये होता तेव्हा युनिट आठवड्याचे सातही दिवस, दिवसाचे चोवीस तास काम करत असे. त्यात बदल होण्याचे त्याला आजही कारण दिसत नव्हते. रात्रीचा पहारेकरी आधीच हजर झालेला असणार. ड्यूटी ऑफिसरही आपल्या जागी आला असणार. आपापले काम झाले की अधिकारी घरी जात असत. वेळ कुठलीही असली तरी. पण आजची रात्र नेहमीची रात्र नव्हती. काहीतरी विशेष घडले होते. गोंधळ निर्माण झाला होता आणि तो निस्तरण्यासाठी मॉर्गन मुद्दाम इथे आला होता. मॉर्गन जाईपर्यंत आज कुणीही घरी जाणार नव्हते. सैन्य दलातील राजकारणाचे मूलभूत तत्त्व.

मॉर्गन एक तासानंतर निघाला. रीचरने त्याला स्पष्टपणे बघितले. एक साधी सेदान गाडी गेटमधून बाहेर पडून रस्त्यावर वळली आणि रीचर थांबला होता तिथूनच सरळ निघून गेली. मॉर्गन स्वतःच गाडी चालवत होता. पायजम्यासारखा गणवेश, चश्मा, नीट विंचरलेले केस. नजर सरळ. दोन्ही हात चाकावर. कुणाची आजी वगैरेच जणू काही खरेदीला निघालेली आहे. त्याच्या गाडीचे मागचे दिवे टेकडीवरून पुढे जात नाहीसे होईपर्यंत रीचर गाडीच्या आरशामधून बघत होता.

तो थांबून राहिला.

आणि पुढच्या पंधरा मिनिटांत पाच गाड्या बाहेर पडल्या. दोन डावीकडे वळल्या, तीन उजवीकडे वळल्या. चार गाड्यांमध्ये ड्रायव्हरव्यतिरिक्त कुणीच नव्हते. एका गाडीत तिघे जण होते. सर्व गाड्या रात्रीच्या दवाने भिजलेल्या होत्या. त्यांनी मागे सोडलेल्या धुराचे झोत हवेत विरून गेले आणि पुन्हा शांतता पसरली.

रीचर आणखी दहा मिनिटे थांबला. काहीही नवीन घडले नाही. पन्नास यार्ड

अंतरावर असणाऱ्या जुन्या इमारतीत शांतता होती. रात्रीचा पहारेकरी आता त्याच्या नेहमीच्या ओळखीच्या जगात होता. रीचरने गाडीचा गिअर टाकला आणि गाडी टेकडीवरून उतरत हळूहळू गेटपाशी आली. नवीनच पहारेकरी होता. तरुण, काळा आणि निर्विकार चेहऱ्याचा. रीचरने आपल्या बाजूची काच खाली केली.

"सर?" तो तरुण पोरगा उद्गारला.

आपले नाव सांगत रीचर म्हणाला, "मी आज्ञेप्रमाणे माझ्या ड्यूटी स्टेशनवर हजर होतो आहे."

"सर?" तो पुन्हा म्हणाला.

"तुझ्या यादीत नाव आहे ना माझे?" रीचरने विचारले.

त्याने यादी तपासली.

"हो, सर," तो म्हणाला. "मेजर रीचर. पण उद्या सकाळसाठी."

"सकाळी आठ वाजायच्या आधी हजर राहा अशी मला आज्ञा मिळाली आहे."

"हो, सर. ते कळते आहे मला. पण ही आदल्या दिवसाची संध्याकाळच म्हणायला हवी. रात्रीचे अकरा वाजत आले आहेत."

"पण म्हणजे सकाळी आठ वाजण्यापूर्वीचीच वेळ आहे ना? आज्ञेप्रमाणेच?"

तो पहारेकरी काही बोलला नाही.

"प्रश्न साधा वेळेचा आहे. मला ताबडतोब काम सुरू करायची इच्छा आहे. म्हणून मी थोडा लवकर आलो आहे एवढेच."

उत्तर नाही.

"तुझी इच्छा असेल तर तू कर्नल मॉर्गनशी बोलू शकतोस. तो नक्की आत्ता त्याच्या घरी असणार.'

उत्तर नाही.

"किंवा ड्यूटी सार्जन्टशी बोलू शकतोस."

"हो, सर," तो तरुण पोरगा म्हणाला. "तेच जास्ती बरे पडेल."

त्याने त्याप्रमाणे फोन केला. नंतर काही क्षण ऐकून खाली ठेवला. "सार्जन्टने भेटण्याची विनंती केली आहे तुला."

"ते करतो मी, सोल्जर," रीचर म्हणाला. तो पुढे निघाला. छोट्या, दोन सीट्स असणाऱ्या, लाल गाडीजवळ त्याने आपली गाडी उभी केली. लाल गाडी पूर्वी बघितली होती त्याच ठिकाणी, तशीच उभी होती. बाहेर पडून त्याने आपली गाडी बंद केली आणि थंड हवेमधून चालत जात तो दरवाजाजवळ पोहोचला. लॉबीमध्ये शांतता होती. आणि स्तब्धताही. दिवस आणि रात्र यांच्यामधला स्पष्ट फरक. स्वागतकक्षात तीच सार्जन्ट होती. ड्यूटी संपवून निघून जाण्यापूर्वी आपले काम पुरे करत होती. एका उंच स्टुलावर बसून की-बोर्डवर टाइप करत होती. सर्व

सैन्य दलांमध्ये रेकॉर्ड ठेवणे, हे एक मोठेच काम असते. काम थांबवून तिने त्याच्याकडे बघितले.

"माझ्या या भेटीची तू अधिकृत रेकॉर्डमध्ये नोंद ठेवणार आहेस का?" रीचरने तिला विचारले.

"कुठली भेट?" तिने विचारले. "आणि गेटवर असणाऱ्या प्रायव्हेटलाही मी नोंद न करण्याचीच सूचना दिली आहे."

तिच्या कामात ढवळाढवळ करायला आता मॉर्गन हजर नव्हता. तेव्हा ती नीट बोलत होती. तरुण असली तरी अत्यंत कार्यक्षम वाटत होती. जगामधले सर्व सार्जन्ट्स तसेच असतात. उजव्या बाजूच्या वक्षस्थळावर असणाऱ्या नावाच्या पट्टीप्रमाणे तिचे नाव लीच होते.

"तू कोण आहेस ते मला माहीत आहे," ती म्हणाली.

"आपली कधी भेट झाली होती?"

"नाही, सर. पण तुझे नाव इथे विख्यात आहे. या युनिटचा तू पहिला कमान्डर होतास."

"मी परत का आलो ते ठाऊक आहे तुला?"

"हो, सर. आम्हाला सांगितले गेले आहे."

"सर्वसाधारण प्रतिक्रिया कशी होती?"

"संमिश्र."

"आणि तुझी स्वतःची?"

"काहीतरी स्पष्टीकरण असणार अशी माझी खात्री आहे. आणि सोळा वर्षे हा खूप मोठा काळ झाला. म्हणजे काहीतरी राजकीय भानगड असावी. सर्व खोटे प्रकरण असणार आणि ते तसे नसले तरी माझी खात्री आहे की त्या माणसाला अगदी योग्य तीच सजा मिळाली आहे. थोडीशीच जास्ती असेल."

रीचर काही बोलला नाही.

"तू प्रथम आलास तेव्हा धोक्याचा इशारा देण्याचा विचार माझ्या मनात आला होता. तुझ्या दृष्टीने, पळ काढणे ही सर्वात चांगली गोष्ट ठरली असती. तुझे खांदे धरून तुला तसेच वळवून परत पाठवून देण्याची इच्छा माझ्या मनात निर्माणही झाली होती; पण तसे काहीही न करण्याच्या आज्ञा मला मिळाल्या होत्या. आता वाईट वाटते आहे मला."

"मेजर टर्नर कुठे आहे?" रीचरने विचारले.

"मोठी कथाच आहे ती," लीचने उत्तर दिले.

"कशा तऱ्हेची?"

"तिला अफगाणिस्तानमध्ये पाठविले आहे."

"कधी?"
"काल दुपारी."
"का?"
"आपली माणसे आहेत तिथे. प्रश्न निर्माण झाला होता."
"कुठल्या तऱ्हेचा?"
"मला माहीत नाही."
"आणि?"
"ती अफगाणिस्तानमध्ये पोहोचलेली नाही."
"तुला नक्की खात्री आहे तशी?"
"शंकाच नाही."
"मग कुठे आहे ती?"
"कुणालाच माहीत नाही."
"कर्नल मॉर्गन इथे कधी आला?"
"मेजर टर्नर गेल्यानंतर काही तासांत हजर झाला."
"किती तासांत?"
"साधारण दोन तास."
"इथे तो का आला आहे याचे काही कारण सांगितले त्याने?"
"तिला तिच्या पदावरून हटविण्यात आले आहे असे ध्वनित झाले होते."
"स्पष्ट असे काही नाही?"
"काहीही नाही.'
"ती नीट काम करत नव्हती?"
लीचने उत्तर दिले नाही.
"अगदी मोकळेपणाने बोल, सार्जन्ट," रीचर म्हणाला.
"तसे अजिबातच नाही. तिचे काम उत्कृष्ट होते."
"एवढेच माहीत आहे तुला? ध्वनित होणाऱ्या गोष्टी आणि नाहीशी होणारी माणसे?"
"अजून तरी तेवढेच."
"काही अफवा वगैरे?" सार्जन्ट्सचे जाळे मोठे असते. पूर्वी तसे होते आणि नेहमीच तसे राहणार होते. भडक मथळ्याखाली बातमी देणाऱ्या नियतकालिकांचा गणवेशातला अवतार म्हणजे सार्जन्ट्स.
"मी एक छोटीशी गोष्ट ऐकली आहे."
"कुठली?"
"एखादे वेळी त्यात अर्थही नसेल."

“तरी पण?”

“मेजर टर्नरशी संबंध असणारीही नसेल.”

“तरी पण?”

“कोणीतरी माझ्याशी बोलले की फोर्ट डायरच्या गार्डहाऊसमध्ये एक नवीन कैदी आलेला आहे म्हणून.”

६

फोर्ट डायर हा सैन्याचा तळ पेन्टॅगॉनच्या अगदी जवळ होता. लीच म्हणाली की त्याची सैन्य दलामधून मुक्तता झाल्यानंतर आठ वर्षांनी पैसे वाचविण्याचा एक उपाय म्हणून तो जवळच्याच हेल्सिंग्टन हाऊस येथील मरीन कॉर्प्सच्या तळात विलीन करण्यात आला. नवीन तळाला तर्कशुद्ध पण बोजड असे जॉइन्ट बेस डायर – हेल्सिंग्टन हाऊस असे नाव देण्यात आले होते. रीचरच्या काळात या दोनही तळांनी आपले वेगवेगळे मानाचे स्थान निर्माण केले होते. अत्यंत वरिष्ठ आणि महत्त्वाच्या पदांवरील माणसे तिथे काम करत असत. तिथले डायर पी. एक्स स्टोअर त्यामुळे एखाद्या वॉलमार्टप्रमाणे दिसत नसे, तर साक्स फिफ्थ ॲव्हेन्यूसारखे भासत असे. मरीन्सचे स्टोअर तर त्याहून खूप चांगले होते, असे रीचरच्या ऐकिवात होते. तेव्हा एकत्रीकरणानंतरही तो तळ त्याचा आब राखून असणार, असा त्याचा कयास होता. तिथल्या कोठड्यांचा फक्त महत्त्वाच्या व्यक्तींनाच ठेवण्यासाठी उपयोग केला जात असणार. भुरटे चोर आणि दारू पिऊन धिंगाणा घालणाऱ्यांसाठी काही त्या कोठड्या नसणार. एम. पी. मेजर असणाऱ्या व्यक्तीसाठी योग्य जागा. लीचने ऐकलेली अफवा खरी असण्याची दाट शक्यता होती. डायर गार्ड हाऊस पेन्टॅगॉनच्या उत्तर पूर्व दिशेला होते. सेमट्रीच्या दुसऱ्या टोकाला. ११० व्या युनिटच्या मुख्यालयापासून पाच मैलांहून कमी अंतरावर. खूपच कमी अंतरावर.

“सैन्य आणि मरीन्स एके ठिकाणी?” रीचर म्हणाला. “ते एकत्र राहतात तरी कसे?”

“पैसे वाचविण्यासाठी राजकारणी काहीही करू शकतात,” लीचने उत्तर दिले.

“मी येतो आहे असा फोन करू शकशील तिथे?”

“तिकडे जातो आहेस? आत्ता?”

"नाहीतरी या क्षणी दुसरे कुठले काम नाही मला."

"तुझ्याकडे गाडी आहे?"

"तात्पुरती आहे," रीचरने उत्तर दिले.

उपनगरामधील रात्रीची वेळ. शांत आणि अंधारी. डायरला पोहोचायला दहा मिनिटांहून कमीच वेळ लागला. जॉइन्ट बेसमध्ये शिरकाव करण्यासाठी जास्त वेळ घालवावा लागला. नऊ अकराच्या दहशतवादी हल्ल्यानंतर चार वर्षांच्या आतच या दोन तळांचे एकत्रीकरण केले गेले होते. पैसे वाचविण्याचा हेतू असला तरी सुरक्षेच्या बाबतीत कुठलीच तडजोड नव्हती. मुख्य प्रवेशद्वार तळाच्या दक्षिणेला होते आणि जरब निर्माण करणारे होते. सगळीकडे काँक्रीटचे राक्षसी दात होते. आत शिरण्याचा रस्ता अरुंद होत जात होता. लागोपाठ तीन सुरक्षा चौक्यांना तोंड द्यावे लागले. रीचर खूप वापरलेल्या नागरी पोशाखात होता. त्याच्याकडे लष्कराचे ओळखपत्रही नव्हते. खरे तर कुठलेच ओळखपत्र नव्हते. खूप वापरलेला आणि घड्या पडलेला पासपोर्ट होता जो कधीच कालबाह्य झाला होता. पण गाडी सरकारी असल्याने प्रथमदर्शनी छाप पडत होती. त्यांच्याकडे संगणक होते आणि दुपारपासून तो पुन्हा सैन्य दलात भरती झाल्याची नोंद होती. सर्वांत मुख्य म्हणजे सार्जन्ट्स होते. लीचने बरेच फोन केलेले दिसत होते. डायरमध्ये क्रिमिनल इन्व्हेस्टिगेशन ऑफिससुद्धा होते. आश्चर्य म्हणजे अशी माणसे होती की जी इतर अशा माणसांना ओळखत होती की ती रीचरची आठवण असणाऱ्या माणसांना ओळखत होती. त्यामुळे पहिल्या अडथळ्याशी पोहोचल्यानंतर पंचेचाळीस मिनिटांत तो गार्डहाऊसच्या कार्यालयात एका एम.पी.कॅप्टनसमोर उभा होता.

तीस एक वर्षांचा, गंभीर चेहऱ्याचा काळा माणूस– छातीवरच्या नावाच्या पट्टीवरून त्याचे नाव वेस होते– प्रामाणिक वाटत होता. वागणूकही सभ्य आणि मैत्रीपूर्ण होती. तेव्हा रीचर म्हणाला, "ही एक खासगी भेट आहे, कॅप्टन. थोडीही अधिकृत नाही. सध्या माझे डोकेही थोडे गरमच आहे. तेव्हा तू जरा काळजी घेऊन वाग. एक तर या भेटीची नोंद कुठेही ठेवू नकोस किंवा माझ्याशी अजिबात काहीच बोलू नकोस."

"डोके किती तापले आहे तुझे?"

"सोळा वर्षांपूर्वी मी म्हणे काहीतरी केले आहे आणि आज त्याच्या परिणामांना मला तोंड द्यावे लागते आहे."

"काय केले होतेस तू?"

"तेच तर आठवत नाही. पण कोणीतरी लवकरच मला त्याची आठवण करून देईल."

"संगणकावर नोंद आहे की तुला आत्ताच परत भरती केले आहे म्हणून."

"बरोबर."

"मी पूर्वी असे कधी ऐकले नव्हते."

"मीदेखील."

"चांगली लक्षणे नाहीत. कुणाला तरी तू त्यांच्या ताब्यात असावास असेच नक्की वाटते आहे."

रीचरने मान डोलावली. "माझेही मत तसेच आहे. नागरी आयुष्यातून मला बळजबरीने बाहेर खेचल्याचीच भावना मनात येते. मला अडकवायचेच आहे म्हणून. एकदम साधी पद्धत. मला बोलण्याची संधीही दिली गेली नाही."

"ते फार गंभीरपणे सर्व घेत आहेत असे वाटते तुला?"

"या क्षणाला तरी तसेच वाटते."

"तुला माझ्याकडून काय हवे आहे?"

"११०व्या एम.पी. युनिटच्या मेजर सूझन टर्नरला मला भेटायचे आहे."

"का?"

"आधीच म्हटल्याप्रमाणे खासगी बाब."

"तुझ्या अडचणींशी संबंध आहे?"

"नाही. कुठल्याही तऱ्हेने नाही."

"पण तूसुद्धा ११०व्या युनिटमध्ये होतास, बरोबर?"

"मेजर टर्नर युनिटच्या आसपास पोहोचण्याअगोदर कित्येक वर्षे आधी."

"म्हणजे तू कुठल्या साक्षीदाराला पढवत नाहीस किंवा त्याला फितवत नाहीस ना?"

"अजिबातच नाही. मला फार वेगळ्याच कारणासाठी भेट हवी आहे."

"तू मित्र आहेस तिचा?"

"भविष्यात कधीतरी मित्र बनेन अशी आशा तरी आहे किंवा तसे होणारही नाही. मी तिला भेटल्यावर माझे तिच्याविषयी काय मत बनणार आहे, त्यावर सर्व अवलंबून आहे."

"तू तिला अजून भेटलेलाही नाहीस?"

"आहे ती इथे?"

"कोठडीत. काल दुपारपासून," वेसने उत्तर दिले.

"तिच्यावर आरोप तरी काय आहे?"

"तिने लाच घेतली असा."

"कुणाकडून?"

"मला माहीत नाही."

“कशासाठी लाच घेतली?”

“मला माहीत नाही.”

“पैसे तरी किती घेतले?”

“मी फक्त जेलर आहे,” वेस म्हणाला. “तुला माहीत आहे कामे कशी चाललात ती. भलते तपशील ते मला देणार नाहीत.”

“मी भेटू शकतो तिला?”

“भेटीची वेळ संपली आहे.”

“आज रात्री किती पाहुणे आहेत तुझ्या कोठडीत?”

“फक्त तीच.”

“तेव्हा तू काही खूप कामात नाहीस. आणि आपली भेट तर अधिकृतपणे घडलेलीच नाही. बरोबर? कुणाला कळणारच नाही.”

वेसने एक हिरव्या रंगाची फाइल काढली. टिपण्या, कामकाजाच्या पद्धती, कायमच पाळाव्या लागणाऱ्या आज्ञा– काही छापलेल्या आणि काही हातांनी लिहिलेल्या. “तू येणार अशी बहुतेक तिची अपेक्षाच होती. तिने तिच्या वकिलामार्फत एक विनंतीपत्र पाठविले आहे. तुझ्या नावाचा स्पष्ट उल्लेख करून.”

“विनंती तरी काय आहे तिची?’

“खरी तर सूचनाच म्हणायला हवी.”

“काय आहे ती?”

“तुला भेटण्याची तिची इच्छा नाही.”

रीचर काही बोलला नाही.

फाइलमध्ये बघत वेस म्हणाला, “वाचूनच दाखवितो. आरोपीच्या अगदी स्पष्ट सूचनेप्रमाणे, कोणत्याही परिस्थितीत, अमेरिकन सैन्य दलामधून निवृत्त झालेला आणि पूर्वी ११०व्या एम.पी. युनिटचा कमान्डर म्हणून काम केलेल्या मेजर जॅक रीचरला माझी भेट घेण्याची अनुमती देण्यात येऊ नये.”

७

जॉइन्ट बेसमधून बाहेर पडायला थोडासा कमी वेळ लागला एवढेच. तीनही सुरक्षा चौक्यांमध्ये तो जॅक रीचरच आहे हे सिद्ध करण्यासाठी त्याला ओळखपत्र दाखवावे लागले आणि तो काहीही चोरून नेत नाही, याची खात्री पटवून देण्यासाठी गाडीची ट्रन्क उघडून दाखवावी लागली. शेवटचा अडथळा पार केल्यानंतर ज्या मार्गाने त्याची बस गेली होती त्याच मार्गाने तो पुढे निघाला. पण या वेळी खूप अलीकडेच त्याने गाडी फुटपाथच्या कडेला उभी केली. आजूबाजूला वेगवेगळ्या द्रुतगती मार्गांवर घेऊन जाणारे रॅम्प्स होते. दक्षिण आणि पश्चिम दिशांमधून जाणारा आय-३९५, उत्तर आणि पश्चिम दिशांमधून जाणारा जॉर्ज वॉशिंग्टन मेमोरिअल पार्कवे, पश्चिमेला जाणारा आय ६६, पूर्वेला जाणारा आय-३९५. सर्व मार्ग शांत होते आणि रहदारीचे होते. त्या रस्त्यांवर पुढे केवढे तरी मोठे जग पसरले होते. पूर्वेच्या किनाऱ्या किनाऱ्याने उत्तरेला आणि दक्षिणेला जाणारा आय-९५ होता. पाच दिवस गाडी चालवत पार पश्चिम दिशेला घेऊन जाणाराही मार्ग होता. देशाचा मोठा अंतर्भाग. फार रिकामा आणि एकाकी.

या पूर्वी तुला कोणी शोधू शकले नव्हते. आत्ताही शोधू शकणार नाहीत.
तुझ्यावर ठपका ठेवूनच लष्करातून कमी केले जाईल.
तुला भेटण्याची तिची इच्छा नाही.
गाडी सुरू करून रीचर मोटेलमध्ये परतला.

टी-शर्ट्स घातलेले दोघे जण निघून गेले होते. उठून, धडपडत, कुठे तरी गेले असणार. रीचरने गाडी दोनशे यार्ड दूर अंतरावर फुटपाथच्या कडेला उभी केली. चावी इग्निशनमध्ये तशीच ठेवून दिली. दारांना कुलूप घातले नाही. एक तर गुंड पोरे तरी ती चोरून नेतील नाहीतर ती दोन माणसेच गाडी घेण्यासाठी परत येतील.

खरं तर काय होईल याची त्याला थोडीशीही पर्वा नव्हती.

शेवटचे अंतर पार करून तो आपल्या उदासवाण्या खोलीत शिरला. त्याचे अंदाज बरोबर होते. स्नानगृहामधल्या फवाऱ्याच्या पाण्याला जोर नव्हता, टॉवेल्स जाड नव्हते, साबणाची वडी छोटी होती आणि शाम्पू स्वस्तातला होता. शक्य असेल तेवढी स्वतःची साफसुफी करून तो झोपायला गेला. गादीमध्ये जणू प्लॅस्टिकचे गोळे भरलेले होते. चादरी न वापरल्याने गार पडल्या होत्या. पण त्याला तत्काळ झोप आली हे खरे. त्याने आपल्या मनालाच सात वाजता उठविण्याची आज्ञा दिली. एकदा एक दीर्घ श्वास घेतला, हळूहळू सोडून दिला आणि त्याला झोप लागली.

रोमिओने पुन्हा ज्यूलिएटला फोन केला. "त्याने आत्ताच डायरला टर्नरची भेट घेण्याचा प्रयत्न केला होता. अर्थातच तो अयशस्वी ठरला."

"आपल्या माणसांना तो मोटेलमध्ये सापडला नसणार," ज्यूलिएट म्हणाला. "काळजी करण्यासारखे काहीच नाही."

"आशा आहे तशीच."

"गुड नाईट."

"तुलाही."

रीचर सात वाजेपर्यंत झोपू शकला नाही. सहा वाजताच त्याच्या दारावर थाप पडली. धोका वाटावा अशी नाही. टक-टक, टक-टक. सकाळचे सहा वाजले नव्हते तर कुणीतरी मजेत असल्याप्रमाणे दार ठोठावत होते. तो उठला आणि त्याने गादीखाली ठेवलेली पॅन्ट बाहेर काढून ती चढवली. खोली फार गार पडली होती. रात्रभर हिटर बंदच होता.

पायाला चिवट भासणाऱ्या गालिच्यावरून चालत जाऊन त्याने दार उघडले. पुन्हा ठोकण्याच्या तयारीमध्ये असलेला हातमोजा घातलेला पंजा पटकन बाजूला झाला. त्या पंजावरून, दंडावरून त्याची नजर हाताला जोडलेल्या शरीरावर गेली. क्लास ए आर्मी युनिफॉर्म. त्यावर सर्वत्र जे.ए.जी. – जज ॲडव्होकेट जनरल कॉर्प्सची चिन्हे. वकील.

पण वकील एक स्त्री होती.

शर्टवर लावलेल्या पट्टीप्रमाणे तिचे नाव सलीव्हन होते. एखादा सूट चढवावा तसा तिने युनिफॉर्म चढविला होता. दुसऱ्या हातात एक ब्रीफकेस होती. ती काही बोलली नाही. तशी ठेंगणी नसली तरी तिची सरळ बघणारी नजर त्याच्या छातीवर रोखली गेली. त्याने अंगात शर्ट घातलेला नव्हता. छातीवर जुनी पॉइंट ३८ गोळी

बसल्याची खूण होती. तिची नजर त्या खुणेवरच क्षणभर स्थिरावली होती.

रीचरने प्रश्नार्थक मुद्रेने तिच्याकडे बघितले.

मागच्या बाजूला तिची हिरव्या रंगाची सेदान गाडी उभी होती. आकाश अजूनही अंधारलेले होते.

"मेजर रीचर?" तिने विचारले.

पस्तिशीची असेल, रीचरने तर्क केला. तिचा हुद्दाही मेजर हाच होता. छोटे कापलेले काळे केस. नजरेत कुठलेच भाव नाहीत.

"मी तुला काय मदत करू शकतो?" त्याने विचारले.

"हा प्रश्न खरं तर मीच तुला विचारायला हवा."

"माझे प्रतिनिधित्व करण्यासाठी तुझी नेमणूक झाली आहे?"

"माझ्या पापांची सजा असावी ती."

"सैन्य दलात परत भरती केल्याबद्दल अपील करायचे म्हणून, का हुआन रॉड्रिगेझच्या प्रकरणात, का कॅन्डिस डेटनच्या भानगडीत?"

"अपील करायचा विचार डोक्यातून काढूनच टाक. महिन्याभराने एका पॅनेलसमोर बोलण्यासाठी तुला पाच मिनिटांचा अवधी मिळेल. हरशील तू. नेहमी तसेच घडते."

"मग रॉड्रिगेझ का डेटन?"

"रॉड्रिगेझ," सलीव्हनने उत्तर दिले. "कामाकडे वळू या का?" ती तसे फक्त म्हणाली एवढेच. तिची नजर त्याच्या छातीवरून खाली कमरेकडे वळली. तिथे पंचवीस एक वर्षांपूर्वी पडलेला, मोठा, स्टारफिशच्या आकाराचा जखमेचा व्रण होता. त्या वेळी कसेबसेच टाके घातले असावेत. त्याच जखमेवर नंतर कधीतरी सुरा घुसवल्याचाही व्रण होता."

"फार विचित्र दिसते. माहीत आहे मला. पण तू आत ये."

"नको. मी गाडीत थांबते. न्याहारी घेता घेता बोलू."

"कुठे?"

"दोन चौक अंतरावर एक डायनर आहे."

"पैसे तू देणार?"

"फक्त माझेच. तुझे नाही."

"दोन चौक अंतरावर? तू निदान कॉफी आणू शकली असतीस."

"शकले असते. नाही आणली."

"तू मला काय मदत करणार ते दिसतेच आहे मला. अकरा मिनिटे वेळ दे मला."

"अकरा मिनिटे?"

“सकाळी तयार होऊन निघायला मला तेवढाच वेळ लागतो.”

“बहुतेक जण दहा मिनिटे म्हणाले असते.”

“मग ते एक तर माझ्यापेक्षा लवकर तयार होत असतील, नाही तर बोलताना दक्षता घेत नसतील.”

त्याने सरळ दार लावले. आत येऊन पॅन्ट काढली. ठीक दिसत होती. गादीखाली ठेवली की त्याला इस्त्रीची गरज भासत नसे. स्नानगृहामध्ये जाऊन त्याने पाण्याचा फवारा सुरू केला. दात घासले. फवाऱ्याखाली उभा राहिला. उरलेला साबण आणि शाम्पू वापरून ओलसर टॉवेलने अंग पुसून तो बाहेर आला. कपडे चढवून बाहेर पार्किंग लॉटमध्ये आला, तेव्हा बरोबर अकरा मिनिटे झाली होती. सवयीचा गुलाम होता तो.

मेजर सलीव्हनने गाडी वळवून घेतली होती. फोर्ड, बऱ्याच दिवसांपूर्वी मिसुरीमधून त्याने अशाच प्रकारच्या गाडीतून प्रवास केला होता. गाडीचे दार उघडून तो तिच्या शेजारी बसला. ती ताठ बसली होती. गिअर टाकून तिने गाडी सावकाशपणे आणि काळजीपूर्वक पार्किंग लॉटमधून बाहेर काढली. तिचा युनिफॉर्मचा स्कर्ट गुडघ्यांपर्यंत पोहोचत होता. खाली काळे नायलॉन्स आणि लेस असलेले शूज.

“नाव काय तुझे?” रीचरने विचारले.

“तुला वाचता येते असे मी समजून चालले आहे.”

“म्हणजे पहिले नाव म्हणायचे आहे मला.”

“त्याने काय फरक पडणार? तू मला मेजर सलीव्हन म्हणणार आहेस.” बोलणे मैत्रीपूर्ण नसले तरी शत्रुत्वाचेही नव्हते. अनपेक्षित काहीच नाही. वैयक्तिक पातळीवर संबंध वाढविण्याचा प्रश्नच उद्‌भवणार नव्हता. सैन्य दलामधील बचाव पक्षाचे वकील मेहनती, बुद्धिमान असत आणि व्यावसायिकपणे काम करत. ते कुणाच्याच बाजूचे वगैरे नसत, फक्त सैन्य दलावरच निष्ठा ठेवून असत.

डायनर दोन चौक अंतरावर होता खरा, पण ते चौक फार दूर दूर होते. एकदा डावीकडे आणि एकदा उजवीकडे वळून ते एका स्ट्रिप मॉलजवळ आले. मोकळ्या मैदानावर शेजारी शेजारी सरळ रेषेत दुकाने आणि पुढून चालत जायला फुटपाथ. मोठा पार्किंग लॉट. एक हार्डवेअर स्टोअर, एक फार्मसी, फोटोफ्रेम्सचे दुकान, गन स्टोअर, दंतवैद्य. डायनर पार एका टोकाला होता आणि त्यासाठी पार्किंग लॉटही वेगळा होता. डायनरला बाहेरून पांढरा रंग फासलेला होता. आतली सजावट बघताच रीचरच्या मनात आले की मालक बहुधा ग्रीक असावा. यादीवर शेकडो पदार्थ असणार. म्हणजे त्याच्या मते ते एक रेस्टॉरन्ट होते, डायनर नाही. कोणत्याही डायनरमध्ये काही ठरावीक पदार्थच बनवतात. 'तेच खाणार असाल तर

खा; नाही तर निघा,' असाच एकंदरीत खाक्या असतो.

बाजूच्या एका बूथमध्ये ते बसले. विचारण्याआधीच वेट्रेसने कॉफी आणून समोर ठेवल्यावर रीचरचे त्या जागेबद्दलचे मत जरा चांगले बनले. टेबल झाकले जाईल एवढ्या आकाराची, अनेक लॅमिनेटेड पानांची, खाद्य पदार्थांची यादी होती. दुसऱ्या पानावर पॅनकेक्स आणि अंडी दिसल्यावर पुढे शोध करण्याची रीचरला गरजच राहिली नाही.

"माझा सल्ला आहे की गुन्हा कबूल करून शिक्षा कमी करण्याची विनंती करू या," सलीव्हन म्हणाली. "ते पाच वर्षे अडकवायला बघतील, आपण एक वर्ष म्हणायचे. दोन वर्षांवर सौदा पटेल. तेवढी शिक्षा भोगू शकशील तू. काही मरणार वगैरे नाहीस."

"कॅन्डिस डेटन कोण होती?" रीचरने विचारले.

"ती केस माझ्याकडे नाही. त्या बाबतीत दुसरे कुणीतरी तुझ्याशी बोलेल."

"आणि हुआन रॉड्रिगेझ हा नक्की कोण होता?"

"ज्याच्या डोक्यावर तू फटका हाणलास आणि त्यामुळे तो नंतर मरण पावला."

"मला आठवत नाही तो."

"अशा प्रकरणात हा बचाव सर्वांत वाईट असतो. याचा दुसरा अर्थ असा होतो की तुम्ही इतक्या लोकांना डोक्यात फटके हाणत असता की तुम्हाला नंतर एक माणूस दुसऱ्या माणसापेक्षा वेगळा कळतच नाही. मग खोलात जाऊन चौकशी सुरू होते. कुणाला तरी यादी बनवायचाच मोह पडतो आणि माझ्या कानावर पडत असलेल्या गोष्टींप्रमाणे ती यादी खूप मोठी असण्याची शक्यता आहे. त्या काळात ११० हे अत्यंत धोकादायक कामगिऱ्या हातात घेणारे युनिट होते."

"आणि आता?"

"थोडेसे बरे असू शकेल. विशेष नाही."

"हे तुझे मत आहे?"

"तो माझा अनुभव आहे."

"सूझन टर्नरच्या परिस्थितीबद्दल तुला काही माहिती आहे?"

"मी तिच्या वकिलाला ओळखते."

"आणि?"

"तिने लाच घेतली होती."

"खात्री आहे तशी?"

"एखादी युद्धनौका तरंगेल इतका इलेक्ट्रॉनिक डेटा आहे. तिने परवा सकाळी दहा वाजता केमन आयलन्ड्सवर बँकेत खाते उघडले आणि अकरा वाजता एक

लाख डॉलर्स त्या खात्यात भरले गेले. बारा वाजता तिला अटक झाली. ११०व्या युनिटच्या बाबतीत घडू शकणारी गोष्ट. गुन्हा सहज सिद्ध करता येईल अशी केस.''

''एकूण माझे जुने युनिटच तुला पसंत नाही. पण त्यामुळे प्रश्न निर्माण होतो आहे. कार्यक्षम वकील मिळण्याचा हक्क आहे मला. सिक्स्थ अमेन्डमेन्ट वगैरे. तू नक्की ते काम करू शकशील असे वाटते तुला?''

''तुझ्यासाठी फक्त मीच असणार आहे. सवय करून घे त्याची.''

''निदान माझ्याविरुद्धचा पुरावा तरी मला बघायला मिळायला हवा असे वाटत नाही तुला? सिक्स्थ अमेन्डमेन्टमध्ये त्याच्याबद्दलही काहीतरी आहे ना?''

''सोळा वर्षांपूर्वी तू फार थोडा रेकॉर्ड ठेवत होतास.''

''थोडा तरी ठेवत होतो पण.''

''माहिती आहे मला,'' सलीव्हन म्हणाली. ''आहेत ती कागदपत्रे मी बघितली आहेत. इतर गोष्टींबरोबर तू दररोजच्या महत्त्वाच्या कामांच्या नोंदी ठेवत होतास. त्यात तू मिस्टर रॉड्रिगेझची मुलाखत घ्यायला निघाल्याची नोंद आहे. मग त्याच दिवशी डोक्याला मार बसल्याबद्दल आणि इतरही जखमांमुळे काऊन्टी रुग्णालयाच्या आपत्कालीन विभागात त्याला दाखल केल्याचा कागदही माझ्याकडे आहे.''

''तेवढेच? एकमेकात संबंध दाखविणारे काही नाही? मी निघाल्यानंतर तो जिन्यावरून गडगडला असेल, किंवा ट्रकनेच उडवले असेल त्याला.''

''आपत्कालीन विभागामधल्या डॉक्टर्सना तरी तसेच वाटत होते.''

''केसमध्ये काहीच दम नाही खरा तर. मला काही आठवतच नाही या केसबद्दल.''

''पण मुलाखतीनंतर मिस्टर रॉड्रिगेझ जिन्यावरून गडगडला असेल, असे म्हणण्यासाठी जिना आठवतो आहे तुला.''

''तर्क फक्त. बोलण्याची पद्धत. ट्रक तसाच जिना. माझ्याविरुद्ध त्यांच्याकडे कसलाही पुरावा नाही.''

''त्यांच्याकडे त्यानंतर थोड्याच काळात योग्य त्या अधिकाऱ्यांसमोर रॉडिगेझने स्वतः शपथेवर दिलेली लेखी जबानी आहे. ॲफिडेव्हिट. तू त्याच्यावर हल्ला केला होतास, असे जबानीत म्हटलेले आहे.''

८

सलीव्हनने आपली ब्रीफकेस उचलली आणि बूथमधल्या बाकावर ठेवून उघडली. एक जाडी फाइल काढून टेबलावर ठेवली. "वाच आता मजेत," ती रीचरला म्हणाली.

अर्थात, मजा वाटण्यासारखे त्यात काही नव्हतेच. अत्यंत स्वार्थी आणि नीचपणे केलेल्या गुन्ह्याचे, तशाच तऱ्हेने केलेल्या तपासाचे, ते मोठे तपशीलवार रेकॉर्ड होते. सुरुवात झाली होती १९९० मध्ये, ऑपरेशन डेझर्ट शिल्डच्या काळात. इराकच्या सद्दाम हुसेनने आपले शेजारी राष्ट्र कुवेतवर आक्रमण करून तो देश कब्जात घेतला होता. ऑपरेशन डेझर्ट स्टॉर्मसाठी – पहिल्या गल्फ वॉरसाठी– जी तयारी सुरू झाली होती ती म्हणजे ऑपरेशन डेझर्ट शिल्ड. स्वतंत्र जगातील राष्ट्रांनी सद्दामला हुसकावून लावण्यासाठी सहा महिने तयारी केली, पाच लाख सैन्य जमा केले आणि शेवटी शंभर तासांच्या अवधीत त्याचा पाडाव केला. पाच लाख स्त्री-पुरुष आपापल्या घरी परतले.

साधनसामग्री हलवून ती परत नेण्याचा प्रश्न मोठा होता. सैन्य दलांना अफाट शस्त्रसामग्रीची गरज असते. सहा महिने साठा करण्यासाठी आणि तेवढाच काळ उरलेली सामग्री परत नेण्यासाठी. साधनसामग्रीची जुळवाजुळव खूप काळजीपूर्वक आणि लक्ष देऊन केली होती. युद्ध संपल्यानंतर ती परत नेण्याची कामगिरी टप्प्याटप्प्यानं कशाही तऱ्हेनं पार पाडली होती. यात पुन्हा डझनावारी देशांचा संबंध होता. मोठीच कथा. थोडक्यात सांगायची तर बरीच शस्त्रसामग्री नाहीशी झाली. सर्वांनाच अडचणीत आणणारी परिस्थिती. पण शेवटी ताळेबंद जुळवावाच लागतो. तेव्हा नाहीशा झालेल्या शस्त्रास्त्रांचा काही भाग नष्ट झाला, काही खराब झाला, अशी नोंद करत ताळेबंद सादर झाला. जमाखर्चाच्या वह्या बंद झाल्या.

आणि मग त्यांतलीच काही शस्त्रास्त्रे अमेरिकन शहरांमधील रस्त्यांवरच

दिसायला लागली.

"आता थोडीफार तरी आठवण येते आहे का?" सलीव्हनने विचारले.

"हो," रीचरने उत्तर दिले. त्याला चांगली आठवण होती. तशा तऱ्हेच्या गुन्ह्यांचा शोध लावण्यासाठी तर ११०व्या युनिटची स्थापना करण्यात आली होती. कोणीही घेऊन जाऊ शकेल अशी लष्करी शस्त्रसामग्री अपघाताने रस्त्यांवर येत नसते; त्यांची चोरी होते, ती दुसरीकडे पाठविली जाते आणि विकली जाते. अज्ञात गुन्हेगारांकडून. पण त्या व्यक्ती फक्त काही विशिष्ट वर्गातल्याच असू शकतात. बहुधा साधनसामग्रीची हलवाहलव करणाऱ्या लॉजिस्टिक कंपन्यांमधील. आठवड्याला हजारो टन माल हलवणाऱ्या कंपनीतील माणसे बनावट पावत्या बनवून, एखाद दुसरा टन माल इकडे तिकडे सहज 'हरवू' शकतात. मजा म्हणून आणि पैसे मिळवायचे म्हणून– बघता बघता शेकडो टन माल गायब होतो. ही सामग्री कोण गायब करते, कशी करते, केव्हा करते आणि कुठे करते याचा शोध घेण्याचे काम ११०व्या युनिटवर सोपविण्यात आले होते. नवीन युनिट होते. नाव कमवायची जिद्द होती. त्यांनी खोलवर जाऊन तपास केला. रीचरने शेकडो तास या एकाच कामगिरीवर काम केले होते आणि त्याच्या टीमने त्याहून जास्त काळ.

"पण तरीही मला कुणी हुआन रॉड्रिगेझ आठवत नाही," तो म्हणाला.

"फाइलचे शेवटचे पान उघड," सलीव्हन म्हणाली.

रीचरने शेवटचे पान उलटताच त्याच्या लक्षात आले की तो या हुआन रॉड्रिगेझला चांगलाच ओळखत होता.

पण हुआन रॉड्रिगेझ या नावाने नाही.

अत्यंत हिंसक गुन्हे करणाऱ्या, भिंती, घरे आणि झाडेसुद्धा रहस्यमय डिझाइन्समध्ये रंगविणाऱ्या टोळ्यांच्या सदस्यांनागँगबॅन्गर्स म्हणतात. ११०व्या युनिटला दक्षिण मध्य लॉस एन्जलीसमधल्या एकागँगबॅन्गरबद्दल अगदी विश्वसनीय खबर मिळाली होती. त्याला रस्त्यांवर *डॉग* या नावाने ओळखत असत. *बिग डॉग*चे संक्षिप्त रूप असावे असा समज होता. तो अत्यंत आडदांड होता आणि त्याचा फार दबदबाही होता. त्याचा मादक द्रव्यांचा पुरवठा करणाऱ्या ड्रगलॉर्ड्सच्या युद्धांशी संबंध नसल्याने डी.इ.ए. त्याच्या मागे लागत नव्हती; पण मिळालेल्या बातमीप्रमाणे अनेक तटस्थ व्यक्तींप्रमाणे तो काळ्या बाजारातली शस्त्रास्त्रे दोन्ही बाजूंना विकून अमाप पैसा कमावत होता. कुठलीही शस्त्रास्त्रे हवी असतील तर *डॉग*कडे जा, एवढी त्याची ख्याती पसरली होती. सैन्य दलांच्या *सॉज्*चे (SAWs) अकरा मोठे पेटारे तो विकायला काढतो आहे अशी बातमी होती. सॉज (SAWs) म्हणजे काही लाकूड कापण्याच्या करवती नव्हत्या. ती स्क्वॉड ऑटोमॅटिक वेपन्स होती.

भीतिदायक स्वयंचलित मशिनगन्स. जबरदस्त कार्यक्षम आणि अत्यंत विध्वंसक.

दक्षिण मध्य लॉस एन्जलीसच्या रस्त्यांवर भर उन्हाळ्याच्या दिवसांत रीचर एकटाच योग्य ते प्रश्न, योग्य त्या ठिकाणी विचारत फिरत होता. एकूण परिस्थितीत तो सैन्य दलात होता, हे तर सर्वांनाच उघड कळत होतं. तेव्हा तो सैन्य दलाने त्याच्यावर खूप अन्याय केला आहे, असे दर्शवत त्याच्याकडे ग्रेनेड्स, लॉन्चर्स, अमर्याद संख्येत चिलखत भेदू शकतील असे तोफगोळे, बिरेटा पिस्तुले विकण्यासाठी उपलब्ध आहेत, अशी बतावणी करत होता. सर्व जण सावधपणेच त्याचे बोलणे ऐकत होते. पण शेवटी दोन दिवसांनी त्याची *डॉग*शी गाठ पडली. आडदांड होता खराच आणि आडवाच्या आडवा चारशे पौंडांचा देह.

फाइलमधला शेवटचा कागद म्हणजे हुआन रॉड्रिगेझ ऊर्फ बिग डॉग ऊर्फ डॉग याने शपथेवर दिलेली जबानी होती. सगळीकडे रीचरचे नाव होते. त्याला झालेल्या जखमांची मोठी यादी होती, ज्यात फुटलेली कवटी, तुटलेल्या बरगड्या, शरीरावर झालेल्या जखमा यांचाही समावेश होता. खाली स्वतः रॉड्रिगेझने सही केली होती. स्टुडिओ सिटी, लॉस एन्जलीस येथील व्हेन्चुरा बोलीवार्ड इथल्या एका वकिलाची सही होती आणि नोटरी म्हणून तिसऱ्याच कुणाची तरी.

''आठवतो ना आता तो?'' सलीव्हनने विचारले.

''जबानी तद्दन खोटी आहे,'' रीचर म्हणाला, ''मी बोटसुद्धा लावले नव्हते त्याला.''

''खरं की काय?''

''मी कशासाठी त्याला हाणू? मला *त्याच्याशी* काही देणेघेणे नव्हते. त्याला जो कुणी शस्त्रपुरवठा करत होता त्याचे नाव मला हवे होते. बस.''

''लॉस एन्जलीसच्या रस्त्यांवर विकल्या जाणाऱ्या एस. ए. डब्ल्यू. मशिनगन्सची चिंता वाटत नव्हती तुला?''

''तो लॉस एन्जलीस पोलीस खात्याने सोडवायचा प्रश्न होता; मी नाही.''

''मग नाव कळले तुला?''

''हो.''

''कसे काय?''

''मी विचारले, त्याने सांगितले.''

''इतक्या सहजपणे घडले ते?''

''जवळ जवळ तसेच.''

''त्याचा नक्की अर्थ काय?''

''मी उत्कृष्टपणे कसून चौकशी करू शकतो. मी सांगतो आहे त्यापेक्षा बरेच काही जास्त मला माहीत आहे, अशी मी त्याची समजूत करून दिली. तो खूप

हुशार नव्हताच. मेंदूला इजा होण्यासाठी त्याला मेंदू होता याचेच मला आश्चर्य वाटते आहे.''

''मग रुग्णालयातील तपशीलवार नोंदींचे स्पष्टीकरण कसे देणार तू?''

''मी कशासाठी द्यायला हवे? नको त्या उद्योगात गुंतलेल्या त्याच्यासारख्या माणसाच्या तशाच व्यक्तींशी ओळखी असतात. आदल्या दिवशी त्यानं कुणाचा तरी विश्वासघात केला असेल. तो काही फार सभ्य माणसांच्या जगात वावरत नव्हता.''

''हाच तुझा बचाव असणार आहे? दुसऱ्या कुणीतरी त्याला हाणलं असणार असा?''

''मी जर त्याला हाणलं असतं, तर तो रुग्णालयात पोहोचला नसता.''

''दुसऱ्याच कुणी हा गुन्हा केला आहे असे म्हणत मी प्रॉसिक्यूटरकडे जाऊ शकत नाही. तू त्याला जीवघेणी मारहाण केली नसतीस तर त्याला ठार मारले असतेस, हाच तुझ्या निरपराधीपणाचा पुरावा आहे, असेही म्हणू शकत नाही.''

''तुला तेच करावे लागणार आहे.''

''नाही, मला तेच करावे लागणार नाही. तू माझे म्हणणे नीट ऐकून घ्यायला हवेस, रीचर. गंभीरपणे विचार करायला हवास. तू तुझा गुन्हा कबूल केलास, थोडासा जरी पश्चात्ताप दाखवलास तरच मी तुझ्यासाठी काही करू शकेन.''

''माझा या कशावर विश्वासच बसत नाही.''

''मी माझा सर्वोत्कृष्ट सल्ला तुला दिला आहे.''

''मला नवीन वकील मिळू शकेल?''

''नाही,'' सलीव्हन म्हणाली. ''नाही मिळणार.''

त्यांचे उरलेले खाणे गप्प गप्प बसूनच झाले. रीचरला तर तिथून उठून दुसऱ्याच टेबलावर जाऊन बसायची इच्छा होत होती. पण त्याने तसे केले नाही. फारच कोत्या मनोवृत्तीचे प्रदर्शन ठरले असते ते. बिल आल्यावर आपापले पैसे भरून ते बाहेर गाडीशी पोहोचले. ''मला दुसरीकडे जायचे आहे,'' सलीव्हन म्हणाली. ''तू इथून चालत जाऊ शकतोस. किंवा बसने.''

गाडीत बसून ती निघून गेली. रेस्टॉरन्टच्या पार्किंग लॉटमध्ये तो एकटाच उभा राहिला. समोरचा तीन मार्गिकांचा रस्ता त्याच्या स्थानिक बसेसचा मार्ग होता. तीस एक यार्ड अंतरावर बाक असलेला बसचा थांबा होता. दोन माणसे बसची वाट बघत उभी होती. मेक्सिकन्स होते. बिग डॉगपेक्षा खूपच बारीक. प्रामाणिक नागरिक असावेत. सेमेट्रीमध्ये कामाला निघाले असतील किंवा अलेक्झांड्रियामध्ये इमारतींची देखभाल करण्याचे, जॅनिटरचे काम करत असतील किंवा वॉशिंग्टन डी.सी. मध्येच

कामाला जात असतील.

उजव्या बाजूला पन्नास यार्डांवर दुसरा एक बसचा थांबा होता. दुसरा बाक रस्त्याच्या जवळच्या भागात, दूरच्या नाही. उत्तरेकडे जाणाऱ्या बसेस, दक्षिणेकडे नाही. शहराबाहेर नेणाऱ्या, शहरात आणणाऱ्या नाहीत. मॅक्लीन, मग बहुधा रेस्टन. आणि नंतर बहुतकरून लिसबर्ग, आणि कदाचित विन्चेस्टरपर्यंतही पोहोचवत असतील. तिथे आणखी बसेस मिळतात. मोठ्या बसेस, ॲपलेचिअन पर्वतराजीमधून पश्चिम व्हर्जिनिया, ओहायओ आणि इन्डियाना. मग पुढे दूरवर.

यापूर्वी तुला कुणी शोधू शकले नव्हते. आत्ताही शोधू शकणार नाहीत.

तुझ्यावर ठपका ठेवूनच लष्करातून कमी केले जाईल.

तुला भेटण्याची तिची इच्छा नाही.

रीचर तसाच उभा राहिला. हवा थंडगार होती. गाड्या बनविणाऱ्या सर्व कंपन्यांच्या, सर्व मॉडेल्सच्या, सर्व रंगांच्या गाड्यांची आणि ट्रक्सची वाहतूक चालूच होती. मग त्याला डावीकडे दूर अंतरावर एक बस दिसली. उत्तरेकडे जाणारी, दक्षिणेकडे जाणारी नाही. शहराबाहेर नेणारी, शहरात नेणारी नाही. बाक त्याच्या उजव्या बाजूला पन्नास यार्ड अंतरावर होता. एका मोठ्या व्हॅनचीच बस बनविली होती. स्थानिक, दूरवर जाणारी नाही. नगरपालिकेची सेवा. सरकारच्या आर्थिक मदतीवर चालणारी. खडखड करत ती हळूहळू त्याच्या दिशेने येत होती.

त्याने ती बस सोडून दिली. त्याच्या जवळून, त्याची दखलही न घेता ती पुढे निघून गेली.

तो ११०व्या युनिटच्या मुख्यालयात जाण्यासाठी चालत निघाला. दोन मैलांचे अंतर. चालायला बरोबर तीस मिनिटे. त्याने मोटेल मागे टाकले. फुटपाथच्या कडेला उभी केलेली, दारांवर दोन पोचे आलेली गाडी दिसत नव्हती. चोरीला गेली असेल, नाहीतर त्या दोघांनीच ती परत नेली असेल.

सकाळी आठ वाजायला पाच मिनिटे कमी असताना तो जुन्या दगडी इमारतीत पोहोचला. तिथे त्याची दुसऱ्या वकिलाशी गाठ पडली. कॅन्डिस डेटन कोण आहे आणि ती आनंदात का नाही, हे तिने त्याला सांगितले.

१

आदल्या दिवशी दुपारी रीचरला भेटलेला पहारेकरीच आता दिवसपाळीला हजर होता. त्याने रीचरला आत सोडले. रीचर पायऱ्यांजवळ आणि नवीनच रंगवलेल्या दाराजवळ पोहोचला. हमवी अजूनही पार्किंग लॉटमध्ये उभी होती आणि छोटी लाल गाडीदेखील. दारांवर पोचे असलेली गाडी त्याला दिसली नाही.

लॉबीमधल्या टेबलाशी नवीन सार्जन्ट होता. रात्रपाळीचा असणार. ड्यूटी संपत आली असावी. गोरा होता, तरुण होता. लीचहूनही कमी बोलणारा. उघड उघड शत्रुत्व दाखवत नव्हता. नजर सर्व गोष्टींचा वेध घेणारी. पांढऱ्या टी-शर्ट्समधल्या माणसांची जरा सौम्य आवृत्ती. *तू युनिटच्या नावाला काळिमा फासला आहेस.* ''कर्नल मॉर्गनने २०७ मध्ये हजर राहायला सांगितले आहे. ताबडतोब,'' तो म्हणाला.

''ताबडतोब काय?'' रीचरच्या आवाजातच जरब होती.

''ताबडतोब, सर,'' तो म्हणाला.

''आभारी आहे, सार्जन्ट,'' रीचर म्हणाला. खोली क्रमांक २०७ वरच्या मजल्यावर होती. डाव्या बाजूला चौथी. त्याच्या खोलीच्या शेजारचीच. किंवा सूझन टर्नरच्या किंवा मॉर्गनच्या खोलीच्या शेजारची. त्याच्या काळात २०७ क्रमांकाच्या खोलीत कार्ला डिक्सनचे कार्यालय होते. आर्थिक बाबींमधली तज्ज्ञ. अनेक कठीण प्रकरणे तिने निकालात काढली होती. शंभरामधल्या नव्याण्णव गुन्ह्यांचे कारण असते प्रेम, द्वेष किंवा पैसा. आणि बायबलमध्ये काहीही सांगितले असले तरी सर्वांत महत्त्वाचे कारण नेहमीच पैसा असते. डिक्सन ही युनिटचा फार मौल्यवान ठेवा होता. तिच्या वजनाएवढ्या सोन्यापेक्षाही भारी. क्रमांक २०७च्या खोलीबद्दल रीचरच्या मनात खूप चांगल्या स्मृती होत्या.

पायऱ्या चढून त्याने कॉरिडॉरमधून चालायला सुरुवात केली. स्वतःचे जुने

कार्यालय मागे टाकले. नावाची पाटी अजूनही दिसत होती. *मेजर एस. आर. टर्नर, कमान्डिंग ऑफिसर.* त्याला डोक्यामध्ये कॅप्टन वेसचा आवाज ऐकू आला आणि सलीव्हनचा. *तिने लाच घेतली.* साधे सरळ स्पष्टीकरण असू शकले असते. दूरचा काळा युरेनियमच्या खाणींचे शेअर्स तिच्या नावाने ठेवून मेला असेल. परदेशामधील खाण असेल म्हणून परदेशात पैसा गेला असेल. ऑस्ट्रेलिया असू शकेल. ऑस्ट्रेलियात युरेनियम आहे, आणि सोने, आणि कोळसा, आणि लोखंड, किंवा आफ्रिकेमध्ये कुठे तरी. कार्ला डिक्सन आत्ता इथे असायला हवी होती. कागदपत्रांवर एक नजर टाकताच एका क्षणात सत्य काय ते तिच्या ध्यानात आले असते.

२०७ क्रमांकाच्या खोलीवर त्याने टकटक केली नाही. गरजच नव्हती. मॉर्गन सोडला तर इमारतीत तोच बहुधा सर्वांत उच्च पदावरचा अधिकारी होता आणि परिस्थिती कितीही विलक्षण बनली तरी पद हे पदच राहते. तेव्हा तो सरळ आत शिरला.

खोली रिकामी होती आणि ती कुणाचे कार्यालयही नव्हती. तिचे रूपांतर कॉन्फरन्स रूममध्ये केले होते. मधोमध एक मोठे गोल टेबल होते. भोवताली सहा खुर्च्या ठेवल्या होत्या. टेबलाच्या मध्यभागी कोळ्याच्या आकाराची वस्तू होती. स्पीकरफोन असावा. दूरच्या माणसांशी चर्चा करण्यासाठी. एका भिंतीजवळ ड्रॉवर्स असलेले कपाट होते. चर्चेच्या वेळी सॅन्डविचेस आणि कॉफीसाठी. तीन साखळ्या लावलेला तसाच दिवा. आतला बल्ब लागलेला असूनही प्रकाश काही चांगला पडत नव्हता.

खिडकीजवळ जाऊन रीचरने बाहेर नजर टाकली. बघण्यासारखे विशेष काही नव्हते. इमारतीच्या त्या बाजूला गाड्या उभ्या करण्यासाठी जागा नव्हती. एक मोठा कचऱ्याचा डबा आणि जुने फर्निचर, फायलिंग कॅबिनेट्स, खुर्च्या यांचा ढीग. खुर्च्यांवरच्या गाद्या पाण्याने फुगलेल्या आणि फायलिंग कॅबिनेट्स गंजलेल्या. मग दगडी भिंत. तिथून पार सेमट्री आणि नदीपर्यंतचा परिसर डोळ्यांत भरत होता. खूप दूरवर वॉशिंग्टन मॉन्युमेन्ट दिसत होते. धुक्यासारखाच रंग. मागे सूर्य उगवलेला.

दार उघडल्याचा आवाज आला आणि रीचर वळला. त्याला मॉर्गन आला असे वाटले होते; पण मॉर्गन नव्हता. पूर्वीही असेच घडत होते असे त्याला वाटायला लागले. व्यवस्थित शिवलेला क्लास ए आर्मी युनिफॉर्म. त्यावर सर्वत्र जे.ए.जी. कॉर्प्सची चिन्हे. वकील. एक स्त्री. पट्टीवर एडमन्ड्स असे नाव. थोडी सलीव्हनसारखीच वाटत होती. सावळी, नीटस, पक्की व्यावसायिक. स्कर्ट आणि नायलॉन्स आणि काळे शूज. पण सलीव्हनपेक्षा तरुण होती. फक्त कॅप्टन होती. हातामधली ब्रीफकेस थोडी स्वस्तातली होती.

तिने विचारले, ‘‘मेजर रीचर?’’

तो म्हणाला, ''गुड मॉर्निंग, कॅप्टन.''

''मी ट्रेसी एडमन्ड्स. एच. आर. सी. बरोबर काम करते.''

एच. आर. सी. म्हणजे ह्यूमन रिसोर्सेस कमान्ड. साधे सरळ इंग्रजी बोलले जायचे त्या काळातील पर्सोनेल कमान्ड. तेव्हा प्रथम रीचरला वाटले ती बहुधा पगार, बँकेचे तपशील वगैरे सर्व माहिती घेण्यासाठीच आली आहे. मग त्याच्या लक्षात आले की तसल्या माहितीसाठी त्यांना वकील पाठविण्याची गरज नाही. एखादा क्लार्कही ते काम उत्कृष्टपणे करू शकेल. म्हणजे ती बहुधा कॅन्डिस डेटनच्या प्रकरणाबाबत आली असणार. पण वरिष्ठ पदावर काम करत नव्हती. स्वतःचे पहिले नाव तर तिने न विचारताच सांगितले होते. चेहऱ्यावर मैत्रीचे, निष्कपट भाव होते. मोकळ्या मनाची असावी. कॅन्डिस डेटनचे प्रकरण बिग डॉगच्या प्रकरणाइतके गंभीर नसणार.

''सूझन टर्नरच्या परिस्थितीबाबत काही माहिती आहे?'' त्याने विचारले.

''कोण?''

''तू आत्ताच तर तिच्या कार्यालयाशेजारून चालत आलीस.''

''फक्त कानावर पडले आहे तेवढेच,'' ती म्हणाली.

''आणि तुझ्या कानावर काय पडले आहे?''

''तिने लाच घेतली.''

''कशासाठी?''

''ते मला वाटते गुप्त आहे.''

''शक्यच नाही. तिला ट्रायलपूर्वीच अडकवून ठेवले आहे. तेव्हा कागदपत्रात काहीतरी कारण लिहिलेले असणारच. का माझ्या गैरहजेरीत आपण सभ्यतेची सर्व न्याय्य तत्त्वेही गुंडाळून ठेवली आहेत?''

''अत्यंत महत्त्वाची बातमी तिने एक दिवस दाबून ठेवली असे ते म्हणतात. का ते आधी कुणालाच कळले नव्हते. आता कळले आहे.''

''कुठली माहिती?''

''फोर्ट हूड येथील एका इन्फन्ट्री कॅप्टनला तिने अटक केली. कुठल्या तरी हेरगिरीच्या प्रकरणात. कॅप्टनने परदेशातील एका नागरिकाचे नाव सांगितले. मेजर टर्नरने नंतर चोवीस तास काही केले नाही. तेवढ्या काळात तो नागरिक पळून गेला.''

''हे नक्की कधी घडले?''

''साधारण चार आठवड्यांपूर्वी.''

''पण तिला अटक परवा झाली.''

''कारण तेव्हा त्या परकीय नागरिकाने तिला पैसे दिले. याच पुराव्याची ते वाट

बघत होते. चोवीस तास महत्त्वाची बातमी पुढे पाठवली नाही, याचे कारण केवळ अकार्यक्षमता असे दिले जाऊ शकत होते. तो गुन्हा ठरला नसता.''

''ट्रायलपूर्वीच तिला कोठडीत डांबले आहे. त्याबद्दल तिने अपील केले आहे?''

''वाटत नाही तसे.''

''वकील कोण आहे तिचा?''

''शार्लोट्सव्हिल इथला कर्नल मूरक्रॉफ्ट.''

''म्हणजे जे.ए.जी. स्कूल?''

एडमन्ड्सने मान डोलावली. ''तो क्रिमिनल डिफेन्स हा विषय शिकवतो.''

''आणि तिथून इथपर्यंत येतो?''

''नाही. मला वाटते तो व्हिजिटिंग ऑफिसर्स क्वार्टर्समध्ये असतो.''

म्हणजे फोर्ट डायर किंवा आता जॉइन्ट बेस डायर हेल्सिंग्टन हाऊस येथे भेट देणाऱ्या अधिकाऱ्यांसाठी राहण्याची जी व्यवस्था केली आहे तिथे. अगदी रिट्झ म्हणता आले नाही तरी तशाच सुखसोयी. तीन मार्गिकांच्या रस्त्यावर मैलभर अंतरावर असणाऱ्या फालतू मोटेलपेक्षा फारच छान.

एडमन्ड्सने त्याच्यासाठी एक खुर्ची पुढे ओढली आणि मग दुसरी एक स्वतःसाठी.

''कॅन्डिस डेटन,'' ती म्हणाली.

''कॅन्डिस डेटन कोण आहे ते मला माहीत नाही किंवा कोण होती तेही,'' खुर्चीवर बसत रीचर म्हणाला.

''मेजर, नाकबूल करणे हा खूप चांगला मार्ग नसतो. काही उपयोग होत नाही.''

''मला एखादी व्यक्ती आठवतच नसेल तर ती मला आठवते असे कसे म्हणणार मी?''

''त्यामुळे दुसऱ्याचे मत वाईट बनते. एक नकारात्मक प्रतिमा तयार होते. दोन्ही गोष्टी शेवटी तुझ्या दृष्टीने चांगल्या ठरणार नाहीत.''

''कोण होती ती?''

एडमन्ड्सने तिची ब्रीफकेस उचलून टेबलावर ठेवली. ती उघडून एक फाइल बाहेर काढली. ''तुझी बऱ्याच वेळा कोरियामध्ये नेमणूक झाली होती, बरोबर?'' तिने विचारले.

''खूप वेळा.''

''५५व्या एम. पी. युनिटबरोबर काम करण्यासाठी एकदा अगदी थोडासाच काळ गेला होतास?''

"तू तसे म्हणत असशील तर हो, गेलो होतो."

"हो, मी तसेच म्हणते आहे. सगळ्या नोंदी या फाइलमध्ये आहेत. तुझ्या सैन्य दलातल्या कारकिर्दीच्या अगदी शेवटी शेवटी तुझी नेमणूक कॅम्प रेड क्लाऊड इथे झाली होती. शोल आणि निर्लष्करी टापू यांच्या मधल्या भागात असणारा कॅम्प."

"तो कुठे आहे ते माहीत आहे मला."

"कॅन्डिस डेटन ही अमेरिकन नागरिक होती. त्या वेळी तात्पुरती शोलमध्ये राहत होती."

"सामान्य नागरिक?"

"हो. आता आठवली तुला?"

"नाही."

"अगदी थोडा काळ तुमचे प्रेमसंबंधही होते."

"कोणाचे?"

"अर्थातच, तुझे आणि मिस् डेटनचे."

"मला आठवत नाही ती."

"लग्न झाले आहे तुझे?"

"नाही."

"कधीतरी लग्न झाले होते?"

"नाही."

"आयुष्यात अनेक स्त्रियांशी शारीरिक संबंध ठेवले आहेस?"

"हे फारच वैयक्तिक प्रश्न विचारते आहेस तू."

"मी वकील आहे तुझी. होते तसे संबंध?"

"शक्य होते तेवढे. मला आवडतात स्त्रिया. जीवशास्त्राशी वगैरे संबंध असेल याचा."

"म्हणजे त्यातल्या काही आठवतही नाहीत इतक्या स्त्रियांशी संबंध होते तुझे?"

"काही संबंध विसरण्याचा मीच मनापासून प्रयत्न करतो."

"आणि त्या वर्गामध्ये मिस् डेटनचा समावेश आहे?"

"नाही. कारण मी जर तिला विसरायचा प्रयत्न करत असेन तर त्याचा दुसरा अर्थ होतो की, ती मला आठवते. बरोबर? आणि मला ती अजिबात आठवत नाही."

"तुला आठवत नाहीत अशा इतर स्त्रियाही आहेत?"

"ते तरी कसे सांगणार मी?"

"लक्षात येते आहे ना मी प्रथमच काय म्हटले होते ते? नकारात्मक प्रतिमा तुला कोर्टात मदत करू शकणार नाही."

"कुठले कोर्ट?"

"कॅन्डिस डेटनने तुझ्या मागोमाग शोल शहर सोडले आणि ती लॉस एन्जलीसला तिच्या घरी परत गेली. ती तिथूनच आलेली होती. परत आल्यामुळे आनंदात होती. नोकरी मिळाली तिला. अनेक वर्षं चांगली गेली. एक मुलगी होती. तिचं आयुष्यही मजेत चाललं होतं. शाळेत शिकत होती. नोकरीत बढती मिळाल्यावर कॅन्डिस डेटननं मोठं घर घेतलं. पण मग तिची आर्थिक परिस्थिती ढासळली. तिची नोकरी सुटली. घर गेलं. आज त्या दोघी तिच्या गाडीमध्येच राहतात आणि जिथून कुठून आर्थिक मदत मिळण्याची शक्यता आहे तिथून ती मिळविण्याचा ती प्रयत्न करते आहे."

"आणि?"

"ती कोरियामध्ये गरोदर राहिली होती. तिची मुलगी तुझीच मुलगी आहे."

१०

एडमन्ड्स आपल्या नाजूक बोटांनी फाइलमधला एक एक कागद बघत होती. ती म्हणाली, "सैन्य दल स्वतःहून अशा बाबतीत कुठलीही पावले उचलत नाही. कुणाच्या शोधाचा मुद्दाम प्रयत्न करत नाही. बापाच्या नावासमोर फक्त एक नोंद करून ठेवते. बहुतेक वेळा त्यानंतर काहीही नवीन घडत नाही. पण जर बाप स्वतः आमच्याकडे आला, जसा तू आला आहेस, तर आम्हाला कार्यवाही करणे भाग पडते. तेव्हा सध्या तू कुठे आहेस, काय करतो आहेस, ते आम्ही लॉस एन्जलीसमधील कोर्टाला कळविणार आहोत."

तिला हवा तो कागद सापडल्यावर तिने तो फाइलमधून बाहेर काढला. रीचरसमोर सरकवला. "तुझी वकील म्हणून मी सल्ला देईन की प्रथम तूच त्या मुलीचा पिता आहेस याची खात्री पटवून घेण्यासाठी तू तुझी पॅटर्निटी टेस्ट करून घे. त्यासाठी खर्च तुलाच करावा लागेल. पण ती चाचणी केल्याशिवाय अंतिम समझोता करणे शहाणपणाचे ठरणार नाही."

रीचरने तो कागद उचलला. बिग डॉगच्या प्रकरणासारखीच शपथेवर दिलेल्या जबानीची फोटोकॉपी. वकिलांच्या सह्या, सील्स, स्टॅम्प्स् सर्व काही उत्तर हॉलिवूडमधील एका वकिलाच्या कार्यालयात केले होते. अनेक ठिकाणी रीचरचे नाव लिहिले होते. ५५ व्या युनिटसाठी त्याने कुठल्या काळात काम केले होते त्या तारखा. कुठे कुठे, कधी कधी, कुणाबरोबर होता याच्या वेळा आणि तारखा. कॅन्डिस डेटनने तर फारच तपशीलवार नोंदी डायरीमध्ये लिहून ठेवलेल्या असाव्यात. मुलीच्या जन्माची तारीख होती. रेड क्लाऊडमध्ये तो होता त्याच्या बरोबर मधल्या दिवसापासून नऊ महिन्यांनंतरची तारीख. मुलीचे नाव समॅन्था होते – सॅम – ती आता चौदा वर्षांची होती. जवळजवळ पंधराच.

एडमन्ड्सने दुसरा एक कागद पुढे सरकवला. ती मुलीच्या जन्मतारखेच्या

दाखल्याची फोटोकॉपी होती. "तिने या दाखल्यावर तुझे नाव लिहिलेले नाही. सुरुवातीला ती मजेत होती. तेव्हा तिला गरज भासली नसावी. आता तिची स्थिती फार वाईट आहे."

रीचर काही बोलला नाही.

"तुझी सध्याची आर्थिक परिस्थिती कशी आहे याची मला कल्पना नाही. पण तुला मुलीची देखभाल करण्यासाठी तीन एक वर्षे, किंवा थोडा जास्तीच काळ, पैसे द्यावे लागणार आहेत. मग बहुधा कॉलेजचा खर्चही. महिनाभरात कोर्टाकडून तुला काहीतरी पत्र मिळेल. मग कोर्टाबरोबरच काय करायचे ते ठरवावे लागेल."

"मला आठवत नाही ती," रीचर म्हणाला.

"पुन्हा पुन्हा तसे म्हणाला नाहीस तर ठीक होईल. मुळातच अशा गोष्टीत फार संताप, द्वेष, शत्रुत्व असते. मिस् डेटनचा राग वाढेल असे काही तू न केलेले बरे. खरं तर तू स्वतःहून तिच्याशी संपर्क साधलास तर ती उत्कृष्ट गोष्ट ठरेल. शक्य तितक्या लवकर. तू तयार आहेस असा अर्थ होईल त्याचा."

शपथेवर दिलेल्या जबानीची फोटोकॉपी एडमन्ड्सने परत घेतली, जन्मतारखेचा दाखला परत घेतला. फाइलमध्ये योग्य ठिकाणी त्या प्रती ठेवून दिल्या. फाइल ब्रीफकेसमध्ये ठेवली आणि ब्रीफकेस बंद केली. "तुला माहीत असणारच, मेजर, की युनिफॉर्म कोड ऑफ मिलिटरी जस्टिसप्रमाणे व्यभिचार हा शिक्षापात्र गुन्हा आहे. सिक्युरिटी क्लिअरन्स असणाऱ्यांच्या बाबतीत तर नक्कीच. फारच धोकादायक परिस्थिती निर्माण होऊ शकते. सामान्य नागरिकांचा संबंध असतो तेव्हा तर जास्तीच. पण तू जर मिस् डेटनशी समजुतीने वागलास, स्वतःहून काही देण्याची तयारी दर्शविलीस, तर ती बाब प्रॉसिक्यूटर नजरेआड करेल, याची मी काळजी घेईन. मी म्हटल्याप्रमाणे हे ताबडतोब करायला हवे. फार चांगली छाप पडेल. म्हणजे प्रॉसिक्यूटरवर म्हणते आहे मी."

रीचर काही बोलला नाही.

"शेवटी ही खूप काळापूर्वी घडलेली गोष्ट आहे," एडमन्ड्स म्हणाली. "देशाच्या सुरक्षिततेला त्यामुळे काही धोकाही निर्माण झालेला नाही. पण तुझ्या इतर भानगडींमुळे काही गुंता निर्माण झाला, म्हणजे रॉड्रिगेझच्या प्रकरणामुळे म्हणते आहे मी, तर ते हात धुवून तुझ्यामागे लागतील. मग मी तुला काही मदत करू शकेन असे मला वाटत नाही."

रीचर काही बोलला नाही.

एडमन्ड्स उभी राहिली, "मी पुन्हा संपर्क साधेनच, मेजर. तुला कशाची गरज भासली तर कळव मला."

ती खोलीमधून बाहेर पडली आणि तिने दार ओढून घेतले. कॉरिडॉरमधील

लिनोलिअमवर होणारा तिच्या बुटांचा टॉक्, टॉक् असा आवाज हळूहळू नाहीसा झाला.

मानवी इतिहासात पितृत्व हा कुठल्याही पुरुषाला घेता येणारा सर्वसामान्य अनुभव असला तरी रीचरने ती शक्यता कधीच विचारात घेतली नव्हती. नोबेल पारितोषिक जिंकणे, बेसबॉलच्या वर्ल्ड सीरीजमध्ये खेळणे, गायनात प्रावीण्य मिळविणे अशासारखी गोष्ट. तर्कशुद्ध असली तरी त्याचा स्वतःचा कधीच संबंध न येणारी. दुसऱ्यांचे ध्येय, त्याचे नाही. त्याला जन्मदाते माहीत होते. स्वतःचे वडील होते, आजोबा होते, बालपणातल्या मित्रांचे वडील होते. त्याच्या स्वतःच्या काही मित्रांचीसुद्धा लग्ने होऊन त्यांनी मुलांना जन्म दिला होता. साधी सरळ गोष्ट भासत असली तरी फारच गुंतागुंतीची. वरवरच साधी सोपी. पण विचार करण्यातही अर्थ नाही अशी प्रचंड गोंधळाची. सर्वसाधारणतः आपोआप घडणारी. जाऊ द्या. चांगल्याची आशा धरून एक पाऊल पुढे टाकू या. त्याला पूर्वी वाटायचे की सर्व गोष्टी त्याच्या वडिलांच्या हातातच होत्या. पण आता मागे वळून बघताना त्याला वाटत होते की तेदेखील थोडीशी बनवाबनवीच करत होते.

समॅन्था डेटन.

सॅम.

वय वर्षे चौदा.

तिच्याबद्दल विचार करायला रीचरला वेळच मिळाला नाही. त्या वेळी तरी नाही. कारण दार उघडून मॉर्गन आत शिरला. अजूनही तशाच पोशाखात. डोळ्यांवर चश्मा. केस नीट भांग पाडून बसविलेले. ''तू आज गेलास तरी चालेल, मेजर. पण उद्या सकाळी आठ वाजण्यापूर्वी इथे हजर राहा.''

काही कामच द्यायचे नाही. कंटाळवाणा दिवस घालवायला लावायचा हीसुद्धा मोठीच शिक्षा असते. डावपेचांचा एक भाग. रीचर काही न बोलता दूरवर बघत बसला. थोडीशी असभ्य वागणूक आणि थोडासा बेशिस्तपणा यांच्यामुळे आणखी काही विशेष वाईट होऊ शकणार नव्हते. या क्षणाला तरी. पण मॉर्गन दार हातात धरून तिथे तसाच दगडासारखा उभा राहिला होता. त्यामुळे रीचरचा नाइलाजच झाला. त्याला उठून बाहेर जाणे भागच पडले. मॉर्गनने दार बंद करून त्याच्या कार्यालयात स्वतःला कोंडून घेईपर्यंत तो अगदी हळू हळू कॉरिडॉरमधून चालत होता.

मग तो थांबला आणि वळला.

कॉरिडॉरच्या दुसऱ्या कोपऱ्यात चालत जाऊन त्याने डावीकडची केबिन

कुणाची आहे हे बघितले. केबिन क्रमांक २०९. अगदी सुरुवातीच्या काळात इथे कॅल्विन फ्रान्झ बसत असे. त्याचा चांगला मित्र. आता जिवंत नव्हता. दार उघडून तो आत डोकावला. दोन अनोळखी माणसे. नॉन कमिशण्ड ऑफिसर्स. पण आदल्या रात्री मोटेलबाहेर भेटले होते ते नाहीत. टी-शर्ट्स घातले होते ते दोघे नाहीत. दोघे पाठीला पाठ लावून संगणकांवर काम करत होते. त्यांनी माना वर करून बघितले.

"चालू दे तुमचे काम," तो म्हणाला.

त्याने पाऊल मागे घेऊन समोरचे दार उघडले. केबिन क्रमांक २१०. एके काळची डेव्हिड ओ'डॉनेलची जागा. रीचरच्या माहितीप्रमाणे अजून जिवंत होता. डी. सी. मध्ये खासगी डिटेक्टिव्ह म्हणून काम करतो, असे रीचरच्या ऐकिवात होते. म्हणजे फार दूर नाही. त्याने डोके घालून आत बघितले. एक स्त्री आत काम करत होती. ए.सी.यु. युनिफॉर्म. लेफ्टनंट. तिने मान वर करून बघितले.

माफी मागून त्याने दार बंद केले.

केबिन क्रमांक २०८ मध्ये टॉनी स्वान बसत असे. चांगला मित्र होता. आता मृत. त्याने दार उघडून आत बघितले. एक माणूस बसू शकेल, एवढीच जागा. एका स्त्रीचे कार्यालय असावे कारण तिची हॅट खिडकीच्या खालच्या चौकटीवर ठेवलेली होती. छोटेसे घड्याळ टेबलावर ठेवलेले होते.

२०७ क्रमांकाची केबिन तर त्याने बघितलीच होती. एके काळी कार्ला डिक्सन तिथे काम करत बसे. आता ती कॉन्फरन्स रूम बनविलेली होती. त्याच्या माहितीप्रमाणे ती न्यू यॉर्कमध्ये राहत होती. फोरेन्सिक अकाऊन्टन्ट. म्हणजे खूप कामात होती.

२०६ मध्ये फ्रॅन्सिस नेग्लेचे कार्यालय होते. त्याच्या केबिनच्या बरोबर समोरची केबिन. त्याचे बरेचसे काम तीच करत असे. आजपर्यंत त्याला भेटलेल्या सार्जन्ट्सपैकी सर्वोत्कृष्ट सार्जन्ट. बहुधा शिकागोमध्ये होती आणि तिची भरभराटच होत होती. तो दार उघडून आत डोकावला. आदल्या रात्री त्याला मोटेलमध्ये सोडून आलेला लेफ्टनंट तिथे होता. प्रायव्हेट फर्स्ट क्लास चालवत असलेला पहिल्या गाडीमधून आलेला. आपल्या टेबलाशी बसून फोनवर बोलत होता. त्याने मान वर करून बघितल्यावर रीचरने मान डोलावली आणि पाऊल मागे टाकत दार ओढून घेतले.

२०४ क्रमांकाची केबिन स्टॅन लॉरीचे कार्यालय होते. कणखर माणूस. उत्कृष्ट शोध घेत असे. कोणतीही तोहमत न येता योग्य वेळेला बाहेर पडलेला त्याच्या टीममधला एकच माणूस. मोन्टानामध्ये जाऊन शेळीपालनाचा व्यवसाय करत बसला. आणि लोणी आणि चीझ. हेच करावे असे त्याच्या मनात कसे काय आले

ते कुणालाच कळले नाही. हजारो चौरस मैल प्रदेशामधला एकुलता एक काळा माणूस. त्याला त्या व्यवसायाबद्दल काही कळतसुद्धा नव्हते. खूप आनंदाने राहत होता. आणि एका ट्रकनेच त्याला उडवले. क्लास ए युनिफॉर्म चढविलेला एक कॅप्टन त्याच्या केबिनमध्ये बसलेला होता. साक्ष देण्यासाठी जात असणार. नाहीतर इतके छान कपडे घालण्याची गरजच नव्हती त्याला. ''माफ कर,'' असे पुटपुटत रीचरने काढता पाय घेतला.

२०३ मध्ये कडीकुलपात पुराव्यांचे जतन केले जात असे. आजही त्याच कामासाठी तिचा वापर होत होता. २०१ म्हणजे फाइल्स ठेवण्याची जागा. आजही तोच उपयोग. २०२ मध्ये कंपनी क्लार्क वास्तव्य करत असे. आजही होता. वयस्कर असा सार्जन्ट. दर वर्षी नोकरी जाऊ नये अशी स्वतःच धडधड करून टिकला असावा. त्याला अभिवादन करून रीचर खालच्या मजल्यावर आला.

स्वागतकक्षात आता लीच हजर झाली होती. तिच्या मागच्या लांबलचक कॉरिडॉरमध्ये त्या मजल्यावरील वेगवेगळी कार्यालये होती. क्रमांक १०१ ते क्रमांक ११० या केबिन्समध्ये. रीचर सर्व केबिन्समध्ये डोकावून आला. १०९-११० मध्ये त्याच्या काळात होरहे सान्चेझ आणि मॅन्युएल ओरोस्को यांची कार्यालये होती. आता नवीन पिढीमधील तशाच तऱ्हेच्या माणसांची कार्यालये बनली होती. १०१ ते १०८ क्रमांकाच्या केबिन्समध्ये, १०३ सोडून, असणाऱ्या माणसांबद्दल विशेष सांगण्यासारखे काही नव्हते. १०३ हे ड्यूटी ऑफिसरचे स्टेशन होते. विशीतला, देखणा असा एक कॅप्टन तिथे होता. त्याचे टेबल नेहमीपेक्षा दुप्पट मोठ्या आकाराचे होते. टेलिफोन्स, पॅड्स, संदेश लिहिण्याचे फॉर्म्स यांनी भरून गेले होते. लीगल पॅडच्या कागदांना घड्या घालून ठेवल्या होत्या. कागदांच्या वरच्या बाजूला वेगवेगळ्या आकारातील खोकी, मशिन्स, गोलाकार चित्रे दिसत होती. तो नक्की बराच काळ फोन हातात ठेवूनच घालवत होता. बऱ्याच वेळा त्याला तो नुसताच धरून ठेवावा लागत असावा. कंटाळवाणे काम. त्या काळात कागदावर काहीतरी गिरवत बसण्याची सवय त्याला जडली असावी. तो बोलताच त्याची बोलण्याची धाटणी रीचरने ओळखली. दक्षिण भागातल्या अमेरिकन्सप्रमाणे हेल काढून तो बोलत होता. दक्षिण डाकोटामधून फोन केला होता, तेव्हा याच माणसाशी तो बोलला होता. त्यानेच त्याला सूझन टर्नरशी बोलण्यासाठी फोन जोडून दिला होता.

''इथे इतर आणखी कुणी हेच काम करते का?''

''हेच एक स्टेशन. तू बघतो आहेस तेच. इतर राज्यात, परदेशात आहेत, पण मिलिटरी डिस्ट्रिक्टमध्ये दुसरे नाही.''

''अफगाणिस्तानमध्ये किती जण आहेत?''

“दोन जण.”

“काय करतात?”

“मी तुला तपशील देऊ शकत नाही.”

“धोकादायक ड्यूटी?”

“दुसऱ्या कुठल्या तऱ्हेची ड्यूटी असू शकते? अफगाणिस्तानमध्ये?”

त्याच्या आवाजात फरक पडला होता.

“ठीक आहेत ना ते?” रीचरने विचारले.

“काल त्यांनी ठरावीक वेळेला रेडिओवरून संपर्क साधला नाही.”

“असे कधी होत नाही का?”

“यापूर्वी कधीच घडलेले नाही.”

“त्यांना कुठल्या कामगिरीवर पाठविले आहे ते माहीत आहे तुला?”

“ते मी तुला सांगू शकत नाही.”

“मला सांग असे मी म्हणतच नाही. तुला माहीत आहे का ते विचारतो आहे. दुसऱ्या शब्दांत ती कामगिरी किती गुप्त स्वरूपाची आहे?”

तो क्षणभर थबकला. “माहीत नाही. त्यांना कुठल्या कामगिरीवर पाठविले आहे ते मला माहीत नाही. ते फार दूर कुठे तरी आहेत आणि काय चालू आहे, तेच आम्हाला कळत नाही.”

“आभारी आहे, कॅप्टन,” रीचर म्हणाला आणि लीचकडे जाऊन त्याने कारपूलमधून एखादी गाडी मिळेल का याची चौकशी केली. क्षणभर ती घुटमळली. “मॉर्गनने आज मला रजा दिली आहे. कुठल्या कोपऱ्यात बस अशी आज्ञाही दिलेली नाही. विसरला बहुधा. पण मला मिळालेल्या आज्ञेचा मी माझ्या दृष्टीने सर्वांत चांगला अर्थ लावतो आहे.”

“कुठे जायचे आहे तुला?”

“फोर्ट डायर,” रीचरने उत्तर दिले. “मला कर्नल मूरक्रॉफ्टशी बोलायचे आहे.”

“मेजर टर्नरचा वकील?”

रीचरने मान डोलावली. “आणि डायर नक्कीच पाच मैलांहून कमी अंतरावर आहे. तू कुठल्याही गंभीर गुन्ह्याला प्रोत्साहन देत नाहीस की साथही देत नाहीस.”

क्षणभर थांबून तिने ड्रॉवर उघडला आणि एक घाणेरडी किल्ली बाहेर काढली. “जुनी, निळ्या रंगाची शेव्ही सेदान. दिवस संपण्यापूर्वी परत यायला हवी. ती रात्रभर ठेवण्याची परवानगी मी तुला देऊ शकत नाही.”

“बाहेरची लाल स्पोर्ट्स कार कुणाची आहे?”

“मेजर टर्नरची,” लीच म्हणाली.

“अफगाणिस्तानमध्ये पाठविलेल्या माणसांना ओळखतेस?”

लीचने मान डोलावली. ''मित्र आहेत ते माझे.''

''कामात कसे आहेत?''

''उत्कृष्ट.''

११

मुख्यालयाच्या पार्किंग लॉटमध्ये तीन शेव्हरोलेट सेदान गाड्या उभ्या होत्या. दोन जुन्या होत्या आणि त्यातली एक निळी होती. धुळीने माखलेली, दणके खाल्लेली. दहा लाख मैल तरी प्रवास झालेला दिसत होता. पण व्यवस्थित सुरू झाली. ते फारच महत्त्वाचे होते; कारण दिवसा शहरामध्ये वाहतूक फार हळूहळू चालते. एका मागोमाग एक सिग्नल्स, धीमी गती आणि लांबलचक रांगा. डायरमध्ये प्रवेश मात्र पहिल्यापेक्षा लवकर मिळाला. मुख्य प्रवेशद्वारावर तर स्वागतच झाले. लीचने बहुतेक पुन्हा फोन करून ठेवले असावेत. मैत्री होण्याची चिन्हे दिसत होती. यातच रीचर खूश होता. सार्जन्ट तुमच्या बाजूचा असेल तर सर्व व्यवहार कसे विनासायास होतात. पण एखादा सार्जन्ट जरी तुमच्या विरुद्ध उठला तरी जीव जाऊ शकतो.

गाडी उभी करून तो आत शिरल्यावर कामांची गती मंदावली. टेबलाशी बसलेल्या स्त्रीने फोन करून मूरक्रॉफ्टचा ठावठिकाणा शोधायचा प्रयत्न केला, पण तो कुठे आहे ते कळेना. व्हिजिटिंग ऑफिसर्स क्वार्टर्समध्ये नव्हता, लीगल डिपार्टमेन्टमध्ये नव्हता की कोठड्यांमध्ये नव्हता. शोधण्यासारखी एकच जागा शिल्लक राहिली होती. रीचर पुढे गेला आणि *ऑफिसर्स क्लब* अशी पाटी आणि दिशादर्शक बाण नजरेत येईपर्यंत चालतच राहिला. न्याहरी करण्यासाठी तशी उशिराची वेळ असली तरी थोडा काळ भेट द्यायला येणाऱ्या पुस्तकी जगातल्या वरिष्ठ अधिकाऱ्यांच्या बाबतीत नेहमी तसे घडत असे.

ओसी डायनिंग रूम- जेवणघर- हल्लीहल्लीच सजवली असावी. लांब आणि रुंद अशी मोठी जागा. मध्यम प्रतीच्या हॉटेल चेन्सच्या जेवणघरांची कामे करणाऱ्या माणसानेच केलेले काम असावे. खूप लाकूडकाम, काटकोनात बसवलेल्या फळ्या, हिरवी कापडे वापरून बसण्यासाठी छोट्या छोट्या जागा बनविलेल्या. जमिनीवर गालिचे. खिडक्यांवर पडदे – व्हेनिशिअन ब्लाइण्डस. अर्धे उघडलेले.

व्हेनिशिअन ब्लाइण्डसवरून रीचरला त्याचा एक मित्र मॅन्युएल ओरोस्को जे विनोद सांगायचा ते आठवले. एखाद्या व्हेनिशिअनला तुम्ही ब्लाइण्ड कसे करणार? त्याच्या डोळ्यात काहीतरी खुपसायचे. आणि एखाद्या स्विसला रोल कसे करायचे? आल्प्सवरून ढकलून द्यायचे. मग डेव्हिड ओ'डॉनेल म्हणायचा की स्विस रोल्स हे खरे स्विस नाहीतच. बहुधा ब्रिटिश आहेत. व्हिक्टोरिया स्पन्जसारखे असतात. पण वेगळ्या तऱ्हेचे मिश्रण. त्याच्या बोलण्यातले पुस्तकी ज्ञान आणि तपशील लक्षात घेता, रीचर फार सामान्यच होता असे म्हणावे लागले असते.

रीचर बघत बघत पुढे जात होता. थोडे जणच बसू शकतील अशा बहुतेक छोट्या छोट्या जागा रिकाम्याच होत्या. पण एका जागेत मूरक्रॉफ्ट बसलेला दिसला. उंचीला कमी, लठ्ठ असा मध्यमवयीन माणूस. चेहऱ्यावर मित्रत्वाचे भाव, क्लास ए युनिफॉर्म. उजवीकडच्या खिशावर मोठ्या अक्षरात सहज नजरेत भरेल अशी नावाची पट्टी. चार माणसांच्या टेबलावर बसून एकटाच टोस्ट खात होता.

त्याच्या समोर मेजर सलीव्हन बसली होती. बिग डॉग प्रकरणातील रीचरची वकील. तिचे खाणे आधीच झाले होते, रीचरबरोबर, ग्रीक रेस्टॉरन्टमध्ये. हातात कॉफीचा कप धरून अत्यंत आदराने बोलत होती, ऐकत होती. मेजर्स, कर्नलशी बोलतात तशी. किंवा विद्यार्थी शिक्षकाशी बोलतो तशी.

रीचरने दोघांच्या मधली खुर्ची ओढत विचारले, ''मी तुमच्याबरोबर बसलो तर चालेल ना?''

''तू कोण?'' मूरक्रॉफ्टने विचारले.

''हा मेजर रीचर,'' सलीव्हननेच उत्तर दिले. ''माझा अशील. ज्याच्याबद्दल मी तुझ्याशी बोलत होते तोच.''

आवाजात कुठल्याही तऱ्हेची भावना नाही.

मूरक्रॉफ्टने रीचरकडे बघत म्हटले, ''तुला तिच्याशी चर्चा करायची असली तर मला खात्री आहे की मेजर सलीव्हन योग्य ती वेळ देऊन तुझी भेट घेईल.''

''पण मला तुझ्याशीच बोलायचे आहे.''

''माझ्याशी? कशाबद्दल?''

''सूझन टर्नर.''

''का?''

''ट्रायलपूर्वी तिला अडकवून ठेवलेले असताना अपील का केलेले नाही?''

''तपशिलात जाण्यापूर्वी तुझे तिच्याशी हितसंबंध काय आहेत हे तू सांगायला हवेस.''

''कोणत्याही नागरिकाच्या बाबतीत योग्य त्या न्यायालयीन पद्धतींचा वापर होतो आहे हे बघण्याचा दुसऱ्या कुठल्याही नागरिकाला कायदेशीर हक्क आहे.''

"मी आत्तापर्यंत योग्य ती पावले उचललेली नाहीत असे वाटते तुला?"

"तू माझ्या प्रश्नाचे उत्तर दिल्यावर मी निष्कर्ष काढू शकेन."

"मेजर टर्नरविरुद्ध खूप गंभीर आरोप आहेत."

"पण ट्रायलपूर्वीच शिक्षा दिल्याप्रमाणे तिला डांबून ठेवता येत नाही. ट्रायलच्या वेळी ती हजर राहील याची खात्री पटण्याइतकाच कडकपणा दाखवायला पाहिजे. नियम तेच सांगतात."

"तू वकील आहेस? तुझे नाव ऐकल्यासारखे वाटत नाही मला."

"मी मिलिटरी पोलीस होतो. खरं तर आहे. बहुतेक पुन्हा एकदा. तेव्हा कायद्याबद्दल मलाही बरीच माहिती आहे."

"खरं की काय? म्हणजे एखाद्या प्लम्बरला फ्लूइड मेकॅनिक्स आणि थर्मोडायनॅमिक्स मागचे शास्त्र समजते त्याप्रमाणे?"

"स्वतःबद्दल अवास्तव कल्पना बाळगू नकोस, कर्नल. ही काही मेंदूवरची शस्त्रक्रिया नाही."

"मग जरूर समजावून सांग मला."

"मेजर टर्नरच्या परिस्थितीत तिला कोठडीत डांबून ठेवण्याची गरज नाही. ती अमेरिकन सैन्य दलात कमिशण्ड ऑफिसर आहे. ती कुठे पळून जात नाही."

"तशी वैयक्तिक हमी देतो आहेस तू?"

"जवळजवळ तसेच. ती ११०व्या एम. पी. युनिटची कमान्डर आहे. मीदेखील होतो. मी नक्कीच पळ काढला नसता. तीदेखील काढणार नाही."

"देशद्रोहाशीही संबंध येऊ शकतो."

"उगीच लावला जातो आहे. वास्तव जगात नाही. तिच्याबाबत देशद्रोहाचा विचार कुणी करत नाही. तसे असते तर त्यांनी तिला डायरला आणले नसते. आत्तापर्यंत ती कॅरिबिअनमध्येच असती."

"पण तरीही वेगमर्यादा ओलांडली आहे अशा तऱ्हेचा आरोप नाही तो."

"ती पळून जाणार नाही."

"पुन्हा तेच विचारतो. तशी वैयक्तिक हमी देतो आहेस तू?"

"तो पूर्ण विचाराने काढलेला निष्कर्ष आहे."

"तू तिला ओळखतोस तरी का?"

"खरं तर नाही."

"तेव्हा तू नीघ इथून मेजर."

"मी तिला भेटू नये अशी सूचना तिने का केली तुझ्याकडे?"

"तांत्रिकदृष्ट्या विचार केला तर तिने माझ्याकडे तशी सूचना केली नव्हती. ड्यूटीवर असणाऱ्या वकिलाने ती सूचना मला कळवली. दुपारी कधीतरी. दुसरा

अर्थ असा आहे की, मी केस हातात घेण्यापूर्वीच तशा तऱ्हेचा निर्बंध अस्तित्वात होता. मी दुसऱ्या दिवशी सकाळी केस हातात घेतली. म्हणजे काल.''

''तिने तिच्या सूचनेचा पुनर्विचार करावा असे तू तिला सांगावेस, अशी माझी इच्छा आहे.''

मूरक्रॉफ्टने यावर काहीच उत्तर दिले नाही. सलीव्हनच त्यांच्या बोलण्यात भाग घेण्यासाठी पुढे झाली. रीचरकडे बघत म्हणाली, ''कॅप्टन एडमन्ड्स मला म्हणाली की कॅन्डिस डेटनच्या प्रकरणाबद्दल बोलण्यासाठी ती तुला भेटली आहे. तिने तुला सल्ला दिला आहे की तू स्वतःहून त्या बाबतीत पुढाकार घ्यावास म्हणून. त्याबाबत तू काही केले आहेस?''

''ते मला जमेल तेव्हा करेन मी,'' रीचर म्हणाला.

''त्याला तू प्राधान्य द्यायला हवेस. अशा ठिकाणी भावभावना अडकलेल्या असतात.''

''ते मला जमेल तेव्हा करेन मी,'' रीचर पुन्हा म्हणाला.

''इथे तुझ्या मुलीबद्दल बोलतो आहोत आपण. गाडीमध्येच राहावे लागते आहे तिला. मेजर टर्नरच्या बाबतीत मानवी हक्कांची तात्त्विक चर्चा करत बसण्यापेक्षा ते जास्ती महत्त्वाचे आहे.''

''ती लॉस एन्जलीसमध्ये राहणारी पंधरा वर्षांची मुलगी आहे. ती यापूर्वीही गाड्यांमध्ये झोपली असणार. आणि ती जर माझीच मुलगी असेल ना, तर अजून एक दोन दिवस ती नक्कीच तशी झोपू शकेल.''

मूरक्रॉफ्ट म्हणाला, ''मला वाटते की मेजर सलीव्हन आणि कॅप्टन एडमन्ड्स तुला असे सांगायचा प्रयत्न करत आहेत की, प्रॉसिक्यूटर्स रॉड्रिगेझच्या केसमध्ये काय करायचे ठरवत आहे यावर अवलंबून तुला एक दोन दिवस मिळणारही नाहीत. एकदम वादळी केस आहे. धडधडीत पुरावा आहे. जनतेच्या रोषालाही तोंड द्यावे लागणार आहे.''

''तू ज्याला धडधडीत पुरावा म्हणतो आहेस त्याला काहीही अर्थ नाही.''

मूरक्रॉफ्ट हसला. आरोपीबद्दल कीव दाखविणारे, सरावाने आत्मसात झालेले हसू. ''असे बोलणारा तू काही पहिलाच आरोपी नाहीस.''

''रॉड्रिगेझ मेला आहे आणि तरीही मी माझ्याविरुद्धच्या साक्षीदारांना तोंड द्यावे अशी तुम्हा सर्वांची धारणा आहे. हे कायदेशीर तरी आहे का?''

''तुझ्या दृष्टीने ही दुर्दैवाची गोष्ट आहे खरी. शपथेवर दिलेल्या जबानीचे भूत तुझ्या मानगुटीवर बसले आहे. पण आहे ते असेच आहे. उलटतपासणी घेता येणार नाही.''

रीचरने सलीव्हनकडे बघितले. शेवटी तीच त्याची वकील होती. ती म्हणाली,

"कर्नल सांगतो आहे ते बरोबर आहे. मी सांगितले होते तुला की मी तुझ्यासाठी शब्द टाकू शकेन. माझा सल्ला तू मानायला पाहिजेस."

आणि ती निघून गेली. कॉफीचा कप संपवून उभी राहिली आणि निरोप घेऊन बाहेर पडली. ती बाहेर पडेपर्यंत तिच्याकडे बघत बसून रीचर पुन्हा मूरक्रॉफ्टकडे वळला.

"ट्रायलपूर्वीच मेजर टर्नरला अडकवून ठेवलेले आहे तर तू त्याविरुद्ध अपील करणार आहेस का?" रीचरने पुन्हा विचारले.

"हो," मूरक्रॉफ्ट म्हणाला. "करणार आहे अपील. तिने वॉशिंग्टन डी. सी.च्या मिलिटरी डिस्ट्रिक्टबाहेर जाऊ नये या अटीवर तसे अपील करणार आहे आणि माझी खात्री आहे की मी त्यात यशस्वी होईन. थोड्याच काळात ती मुक्त होईल."

"आणि योग्य ती कार्यवाही तू कधी सुरू करणार आहेस?"

"तू माझे खाणे आटपायला वेळ दिलास तर मी ताबडतोब कामाला सुरुवात करेन."

"आणि निर्णय कधी कळेल तुला?"

"दुपारपर्यंत. मला तरी तसेच वाटते."

"ते चांगलेच होईल."

"चांगले असेल, वाईटही असेल, पण खरं तर तुझा त्याच्याशी काहीही संबंध नाही, मेजर."

आणखी मिनिटभर तरी मूरक्रॉफ्ट प्लेटमधले तुकडे चिवडत बसला होता. मग "तुझा दिवस चांगला जाऊ दे, मेजर," असे म्हणत तो उभा राहिला आणि निघून गेला. तसा डुलत डुलत चालत होता. पुस्तकी जगात वावरणारा माणूस, लष्करातला नाहीच. पण रीचरला तसा तो भला माणूस वाटला.

समॅन्था डेटन.

सॅम.

वय वर्षे चौदा.

ते मला जमेल तेव्हा करेन मी.

लष्करी संकुलामधून चालत चालत रीचर उत्तरेला पोहोचला. गार्डहाऊसवर वेगळाच कॅप्टन होता. आदल्या रात्रीचा वेस नव्हता. दिवसा चौकीवर असणारा हा काळा कॅप्टन सात फूट तरी उंच होता. पण अत्यंत सडसडीत. नाक गरुडाच्या चोचीसारखे बाकदार. टेबलाजवळच्या खुर्चीत कसाबसा बसला होता. रीचरने सूझन टर्नरला भेटू

देण्याची विनंती केली. एका हिरव्या तीन कड्या असलेल्या बाइंडरमधील कागदांवर नजर टाकून त्याने रीचरची विनंती नाकारली.

काही करण्याचे धाडस दाखवले नाही, तर पदरात काहीच पडत नाही.

तेव्हा रीचर त्याची निळ्या रंगाची शेव्ही ज्या ठिकाणी उभी केली होती तिथे पोहोचला आणि गाडीत बसून ११०व्या युनिटच्या मुख्यालयात परत आला. त्याने गाडी आधी उभी होती त्याच ठिकाणी उभी करून, आत जाऊन, गाडीची चावी लीचला परत केली. ती बेचैन वाटली. तिच्या मनात पुन्हा खूप खळबळ उडाली असावी. कोणत्यातरी घटनेचा मनावर खूप ताण पडल्यासारखा वाटत होता. स्पष्टच कळत होते. "काय झाले?" रीचरने विचारले.

"कर्नल मॉर्गन नाही इथे."

"फारच वाईट गोष्ट असल्याप्रमाणे बोलते आहेस तू."

"गरज आहे आम्हाला त्याची."

"त्याची कशासाठी गरज पडावी ते कळत नाही मला."

"कमान्डिंग ऑफिसर आहे तो."

"तो नाही. मेजर टर्नर तुझी कमान्डिंग ऑफिसर आहे."

"तीदेखील नाही इथे."

"काय झाले?"

"आपल्या माणसांनी ठरलेल्या दुसऱ्या वेळीही अफगाणिस्तानमधून रेडिओवर संपर्क साधलेला नाही. त्यांच्याकडून काही कळून अठ्ठेचाळीस तास उलटले आहेत. तेव्हा आपल्याला काहीतरी हालचाल करायला पाहिजे. पण कर्नल मॉर्गन इथे नाही."

रीचरने मान डोलावली, त्याच्याबद्दल दोन वाईट शब्द उच्चारले आणि तो पुढे निघाला.

तळमजल्यातला कॉरिडॉर. डावीकडची दुसरी केबिन. क्रमांक १०३. ड्यूटी ऑफिसरचे स्टेशन. मोठ्या टेबलामागे तो बसला होता. देखणा, दक्षिण भागातला आणि चिंतेत पडलेला. त्याचे वहीवरचे गिरवणे जास्तीच गडद बनत चाललेले होते.

"तो कुठे जातो आहे हे मॉर्गनने सांगितले नाही तुला?" रीचरने विचारले.

"पेन्टॅगॉन," त्याने उत्तर दिले. "मीटिंग आहे."

"फक्त तेवढेच सांगितले त्याने?"

"काहीच तपशील नाही."

"फोन करून बघितलास?"

"अर्थातच. प्रचंड मोठे कार्यालय आहे. त्यांना त्याचा कुठे शोध लागला नाही."

"सेलफोन आहे त्याच्याकडे?"

"बंद करून ठेवला आहे."

"किती वेळ झाला त्याला जाऊन?"

"तासभर तरी झाला."

"त्याने काय करावे असे सुचविले असतेस तू?"

"शोध घेण्यासाठी पथक पाठविण्याची परवानगी. अर्थातच. आता प्रत्येक मिनिट मोलाचे आहे. आपली बरीच माणसे आहेत तिथे. फर्स्ट इन्फन्ट्री डिव्हिजन, स्पेशल फोर्सेस आणि हेलिकॉप्टर्स आहेत, ड्रोन्स आहेत, उंचावरून टेहळणी करण्यासाठी उपग्रहसुद्धा आहेत."

"पण ती माणसे कुठे आहेत तुला माहीत नाही. त्यांना कशासाठी तिथे पाठविले आहे हेदेखील माहीत नाही."

ड्यूटी ऑफिसरने मान हलवत वरच्या मजल्यावरच्या कार्यालयांच्या दिशेने अंगठा दाखवला. "त्यांच्यावर सोपविण्यात आलेली कामगिरी मेजर टर्नरच्या संगणकावरून कळेल. आता तो मॉर्गनच्या ताब्यात आहे. तो बघायचा तर पासवर्ड हवा."

"रेडिओवरचे सन्देश बगरामलाही जातात?"

ड्यूटी ऑफिसरने पुन्हा मान डोलावली. "बहुतेक सर्व सन्देश नेहमीचेच साधेसुधे असतात. बगरामहून आम्हाला त्यांची नक्कल करून पाठविली जाते. पण काही महत्त्वाचे असेल तर आमच्याशी याच कार्यालयात रेडिओवरून संपर्क साधतात. अर्थात, सुरक्षित फोनवरूनच."

"शेवटच्या वेळेचा सन्देश कसा होता? साधीसुधी माहिती का काही महत्त्वाची?"

"साधीच."

"ठीक आहे," रीचर म्हणाला. "बगरामशी संपर्क साध. साधारण किती अंतरावरून त्यांनी शेवटचा सन्देश पाठविला होता, ते विचार."

"बगरामला कळू शकेल?"

"रेडिओ सांभाळणाऱ्या पोरांना कळते ते. आवाजावरून, सिग्नलच्या ताकदीवरून. त्यांना माहितीबद्दलही बरोबर तर्क बांधता येतो. कामच असते ते त्यांचे. त्यांना म्हणावे त्यांचा सर्वोत्कृष्ट अंदाज सांगा. जवळात जवळ पाच मैल अंतरापर्यंतचा."

ड्यूटी ऑफिसरने फोन उचलताच तो पुन्हा लॉबीमधल्या स्वागतकक्षात लीचजवळ पोहोचला. "फोन उचल आणि पुढची दहा मिनिटे पेन्टॅगॉनमधल्या तुझ्या ओळखीच्या प्रत्येक व्यक्तीला फोन करून मॉर्गनचा ठावठिकाणा विचारायला सुरुवात कर."

दहा मिनिटे फोनवर बोलूनही लीचला काहीच कळले नाही. तसे खूप आश्चर्य

वाटायचे कारण नव्हते. पेन्टॅगॉनचे कॉरिडॉरच सत्तर मैलांहून जास्त लांबीचे आहेत. चाळीस लक्ष चौरस फुटांहून जास्ती जागा कार्यालयांना उपलब्ध आहे. कोणत्याही दिवशी तिथे कमीत कमी तीस हजार तरी लोक कामाला येत असतात. एखाद्याच माणसाचा शोध घ्यायचा म्हणजे जगामधल्या सर्वांत गुप्त अशा गवताच्या गंजीतील सुई शोधण्याचा प्रकार होता. रीचर पुन्हा १०३ क्रमांकाच्या केबिनमधल्या ड्यूटी ऑफिसरकडे गेला. ''बगराम येथील रेडिओरूममधल्या माणसांची कल्पना आहे की आपली माणसे दोनशे वीस किंवा दोनशे तीस मैल दूर होती.''

''निदान सुरुवात तरी करता येईल,'' रीचर म्हणाला.

''खरं तर नाही. आपल्याला दिशा माहीत नाही.''

''शंका असेल तर मग कुठलाही तर्क लढव आणि बोल. मी काम करताना याच तत्त्वाचा आधार घेत असे.''

''अफगाणिस्तान हा मोठा देश आहे.''

''तो मोठा देश आहे ते माहीत आहे मला आणि ऐकले आहे त्याप्रमाणे कुठेही सुखाने राहता येत नाही. तरीही सर्वांत वाईट भाग कुठला आहे?''

''पाकिस्तान सरहद्दीवरचा डोंगराळ भाग. पश्तून जमातीचा भाग. उत्तर-पूर्व दिशा. मजा म्हणून कुणीही जात नाही तिथे.''

रीचरने मान डोलावली. ''११० व्या युनिटमधल्या लोकांची नेहमी अशाच जागी नेमणूक होते. तेव्हा ताबडतोब बेस कमान्डरला फोन लाव. त्याला हवाई मार्गाने बगरामच्या उत्तर-पूर्व दिशेने २२५ मैलांवरून पुढे शोध करायची आज्ञा द्यायला सांग.''

''ती पूर्ण चुकीची दिशा असू शकते.''

''मी आधीच म्हटल्याप्रमाणे कुठला तरी अंदाज बांधायला हवा. याहून चांगले काही सुचते आहे तुला?''

''ते शोध करणार नाहीत. माझ्या सांगण्यावरून मुळीच नाही. अशा तऱ्हेची आज्ञा देण्यासाठी मेजर किंवा त्याहून वरच्या दर्जाचा अधिकारी हवा.''

''मॉर्गनचे नाव सांगून टाक.''

''तसे करू शकत नाही.''

रीचर कानोसा घेत राहिला. सर्व काही शांत होते. ड्यूटी ऑफिसर त्याची मांडी आणि त्याचा फोन यांच्यामध्ये हाताची मूठ वळवून बसला होता.

तू आता सैन्यदलात परत आला आहेस, मेजर.

तू तुझ्या आधीच्या पदावरच राहशील.

याच युनिटमध्ये काम करशील.

''मग माझे नाव वापर,'' रीचर म्हणाला.

१२

ड्यूटी ऑफिसरने फोन केला आणि नऊ टाइम - झोन्स पलीकडे, आठ हजार मैल दूरवर अदृश्य, दीर्घोद्योगी अशा लष्करी यंत्रणेने योजना आखायला, स्पष्ट सूचना द्यायला, शस्त्रसज्ज व्हायला, इंधन भरायला सुरुवात केली.

रॉक क्रीक येथील दगडी इमारतीत शांतता पसरली.

रीचरने विचारले, "आपले किती लोक सध्या बाहेर आहेत?"

ड्यूटी ऑफिसर म्हणाला, "जगभरात? चौदा जण."

"अगदी जवळ असणारे किती आहेत?"

"काही टेक्सासमधील फोर्ट हूड इथे आहेत. मेजर टर्नर गेल्यापासून तिथले काम निपटत आहेत."

"धोकादायक ठिकाणी किती जण आहेत?"

"तो आकडा नेहमीच बदलत असतो, बरोबर? पण तरी आठ ते दहा जण."

"मॉर्गन पूर्वी असा कुणाला काही न सांगता नाहीसा झाला आहे?"

"त्याचा इथे तिसराच तर दिवस आहे."

"कमान्डर म्हणून मेजर टर्नर कशी होती?"

"तशी नवीन. काही आठवडेच झाले आहेत."

"प्रथमदर्शनी काय मत झाले होते?"

"अत्युत्कृष्ट."

"हे अफगाण प्रकरण तिच्या काळात सुरू झाले आहे का आधीपासूनच चालू आहे?"

"तिचेच आहे. फोर्ट हूड नंतर इथे आल्यावर तिने केलेली दुसरी गोष्ट."

रीचर कधी बगरामला गेला नव्हता किंवा अफगाणिस्तानमध्येही कुठेच गेला

नव्हता. पण काही गोष्टी कधीच बदलत नसतात. तेव्हा तिथे काम कसे चालते याची त्याला पूर्ण कल्पना होती. काहीही न करता बसून राहायला कुणालाच आवडत नाही. आणि स्वतःची माणसे धोक्यात सापडली तर ते पसंत पडत नाही. अत्यंत मागासलेल्या आणि कल्पनातीत पाशवी आणि क्रूर अशा वेगवेगळ्या जमातींच्या प्रदेशात तर अजिबातच नाही. तेव्हा शोधकार्य नक्कीच तातडीने आणि मनापासून सुरू होईल; पण त्यात धोका होताच. लढाऊ विमानांची गरज होती. आकाशामधून जमिनीवर मारा करणाऱ्या अस्त्रांची गरज होती. सर्व बाबींचा एकत्रित विचार करून या कामगिरीची आखणी करण्यासाठी वेळ लागलाच असता. निदान दोन तास तरी, असा रीचरचा तर्क होता. मग उड्डाणासाठी दोन तास वेळ. लवकर काहीही होणार नव्हते.

वाट बघत थांबण्यामधला थोडा वेळ त्याने फिरण्यात घालवला. तो मोटेलच्या दिशेने चालत, मोटेल मागे टाकून पुढे गेला. एकदा डावीकडे, एकदा उजवीकडे वळून मग मोठे दोन चौक पार करून स्ट्रिप मॉलवर पोहोचला. त्याने ग्रीक रेस्टॉरन्टकडे दुर्लक्ष केले; कारण त्याला भूक लागली नव्हती. फ्रेम्स बनविण्याच्या दुकानाकडे दुर्लक्ष केले; कारण त्याला कुठल्याही फोटोंसाठी फ्रेम्स बनवून घ्यायच्या नव्हत्या. गन शॉपकडे दुर्लक्ष केले; कारण त्याला कुठलेही शस्त्र विकत घ्यायचे नव्हते. वॉक-इन-डेन्टिस्टकडे दुर्लक्ष केले; कारण त्याचे दात मजबूत होते. हार्डवेअर स्टोअरमध्ये थांबून त्याने गडद, खाकी रंगाची पॅन्ट विकत घेतली आणि निळ्या रंगाचा, दणदणीत कॅनव्हासचा शर्टही. कसेही ताबडता येण्यासारखे कपडे. तपकिरी रंगाचा कोटही घेतला. बाहेर वापरण्यासाठी, जाहिरातींप्रमाणे तरी, आश्चर्यकारक असे पॅडिंग असणारा, त्यासाठी खास ट्रेडमार्क असलेला कोट. नावच नसलेल्या फार्मसीमध्ये थांबून त्याने एक एक डॉलरचे पायमोजे आणि शॉर्ट्स घेतल्या. शर्टच्या आत एकावर एक घालण्यासाठी दोन पांढरे टी-शर्ट्सही घेतले. टी-शर्ट्सचे कापड जाड नव्हते. हवामान उबदार होण्याची शक्यता नव्हती. वापरून टाकून देण्याच्या लायकीची तीन ब्लेड्स घेतली. दाढीसाठी लहानात लहान एअरोसोल कॅन घेतला. च्युईंग गमचे दोन पॅक आणि प्लॅस्टिकचा कंगवा.

सर्व घेऊन तो दोन मोठे चौक परत चालत जाऊन मोटेलवर परतला. आतल्या खोलीत शिरला. तो नव्हता तेवढ्या काळात खोलीची साफसफाई झाली होती. स्नानगृहातल्या वस्तू बदलल्या गेल्या होत्या. वेगळे टॉवेल्स, पण पातळ, कागदात गुंडाळलेली साबणाची वडी, छोटीच. शाम्पूची छोटी बाटली. अजूनही डिशेस् धुण्यासारख्या रासायनिक द्रवासारखीच भासणारी. त्याने अंगावरचे आधीचे कपडे उतरवले आणि कचऱ्याच्या बादल्यांमध्ये टाकून दिले. अर्धे स्नानगृहामधल्या

बादलीत आणि अर्धे झोपण्याच्या खोलीतल्या बादलीत, कारण बादल्यांचा आकार फार लहान होता. मग काळजीपूर्वक दाढी करून त्याने स्नान केले. दिवसात दुसऱ्यांदा. हवा गारच होती.

खिडकीखालचा हिटर सुरू करून त्याने गरम हवेच्या झोतात छोट्या टॉवेलने अंग पुसले. मोठा टॉवेल नंतर वापरण्यासाठी ठेवून दिला. नवीन विकत घेतलेले कपडे घालून, जुनेच बूट चढवून, केसांवरून कंगवा फिरवला. स्नानगृहातल्या आरशात स्वतःचे रूप बघितले. ठीक दिसत होता. स्वच्छ आणि नीटनेटका. त्याहून जास्त तो काही करूच शकत नव्हता.

थोड्याच काळात ती मुक्त होईल.

रीचर चालत चालत पुन्हा ११० व्या युनिटच्या मुख्यालयाकडे परतला. अंगावर एकावर एक चार कपडे चढविलेले. कोटाच्या आश्चर्यकारक अशा पॅडिंगमुळे तो उबदार राहिला होता. मुख्यालयाचे दरवाजे उघडे होते. दिवसा ड्यूटीवर असणारा पहारेकरी गार्ड हाऊसमध्ये होता. मॉर्गनची गाडी परत पार्किंग लॉटमध्ये उभी केलेली दिसत होती. साधीसुधी सेदान. रीचरने आदल्या रात्री बघितली होती ती– व्यवस्थित पोशाख घालून, भांग पाडून, ताठ बसून ती गाडी तो स्वतः चालवत असताना. रीचर वाट वाकडी करून गाडीकडे गेला आणि त्याने गाडीच्या टपाला स्पर्श केला. हाताला चांगलीच गरम भासली. मॉर्गन एवढ्यातच परत आला असावा.

म्हणूनच बहुतेक लीच तिच्या टेबलाजवळ गप्प गप्प होती. ती काही बोलली नाही. ड्यूटी ऑफिसर कॉरिडॉरमध्ये उभा होता. त्याचा चेहरा पांढराफटक पडला होता. तोदेखील काहीही बोलला नाही. रीचर त्यांनी काही सांगण्याची वाट न बघता वळला आणि पायऱ्या चढून वर गेला. डावीकडील तिसरी केबिन. दारावर टकटक करून तो आत शिरला. मॉर्गन टेबलाशी बसला होता. संतापाने थरथरत होता.

"आलास ते बरे झाले, कर्नल," रीचर उद्‌गारला.

"आत्ता तू जे काही केले आहेस त्यामुळे पेन्टॅगॉनला तीस दशलक्ष डॉलर्सहून जास्त पैसे खर्च करावे लागणार आहेत."

"चांगल्या कामासाठी केलेला खर्च."

"लष्करी न्यायालयासमोर उभे राहावे लागेल."

"शक्य आहे. पण ते तुला, मला नाही. तू या पूर्वी कुठे काम केले आहेस ते मला माहीत नाही, कर्नल, पण यापुढे ही नवशिक्यांनी काम करण्याची जागा नाही. इथे नाही. या युनिटमध्ये अजिबातच नाही. तुझ्या माहितीचे दोघे जण धोकादायक कामगिरीवर होते हे तुला माहीत असतानाही दोन तास तू तुझी जागा

सोडून बाहेर चालता झालास. कुठे जात आहेस याबद्दल कुणालाही काही सांगितले नाहीस. तुझा सेलफोन बंद करून ठेवलास. अशा तऱ्हेची वागणूक खपवून घेतली जाणार नाही.''

''ते दोघे जण अजिबात धोकादायक कामगिरीवर नाहीत. साध्या चौकशीच्या कामात गुंतले आहेत.''

''त्यांनी लागोपाठ दोन वेळा रेडिओवरून संपर्क साधण्याच्या वेळा चुकवल्या आहेत.''

''बसले असतील कुठेतरी टवाळक्या करत. या युनिटमध्ये नादान माणसेच भरली आहेत.''

''अफगाणिस्तानमध्ये? तिथे काय करू शकतात ते? वेगवेगळ्या बार्सना भेटी देणार का क्लब्जना? का कुंटणखाने शोधणार? किनाऱ्यावर मजेत दिवस काढणार? सत्य काय आहे ते ध्यानात घे, मूर्खा. अफगाणिस्तानमधून रेडिओवरून ठरावीक वेळी काही समजले नाही तर बातमी वाईटच असते.''

''तो माझा निर्णय होता.''

''निर्णय? निर्णय काय असू शकतो हे समजण्याची तरी लायकी आहे का तुझी?''

''माझ्याशी अशा पद्धतीने बोलू नकोस तू.''

''नाहीतर काय?''

मॉर्गन गप्प बसला.

''तू शोध थांबविण्याची आज्ञा दिली आहेस?''

मॉर्गनने उत्तर दिले नाही.

''आणि आम्ही चुकीच्याच ठिकाणी शोध करत होतो असेही म्हणाला नाहीस तू. म्हणजे माझे म्हणणे बरोबरच होते. सरहद्दीवरील क्रूर जमातींच्या प्रदेशात ते नाहीसे झाले आहेत. चोवीस तासांपूर्वी तू शोध सुरू करायला हवा होतास. खऱ्या कठीण परिस्थितीत सापडले आहेत ते.''

''तुला ढवळाढवळ करायचा काही अधिकार नव्हता.''

''माझी पुन्हा सैन्यदलात भरती झाली आहे, याच युनिटमध्ये नेमणूक झाली आहे आणि मी मेजरच्या हुद्यावर काम करतो आहे. मी ढवळाढवळ करत नव्हतो तर माझे काम करत होतो. अगदी व्यवस्थितपणे. पूर्वी करत होतो तसाच. तू जरा लक्ष देऊन शीक थोडे. तुझी निदान डझनभर तरी माणसे बाहेर कामगिरीवर आहेत. ते उघड्यावर आहेत. त्यांचा जीव धोक्यात आहे. दिवसरात्र तू फक्त त्यांचा विचार करायला हवा. कोणत्याही क्षणी तुझ्याशी कुठच्या फोनवर संपर्क साधता येईल, हे सांगून ठेवायला हवे. तुझा सेलफोन चालू असायला हवा. दुसरे काहीही करत

असलास तरी तो उचलायची तुझी तयारी हवी.''

"तुझे बोलणे संपले आहे?'' मॉर्गनने विचारले.

"मी तर बोलायला अजून खरी सुरुवातच केलेली नाही.''

"तुला माझ्या आज्ञा पाळायच्या आहेत हे ध्यानात आहे ना तुझ्या?''

रीचरने मान डोलावली. "जीवन फार विचित्र असते. कुठलेच नियम लागू पडत नाहीत.''

"मग नीट ऐक, मेजर. तुझ्या आज्ञांमध्ये बदल झाला आहे. या क्षणापासून तू तुझे राहते ठिकाण सोडून कुठेही बाहेर जाणार नाहीस. सरळ मोटेलवर परत जा आणि माझ्याकडून परत काही कळेपर्यंत तिथून हलू नकोस. कोणत्याही कारणासाठी, कोणत्याही वेळी तुझ्या खोलीमधून बाहेर पाऊल टाकू नकोस. युनिटमधल्या कुणाशीही संपर्क साधायचा प्रयत्न करू नकोस.''

रीचर काही बोलला नाही.

"तू जाऊ शकतोस आता,'' मॉर्गनने सांगितले.

ड्यूटी ऑफिसर अजूनही कॉरिडॉरमध्येच उभा होता आणि लीच स्वागतकक्षातल्या तिच्या टेबलामागे. रीचर पायऱ्यांवरून खाली उतरला आणि त्याने दोघांकडे बघून खांदे उडवले. त्यामागे थोडासा खेद, थोडीशी दिलगिरी, थोडीशी जगभरातल्या सर्वच सैन्य दलांमधील भावना– हे नेहमी असेच घडत असते, असे सर्व काही होते. तो दरवाजाकडे गेला आणि पायऱ्या उतरून बाहेर आला. खूप गारठा होता. पण आकाश स्वच्छ बनत होते. कुठे कुठे निळसर रंगही दृष्टीस पडत होता.

टेकडी उतरून तो तीन मार्गिकांच्या रस्त्यावर आला. जवळून एक बस निघून गेली. शहराबाहेर नेणारी. शहरामध्ये नेणारी नाही. बाहेर आणि दूरदूर. थोडासा उतार, थोडासा चढ आणि मोटेल दृष्टिपथात आले. शंभर एक यार्ड अंतरावर.

तो थांबला.

दारावर पोचे आलेली गाडी मोटेलच्या पार्किंग लॉटमध्ये उभी होती.

१३

ती गाडी दुरूनही सहज ओळखता येण्यासारखी होती. कंपनी, मॉडेल, आकार, रंग, ड्रायव्हरच्या बाजूच्या दारावर असणारे पोचे. त्याच्या खोलीच्या बाहेरच उभी आहे अशी रीचरची तरी कल्पना झाली. पार्किंग लॉटमध्ये उभी असणारी एकुलती एक गाडी. नीट बघता यावी म्हणून त्याने तीन तिरकी पावले टाकली आणि त्याच वेळी मोटेलच्या त्याच्या खोलीमधून चौघे जण बाहेर पडले.

गाडी ओळखली होती त्याप्रमाणे त्यातल्या दोघांना त्याने तत्काळ ओळखले. आदल्या रात्री आलेलेच दोघे. शंभर टक्के खात्री होती त्याची. दुसरे दोघे नवीनच होते. त्यातला एक आधीच्या दोघांसारखाच त्याला वाटला. उंच, तरुण, मठ्ठ. त्याच्या दोन साथीदारांप्रमाणेच.

पण चौथा माणूस फार वेगळा होता.

इतरांपेक्षा वयाने मोठा आणि आकारमानानेही मोठाच. म्हणजे जवळजवळ रीचरएवढाच. सहा फूट चार इंच उंचीचा असेल. आणि दोनशे चाळीस पौंड वजनाचा तरी. चांगलाच दांडगट. मोठ्या मोठ्या मांड्या, रुंद छाती, भरदार खांदे आणि पिळदार दंड. त्या मानाने कंबर लहान होती. छातीच्या रुंदीमुळेच त्याला हात शरीरापासून दूर धरायला लागत होते. दुप्पट आकाराच्या जगज्जेत्या मल्लासारखा भासत होता.

पण सर्वांत विलक्षण होते ते त्याचे डोके. एकही केस नव्हता. सपाट पोलादी प्लेट्स वेल्डिंग करून बनविल्याप्रमाणे. छोटे डोळे, गर्द भुवया, गालफडं वर आलेली. पास्ताच्या आकाराचे त्याचे कान बघताच मनात भीतीच निर्माण व्हावी. ताठच्या ताठ आणि ताकदवान. रीचरला तो स्लाविक वंशाचा वाटला. लाल सैन्यात भरती होण्याचे आवाहन करणाऱ्या जुन्या पोस्टरमध्ये दाखविल्या जाणाऱ्या चित्रासारखा. रशियन सैनिक कसा असतो याचा नमुना. सोनेरी भविष्याकडे टक

लावून, ताठपणे आणि गर्वाने बघतो आहे, हे दाखविण्यासाठी एकच हात उंच धरून त्याने निशाणच फडकवत ठेवायला हवे होते.

चौघांनी बाहेर येऊन दार लावून घेतले. रीचर त्यांच्या दिशेने चालत निघाला होता. नव्वद यार्ड, मग ऐंशी. ऑलिम्पिक स्पर्धेत भाग घेणाऱ्या धावपटूने मधले अंतर आठ सेकंदांत कापले असते. पण रीचर धावण्याच्या शर्यतीत भाग घेणाऱ्यांपैकी नव्हता. ऑलिम्पिक नाही आणि कुठलीच स्पर्धा नाही. चौघे जण त्यांच्या गाडीजवळ आले. रीचर चालतच होता. गाडीची दारे उघडत चौघेही आत बसले. दोन पुढे आणि दोन मागे. रीचर चालतच राहिला. सत्तर यार्ड्स. मग साठ. गाडी पार्किंग लॉटमधून निघाली आणि वाहतुकीत शिरण्यासाठी थांबली. रीचरला ती त्याच्या दिशेने वळावी अशी इच्छा होती. *डावीकडे वळव,* तो मनातल्या मनात सांगत होता. *कृपा करून डावीकडे वळव.*

पण ती उजवीकडे वळून वाहतुकीमध्ये घुसली आणि दूर दूर जात रीचरच्या नजरेआड झाली.

मिनिटभराने रीचर आपल्या खोलीचे दार उघडून आत पाऊल टाकत होता. आतल्या सर्व गोष्टी आपापल्या जागी होत्या. काही मोडतोड, फाडाफाड केलेली दिसत नव्हती. म्हणजे खूप कसून शोध घेतला नव्हता. त्यांनी वरवर नजर टाकली होती. दृष्टिक्षेपात दिसेल तेवढेच बघितले होते.

काय बघितले असेल त्यांनी?

टब ओला होता. टॉवेल ओला होता. जुने कपडे कचऱ्याच्या बादल्यांमध्ये फेकले होते. सिंकजवळ दाढी करण्याचे सामान, रेझर ब्लेड होते. तो जसा काही त्यांनी सांगितल्याप्रमाणे खोली सोडून निघून गेला होता.

तू ताबडतोब शहर सोडून जा. या क्षणी.

ज्या ज्या रात्री तू इथे आढळशील, त्या त्या रात्री आम्ही तुला लाथांनी तुडवणार आहोत.

त्यांना वाटले असेल की त्याने त्यांची धोक्याची सूचना ऐकली आहे.

किंवा तसे वाटले नसेलही.

तो पुन्हा खोलीतून बाहेर पडला. मोटेलच्या कार्यालयात गेला. चाळीस एक वर्षांचा हडकुळा क्लार्क काऊन्टरमागच्या स्टुलावर बसला होता.

"तू चार जणांना माझ्या खोलीत शिरू दिलंस," रीचर म्हणाला.

त्याने मान डोलावली.

"सैन्यातली माणसे?"

त्याने पुन्हा मान डोलावली.

"त्यांची ओळखपत्रे बघितलीस तू?"

"गरज नव्हती. दिसतच होती तशी."

"सैन्य दलांमुळे तुझा धंदा खूप वाढतो ना?"

"बराच."

"तेव्हा तू प्रश्न विचारतच नाहीस?"

"अगदी बरोबर, चीफ. सैन्याशी संबंध आला की एकदम गोड आणि सभ्य वागणूक ठेवतो. शेवटी पोटापाण्याचा प्रश्न आहे. त्यांनी काही चुकीची गोष्ट केली आहे का?"

"काहीही नाही," रीचरने उत्तर दिले. "काही नावे कानावर पडली तुझ्या?"

"फक्त तुझेच."

रीचर काही बोलला नाही.

"तुझ्यासाठी इतर काही करू शकतो मी?" क्लार्कने विचारले.

"नवीन टॉवेल्स, साबणाची वडी, शाम्पू वगैरे आणि माझ्या कचऱ्याच्या बादल्या रिकाम्या कर."

"तू जे सांगशील ते. सैन्याशी संबंध आला की एकदम गोड आणि सभ्य वागणूक."

रीचर आपल्या खोलीत परतला. खोलीत एकही खुर्ची नव्हती. त्यामुळे काही जिनेवा कराराचा भंग होत नव्हता म्हणा. पण त्याच्यासारख्या धडधाकट प्रकृतीच्या आणि अस्वस्थ प्रवृत्तीच्या माणसाला अशा जागी कोंडून घेऊन राहणे कंटाळवाणे ठरणारे होते. आणि ते मोटेल होते. खोलीमध्ये खाणेपिणे वगैरे आणून दिले जात नसे. मोटेलमध्ये डायनिंग रूम नव्हती. रस्त्यापलीकडे कॅफे नव्हता. टेलिफोन नसल्याने कुठलीही वस्तू आणून द्या, असं सांगायचीही सोय नव्हती. रीचरने पुन्हा खोलीला कुलूप घातले आणि तो दोन चौक चालत ग्रीक रेस्टॉरन्टमध्ये गेला. तांत्रिकदृष्ट्या त्याने आज्ञेचा भंग केला होता. पण आता अशा क्षुल्लक गोष्टींनी काही विशेष फरक पडणार नव्हता.

चालत निघाल्यावर त्याला वेगळे असे काहीच दिसले नाही. नगरपालिकेची एक बस शहराबाहेर जाताना दिसली. कचऱ्याचे डबे रिकामे करत जाणारा एक ट्रक दिसला. रेस्टॉरन्टमध्ये न्याहरी घेताना तो जिथे बसला होता, त्याच्या विरूद्ध बाजूच्या भागात त्याला बसवले गेल्यावर काम करणाऱ्या वेगळ्याच मुलीने त्याला काय हवे याची चौकशी केली. त्याने कॉफी, चीझबर्गर, पाइ या गोष्टी मागविल्या. मजेत सर्व संपविले. परत निघताना दुसरी एक बस शहराबाहेर जाताना दिसली. कचऱ्याचे डबे रिकामे करणारा दुसरा ट्रकही दिसला. निघाल्यापासून तासाभराने तो

मोटेलमध्ये परत आला. खोलीमधला टॉवेल, साबू, शाम्पू बदललेला होता. कचऱ्याच्या बादल्या रिकाम्या केल्या होत्या. खोली जितकी चांगली बनू शकत होती, तेवढी झाली होती.

तो बिछान्यावर आडवा झाला. पाय एकावर एक ठेवून आणि हात डोक्याखाली घेऊन त्याने डुलकी काढण्याचा विचार केला.

पण डुलकी काढायला काही त्याला वेळ मिळाला नाही. त्याने उशीवर डोके ठेवून मिनिटभर वेळ गेला असेल नसेल तोच, पंचाहत्तराव्या एम. पी. युनिटचे तीन वॉरन्ट ऑफिसर्स त्याला अटक करायला आले.

१४

ते गाडीमधून आले आणि गाडी वेगात चालवत आले. ती रस्त्यावरून येताना, पार्किंग लॉटमध्ये दाणकन घुसताना आणि खाड्कन त्याच्या खोलीच्या दाराबाहेरच थांबताना, येणारा आवाज त्याने ऐकला. तीन दारे उघडताना त्याने एका सेकंदात तीन वेगवेगळे आवाज ऐकले. बुटांचे तीन जोड जमिनीवर दाणदाण करायला लागले. तिघे जण. म्हणजे पोचे आलेल्या दाराची गाडी घेऊन आलेली माणसे नव्हती. क्षणभर सर्व आवाज थांबले. एक जण मागच्या दिशेने धावत गेल्याचे त्याला पावलांच्या आवाजांवरून कळले. मागच्या बाजूने त्याने पळ काढू नये म्हणून घेतलेली काळजी. व्यर्थ घालवलेला वेळ. स्नानगृहाला मागच्या बाजूला खिडकीच नव्हती. पण त्यांना ते माहीत नव्हते. प्रथमच काळजी घेतलेली बरी असते. नंतर वाईट वाटून घेण्याला काही अर्थ नसतो. पण याचा दुसरा अर्थ असा होता की कार्यक्षम लोकांशी गाठ होती.

एकावर एक ठेवलेले पाय बाजूला घेऊन, डोक्याखालचे हात काढून घेऊन तो बिछान्यावर बसला. मग वळून त्याने पाय जमिनीला टेकवले. त्याच क्षणी दारावर दाणदाण थापा बसायला सुरुवात झाली. सकाळी सहा वाजता मेजर सलीव्हनने सभ्यपणे केलेली टकटक नाही. ऐकताच घाबरगुंडी उडायला पाहिजे असे दणकट माणसांनी काढलेले बूम-बूम-बूम आवाज. त्याची ही आवडती पद्धत नव्हती. त्याच्या स्वभावाला मोठ्याने आवाज करण्याचे वावडेच होते.

''दार उघड, दार उघड,'' एवढे ओरडण्यासाठीच बहुधा काही क्षण दारावरची ठोकाठोक थांबली. म्हणजे ते तेच ओरडत असावेत असा त्याचा तरी तर्क होता. मग त्यांनी पुन्हा दारावर ठोकायला सुरुवात केली. रीचर उभा राहून दाराजवळ गेला आणि त्याने आतल्या बाजूने तसाच आवाज करेल अशी जोराजोराने मूठ हाणली. बाहेरचे आवाज थांबले. रीचरच्या चेहऱ्यावर स्मितहास्य उमटले. दारच उत्तर देईल

अशी कुणाची अपेक्षा नसते.

त्याने दार उघडले. आर्मी कॉम्बॅट युनिफॉर्ममधले दोघे जण उभे होते. एकाच्या हातात रिव्हॉल्व्हर होते आणि दुसऱ्याच्या हातात शॉटगन. व्हर्जिनियातल्या उपनगरातली दुपारची वेळ लक्षात घेता मामला गंभीरच होता. त्यांच्या मागे त्यांची गाडी उभी होती. तीन उघडी दारे. इंजिन सुरूच.

"काय आहे?" रीचरने विचारले.

दाराच्या बिजागऱ्यांच्या बाजूला उभा असलेला त्यांचा प्रमुख असावा. सर्वांत कमी धोक्याच्या जागी वरिष्ठ अधिकारी. "तुम्हाला आमच्याबरोबर यायला पाहिजे, सर," तो म्हणाला.

"कोण म्हणते आहे तसे?"

"मी."

"युनिट?"

"पंचाहत्तरावे एम. पी. युनिट."

"कुणाच्या आज्ञेवरून आला आहात?"

"कळेलच ते."

युनिफॉर्मच्या पट्टीवर एस्पिन असे नाव होते. फ्लाय वेट गटामधल्या मुष्टियोद्ध्यासारखाच दिसत होता. काळे केस. चांगलाच दणकट. नाक चपटे. ठीक माणूस वाटला रीचरला. वॉरन्ट ऑफिसर्स बहुतेक वेळा चांगलीच माणसे असतात, असा त्याचा अनुभव होता. सार्जन्ट्सएवढी नसली तरी कमिशण्ड ऑफिसर्सहून चांगलीच अर्थात, थोडे अपवाद वगळूनच.

"ही अटक आहे का?"

"अटक ठरावी अशी तुझी इच्छा असली तर बोलत राहा तू," एस्पिन म्हणाला.

"काय तो नक्की निर्णय घे, सोल्जर."

"स्वतःहून सहकार्य देणार असशील तर ते मला जास्त पसंत आहे."

"स्वप्नेच बघ मग तू."

"तर मग हो, तुला अटक झाली आहे."

"नाव काय तुझे?"

"एस्पिन."

"पहिले नाव?"

"कशासाठी?"

"आयुष्यभर मला लक्षात ठेवायचे आहे ते."

"धमकी देतो आहेस?"

“नाव सांग फक्त तुझे.”

“पीट.”

“राहील लक्षात,” रीचर म्हणाला. “पीट एस्पिन. आपण कुठे जाणार आहोत?”

“फोर्ट डायर.”

“का?”

“कुणाला तरी बोलायचे आहे तुझ्याशी.”

खोलीच्या मागच्या बाजूला गेलेला माणूस परत आला. एस्पिनपेक्षा तरुण. पण तेवढेच. तिघेही अनुभवी दिसत होते. सर्व काही बघितलेले, अनुभवलेले, केलेले. “आम्ही प्रथम तुझी झडती घेणार आहोत,” एस्पिन म्हणाला.

रीचरने आपले दोन्ही हात खांद्यांच्या रेषेत आडवे धरले. त्याच्याकडे लपविण्यासारखे काही नव्हतेच. पॅन्टच्या खिशात पासपोर्ट, त्याचे ए. टी. एम. कार्ड, टूथ ब्रश, थोडे पैसे, च्युइंग गम आणि मोटेलची किल्ली, याव्यतिरिक्त काहीच नव्हते. याची खात्री पटल्यावर शॉटगन हातात घेतलेल्या मिलिटरी पोलिसाने त्याला गाडीच्या दिशेने निघायला सांगितले. गाडीच्या ड्रायव्हरच्या बाजूच्या सीटच्या मागच्या बाजूच्या सीटच्या दिशेने. चार जण बसू शकतील अशा गाडीमधील वाईट माणसाला घेऊन जाण्यासाठी सर्वांत सुरक्षित जागा. त्याला ड्रायव्हरच्या कामात हस्तक्षेप करता येत नाही. मोटेलच्या खोलीच्या मागच्या बाजूला स्नानगृहाची खिडकी आहे का, ते बघायला गेलेला माणूस गाडी चालवायला बसला. एस्पिन रीचरच्या शेजारी बसला. शॉटगन हातात असणाऱ्याने रीचरच्या बाजूचे दार बंद केले आणि तो पुढे ड्रायव्हरशेजारी बसला. सर्व कसे घाईगर्दी न करता, व्यवस्थित, शांतपणे, सहजतेने पार पडले होते. चांगली माणसे होती.

जेवण घेणाऱ्यांसाठी उशिराची आणि कार्यालयांमधून सुटणाऱ्या माणसांनी रस्त्यांवर गर्दी करण्याच्या आधीची वेळ होती. रस्ते त्यामुळे तसे रिकामे होते. रीचर पूर्वी गेला होता, त्याहून वेगळ्या रस्त्यांनी जात ते झपाट्याने डायरच्या उत्तर दिशेच्या प्रवेशद्वाराजवळ पोहोचले. दक्षिणेकडच्या प्रमुख प्रवेशद्वारापेक्षा कमी वापर होणारे प्रवेशद्वार असले तरी पहारा कडकच होता. आत शिरायला तेवढाच वेळ लागला. धातूचे टोकदार कोन ठेवून उभारलेले अडथळे आणि तीन वेळा तपासणी, तपासणी, तपासणी. मग एक मोठा वळसा घेऊन ते गार्डहाऊसच्या मागच्या बाजूला आले. रीचरला गाडीमधून उतरवण्यात आले आणि ते एका दरवाजामधून आत शिरले. लॉबीमधला माणूस तुरुंगामधला गार्ड वाटत नव्हता. एखादा क्लार्क किंवा व्यवस्थापक वाटत होता. तुरुंगामधल्या इतर कर्मचाऱ्यांप्रमाणे निःशस्त्र होता. पट्ट्याला किल्ल्यांचा

जुडगा. चौरस लॉबी. डावी-उजवीकडे दरवाजे.

डावीकडच्या दरवाजामधून आत गेल्यावर रीचरला एका मुलाखतीच्या खोलीत नेण्यात आले. चार भिंती फक्त. एकही खिडकी नाही. टेबल बोल्ट्स लावून जमिनीवरून हलणारही नाही याची काळजी घेतलेली. एका बाजूला दोन खुर्च्या ठेवलेल्या आणि दुसऱ्या बाजूला एक. जेवणघराचा आराखडा बनवणाऱ्या माणसाने काही ही खोली बांधली नव्हती. अगदी स्वच्छ कळत होते. लाकडी फळ्या नाहीत, गालिचा नाही. भिंतीवर कसाही फासलेला पांढरा रंग. कॉंक्रीटच्या जमिनीला भेगा पडलेल्या होत्या. छतावर तारेच्या पिंजऱ्यात एक फ्लुअरेसन्ट बल्ब लावलेला होता.

यापूर्वी न बघितलेला डायरमधला एक जण प्लॅस्टिकची पारदर्शक, झिप साखळीने बंद करण्याची पिशवी घेऊन आला आणि रीचरच्या खिशामधल्या सर्व वस्तू त्या पिशवीमध्ये घालून घेऊन गेला. ज्या बाजूला फक्त एकच खुर्ची होती, त्याच खुर्चीवर रीचर बसला. ती बहुतेक त्यालाच बसण्यासाठी ठेवलेली होती, असा रीचरचा कयास होता. एस्पिन त्याच्या समोरच्या बाजूच्या एका खुर्चीवर बसला. बाकी इतर जण निघून गेले. वेळ घालविण्यासाठी कुणी प्रश्न विचारले नाहीत की साध्यासुध्या गप्पा मारल्या नाहीत.

"कुणाला बोलायचे आहे माझ्याशी?" रीचरने विचारले.

"इकडे येण्यासाठी निघाला आहे तो," एस्पिनने उत्तर दिले.

"तो?"

"काहीतरी पोलिश नाव आहे."

"कोण आहे तो?"

"कळेलच."

वीस मिनिटांनी रीचरला कळलेच. दार उघडून सूट चढविलेला एक माणूस आत शिरला. काळ्या, छोट्या केसांमध्ये तुरळक पांढरे केस डोकावत होते. चेहरा पांढुरका, डोळ्यांखाली सूज. चेहऱ्यावर थकवा वाटत होता. जिममध्ये जाऊन कमावलेले शरीर. सूट काळ्या रंगाचा होता. स्वस्तातला नसला तरी खूप वापरलेला आणि काही ठिकाणी घासून चकचकीत झालेला. छातीवरच्या खिशावर उघडा ठेवलेला बॅज होल्डर होता. मेट्रो पोलीस डिपार्टमेन्टचा बॅज होता. वॉशिंग्टन डी. सी. चे स्थानिक पोलीस खाते.

सैन्य दलातला माणूस नाही.

एस्पिनच्या शेजारच्या खुर्चीत बसून तो उद्गारला, "मी डिटेक्टिव्ह पोडोल्स्क."

"बरं वाटलं ओळख होऊन," रीचर म्हणाला.

"मला काही उत्तरे हवी आहेत."

"कुठल्या तऱ्हेच्या प्रश्नांना?"

"मला वाटते ते माहीत आहे तुला."

"पण मला नाही माहीत."

"हल्ला केल्याचा गंभीर गुन्हा."

"आता या वेळी हे किती जुने प्रकरण आहे? वीस वर्षे? शंभर? का यादवी युद्धाच्या काळातील?"

"सकाळ कशी घालवलीस याबद्दल सांग."

"कुठली सकाळ?"

"हीच सकाळ, आजची."

"उठलो. एका वकिलाशी बोललो. मग दुसऱ्या वकिलाशी. नंतर तिसऱ्या वकिलाशी. आजची सकाळ फक्त तेच करत होतो."

"त्यांची नावे?"

"सलीव्हन, एडमन्ड्स, मूरक्रॉफ्ट."

"आणि मूरक्रॉफ्ट म्हणजे शार्लोट्सव्हिल इथल्या तुझ्या जे. ए. जी. स्कूलचा कर्नल मूरक्रॉफ्ट? तात्पुरता या तळावर काम करतो आहे तो?"

"माझे जे. ए. जी. स्कूल नाही," रीचर म्हणाला. "पण हो, तोच कर्नल मूरक्रॉफ्ट."

"आणि त्याच्याशी कुठे बोलला होतास तू?"

"इथेच. याच तळावर. ओ. सी. जेवणघरामध्ये."

"आणि हे बोलणे कधी झाले?"

"सकाळी. मी सांगितले आहे आधीच."

"नक्की कोणत्या वेळेला?"

"सैन्याच्या तळावरील दोन सैन्याधिकाऱ्यांमधील खासगी बोलणे कधीपासून तुमच्या अधिकार क्षेत्रात यायला लागले आहे, डिटेक्टिव्ह?"

"विश्वास ठेव माझ्यावर. ही बाब येते आमच्या अधिकार क्षेत्रात. कधी बोलला होतास तू त्याच्याशी?" पोडोल्स्किने पुन्हा विचारले.

"तो न्याहरी करत असताना," रीचर म्हणाला. "माझ्या न्याहरीनंतर. मी म्हणेन की आमचे बोलणे नऊ वाजून तेवीस मिनिटांनी सुरू झाले होते."

"हे नक्कीच फार तपशीलवार आहे."

"तूच म्हणाला होतास की तुला तसेच उत्तर हवे आहे म्हणून."

पोडोल्स्किने विचारले, "कर्नल मूरक्रॉफ्टबरोबर कशाबद्दल बोलणे झाले होते?"

"कायदेशीर बाबींबाबत."

"खासगी संभाषण?"

"नाही, तिसऱ्याच व्यक्तीबद्दल."

"आणि ती तिसरी व्यक्ती म्हणजे ११० व्या एम्. पी. युनिटची मेजर सूझन टर्नर, जिची सैन्यदल लाचखोरीच्या आरोपाखाली चौकशी करत आहे?"

"बरोबर."

"आणि त्या संभाषणाच्या वेळी मेजर सलीव्हन हजर होती तिथे?"

"हो. ती तिथेच होती."

"ती म्हणते की त्याने काहीतरी करायला पाहिजे असे तू कर्नल मूरक्रॉफ्टला सांगत होतास. बरोबर आहे?"

"हो, बरोबर आहे."

"मेजर सूझन टर्नरला ट्रायलपूर्वीच अडकवून ठेवले आहे, तेव्हा त्याने अपील करायला पाहिजे, असे तुझे म्हणणे होते?"

"बरोबर, माझे तसेच म्हणणे आहे."

"पण तो अपील करायला तयार नव्हता, बरोबर? आणि खरं तर त्याने तुला निघून जायलाच सांगितले होते."

"एका क्षणी बोलला होता तो तसे."

"आणि तुमच्यात वादविवाद झाला. खरं तर भांडणच."

"वादविवाद वगैरे काही नाही. आम्ही तांत्रिक मुद्द्यावर चर्चा करत होतो. शांतपणे. भांडण वगैरेही काही नाही."

"पण शेवटी निष्कर्ष एकच आहे. तू कर्नल मूरक्रॉफ्टला काहीतरी करायला सांगत होतास आणि त्याने ते करण्याचे नाकारले. थोडक्यात हेच ना?"

"हे सर्व नक्की कशाबद्दल चालले आहे?"

"आज सकाळी, उशिरा, कर्नल मूरक्रॉफ्टला इतकी जबरदस्त मारहाण करण्यात आली की त्याचा जीवच जाण्याची शक्यता आहे. वॉशिंग्टन डी.सी.च्या दक्षिण पूर्व विभागात. माझ्या रस्त्यांवर."

१५

पोडोल्स्किने वही आणि पेन काढून नीट टेबलावर ठेवले आणि तो रीचरला म्हणाला, ''खरं तर तुझा वकील तुझ्याबरोबर इथे हजर हवा.''

''आज मी दक्षिण पूर्व डी.सी.मध्ये गेलो नव्हतो. दुसरीकडेही कुठे गेलो नव्हतो. मी नदीसुद्धा पार केली नाही,'' रीचर म्हणाला.

''तुला वकील हवा आहे?''

''माझ्याकडे वकील आहे. खरं तर दोन वकील आहेत. त्यांचा मला काही विशेष उपयोग होतो आहे असे दिसत नाही. त्यांच्यापैकी एक जण तर माझे काहीही भले करेल असे मला वाटत नाही.''

''म्हणजे मेजर सलीव्हन म्हणायचे आहे तुला?''

''ती आमचे बोलणे संपण्याच्या आधीच निघून गेली. मूरक्रॉफ्ट योग्य ते कागदपत्र दाखल करणार होता. सलीव्हन गेल्यानंतर त्याने तसे कबूलही केले होते.''

''फारच सोयीस्कर बाब, तुझ्या दृष्टीने.''

''पण खरीच आहे. मूरक्रॉफ्ट आता काही वेगळेच बोलतो आहे का?''

''तो काहीच बोलत नाही. कोमामध्ये आहे.''

रीचर गप्प बसला.

''तुझ्याकडे गाडी होती, होती ना?'' पोडोल्स्किने विचारले. ''निळी, शेव्हरोलेट सेदान. ११०च्या मुख्यालयातून घेतलेली.''

''मग?''

''तू मूरक्रॉफ्टला धरले असशील आणि त्याला नदीपलीकडे घेऊन गेला असशील.''

''जाऊ शकलो असतो, मला वाटते; पण नव्हतो गेलो.''

"फार क्रूर हल्ला होता तो."
"तू म्हणत असशील तर असेल तसा."
"मी तसेच म्हणतो आहे. रक्त उडाले असणार सगळीकडे."
रीचरने मान डोलावली. "क्रूर हल्ला असला की रक्त नेहमीच उडते."
"कपड्यांबद्दल सांग तुझ्या."
"कुठले कपडे?"
"तू वापरतो आहेस ते."
रीचरने स्वतःकडे बघितले. "हे नवीन आहेत. आत्ताच विकत घेतले आहेत."
"कुठे?"
"माझ्या मोटेलपासून दोन चौक अंतरावर असणाऱ्या स्ट्रिप मॉलमधून."
"का विकत घेतलेस?"
थोड्याच वेळात ती मुक्त होईल.
"कपडे विकत घेण्याची वेळ झाली होती," रीचर म्हणाला.
"जुने खराब झाले होते का?"
"वाटले होते तसे."
"त्याच्यावर काही उडाले होते का?"
"कशासारखे?"
"उदाहरणार्थ, रक्त वगैरे."
"नाही. रक्त वगैरे नव्हते उडाले."
"कुठे आहेत ते आता?"
रीचर काही बोलला नाही.
"आम्ही तुझ्या मोटेलमधील क्लार्कशी बोललो. कचऱ्याच्या बादल्या रिकाम्या कर अशी खास सूचना तू त्याला केली होतीस असे म्हणाला तो."
"खास सूचना वगैरे काही नाही."
"पण तरीही त्याने पाळली ती. तू सांगितल्याप्रमाणेच. कचरा गोळा करणारा ट्रक येण्याआधी. तेव्हा तुझे जुने कपडे आता खोलीमधून गेले आहेत."
"केवळ योगायोग."
"फारच सोयीस्कर बाब, तुझ्या दृष्टीने," पोडोल्स्कि पुन्हा म्हणाला. "आहे ना तशी?"
रीचरने उत्तर दिले नाही.
पोडोल्स्कि म्हणाला, "क्लार्कने कपडे नीट तपासले होते. तशाच तऱ्हेचा माणूस आहे तो. पण त्याला ते फार ढगळ झाले असते. थोडीफारच किंमत येईल असे वाटले त्याला. फारच खराब झाले होते म्हणाला आणि खूप डागही पडले

होते. काही डाग रक्ताचे असावेत असेही वाटले त्याला.''

''मूरक्रॉफ्टच्या रक्ताचे नाहीत.''

''मग कुणाच्या?''

''मी बराच काळ ते वापरत होतो. आणि जगणे सोपे नाही.''

''बरीच हाणामारी करतोस?''

''खरं तर कमीत कमी. पण कधी कधी दाढी करताना कापते.''

''तू स्नानही केले होतेस. केले होतेस ना?''

''कधी?''

''जुने कपडे फेकून दिल्यानंतर. तू मोटेलमधल्या क्लार्ककडे नवीन टॉवेल्सही मागितले होतेस असे तो म्हणाला.''

''हो. मी स्नान केले होते.''

''तू नेहमीच दोन वेळा स्नान करतोस?''

''कधी कधी.''

''आणि त्यासाठी आज काही खास कारण होते?''

थोड्याच वेळात ती मुक्त होईल.

''नाही, तसे काही खास कारण नव्हते.''

''रक्ताचे डाग घालविण्यासाठी, शक्य आहे?''

''पण मला कुठे रक्त आले नव्हते.''

''आम्ही ड्रेनेज तपासले तर काय सापडेल आम्हाला?''

''गढूळ पाणी,'' रीचर म्हणाला.

''खात्री आहे तुझी तशी?''

''सगळी खोलीच खराब आहे.''

''तू आत्ताच मनुष्यवधाच्या आरोपाला तोंड देतो आहेस, बरोबर? सोळा वर्षांपूर्वीच्या? हुआन रॉड्रिगेझ? तू ज्याच्यावर हल्ला चढविला होतास असा एक माणूस?''

''खोटा आरोप.''

''असे बोलणे ऐकले आहे पूर्वी. मूरक्रॉफ्टही तेच म्हणाला होता ना? मेजर सलीव्हन म्हणाली की तू याबद्दल मूरक्रॉफ्टशी बोलला होतास आणि त्याने थोडीशीही सहानुभूती दाखवली नव्हती. त्यामुळे राग आला होता तुला?''

''थोडी निराशा वाटली होती.''

''बरोबर. तुझी बाजू कुणी समजूनच घेत नाही, सगळेच गैरसमज करून घेतात, याचा कंटाळा येत असेल तुला.''

''मूरक्रॉफ्टची परिस्थिती किती वाईट आहे?''

"आता अपराधी वाटते आहे का?"

"मला त्याची काळजी वाटते आहे आणि त्याच्या अशिलाची."

"मी ऐकले आहे की तू त्या स्त्रीला कधी भेटलेलाही नाहीस म्हणून."

"त्याने काही फरक पडायला हवा?"

"डॉक्टर म्हणतात मूरक्रॉफ्टला कधीतरी शुद्ध येईल. पण तो कधी शुद्धीत येईल आणि आलाच तर कशा परिस्थितीत असेल, हे कुणालाच सांगता येत नाही."

"मी सकाळी काही काळ ११०च्या मुख्यालयात होतो."

पोडोल्स्किने मान डोलावली. "साधारण वीस मिनिटे. आम्ही तपास केला आहे. उरलेली सकाळ कशी काय घालवलीस?"

"फिरत होतो."

"कुठे?"

"इकडेतिकडे. असाच."

"कुणी बघितले तुला?"

"वाटत नाही तसे."

"फारच सोयीस्कर," पोडोल्स्क तिसऱ्यांदा म्हणाला.

"डिटेक्टिव्ह, तू चुकीच्या माणसाची चौकशी चालवली आहेस. मी शेवटचे मूरक्रॉफ्टला बघितले तेव्हा तो इथल्या ओसी डायनिंग रूममधून मजेत बाहेर पडत होता. ज्याने कुणी त्याच्यावर हल्ला केला आहे, तो मोकाटपणे बाहेर फिरतो आहे, हसतो आहे तुला आणि तू माझ्याशी बोलत वेळ फुकट घालवतो आहेस."

"दुसऱ्या शब्दांत हे दुसऱ्याच कुणाचे तरी काम आहे?"

"अगदी उघडउघड."

"असे बोलणे ऐकले आहे पूर्वी," पोडोल्स्क पुन्हा म्हणाला.

"कधीतरी चूक घडली आहे तुझ्याकडून?"

"त्याने फरक पडत नाही. प्रश्न असा आहे की आत्ता माझी चूक होते आहे का? आणि माझी चूक होते आहे असे मला वाटत नाही. माझ्यासमोर असा माणूस आहे की ज्याच्या पूर्वेतिहासात त्याने अनेक हिंसक कृत्ये केली आहेत, ज्याच्यावर हल्ला झाला आहे त्या माणसाशी तो गुन्हा घडण्यापूर्वीच्या काळात वादविवाद करताना इतरांनी त्याला पाहिले आहे, गुन्हा घडल्यानंतर त्याने अंगावरचे सर्व कपडे फेकून देऊन दिवसात दुसऱ्यांदा स्नान केले आहे, ज्याच्याकडे वाहन होते आणि सकाळच्या सर्व काळात तो काय करत होता हे तो सांगू शकत नाही. तूही पोलीस होतास, बरोबर? तू काय केले असतेस?"

"मी खरा गुन्हेगार शोधला असता. माझी खात्री आहे की असे कुठेतरी

लिहिलेले मी वाचले आहे.''

''पण खरा गुन्हेगारच जर म्हणाला की पोलिसांनी चुकीच्याच माणसाला पकडले आहे, तर?''

''अनेक वेळा तसे घडते. तुला सुज्ञपणे निर्णय घ्यायला पाहिजे.''

''तेच केले आहे मी.''

''दुर्दैवाचीच गोष्ट खरं तर.''

''हात दाखव तुझे.''

रीचरने त्याचे हात तळहात खाली धरून टेबलावर पसरले. मोठे हात. रापलेले. खूप काम करणारे. बोटांचे सांधे किंचित गुलाबी होते. थोडे सुजलेलेही. आदल्या रात्रीमुळे. टी-शर्ट्समधले दोघे जण. एकदा डावी मूठ, मग उजवी. दणक्यात हाणलेली. पण तरीही मनावर ताबा ठेवून. पोडोल्स्कि बराच वेळ रोखून बघत होता.

''नक्की सांगता येत नाही,'' तो म्हणाला. ''कुठले तरी शस्त्र वापरले असशील. बोथट असे काहीतरी. डॉक्टर्स सांगतीलच.''

''आता यानंतर काय होणार आहे?'' रीचरने विचारले.

''ते प्रॉसिक्यूटर ठरवेल. सध्या तू माझ्याबरोबर येणार आहेस. मी शहरात कुठे तरी अडकवून ठेवणार आहे तुला.''

खोलीत अचानक शांतता पसरली. आणि मग प्रथमच एस्पिनने तोंड उघडले.

''नाही, ते मला मान्य नाही,'' तो म्हणाला. ''तो इथेच राहील. तुझ्या त्या हल्ला करण्याच्या अपराधापेक्षा आमचा मनुष्यवधाचा गुन्हा जास्त गंभीर आहे.''

''आज सकाळी जे घडले ते सोळा वर्षांपूर्वीच्या घटनेपेक्षा जास्त महत्त्वाचे आहे,'' पोडोल्स्कि म्हणाला.

''ताबा असणे म्हणजे कायदेशीरदृष्ट्या दहापैकी नऊ गुण. तो आमच्या ताब्यात आहे. आणि किती कागदपत्रे बनवावी लागतील याचाही विचार कर.''

पोडोल्स्किने उत्तर दिले नाही.

''पण तू तुला वाटेल त्या कोणत्याही वेळेला इथे येऊन त्याच्याशी बोलू शकतोस,'' एस्पिन म्हणाला.

''त्याला कोठडीत बंद करून ठेवण्यात येईल?'' पोडोल्स्किने विचारले.

''कडेकोट बंदोबस्तात.''

''मंजूर आहे,'' पोडोल्स्कि म्हणाला. तो उभा राहिला, त्याने आपले पेन आणि वही उचलली आणि तो खोलीतून बाहेर पडला.

त्यानंतर ट्रायलपूर्वी अडकवून ठेवण्याच्या नेहमीच्या बाबींची पूर्तता करण्याच्या

हालचाली सुरू झाल्या. रीचरची पुन्हा झडती घेतली गेली. त्याच्या बुटांच्या लेसेस काढून घेण्यात आल्या. एका अरुंद कॉरिडॉरमधून थोडीशी ढकलाढकली करत, थोडेसे चालवत त्याला पुढे घेऊन जाण्यात आले. तिथे कैद्यांच्या मुलाखती घेण्यासाठी समोरासमोर दोन खोल्या होत्या. दोनदा वळणे घेऊन ते तुरुंगाच्या भागात आले. रीचरने काही ठिकाणी पाहिल्या होत्या, त्यापेक्षा खूपच चांगल्या कोठड्या. तुरुंग नाही, तर एखाद्या हॉटेलचेनच्या हॉटेलमधला खूप दूरवरचा कोपरा असावा असे वाटत होते. छोट्या छोट्या लॉबीज्, छोट्या छोट्या कॉरिडॉर्सचे जाळेच होते. कोठडी एखाद्या मोटेलमधल्या खोलीप्रमाणे होती. पण फारच दणकट आणि फारच सुरक्षित. कड्याकोयंडे, बाहेर उघडणारे पोलादी दरवाजे, कॉंक्रीटच्या भिंती, छताजवळ फूटभर उंचीच्या, गज लावलेल्या खिडक्या, बिछाना म्हणून बरॅक्समध्ये असते तशी अरुंद कॉट; पण तरीही तीन मार्गिकांच्या रस्त्यावर असणाऱ्या जागेपेक्षा मोठी आणि आरामशीर अशीच जागा. शंकाच नाही, कॉटशेजारी एक खुर्चीदेखील होती. जॉइन्ट बेस डायर – हेल्सिंग्टन हाऊसचे नाव उज्ज्वल करणारी जागा. उच्च पदांवरील कैद्यांची आतमधील जागा कनिष्ठ पदांवरील कैद्यांच्या बाहेरच्या जागांपेक्षा खूप चांगली होती.

रीचर खुर्चीत बसला.

एस्पिन दरवाजात थांबला.

चांगलेच घडेल अशी आशा करा. पण त्याच वेळी वाइटात वाईट काही घडले तर त्याला कसे तोंड द्यायचे याचाही विचार करा.

"शक्य तितक्या लवकर मला ड्यूटी कॅप्टनशी बोलायचे आहे," रीचर म्हणाला.

"त्याला यावे लागणारच आहे," एस्पिनने उत्तर दिले. "तुला नियम सांगावे लागतील त्याला."

"नियम मला माहीत आहेत. मी स्वतःच कोणे एके काळी ड्यूटी कॅप्टन होतो. पण तरीही लवकरात लवकर त्याला भेटण्याची गरज आहे मला."

"मी निरोप देतो तसा."

आणि एस्पिन निघून गेला.

खण्णकन दार बंद झाले, कुलूप लागले, कड्या सरकवल्या गेल्या.

वीस एक मिनिटांनी तेच सर्व आवाज उलट्या क्रमाने ऐकू आले. कड्या सरकल्या, कुलूप निघाले आणि दार उघडले. एखाद्या शेंगेसारखा उंच आणि सडपातळ कॅप्टन दाराच्या चौकटीवर डोके आपटू नये याची काळजी घेत वाकूनच आत शिरला.

"तू आम्हाला त्रासदायक तऱ्हेने वागणार आहेस का?" त्याने विचारले.

“तुम्ही सगळेच जण सभ्यपणे वागणार असाल तर मी कशासाठी तुम्हाला त्रास देऊ?”

उंचसा कॅप्टन हसला. “मी काय करू शकतो तुझ्यासाठी?”

“माझ्यासाठी कुणाला तरी फोन कर. ११०व्या युनिटमधल्या सार्जन्ट लीचला. मी कुठे आहे ते तिला सांग. तिचा माझ्यासाठी काहीतरी निरोप असण्याची शक्यता आहे. तसा तो असेल तर मला येऊन सांग.”

“तुझ्या कुत्र्याच्या खाण्यापिण्याची व्यवस्था करून ड्रायक्लिनिंगचे कपडेही आणायचे आहेत का?”

“माझ्याकडे ड्रायक्लिनिंगसाठी कपडे नसतात. माझ्याकडे कुत्राही नाही. तुला आवडत असेल तर जे. ए. जी. मधील मेजर सलीव्हनला फोन कर. वकील आहे ती माझी. सांग की मला भेटायचे आहे तिला. आजच. दिवस संपण्यापूर्वी. तिला म्हणावं अशिलाला तिच्याशी विचारविनिमय करायचा आहे. खूप महत्त्वाचे आहे सांग.”

“एवढेच?”

“नाही. नंतर एच. आर. सी. च्या कॅप्टन एडमन्ड्सला फोन कर. ती माझी दुसरी वकील आहे. मेजर सलीव्हनच्या भेटीनंतर मला ताबडतोब तिला भेटायचे आहे. तिला सांग की तिच्याशी खूप महत्त्वाच्या गोष्टींवर चर्चा करायची आहे.”

“आणखी काही?”

“आज तुझ्या ताब्यात किती कैदी आहेत?”

“तू आणि दुसरा एक.”

“तो कैदी म्हणजे मेजर टर्नर असणार, बरोबर?”

“बरोबर.”

“ती जवळपास आहे का?”

“या ठिकाणी हा एकच तुरुंग आहे.”

“तिचा वकील तिच्यासाठी काम करण्याच्या परिस्थितीत नाही, हे तिला समजण्याची गरज आहे. तिला दुसरा वकील लागणार आहे. तू तिला तसे सांगून तिला दुसरा वकील मिळेल याची खात्री करून घे.”

“तू हे बोलावेस ही फार चमत्कारिकच गोष्ट आहे.”

“मूरक्रॉफ्टच्या बाबतीत जे काही घडले आहे त्याचा माझ्याशी काहीही संबंध नाही. तुलाही ते लवकरच कळणार आहे. तोंडाला फासले गेलेले काळे नंतर धूत बसण्यापेक्षा प्रथम ते लागणारच नाही याची काळजी घेतलेली बरी.”

“तरीही तू हे बोलावेस ही फार चमत्कारिकच गोष्ट आहे. कोण मेल्यामुळे तुला ए. सी. एल. यू. चे अध्यक्ष बनविले आहे?”

"राज्यघटनेचे पालन करेन अशी मी शपथ घेतली आहे. तूही घेतली आहेस. तिचे प्रतिनिधित्व करण्यासाठी कायमच कार्यक्षम वकील मिळणे हा मेजर टर्नरचा अधिकार आहे. तत्त्व तरी निदान तेच आहे आणि अपिलावर कार्यवाही सुरू झाली की मध्ये खंड पडणे वाईट दिसेल. सांग तिला की नवीन वकील लवकरात लवकर शोध. आजच दुपारी मिळाला तर छान होईल. तिच्या ध्यानात हे येते आहे याची खात्री करून घे."

"आणखी काही?"

"एवढेच. आभारी आहे कॅप्टन," रीचर म्हणाला.

"आभार कसले यात?" असे म्हणत कॅप्टन वळला. दारात वाकून बाहेर पडला. कॉरिडॉरमध्ये आला.

खण्णकन दार बंद झाले, कुलूप लागले, कड्या सरकवल्या गेल्या.

रीचर होता तसाच थांबला. खुर्चीत बसून राहिला.

पंधरा मिनिटांनी पुन्हा दाराचे आवाज झाले. कड्या सरकल्या, कुलूप निघाले, दार उघडले. ड्यूटी कॅप्टन बाहेरच उभा राहिला. मान दुखायची पाळी यायला नको. "तुझ्या मुख्यालयातील सार्जन्ट लीचकडून सन्देश आहे," तो म्हणाला. "अफगाणिस्तानमधील दोघे जण मृतावस्थेत सापडले. हिन्दुकुश पर्वतातील पायवाटेवर. डोक्यात गोळ्या मारल्या होत्या. बहुतेक नऊ एम. एम. च्या. तीन दिवसांपूर्वी, असा अंदाज आहे."

क्षणभर थांबून रीचर उद्गारला, "आभारी आहे, कॅप्टन."

चांगलेच घडेल अशी आशा करा. पण त्याच वेळी वाइटात वाईट काही घडले तर त्याला कसे तोंड द्यायचे याचाही विचार करा."

आणि वाइटात वाईट असे काहीतरी घडले होते.

१६

खुर्चीत बसून रीचर विचार करत होता. डोक्यातच कल्पनेने नाणे उडवून ओलीसुकी करत होता. पहिल्या वेळी काय पडेल? छापा की काटा? पन्नास पन्नास टक्के शक्यता. अगदी सरळ होते. कारण नाणेच काल्पनिक होते. खरे नाणे, खऱ्या व्यक्तीने ओलीसुकी करण्यासाठी उडवले, तर नाण्याची जी बाजू नाणे उडवताना वर असते तीच बाजू वर येण्याची शक्यता एकावन्न टक्क्यांच्या जवळपास असते. नक्की असे का होते, हे कुणालाही स्पष्टपणे समजावून देता येत नसले तरी प्रयोगांनी सिद्ध झाले आहे. त्याचा संबंध कशाशीही असेल. नाण्याचे वेगवेगळ्या आसांभोवती फिरणे, डुगडुगणे, एअरोडायनॅमिक्स वगैरे. एखादे तत्त्व मांडणे आणि त्याची चाचणी घेणे, यातही फरक पडतो.

पण रीचरचे नाणे काल्पनिक होते. तेव्हा दुसरी वेळ : छापा की काटा? पुन्हा पन्नास पन्नास टक्केच शक्यता. तिसरी वेळ आणि मग चौथी. प्रत्येक वेळी नाणे उडविणे ही स्वतंत्र घटना होती. छापा किंवा काटा पडण्याची शक्यता तीच होती. संख्याशास्त्राच्या दृष्टीने. आधीच्या नाणे उडविण्याशी काही संबंध नाही. अगदी प्रत्येक वेळेला पन्नास टक्केच शक्यता. पण याचा अर्थ लागोपाठ चार वेळेला छापा पडण्याची शक्यता पन्नास टक्के असते, असा मुळीच नाही. लागोपाठ चार वेळेला छापा येणे ही शक्यता शंभरात सहा एवढीच होती. पन्नास पन्नास टक्के शक्यतेपेक्षा फारच वाईट टक्केवारी. साधे गणित.

आणि रीचरला लागोपाठ चार वेळेला छापाच पडायला हवा होता. सुरुवात : सूझन टर्नरला आज दुपारी नवीन वकील मिळेल? उत्तर : हो तरी किंवा नाही तरी. पन्नास पन्नास टक्के शक्यता. छापा काट्यासारखी. नाणे उडवल्यासारखी. नंतर : नवीन वकील गोरा पुरुष असेल? उत्तर : हो तरी किंवा नाही तरी. पन्नास पन्नास टक्के शक्यता. आणि त्यानंतर : प्रथम मेजर सलीव्हन, नंतर कॅप्टन एडमन्ड्स हे

सूझन टर्नरचा नवीन वकील इमारतीत असेल त्याच वेळी येतील? म्हणजे तिला नवीन वकील मिळणार आहे हे गृहीत धरले तर? उत्तर : हो तरी, किंवा नाही तरी. पन्नास पन्नास टक्के शक्यता. सर्वांत शेवटी : तिघेही वकील एकाच गेटमधून आतमध्ये शिरतील? उत्तर हो तरी किंवा नाही तरी. पन्नास पन्नास टक्के शक्यता.

हो किंवा नाही अशी चार उत्तरे. प्रत्येक घटना एकमेकांशी संबंध नसलेली. वेगळी. प्रत्येक वेळेला पन्नास पन्नास टक्क्यांची समान शक्यता. लागोपाठ चार वेळेला उत्तर बरोबर मिळण्याची शक्यता शंभरात सहा होती. अशक्यप्रायच.

चांगलेच घडेल अशी आशा करा. रीचर तशीच आशा करत होता. त्याचे कारणही समर्थनीय होते. संख्याशास्त्राचा मानवी भावभावनांशी संबंधच नसतो. वास्तव जग तसेच असते असे नाही. प्रत्यक्ष युद्धाशी संबंध न येणाऱ्या जे.ए.जी. कॉर्प्समध्ये स्त्री-पुरुष भेदाभेद होत नाही असे नाहीच. वरिष्ठ पदांवर पुरुषाचीच नेमणूक करण्याकडे कल असतो. आणि भ्रष्टाचाराचा आरोप असणाऱ्या एम.पी. मेजरचे प्रतिनिधित्व करण्यासाठी वरिष्ठ दर्जाच्या वकिलाची गरज आहे, असे समजले जाणारच. तेव्हा सूझन टर्नरचा नवीन वकील स्त्री असेल का पुरुष याची शक्यता पन्नास पन्नास टक्केच असेल असे नाही. बहुधा त्र्याहत्तर टक्क्यांच्या आसपास असेल. इच्छा असेल त्या बाजूने. मूरक्रॉफ्ट शेवटी पुरुषच होता. आणि गोरा होता. काळ्या लोकांचे सैन्य दलांमध्ये चांगल्या तऱ्हेने प्रतिनिधित्व केले जाई. एकूण जनसंख्येचा विचार केला तर खूप चांगले म्हणता आले नसते. आठात एक. म्हणजे ८७ : १३ हेच प्रमाण.

आणि त्याचा एक वकील तरी रीचर अमर्याद काळापर्यंत या इमारतीत ठेवू शकला असता. त्यांना बोलण्यात अडकवून ठेवायचे एवढेच काम त्याला करावे लागले असते. एका मागोमाग एक खोटे खोटे, वाट्टेल ते मुद्दे काढत बसायचे. खूप काळजी वाटते आहे असा देखावा निर्माण करायचा. तो त्यांना कायम अडकवून ठेवू शकेल. निदान ते पार कंटाळेपर्यंत किंवा त्यांची सहनशीलता संपुष्टात येईपर्यंत किंवा सर्व कायदेशीर शिष्टाचार आणि सभ्य वागणूक यांचाच त्यांना विसर पडेपर्यंत. तेव्हा त्याचा वकील आणि टर्नरचा वकील एकाच वेळी या इमारतीत हजर असण्याची शक्यता पन्नास पन्नास टक्क्यांपेक्षा नक्कीच जास्त होती. पुन्हा एकदा त्र्याहत्तर टक्केच बहुधा किंवा त्याहूनही जास्तच.

डायरला नेहमी भेट देणाऱ्या पाहुण्यांना उत्तरेकडचे प्रवेशद्वार गार्डहाऊसच्या जवळ आहे हे माहीत असल्याने ते त्या प्रवेशद्वाराचाच वापर करणार. बहुधा. तेव्हा वकील कुठल्या गेटने आत शिरतील याची शक्यताही पन्नास टक्क्यांहून जास्तच होती. टर्नरचा नवीन वकील जर नेहमी इथे येत असेल तरच. तसे नसण्याची शक्यताही तेवढीच होती म्हणा. वर्गात हीरो असणारी मंडळी खूप फिरत असतील

असे समजायचे कारण नव्हते. शक्यता पंचावन्न टक्के ते पंचेचाळीस टक्के होती. खूप चांगली नसली तरी थोडीशी चांगली परिस्थिती.

पण तरीही एकूण सर्व परिस्थितीचा विचार करता, त्याच्या योजनेच्या यशाची शक्यता शंभरात सहा एवढीच होती.

खूप चांगली अर्थातच नव्हती.

म्हणजे प्रथम टर्नरला नवीन वकील मिळणार आहे असे गृहीत धरले तरी.

चांगलेच घडेल अशी आशा करा.

रीचर थांबला. न हलता, शांतपणे, सहनशीलपणे. त्याच्या डोक्यातले घड्याळ मात्र चालू होते. दुपारचे तीन. साडेतीन, चार. खुर्ची आरामशीर होती. कोठडी उबदार होती. कुठलेही आवाज तिथे पोहोचत नसल्याने बाहेरचे आवाज कानांवर येत नव्हते. तुरुंगात आहोत असे न भासण्यासारखीच जागा होती. सुसंस्कृत लोकांना ठेवण्यासारखीच.

या सर्व गोष्टींची मदतच होईल अशी रीचरला आशा होती.

शेवटी दुपारी साडेचार वाजता कड्या सरकल्या, कुलूप निघाले, दार उघडले. उंच असा कॅप्टन म्हणाला, ''मेजर सलीव्हन तुला भेटायला आली आहे.''

खेळ सुरू करायची वेळ झाली होती.

१७

उंच अशा कॅप्टनने रीचरला त्याच्या पुढून चालायला सांगितले आणि तो त्याच्या मागोमाग निघाला. कॉरिडॉरमध्ये एकदा डावीकडे वळला आणि एकदा उजवीकडे. जितका थोडाफार भाग रीचरने बघितला होता त्यावरून तो तुरुंगाचा नकाशा डोळ्यांसमोर आणायचा प्रयत्न करत होता. मुख्य कार्यालय बहुतेक आणखी तीन वळणांनंतर असावे. अजून थोडेच दूर. त्याच्या आधी एक छोटी चौकोनी लॉबी असायला हवी. क्वारन्टीनचा बंद भाग असणारी. तिथे क्लार्क असणार. मागच्या बाजूला घेऊन जाणारा दरवाजा असणार. त्यापूर्वी छोट्या कॉरिडॉरच्या दोन्ही बाजूंना मुलाखती घेण्यासाठींच्या खोल्या असणार. पोलीस जेव्हा संशयितांच्या मुलाखती घेत असत, तेव्हा वापरल्या जाणाऱ्या खराब खोल्या उजव्या हाताला आणि इतर जण जेव्हा संशयितांना भेटत असतील तेव्हा वापरल्या जाणाऱ्या, जरा चांगल्या अशा खोल्या, डाव्या हाताला. कोठड्यांच्या दिशेने जाताना रीचरने त्या बघितल्या होत्या. तशा दोन जागा होत्या आणि तो बहुतेक त्यांच्या दिशेनेच निघाला आहे, असा त्याचा तर्क होता. वकील आणि त्यांचे अशील यांना बोलण्यासाठी चांगल्या जागा. त्यांच्या दारांना असणाऱ्या मुठींच्या वरती खिडक्या पाडलेल्या होत्या.

पहिले दार ओलांडून पुढे जात असताना त्याने हळूच खिडकीतून आत नजर टाकली. क्लास ए युनिफॉर्म चढविलेली, बंद ब्रीफकेसवर हात ठेवून टेबलाच्या डावीकडे बसलेली सलीव्हन त्याला दिसलीच नव्हती, अशा थाटात तो चालत राहिला. दुसरे दार दिसताच थांबला. त्याने सरळ दारावरच्या खिडकीमधून आत बघितले.

ती दुसरी खोली रिकामी होती.

अशील नाही, पुरुष अथवा स्त्री वकीलही नाही.

छापा किंवा काटा यांच्यापैकी काहीच नाही.

अजून तरी.

मागून येणारा उंच कॅप्टन उद्गारला, "थांब, मेजर. तू या मागच्या खोलीत असणार आहेस."

रीचरने मागे वळून चालायला सुरुवात केली. दाराला कुलूप नव्हते. मूठ फिरवून उंच कॅप्टनने दार उघडले. रीचरचे लक्ष दार उघडताना होणाऱ्या आवाजाकडे होते. दाराच्या मुठीचा स्पष्टपणे येणारा खट्ट असा आवाज. बिजागरे एकमेकांवर घासली जातानाची खरखर. सिलिकॉन सील्सच्या एअरलॉकचा स्विश् असा आवाज. मोठा नाही पण विशिष्ट असा आवाज. रीचरने आत पाऊल टाकल्यावर सलीव्हनने मान वर केली. उंच कॅप्टन तिला म्हणाला, "बोलणे संपले की घंटी वाजव काऊन्सेलर."

रीचर सलीव्हनसमोर बसला. कॅप्टनने दार ओढून घेतले आणि तो निघून गेला. दाराला आतल्या बाजूने मूठच नसल्याने त्याने कुलूप घातले नव्हते. काहीतरी विसरले असावे असा अनपेक्षित आभास निर्माण करणारा पोलादी पत्राच फक्त दारावर होता. चेहरा आहे पण नाकच नाही असेच काहीतरी. दाराच्या बाजूच्या खांबाजवळ घंटीचे बटण होते. *बोलणे संपले की घंटी वाजव, काऊन्सेलर.* खोली साधी असली तरी चांगली वाटत होती. खोलीला एकही खिडकी नव्हती, पण पोलिसांच्या खोलीपेक्षा नक्कीच स्वच्छ होती. हवेशीरही. बल्ब पण चमकदार होता.

सलीव्हनने आपली ब्रीफकेस उघडली नाही. हातांची बोटे एकमेकांत गुंतवून तिने हात ब्रीफकेसवर ठेवले होते. "मूरक्रॉफ्टवरच्या हल्ल्यात मी तुझे प्रतिनिधित्व करणार नाही. खरं तर कुठल्याच प्रकरणात तू मला अशील म्हणून नकोच आहेस."

रीचरने उत्तर दिले नाही. त्याचे लक्ष कॉरिडॉरमधून काही आवाज येतात का, याकडे होते. विशेष काही आवाज येत नव्हते. तेवढेही पुरेसे असतील म्हणा.

"मेजर," सलीव्हन म्हणाली.

"ते तुला मीच अशील म्हणून देणार आहेत, तेव्हा सवय करून घे."

"कर्नल मूरक्रॉफ्ट माझा मित्र आहे."

"तुझा जुना शिक्षक?"

"त्यांच्यापैकी एक."

"मग ते कसे असतात ते तुला ठाऊक असायलाच पाहिजे. त्यांच्या डोक्यात ते नेहमी वर्गामध्ये शिकवत आहेत अशीच भावना असते. सॉक्रेटिक का काय म्हणतात तसे. तो मजा म्हणून माझे पाय ओढत होता, गमतीने वादविवाद करत होता. कारण ते नेहमी तेच करतात. तू निघालीस आणि तो म्हणाला की त्याचे टोस्ट खाणे संपले की तो योग्य ती कागदपत्रे सादर करणार आहे आणि तशी ती

सादर करायचे नेहमीच त्याच्या मनात होते. पण सरळपणे उत्तर देणे ही त्याची पद्धत नाही.''

''माझा विश्वास नाही तुझ्या बोलण्यावर. आज सकाळी कुठलीही कागदपत्रे सादर केली गेलेली नाहीत.''

''मी शेवटचे त्याला बघितले तेव्हा तो जेवणघरामधून चालत बाहेर पडत होता. तू निघाल्यानंतर साधारण दोन मिनिटांनी.''

''तेव्हा तू हेदेखील नाकारतोच आहेस?''

''विचार कर, काऊन्सेलर. मेजर टर्नरला कोठडीमधून बाहेर काढणे हे माझे ध्येय होते. मूरक्रॉफ्टवर हल्ला करून मला त्यात कशी काय मदत होणार होती? त्यामुळे उलट एक किंवा दोन दिवस फुकट जाणार होते.''

''तू मेजर टर्नरची एवढी काळजी का करतो आहेस?''

''फोनवर बोलणारा तिचा आवाज मला आवडला होता.''

''एखादे वेळी तुला मूरक्रॉफ्टचा राग आला असेल.''

''मी रागावलेला वाटत होतो?''

''थोडासा.''

''तुझी चूक होते आहे, मेजर. मी अजिबातच रागावलेलो नव्हतो, कारण मला राग आलेलाच नव्हता. मी शांतपणे तिथे बसलो होतो. शिक्षकाचा व्यवसाय असलेला आणि मला भेटलेला हा काही पहिलाच माणूस नाही. मीदेखील शाळेत शिक्षण घेतलेले आहे.''

''पण मला फार अस्वस्थ वाटायला लागले होते.''

''तू पोडोल्स्किला काय सांगितलेस?''

''तेच सांगितले. वाद झाला होता आणि मला फार अस्वस्थ वाटायला लागले होते.''

''जोरात भांडण झाले, असे सांगितले होतेस?''

''तू सरळसरळ त्याच्याशी वाद घालत बसला होतास.''

''मग मी काय करावे असे वाटत होते तुला? उभे राहून सलाम ठोकायला हवा होता? तो काही सुप्रीम कोर्टाचा चीफ जस्टिस नाही.''

''तुझ्याविरुद्ध सज्जड पुरावा आहे. तुझे कपडे मुख्यत्वेकरून. उत्कृष्ट पुरावा.''

रीचरने उत्तर दिले नाही. त्याचे लक्ष पुन्हा बाहेरच्या आवाजांकडे लागले होते. त्याला कॉरिडॉरमध्ये पावलांचा आवाज आला. दोघे जण. दोन्ही पुरुष. खालच्या आवाजात बोलणे. छोटी छोटी वाक्ये. वादविवाद नाही. थोडक्यात आणि स्पष्ट अशी दररोजच्या माहितीची देवाणघेवाण. पावलांचा आवाज पुढे जात नाहीसा झाला. दारांचे आवाज नाहीत. खट्ट असा आवाज नाही, खरखर नाही, स्विश् असा

आवाज नाही.

"मेजर," सलीव्हनने त्याचे लक्ष वेधून घेण्याचा प्रयत्न केला.

"तुझ्या ब्रीफकेसमध्ये पैशांचे पाकीट आहे?"

"काय?"

"मी विचारले ते ऐकलेस तू."

"का असावे?"

"कारण तुझ्या हातात पर्स नाही. आणि माझ्या बोलण्याचा उगीच वेगळा अर्थ काढणार नसशील तर तुझा युनिफॉर्म अगदी अंगाला बसेल असा शिवला आहे. खिसे कुठेही फुगलेले नाहीत."

सलीव्हनने ब्रीफकेसवरचे आपले हात न उचलता म्हटले, "आहे. माझ्या ब्रीफकेसमध्ये पैशांचे पाकीट आहे."

"पाकिटात किती पैसे आहेत?"

"माहीत नाही. तीस एक डॉलर्स असतील."

"गेल्या वेळी ए.टी.एम.मधून किती पैसे काढले होतेस?"

"दोनशे डॉलर्स."

"आणि ब्रीफकेसमध्ये सेलफोनही असणारच."

"आहे."

"तर मग माझ्याविरूद्ध जेवढा पुरावा आहे असे तू म्हणते आहेस ना, तेवढाच तो तुझ्याविरुद्धही आहे. तू तुझ्या साथीदाराला बोलावून तुझ्या जुन्या शिक्षकाला धडा शिकविण्यासाठी एकशे सत्तर डॉलर्स दिलेस. कित्येक वर्षांपूर्वीच्या काळात तुला हवे तितके गुण त्याने तुला दिले नव्हते आणि तुझ्या मनात त्याच्याविरुद्धचा राग धुमसत होता."

"हे बोलणे हास्यास्पद आहे."

"पण माझे तेच म्हणणे आहे."

सलीव्हन गप्प बसली.

रीचरने विचारले, "तुझ्या ग्रेड्स कशा होत्या?"

"ठीक होत्या. उत्कृष्ट नव्हत्या."

रीचरचे कान पुन्हा बाहेरच्या आवाजांकडे वळले. पण कॉरिडॉरमध्ये शांतता होती.

सलीव्हन म्हणाली, "भराव टाकण्यासाठी जिथे कचऱ्याच्या गाड्या रिकाम्या केल्या जातात, तिथे डिटेक्टिव्ह पोडोल्स्कि शोध घ्यायची आज्ञा देईल. तुझे कपडे तो शोधेल. ते काही कठीण नाही. शेवटच्या गाड्यांचा कचरा सर्वांत वरतीच सापडेल. डी. एन्. ए. चाचणीला उतरतील ते?"

“नक्की,” रीचर म्हणाला. “कारण तो मी नाही.”

नंतर : कॉरिडॉरमध्ये पावलांचे आवाज. शांतपणे पडणारी पावले. दोन माणसांची. अनेक माणसेही असू शकतील म्हणा. एका मागोमाग एक येणारी. आवाज थांबले. उभी राहिली असणार. खुलासा. खालच्या आवाजात. काय शक्य आहे : *हीच खोली कर्नल. दुसरी वापरात आहे.* आणि : दाराचे आवाज. प्रथम खट्ट असा दाराच्या मुठीचा आवाज, बिजागरे घासली गेल्याची खरखर, सिलिकॉन सील्सच्या एअरलॉकचा स्विश् असा आवाज.

वकील आला असणार. नक्की टर्नरचाच. तिच्याशिवाय आणखी दुसरे कुणी नव्हतेच इथे. रीचरची वकील हजर असताना : निदान त्याची पहिली वकील हजर असताना. अजून तरी. आत्तापर्यंत सर्व ठीक चालले होते.

छापा आणि छापाच.

लागोपाठ दोन वेळेला.

“रॉड्रिगेझच्या ॲफिडेव्हिटबद्दल सांग मला,” रीचर म्हणाला.

“ॲफिडेव्हिट म्हणजे योग्य त्या अधिकाऱ्यासमक्ष दिलेली लेखी जबानी असते,” सलीव्हन म्हणाली.

“ते माहीत आहे मला,” रीचर म्हणाला. “तुझा जुना दोस्त मूरक्रॉफ्ट याला सांगितले होते, त्याप्रमाणे ही काही मेंदूवरची शस्त्रक्रिया नाही. *त्याने शपथेवर जाहीर केले आहे याला लॅटिनमध्ये ॲफिडेव्हिट म्हणतात.* पण ॲफिडेव्हिट बनवणारा माणूस जर मेला असेल तर त्या ॲफिडेव्हिटला किंमत तरी किती द्यायची? खऱ्याखुऱ्या, वास्तव जगात?”

सलीव्हनचे हात प्रथमच ब्रीफकेसवरून बाजूला झाले. एकदा एका आणि एकदा दुसऱ्या बाजूला हलायला लागले. पुस्तकी जगात वावरणाऱ्यांच्या हालचाली. *शक्य असेल किंवा नसेलही.* “अमेरिकन न्यायतत्त्व शास्त्रानुसार ज्या माणसाने शपथेवर ॲफिडेव्हिट बनविले आहे, तो माणूस जर उलटतपासणीसाठी हजर राहू शकत नसेल आणि दुसरा पुष्टी देणारा पुरावा नसेल तर त्यावर पूर्णतः विश्वास ठेवता येत नाही,” सलीव्हन म्हणाली. “पण न्यायाच्या दृष्टीने किंवा जनमताचा विचार करून ते दाखल करून घेता येते. इथे तर सरकारी वकील म्हणणार आहे की त्याच्याकडे तसा पुष्टी देणारा पुरावा आहे म्हणून. ११०व्या युनिटच्या फाइल्समधल्या दररोजच्या नोंदवहीत तू त्याला भेटल्याचा उल्लेख आहे. त्यानंतरचा निष्कर्ष दाखविणारा वैद्यकीय तपासणीचा अहवाल आहे. या सर्व गोष्टी एकत्रितपणे सर्व कथा व्यवस्थित सांगतात, असा त्याचा दावा असणार आहे.”

“तो खोडून काढण्यासाठी तू वाद घालशील?”

“नक्की,” सलीव्हन म्हणाली. “पण खरं तर त्यांचे मुद्दे बरोबर आहेत.

म्हणजे मुद्देसूद आहेत. हे घडले, मग *ते* आणि त्यानंतर आणखी काहीतरी. हा जो मधला *ते* आहे ना तो काढून त्या ठिकाणी आपल्याला वरवर फार अशक्य भासणारी गोष्ट घालता यायला हवी. तू निघून गेलास आणि त्यानंतर दुसराच कुणी तिथे, त्याच वेळेला आणि त्याच ठिकाणी हजर झाला आणि त्यानेच त्याला जबरदस्त मारहाण केली वगैरे.''

रीचरने उत्तर दिले नाही, तो पुन्हा ऐकत होता.

सलीव्हन म्हणाली, ''आपल्यापुढे प्रश्‍न असा आहे की आपण बचावाचा प्रयत्न करूनही केस हरलो तरीही कोर्टाला इतका राग येण्याची शक्यता आहे की गुन्हा कबूल केल्यामुळे जितकी शिक्षा झाली असती त्यापेक्षा जास्तीच शिक्षा फर्मावली जाऊ शकेल. हा धोका फारच गंभीर आहे. माझा सल्ला आहे की भलताच धोका न पत्करता गुन्हा कबूल करून शिक्षा कमी करून घेऊ या. पाच किंवा दहा वर्षांच्या शिक्षेपेक्षा दोन वर्षांची शिक्षा नक्कीच बरी.

रीचरने उत्तर दिले नाही कारण त्याचे लक्ष पुन्हा बाहेरच्या आवाजांवर खिळले होते. प्रथम त्याला काहीच ऐकू आले नाही. पूर्ण शांतता. नंतर : कॉरिडॉरमध्ये पावलांचे आवाज. दोन माणसांचे. एका मागोमाग एक चालत असणाऱ्या.

सलीव्हन उद्गारली, ''मेजर?''

नंतर : दाराचे आवाज. तेच दार. प्रथम खट्ट असा दाराच्या मुठीचा आवाज. बिजागरे घासली गेल्याची खरखर. सिलिकॉन सील्सच्या एअरलॉकचा स्विश् असा आवाज. थोडा वेळ शांतता. मग दार बंद झाल्यावर उलट्या क्रमाने तेच आवाज. एका माणसाच्या पावलांचे दूर जाणारे आवाज.

तेव्हा आता टर्नर तिच्या वकिलाबरोबर, शेजारच्याच खोलीत होती आणि कॉरिडॉर रिकामा होता.

खेळ सुरू करायची वेळ झाली होती.

रीचर म्हणाला, ''मला माझ्या कोठडीच्या बाबतीत खूप गंभीर प्रश्न आहे, काऊन्सेलर. तू येऊन बघायलाच पाहिजे.''

१८

सलीव्हनने विचारले, "तुझ्या कोठडीच्या बाबतीत तुला एवढा कुठला गंभीर प्रश्न आहे?" कंटाळा आल्याप्रमाणे विचारलेला प्रश्न असला तरी सहनशीलता संपुष्टात आली आहे अशा तऱ्हेने विचारलेला नव्हता. तिने तडकाफडकी त्याचे बोलणे उडवून लावले नव्हते. आरोपीच्या वकिलांना वाट्टेल ती बडबड ऐकून घेण्याची सवय झालेली असते, कारण संशयित कुठल्याही तऱ्हेने सुटका करून घेण्याच्या प्रयत्नात असतो. त्याला अपील करायचेच असते. प्रत्येक काल्पनिक आणि क्षुल्लक भासणारा मानापमान किंवा अन्याय याची चौकशी करावी लागते. शहानिशा करून घ्यावी लागते. रीचरला ते माहीत होते. हे सर्व खेळ कसे खेळले जातात, हे त्याला ठाऊक होते.

"मला तुझ्या मनात उगीचच काहीतरी भरवून द्यायचे नाही. स्वतः काय ते बघून तू तुझे प्रामाणिक मत बनवायला पाहिजे."

"आत्ता?"

"का नको?"

"ठीक आहे," ती नाइलाज झाल्याप्रमाणे म्हणाली.

उभी राहून ती दाराजवळ गेली आणि तिने घंटीचे बटण दाबले.

तिची ब्रीफकेस तिने टेबलावरच ठेवली होती.

रीचर उभा राहिला आणि थांबला. तिच्या मागेच.

एक मिनिट.

दोन.

मग दारामधल्या काचेच्या छोट्या खिडकीवर सावली दिसली, दार उघडले आणि ड्यूटी कॅप्टनने विचारले, "काम झाले, काऊन्सेलर?"

"नाही," सलीव्हन म्हणाली. "कोठडीच्या बाबतीत त्याला काहीतरी गंभीर

प्रश्न आहे म्हणे.''

ड्यूटी कॅप्टनने रीचरकडे बघितले. त्याच्या चेहऱ्यावर कोड्यात पडल्याचे भाव होते. थोडे आश्चर्याचेही. *खरंच? तू म्हणतो आहेस हे? तू?* असेच तो जणू म्हणत होता.

शेवटी 'आलिया भोगासी...' असा विचार करत तो म्हणाला, ''ठीक आहे. काय असेल ते बघू या.''

त्याला जसे काही ते करणे भागच होते. खेळ कसा खेळतात ते त्यालाही ठाऊक होते.

रीचर पुढे निघाला. त्याच्या मागे सलीव्हन. सर्वांत शेवटी उंच असा कॅप्टन. एका मागोमाग एक असे ते चालत निघाले. डावीकडे वळले, मग उजवीकडे. कोठडीच्या दारात. कोठडीला कड्या लावलेल्या नव्हत्या आणि कुलूपही, कारण रीचर कोठडीत नव्हता. रीचरने इतरांना आत शिरता यावे म्हणून दार उघडून धरले. कॅप्टनने हळूच रीचरकडून दाराचा ताबा घेतला आणि खूण केली. *तू आधी, मग मी.* मठ्ठ असेलही पण डोके शाबूत होते त्याचे.

रीचर प्रथम आत शिरला, मागोमाग सलीव्हन आणि मग कॅप्टन. थांबून रीचरने बोट दाखवले.

''तिकडे, त्या फटीत,'' रीचर म्हणाला.

''कुठली फट?'' सलीव्हनने विचारले.

''जमिनीवर आहे. भिंतीजवळच. खिडकीच्या बरोबर खाली.''

सलीव्हनने पुढे पाऊल टाकले. उंच कॅप्टन बिछान्याजवळ थबकला.

''मला कुठे फट वगैरे दिसत नाही,'' सलीव्हन म्हणाली.

''त्या फटीमध्ये काहीतरी वळवळ करते आहे,'' रीचर म्हणाला.

सलीव्हन खाडकन उभी राहिली. उंच कॅप्टन वाकून बघायला लागला. नैसर्गिक प्रतिक्रिया. रीचरने तत्क्षणी त्याच्या दंडावर हात ठेवून त्याला जोराने पुढे ढकलले. एखादा जलतरणपटू तलावाच्या काठावर जोर लावून निघतो त्याप्रमाणे. कॅप्टन धाडकन बिछान्यावर कोसळला. सलीव्हन गर्रकन वळत असतानाच रीचरने कोठडीच्या दाराबाहेर पाऊल टाकत दार बंद केले. कड्या घालून टाकल्या.

कॉरिडॉरमधून तो धावत सुटला. सलीव्हनची ब्रीफकेस ठेवलेली होती, ती खोली ओलांडून पुढच्या खोलीजवळ पोहोचला. बुटांच्या लेसेस काढून घेतलेल्या असल्याने त्याला नीट पळताही येत नव्हते. मागे उभे राहून त्याने दारामधल्या खिडकीमधून आत नजर टाकली.

आणि प्रथमच सूझन टर्नरला बघितले.

वाट बघत थांबण्यासारखीच आहे, त्याच्या मनात विचार आला.

अगदी वादातीतपणे.

ती टेबलाच्या उजव्या बाजूला बसली होती. आर्मी कॉम्बॅट युनिफॉर्म चढविलेला असला तरी त्यावरच्या सर्व पट्ट्या आणि टॅग्ज काढून टाकलेले होते. पिवळट तपकिरी रंगाचे बूट. त्यांच्या लेसेस काढून घेतलेल्या. सर्वसाधारण स्त्रियांपेक्षा निदान दोन इंच तरी उंच होती. सडपातळ, उन्हाने सावळी पडलेली त्वचा, नाजूक वाटणारी शरीरयष्टी, गडद बदामी रंगाचे डोळे. काळेभोर केस मागे घेऊन बांधून टाकलेले. चेहरा थोडा थकलेला वाटत असला तरी मनाने खंबीर वाटत होती. आणि बुद्धिमानही.

अप्रतिम, रीचरच्या मनाने विचारपूर्वक कौल दिला.

थांबण्याचे चीज झाले वाटण्यासारखी, त्याच्या मनात पुन्हा विचार आला.

तिचा वकील टेबलाच्या डाव्या बाजूला बसलेला होता. क्लास ए युनिफॉर्म मधला कर्नल. मध्यमवयीन, मध्यम आकाराचा. केस थोडेसे पांढरे पडलेले. चेहऱ्यावर रेषांचे जाळे.

पुरुष होता.

गोरा.

छापा.

तिसऱ्या वेळेला.

तो आणि मागची लॉबी यांच्यामध्ये असलेल्या क्वारन्टीनच्या दाराच्या दिशेने रीचर पुढे झाला. आतमध्ये दाराला मूठ नव्हती. घंटीचे बटणच फक्त. कॉन्फरन्स रूममध्ये होते तसेच.

आपले बूट काढून त्याने घाईघाईने पुनःपुन्हा बटण दाबायला सुरुवात केली. पाच सेकंद होत असतील नसतील तर दार उघडले आणि हातात मूठ पकडून लॉबी क्लार्क दार उघडून उभा राहिला. त्याच्या कंबरेच्या पट्ट्यावर एखाद्या गिर्यारोहकाने त्याची साधने अडकवावीत तसा धातूच्या कडीवर किल्ल्यांचा जुडगा होता.

दम लागल्याप्रमाणे रीचर कसाबसा उद्‌गारला, "तुझ्या कॅप्टनला झटका आला आहे. हृदयविकाराचाही असू शकेल. अचानक कोसळला. हात-पाय झटकतो आहे. त्याच्याकडे बघायला हवे. आत्ताच्या आत्ता, सोल्जर."

आज्ञा देणारा जागेवर असणे ही सैन्य दलात फार मौल्यवान गोष्ट असते. आज्ञेचे पालन ताबडतोब होते. एखादा सेकंदच घुटमळून त्याने आतल्या कॉरिडॉरमध्ये पाऊल टाकले. त्याच्या मागे दार पुन्हा बंद व्हायला लागताच रीचरने आपल्या डाव्या पायाचा बूट तिथे टाकून ते बंद होणार नाही याची काळजी घेतली आणि तो तसाच अनवाणी त्याच्या मागोमाग धावत त्याच्यापुढे गेला आणि त्याने पहिल्याच

कोठडीचे दार उघडून धरले. त्या कोठडीला कड्याकुलुपे नव्हती, कारण ती रिकामी होती.

पण ती काही क्षणच रिकामी राहणार होती.

"इकडे, आत," तो क्लार्कला म्हणाला.

लॉबी क्लार्क घाईघाईने धावत आत शिरत असतानाच रीचरने त्याच्या पट्ट्यावरचा किल्ल्यांचा जुडगा हातात धरला आणि पॅन्टवरून जोराने खेचला. पॅन्टचा लूप तुटूनच तो त्याच्या हातात आला. मग त्याने इतक्या दणक्यात त्याला आत ढकलले की तो कोठडीत आडवा झाला. रीचरने दार लावून कड्या घातल्या.

एक दीर्घ श्वास आत घेतला आणि हळूहळू बाहेर सोडला.

कठीण भाग तर पुढेच होता.

१९

सलीव्हनची ब्रीफकेस अजूनही ज्या खोलीमधल्या टेबलावर होती, त्या खोलीमध्ये रीचर परत आला. त्याने धाड्कन दार उघडले, ब्रीफकेस उचलली आणि दार पुन्हा बंद होण्याच्या आत बाहेर पडून दार बंद होऊ दिले नाही. गुडघ्यांवर बसून त्याने ब्रीफकेस उघडली. सर्व फाइल्स, कायदेशीर कागदपत्रे यांच्याकडे दुर्लक्ष करून आत चाचपत गाडीची चावी शोधली आणि ती पॅन्टच्या खिशात टाकली. मग त्याला पैशाचे पाकीट सापडले. त्यामधून त्याने सलीव्हनचे सैन्य दलाचे ओळखपत्र बाहेर काढले. हेलन सलीव्हन. तिचे पहिले नाव हेलन होते तर. ते ओळखपत्र त्याने आपल्या शर्टच्या खिशात टाकले. पैसे काढून पॅन्टच्या खिशात ठेवले. पेन सापडल्यावर त्याने झेरॉक्स केलेल्या एका फॉर्मचा त्रिकोणी तुकडा फाडला आणि त्यावर लिहिले *प्रिय हेलन, मी तुझे तीस डॉलर्स देणे लागतो.* खाली सही केली. *जॅक रीचर.* पैसे होते त्या कप्प्यात त्याने ती चिठ्ठी ठेवून दिली, पाकीट बंद केले आणि ब्रीफकेसही.

मग ब्रीफकेस हातात घेऊन तो उभा राहिला.

एक दीर्घ श्वास घेतला आणि हळूहळू बाहेर सोडला.

खेळ सुरू करायची वेळ झाली होती.

तो पुढे निघाला. बारा फूट अंतरावर दुसरी खोली. दाराच्या खिडकीतून त्याने आत बघितले. सूझन टर्नर शांतपणे बोलत होती. हात वर-खाली करत आपला एक एक मुद्दा पटवून देत होती. तिचा वकील कान देऊन तिचे बोलणे ऐकत होता. पिवळ्या लीगल पॅडवर टिप्पण्या लिहीत होता. त्याची उघडलेली ब्रीफकेस टेबलावरती बाजूला सरकवून ठेवली होती. सलीव्हनच्या ब्रीफकेसच्या मानाने कमी भरलेली. पण त्याचे खिसे भरलेले वाटत होते. त्याचा युनिफॉर्म खूप चांगला शिवलेला नव्हता. ढगळ होता. खिशावर नावाची पट्टी होती- टेम्पल.

रीचर पुन्हा लॉबी आणि त्याच्यामध्ये असणाऱ्या क्वारन्टीनच्या दारात पोहोचला. त्याने डाव्या पायातला बूट दारातून काढून घेतला आणि त्या ठिकाणी सलीव्हनच्या गाडीची चावी ठेवून दिली. दार बंद झाले नसते. त्याने आपले बूट चढविले. लेसेस नसल्याने सैल बसत होते. ज्या खोलीमध्ये टर्नरची तिच्या वकिलाबरोबर मुलाखत चालू होती, त्या खोलीबाहेर येऊन तो उभा राहिला.

एक दीर्घ श्वास आत घेतला आणि हळूहळू बाहेर सोडला.

झट्कन आणि सहजतेने दार उघडून तो खोलीत शिरला. मागे वळून त्याने सलीव्हनची ब्रीफकेस दाराच्या कोपऱ्यात ठेवली. दार आता बंद झाले नसते. तो वळला तेव्हा टर्नर आणि तिचा वकील दोघेही त्याच्याकडे बघत होते. वकिलाच्या चेहऱ्यावर कुठलेच भाव नव्हते. पण टर्नरच्या चेहऱ्यावर ओळख पटत चालल्याचे भाव होते.

''कर्नल, तुझे ओळखपत्र बघण्याची गरज आहे मला,'' तो म्हणाला.

''तू कोण?'' वकिलाने विचारले.

''डिफेन्स इन्टेलिजन्स एजन्सी. नेहमीचीच पद्धत, सर.''

आज्ञा देणारा जागेवर असणे, ही सैन्य दलात फार मौल्यवान गोष्ट असते. क्षणभरच घुटमळून त्याने आतल्या खिशात हात घातला आणि आपले ओळखपत्र बाहेर काढले. रीचरने पाऊल पुढे टाकून त्याच्या हातामधून ते काढून घेतले आणि नीट बघितले. *जॉन जेम्स टेम्पल.* आश्चर्य वाटल्याप्रमाणे त्याने आपल्या भुवया उंचावल्या, पुन्हा ओळखपत्राकडे नजर टाकून ते आपल्या शर्टच्या खिशात टाकले. सलीव्हनचे ओळखपत्र ज्या खिशात टाकले होते त्याच खिशात.

''माफ कर, कर्नल,'' तो म्हणाला. ''मी तुझा मिनिटभर वेळ घेऊ शकतो का?''

मागे पाऊल टाकून त्याने दार उघडून धरले. *तुझ्या मागोमाग येतोच.* क्षणभर कर्नलच्या चेहऱ्यावर अनिश्चितता दिसली. पण तो उभा राहिला. हळूच टेबलाशेजारून पुढे झाला. खांद्यावरून मागे बघत रीचर टर्नरला म्हणाला, ''तू इथेच थांब, मिस्. आम्ही आलोच.''

क्षणभर घुटमळून वकील पाय घासतच रीचरच्या पुढे झाला. ''उजवीकडे, सर, प्लीज,'' असे म्हणत रीचर त्याच्या मागोमाग निघाला. त्याच्या बुटांना लेसेस नसल्याने, त्याला तर खरोखरच पाय घासत चालावे लागत होते. लेस नसलेले बूट हा त्याचा कच्चा दुवा होता. सर्वसाधारणतः वकिलांचे लक्ष इकडेतिकडे जात नसेलही, पण ते बुद्धिमान असतात आणि तर्कशुद्ध विचार करू शकतात. त्याच्या योजनेचा हा टप्पा घाईगर्दी न करता पार पाडायला हवा होता. शांतपणे. गडबड नाही. घबराट नाही. पण त्यामुळे वकिलाला विचार करायला सवड मिळणार होती.

आणि त्याने विचार केलाही.

पहिल्या रिकाम्या कोठडीपासून वीस फूट अंतरावर असताना तो खाड्कन उभा राहिला आणि मागे वळून त्याने सरळ रीचरच्या बुटांकडेच बघितले. तत्क्षणी रीचरने त्याचे तोंड पुन्हा समोर वळवले आणि त्याला पुढे चालवायला सुरुवात केली. कुठलाही मिलिटरी पोलीस आपल्या कारकिर्दीच्या सुरुवातीच्या काळातच वरिष्ठ अधिकाऱ्याला अटक करून कसे चालवत न्यायचे ते आपोआप शिकत असतो. कुठल्याही फिल्ड मॅन्युअलमध्ये उल्लेख नसला तरी ही गोष्ट सूचना देऊन, उदाहरणाने शिकविली जाते. रीचरने कर्नलच्या उजव्या हाताचे कोपर मागच्या बाजूने डाव्या हातात घट्ट पकडले आणि जोराने खाली खेचत त्याला पुढे ढकलायला सुरूवात केल्यावर बाकी सर्व तो विसरला. लडखडत वाकून पुढे चालायला लागला. त्याला श्वासोच्छ्वास करणे कठीण पडायला लागले. वेदनांमुळे नाही तर होणाऱ्या मानखंडनेमुळे. रीचरला तेवढ्यावर आनंद होता. त्याला दुखवायची रीचरची अजिबातच इच्छा नव्हती. त्याचा काहीच दोष नव्हता.

एका मोठ्या उघड्या कोठडीच्या दिशेने तो त्याला घेऊन गेला. ती बघताक्षणी तरी त्याला वाटले होते की सूझन टर्नरला त्याच कोठडीत ठेवले होते म्हणून. त्याला आत ढकलून त्याने कोठडीचे दार बंद करून कड्या लावून टाकल्या.

मग दम खात तो क्षणभर कॉरिडॉरमध्ये उभा राहिला.

आता निघायला हरकत नाही, त्याने ठरविले.

दुसऱ्या कॉन्फरन्स रूममध्ये त्याने पाऊल टाकले. सूझन टर्नर तशीच टेबल आणि दार यांच्यामध्ये उभी होती. त्याने आपला हात पुढे करत स्वतःची ओळख करून दिली, ''मी जॅक रीचर.''

''माहीत आहे ते मला. फाइलमधला तुझा फोटो मी बघितला होता आणि तुझा आवाजही ओळखला. फोनवरच्या बोलण्यावरून.''

त्यानेही तिचा आवाज ओळखला. फोनवर झालेल्या बोलण्यावरूनच. मैत्रीपूर्ण, जवळीक निर्माण करणारा, थोडासा घोगराही. त्याला जसा आठवत होता तसाच भुरळ पाडणारा आवाज. समोरासमोर बोलताना जास्तच चांगला. जिव्हाळा निर्माण करणारा.

''तुला भेटून मला खूप आनंद झाला,'' तो म्हणाला.

तिने त्याचा हात हातात घेतला. ''मलाही तुला भेटून तेवढाच आनंद होतो आहे. पण तू इथे नक्की काय करतो आहेस?''

''मी इथे काय करतो आहे ते तुला ठाऊक आहे आणि का करतो आहे ते देखील. निदान माझी आशा आहे तशी. तुला जर ते कळत नसेल तर तुझ्यासाठी काहीही करण्यात अर्थ नाही.''

"तू यात गुंतून पडावेस अशी माझी इच्छा नव्हती."

"म्हणून भेटायला येण्यावरच बंदी घातलीस?"

"तू येशील अशी शक्यता मला वाटत होती. आलास तर त्याच पावली तू परत जावेस, अशी माझी इच्छा होती. तुझ्याच भल्यासाठी."

"तसे काहीच घडले नाही पण."

"आपण इथून बाहेर पडू शकू अशी शक्यता किती आहे?"

"आत्तापर्यंत तरी नशिबाने आपल्याला हात दिला आहे." त्याने खिशात हात घालून सलीव्हनचे ओळखपत्र बाहेर काढले. सलीव्हनच्या फोटोकडे बघितले. मग टर्नरच्या चेहऱ्याकडे. स्त्रीच होती. केसांचा रंग साधारण सारखाच होता. पण तेवढेच. त्याने ते ओळखपत्र तिच्या हातात ठेवले.

"कोण आहे ही?" तिने विचारले.

"माझी वकील. म्हणजे माझी एक वकील. आज सकाळीच भेट झाली आमची."

"आत्ता कुठे आहे ती?"

"कोठडीत. दार ठोकत बसली असणार. आपल्याला निघायची गरज आहे."

"आणि तू माझ्या वकिलाचे ओळखपत्र घेतले आहेस?"

रीचरने खिशावर हात ठेवला. "इथेच आहे."

"पण तू तर अजिबातच त्याच्यासारखा दिसत नाहीस."

"म्हणून गाडी तूच चालवणार आहेस."

"अंधार झाला आहे का?"

"होतो आहे हळूहळू."

"तर मग निघू या आपण."

कॉरिडॉरमध्ये येऊन ते क्वारन्टीनच्या दाराच्या दिशेने निघाले. सलीव्हनच्या गाडीच्या किल्लीमुळे ते अजूनही इंचभर उघडे राहिले होते. रीचरने दार ओढले आणि टर्नरने किल्ली उचलली. ते एका छोट्या चौकोनी लॉबीत आले. मागे दार बंद झाले. बाहेर पडण्याचे दार बंद होते. खर्चीक आणि सुरक्षित यंत्रणेमुळेच, यात शंकाच नव्हती. रीचरने क्लार्ककडून खेचलेला किल्ल्यांचा जुडगा बाहेर काढला आणि एका मागोमाग एक किल्ल्या लावत कुलूप उघडायचा प्रयत्न सुरू केला. एकूण आठ किल्ल्या. पहिली, दुसरी, तिसरी, चौथी वापरून उपयोग झाला नाही.

पण पाचवी किल्ली योग्य ठरली. खटका दाबून कुलूप उघडताच रीचरने दार उघडले. बाहेरची थंडगार हवा आत शिरली. दुपारचा प्रकाश नाहीसा होत चालला होता.

टर्नरने विचारले, "आपण कुठली गाडी शोधतो आहोत?"

“गडद हिरव्या रंगाची सेदान.”

“वा! लष्करी तळावर मोठीच मदत!”

मैत्रीपूर्ण, जवळीक निर्माण करणारा, थोडा घोगरा आवाज.

दोघांनी एकदमच बाहेर पाऊल टाकले आणि रीचरने दार ओढून बंद केले, कुलूप लावून टाकले. तेवढाच मिनिटभर जास्त वेळ मिळेल असा त्याचा हिशेब होता. त्यांच्यापुढे डाव्या बाजूला, डांबराने बनविलेल्या एका चौकापलीकडे, तीस एक यार्ड अंतरावर, एक छोटा पार्किंग लॉट होता. सतरा गाड्या उभ्या होत्या आणि बहुतेक सर्व खासगी गाड्या. दोन साध्यासुध्या सेदान होत्या. त्यांपैकी कुणाचाच रंग हिरवा नव्हता. पार्किंग लॉट पलीकडे पश्चिमेला वळणारा रस्ता होता. तोच रस्ता पूर्वेला कोपऱ्यावरून नाहीसा होत होता.

“काय करू या?”

“शंका असली की डावीकडे वळायचे,” रीचर म्हणाला. “मी तरी नेहमी त्याच तत्त्वावर काम करत आलो आहे.”

डावीकडे वळल्यावर इमारतीच्या कोपऱ्यापलीकडे असलेला दुसरा एक पार्किंग लॉट नजरेत आला. खूप छोटा. कोन करून सहा गाड्या उभ्या राहतील एवढाच आणि सहा गाड्या उभ्या होत्या. सर्व हिरव्या रंगाच्या सेदान गाड्या.

“हा ठीक आहे,” टर्नर म्हणाली.

सहाही गाड्यांच्या मागे सारखे अंतर राखून तिने की-फॉबवरचे बटण दाबले.

काही झाले नाही.

तिने पुन्हा प्रयत्न केला. काही झाले नाही. “बॅटरी संपली असेल,” ती म्हणाली.

“गाडीतली?” रीचरने विचारले.

“की-फॉबमधली,” ती म्हणाली.

“मग सलीव्हन इथे कशी पोहोचली?”

“तिने गाडीच्या दारात किल्ली घातली असणार. आपण पूर्वी घालत होतो तशी. आपल्याला प्रत्येक गाडीच्या दारात किल्ली घालून बघायला पाहिजे.”

“आपण तसे करू शकत नाही. गाडी चोरतो आहोत असे वाटेल.”

“गाडी चोरतोच आहोत आपण.”

“किंवा यातली एकही गाडी तिची नसेल,” रीचर म्हणाला. “मी गाडीची नंबर प्लेट बघितली नव्हती. अंधार होता.”

“या तळावर आपण जास्त वेळ फिरत बसू शकणार नाही.”

“मला वाटते आपण उजव्या बाजूलाच वळायला हवे होते.”

लेसेस न बांधलेल्या बुटांनी जितक्या भराभरा चालता येईल तसे चालत ते

परत फिरले. गार्डहाऊसच्या मागच्या बाजूच्या दाराशेजारून जात कोपऱ्यावरून पुढे आले. चालताना खूप चांगले वाटत होते. स्वातंत्र्य आणि मोकळी हवा. तुरुंगामधून बाहेर पडल्यावर पहिले तीस यार्ड अंतर फार सुखदायक असते, असे रीचरला नेहमीच वाटत आले होते. आणि टर्नर त्याच्याबरोबर आहे, हेदेखील त्याला आवडत होते. तिच्या मनावर खूप ताण पडलेला असूनही ती धीर धरून होती. आत्मविश्वासाने वावरत होती. चालत जाणारे दोघे जण. इतर लबाड माणसांसारखेच दोघे. *तुमची तीच जागा आहे अशा खात्रीने वागायचे.*

पश्चिमेला बघितला होता तसाच सहा गाड्यांचा पार्किंग लॉट. पण तीनच गाड्या उभ्या होत्या. त्यातली एकच सेदान होती. आणि गडद हिरव्या रंगाची होती. तिने पुन्हा की-फॉबवरचे बटण दाबले.

काही झाले नाही.

जवळ जाऊन तिने गाडीच्या दारावर असणाऱ्या कुलूपात किल्ली घातली.

बसली नाही.

"गार्ड हाऊसला भेट देणारा वकील कुठून आत येत असेल?" तिने विचारले. "पुढच्या प्रवेशद्वारानेच. बरोबर? पुढच्या प्रवेशद्वाराजवळ पार्किंग लॉट आहे?"

"असायलाच पाहिजे," रीचर म्हणाला. "नसता तरच बरे झाले असते असे वाटते आहे म्हणा. पण आपण तिथे फारच उघड्यावर पडू."

"आणि आपण इथेही उगीच वेळ काढू शकत नाही. कुणीही सहज पकडू शकेल आपल्याला."

ते चालत इमारतीच्या पुढच्या कोपऱ्यावर आले आणि सावलीत उभे राहिले. पुढे मोकळी जागा आहे असे रीचरला जाणवत होते. दिवे असणार. रहदारी असणार.

"मी तीन म्हटले की निघू या," टर्नरने सांगितले. "एक, दोन, तीन."

कोपऱ्यावरून ते पुढे झाले. *तुमची तीच जागा आहे अशा खात्रीने वागायचे.* कामाला निघायला उशीर झाल्याप्रमाणे ते निघाले होते. इमारतीच्या पुढच्या भागाला लागून फायरलेन होती. त्यानंतर एक दुभाजक होता. आणि शेजारी शेजारी गाड्या उभ्या करायला जागा. एकच रांग फक्त. एक जागा सोडून इतर सर्व ठिकाणी गाड्या उभ्या होत्या. आणि त्या रिकाम्या जागेच्या पलीकडे एक गडद हिरव्या रंगाची सेदान उभी होती.

"नक्की तीच गाडी," रीचर म्हणाला. "ओळखीची वाटते."

टर्नर सरळ त्या गाडीच्या दिशेने निघाली आणि तिने की-फॉबवरचे बटण दाबले. गाडीच्या आतले दिवे लागले, सिग्नल देणारे दिवे चमकून उठले आणि खट्ट करून दारांची कुलपे निघाली. डावीकडून शंभर यार्ड अंतरावरून एक गाडी

हळूहळू त्यांच्याच दिशेने येत होती. हेडलाइट्स लावलेले. रीचर आणि टर्नर वेगळे झाले. गाडीच्या उजव्या बाजूने रीचर निघाला तर डाव्या बाजूने टर्नर. रीचर प्रवासी बसणाऱ्या दाराच्या दिशेने तर टर्नर ड्रायव्हरच्या दाराच्या दिशेने. दोघेही एकाच वेळी दारे उघडून आत शिरले, गोंधळ नाही, घुटमळणे नाही. डावीकडची गाडी जवळ येत होती. दोघांनी आपापली दारे बंद केली. खाड्, खाड्. दोन महत्त्वाच्या भेटींमध्ये काही वेळ असणारे, कामाचा मोठाच भार सांभाळणारे कर्मचारी. टर्नरने इग्निशनमध्ये किल्ली घातली आणि इंजिन सुरू केले.

येणारी गाडी त्यांच्या गाडीच्या डाव्या बाजूने पार्किंग लॉटमध्ये वळली. हेडलाइट्सच्या प्रकाशात ते चमकून उठले.

"नीघ," रीचर म्हणाला. "ताबडतोब नीघ."

पण टर्नर निघाली नाही. रिव्हर्स गिअर टाकून तिने निघायची तयारी केली तर फक्त पार्किंग लाइट्सच लागले. टर्नरने एक शिवी हासडली. पण तोपर्यंत फार उशीर झाला होता. येणारी गाडी त्यांचा रस्ता अडवून त्यांच्या मागेच उभी राहिली. मग त्या गाडीच्या ड्रायव्हरने चाक जोरात वळवले आणि आपली गाडी त्यांच्या शेजारच्या रिकाम्या जागेत उभी करायला सुरुवात केली.

ती गाडी कॅप्टन ट्रेसी एडमन्ड्स चालवत होती. रीचरची वकील. एच. आर. सी. बरोबर काम करणारी. कॅन्डिस डेटन. त्याची दुपारची दुसरी भेट.

रीचर आपल्या सीटमध्ये खूप खाली सरकला आणि त्याने आपला चेहरा ओंजळीत धरला. डोके दुखत असणाऱ्या एखाद्या माणसाप्रमाणे.

टर्नरने विचारले, "काय झाले?"

"ती माझी दुसरी वकील आहे. कॅप्टन एडमन्ड्स. मी दोन्ही वकिलांशी लागोपाठ भेटी ठरविल्या होत्या.

"का?"

"तुझा वकील पोहोचेल तेव्हा मी खात्रीने माझ्या कोठडीबाहेर असेन अशी मला खात्री पटवून घ्यायची होती."

"तिच्या दृष्टीस पडू नकोस."

"तो आपल्या बाबतीतला मोठा प्रश्न नाही. ती इमारतीत शिरल्यावर एका मिनिटात सगळा गोंधळ उडणार आहे."

"मग एकच वकील पुरेल याची तू काळजी घ्यायला हवी होतीस."

"तू केले असतेस तसे?"

"बहुधा नाही."

बाजूच्या जागेत गाडी मागे पुढे करत ती नीट उभी केल्यावर एडमन्ड्सने आपल्या गाडीचे दिवे बंद केले. टर्नरने आपल्या गाडीचे दिवे लावले आणि गाडी

मागे घेऊन वळवली. एडमन्ड्स गाडीचे दार उघडून खाली उतरली. रीचरने चेहऱ्यावरचे हात खाली घेतले. गिअर बदलत टर्नर गाडी सुरू करत हळूहळू निघत असताना एडमन्ड्स शांतपणे उभी राहिली. टर्नरने हात हलवून तिचे आभार मानले.

"दक्षिणेकडचे प्रवेशद्वार," रीचर म्हणाला. "बरोबर? हे सर्व जण बहुतेक उत्तरेकडच्या प्रवेशद्वाराने आले असणार."

"मान्य आहे," टर्नर म्हणाली.

टर्नरने दक्षिणेकडच्या प्रवेशद्वाराने गाडी नेण्यासाठी ती संकुलातून वळवली. लहान-मोठ्या इमारतींशेजारून डावी-उजवी वळणे घेत, इथे तिथे वेग कमी-जास्त करत, गाडी थांबविण्याची सूचना दिसली की थांबवत, दोन्ही बाजूंना वाकून वाकून बघत, पुन्हा गाडी सुरू करत, ती बाहेर पडण्याच्या रस्त्याला लागली. पहिल्या सुरक्षा चौकीच्या दिशेने निघाली.

तीन चौक्यांमधली पहिली चौकी.

२०

पहिली चौकी सहज पार झाली. *तुमची तीच जागा आहे अशा खात्रीने वागायचे.* टर्नरने रीचरचे, त्याने उसने घेतलेले ओळखपत्र, त्याच्याकडून आपल्याकडे घेतले आणि तिचे आणि त्याचे अशी दोन्ही ओळखपत्रे पत्त्यांच्या पानांसारखी पसरून हातात धरली, गाडी हळू चालवत स्वतःच्या बाजूची खिडकीची काच खाली घेतली, मागची ट्रन्क उघडून गाडी पूर्णपणे थांबवली. अगदी नैसर्गिकपणे. जणू काही यातली प्रत्येक गोष्ट याच क्रमाने ती आयुष्यभर दररोजच करत असल्यामुळे तिच्या सवयीचीच झाली होती.

रीचरचा तर्क होता त्याप्रमाणे आणि तिची आशा होती त्याप्रमाणे चौकीतल्या पहारेकऱ्याने अपेक्षित अशीच प्रतिक्रिया दिली. ओळखपत्रांकडे क्षणभर नजर टाकली, त्याहून कमीच वेळात गाडीच्या ट्रन्कमध्ये काही नाही याची खात्री करून घेतली आणि त्यांच्यासाठी ट्रन्क खाडकन बंद केली.

टर्नरने गाडी पुढे घेतली.

आणि मोठ्याने श्वास सोडला.

''एडमन्ड्स आत्तापर्यंत आत पोहोचली असणार,'' रीचर म्हणाला.

''काही चमकदार कल्पना मनात येत आहेत?'' तिने विचारले.

''काहीतरी गडबड आहे असा नुसता संशय जरी आला तरी गाडी दणक्यात अडथळ्यांमधून पुढे हाण. वरती पट्ट्या रंगविलेले धातूचे कोन उडविले तर आहोत त्याहून काही जास्त अडचणीत आपण सापडणे शक्य नाही.''

''पण एखादे वेळी पहारेकरीच गाडीखाली यायचा.''

''नाही येणार. तो बाजूला उडी मारेल. शेवटी तीही माणसेच आहेत.''

''आणि सैन्य दलाच्या गाडीला पोचा येईल तो वेगळाच.''

''काल रात्री मी सैन्य दलाच्या एका गाडीला पोचे आणलेच आहेत. दोघांची

डोकी आपटून.''

''सैन्य दलाच्या प्रॉपर्टीला डोकी आपटून पोचे आणणे हे तुझे खास वैशिष्ट्य दिसते आहे,'' ती म्हणाली. आवाज मैत्रीपूर्ण, जवळीक निर्माण करणारा, थोडासा घोगराही. ''माझ्या केबिनमधल्या टेबलालाही तसाच एक खळगा पडलेला आहे.''

त्याने मान डोलावली. दक्षिण डाकोटाहून फोन केला होता तेव्हा त्या घटनेमागची कथा त्याने तिला फोनवर ऐकवली होती. एक जुने प्रकरण, निष्फळ ठरलेले प्रयत्न आणि त्यामुळे आलेला वैताग. छोटीशीच गोष्ट. मुद्दाम लांबवून सांगितलेली. केवळ ती बोलत राहावी म्हणून. तिचा गोड आवाज कानांवर पडत राहावा म्हणून.

तिने विचारले, ''काल रात्रीचे दोघे कोण होते?''

''गुंतागुंतीचे प्रकरण आहे,'' तो म्हणाला. ''नंतर सांगेन.''

''सांगू शकशील अशी आशा आहे माझी,'' ती म्हणाली.

ते दुसऱ्या सुरक्षा चौकीच्या दिशेने निघाले. तिथून दणक्यात गाडी हाणून पुढे जाणे हा पर्याय नव्हता. दुपारचे पाच वाजून गेले होते. गर्दीची वेळ, लष्करी खाक्या. बाहेर पडण्यासाठी वाहने रांगेत उभी होती. आत शिरण्यासाठीही वाहनांची तशीच रांग होती. बाहेर पडण्याच्या मार्गिकेत आधीच दोन गाड्या उभ्या होत्या. आत प्रवेश करण्यासाठी तीन. चौकीत ड्यूटीवर दोन पहारेकरी होते. एक जण एकदा डाव्या आणि एकदा उजव्या बाजूला जात, एकदा एक गाडी आत सोडत होता आणि एकदा एक गाडी बाहेर जाऊ देत होता. पद्धतशीरपणे त्याचे काम चालू होते.

दुसरा पहारेकरी चौकीच्या आतमध्ये होता.

फोन हातात घेऊन कान देऊन ऐकत होता.

रुंदी कमी कमी होत जाणाऱ्या मार्गिकेत टर्नरने गाडी थांबवली. पुढून तिसरी गाडी. पहारेकऱ्याची चौकी पुढे आणि डाव्या हाताला आणि ओळीने असलेले, पोलादी पट्ट्यांमध्ये बसवलेले, साधारण तीन फूट उंचीचे, बसके, पिरॅमिडच्या आकाराचे टोकदार ठोकळे - ड्रॅगन्स टीथ उजव्या हाताला.

पहारेकरी अजूनही फोन हातात घेऊनच उभा होता.

दुसऱ्या बाजूच्या मार्गिकेतला अडथळा आणणारा आडवा दांडा वर झाला, एक गाडी आत शिरली. पहारेकरी त्यांच्या बाजूला आला, त्याने ओळखपत्र बघितले, गाडीची उघडलेली ट्रन्क बघितली, बटण दाबले. बाहेर घेऊन जाणाऱ्या मार्गिकेवरचा अडथळा वर झाला. एक गाडी बाहेर पडली.

''आत्ता गर्दीची वेळ आहे हीच गोष्ट आपल्या पथ्यावर पडणारी आहे. तपासणी वरवरच होते आहे,'' रीचर म्हणाला.

''तो फोन कशाबद्दलचा आहे यावर सर्व अवलंबून असणार आहे,'' टर्नर

म्हणाली.

रीचरने ट्रेसी एडमन्ड्सची प्रतिमा डोळ्यांसमोर आणली. ती गार्डहाऊसच्या मुख्य दरवाजामधून आत शिरते, पुढच्या बाजूच्या कार्यालयामध्ये पाऊल ठेवते आणि तिच्या लक्षात येते की ड्यूटी कॅप्टन जाग्यावर नाही. एखादा क्लार्कच हात करून थांबायला लावेल. एडमन्ड्स किती वेळ धीर धरेल? क्लार्क किती वेळ धीर धरेल? हुद्दा महत्त्वाचा असतो. एडमन्ड्सही कॅप्टन होती. ड्यूटीवर असणाऱ्या गार्डप्रमाणेच कॅप्टनसारखीच. एकाच पदावरील अधिकारी. ती थोडा वेळ नक्कीच धीर धरेल. एखाद्या मेजर किंवा कर्नलप्रमाणे संतापणार नाही. क्लार्क शक्यतो मध्ये पडायची टाळाटाळ करेल.

चौकीच्या आतला पहारेकरी अजूनही फोन हातात धरूनच उभा होता. चौकीबाहेरचा पहारेकरी या मार्गिकेमधून त्या मार्गिकेत झटपट उड्या मारत काम करत होता. दुसरी गाडी आत शिरली आणि दुसरी गाडी बाहेर पडली. टर्नरने गाडी पुढे घेतली. आता तिची गाडीच पहिल्या गाडीच्या जागी येऊन उभी राहिली होती. बाहेर पडायला तयार; पण चारही बाजूंनी अडकविलेली. उजवी बाजू, डावी बाजू, मागे दोन गाड्या, पुढे आडव्या पट्ट्यांनी रंगविलेले धातूचे कोन. तिने एकदा मोठ्याने श्वास घेतला, ट्रन्क उघडली, ओळखपत्रे पसरून धरली आणि तिच्या बाजूची काच खाली घेतली.

आतल्या पहारेकऱ्याने फोन खाली ठेवला आणि बाहेर जाणाऱ्या गाड्यांच्या मार्गिकेकडेच बघितले. पहिल्या गाडीपासून शेवटच्या गाडीपर्यंत आणि पुन्हा शेवटच्या गाडीपासून पहिल्या गाडीपर्यंत. टर्नरपासून सुरुवात करून पुन्हा टर्नरपर्यंत. बाहेर पडून तो तिच्या खिडकीजवळ पोहोचला.

"वेळ लागल्याबद्दल माफ कर," तो म्हणाला.

त्याने ओळखपत्रांवर नजर टाकली, गाडीच्या ट्रन्कमध्ये बघितले, ती त्यांच्यासाठी बंद केली आणि चौकीच्या बाजूवर असलेले बटण दाबले. अडथळा वर गेला. टर्नरने गाडी पुढे घेतली.

आणि मोठ्याने श्वास सोडला.

"आता एकच चौकी," रीचर म्हणाला. "आणि चांगल्या गोष्टी नेहमी तीनच्या पटीत घडतात."

"तुझा खरंच विश्वास आहे त्यावर?"

"नाही, खरं तर नाही. लागोपाठ तीन गोष्टी आपल्या मनाप्रमाणे घडण्याची शक्यता फार तर बारा टक्के असते."

तिसऱ्या चौकीवरच्या गोष्टी दुसऱ्या चौकीप्रमाणेच चाललेल्या दिसत होत्या. बाहेर जाणाऱ्या मार्गिकेमध्ये तीन गाड्या उभ्या होत्या आणि आत येणाऱ्या मार्गिकेमध्येही

तीनच गाड्या उभ्या होत्या. दोन पहारेकरी ड्यूटीवर. एक जण एकदा डाव्या बाजूला आणि एकदा उजव्या बाजूला जात एकदा एक गाडी आत सोडत होता आणि एकदा एक गाडी बाहेर सोडत होता. दुसरा चौकीच्या आतमध्ये हातात फोन धरून उभा होता.

लक्ष देऊन ऐकत होता.

टर्नर म्हणाली, "हे फोन महत्त्वाचेच असणार, बरोबर? या पहारेकऱ्यांना खरं तर आत्ता दुसऱ्या महत्त्वाच्या गोष्टींकडे लक्ष द्यायचे आहे. वरिष्ठ अधिकाऱ्यांचा खोळंबा होतो आहे. त्यांच्यापैकी काही जण तरी मरीन्स असणार. त्यांना अशी वागणूक आवडत नाही."

"आणि आपल्याला आवडते?"

"मरीन्सना आवडत नाही तितक्या उत्कटतेने नाही. आपण काही सारखे विनाशाच्या उंबरठ्यावर असलेल्या जगाला वाचवत नसतो."

"माझा डॅड मरीन होता."

"आणि त्याने जगाचे रक्षण केले?"

"तो काही खूप वरिष्ठ पदावर नव्हता."

"पहारेकरी फोनवर कुणाशी बोलत होता हे कळावे अशी खूप इच्छा आहे माझी."

रीचरचे विचार तो जेव्हा कॅप्टन होता त्या वेळच्या काळात गेले. दुसरा कॅप्टन आपले काम संपवून येण्यासाठी त्याने किती वेळ धीर धरला असता? बहुधा खूप वेळ नाहीच. पण एडमन्ड्स एखादे वेळी खूप सभ्यतेने वागणारी असेल. बघेल ती वाट. किंवा गार्डहाऊससारख्या अनोळखी वातावरणात तिला कसे वागायचे हेच कळत नसेल. वकील असूनदेखील. पण तिने बरीच गार्डहाऊसेस बघितली असणार. म्हणजे कायम टेबलावर बसूनच काम केले नसेल तर. कागदी घोडे नाचवणारी वकीलही असेल. पण ती एच. आर. सी. साठी काम करत होती. त्यालाही काहीतरी अर्थ असणार. एच. आर. सी. ची किती कामे तुरुंगातल्या कोठड्यांमध्ये पार पाडली जातात?

"मोठा तळ आहे हा," तो म्हणाला. "ते फोन गार्डहाऊसमधूनच आले असतील असे समजण्याचे कारण नाही."

"इतके महत्त्वाचे असे दुसरे काय घडले असेल?"

"एखादा जनरल येणार असेल, त्याच्यासाठी रस्ता साफ हवा असेल. किंवा पिझ्झाची ऑर्डर देत असतील, आपल्या मैत्रिणींना सांगत असतील की ते लवकरच घरी येत आहेत म्हणून."

"आशा करू या तशीच," टर्नर म्हणाली. "यांपैकीच एखादे कारण असेल

अशी किंवा हीच सर्व कारणे असतील अशी.''

विरुद्ध बाजूच्या मार्गिकेमधला आडवा दांडा वर उचलला गेला आणि एक गाडी आत शिरली. बाहेरचा पहारेकरी गाड्या बाहेर पडत असणाऱ्या मार्गिकेकडे आला, त्याने ओळखपत्र बघितले, ट्रन्कमध्ये नजर टाकली, आडवा दांडा वर केला. एक गाडी बाहेर पडली. टर्नरने गाडी पुढे घेतली. चौकीच्या आतला पहारेकरी अजून फोन हातात धरूनच उभा होता.

लक्ष देऊन ऐकत होता.

टर्नर म्हणाली, ''त्यांना फोनचीदेखील गरज नाही. माझ्या पोशाखावर टेप्स नाहीत, टॅग्ज नाहीत. ते माझ्याकडून काढून घेतले आहेत. मी पळून जाणाऱ्या कैद्यासारखी दिसते आहे.''

''किंवा स्पेशल फोर्सेसमधली कुणीतरी. गुप्तपणे आणि नाव कळू न देता काम करणारी. चांगल्या बाजूकडे बघ. त्यांना तुझे बूट बघू देऊ नकोस म्हणजे झाले.''

आणखी एक गाडी आत आली आणि एक गाडी बाहेर पडली. टर्नरने आपली गाडी पुढे काढली. रांगेत पहिली. तिने ट्रन्क उघडली, ओळखपत्रे पसरून धरली, आपल्या बाजूची काच खाली केली. चौकीच्या आतला पहारेकरी अजूनही फोन हातात धरून होता. बाहेरचा पहारेकरी विरुद्ध बाजूच्या मार्गिकेमध्ये होता. त्यांच्या गाडीच्या पुढे, शेवटच्या अडथळ्यानंतर धातूचे टोकदार उभे कोन नव्हते. रस्ता रुंद होत होता. व्हर्जिनियामधला रस्ता.

आणि त्या रस्त्यावर आर्लिंग्टन काऊन्टी पोलीस क्रूझर उभी होती.

टर्नरने विचारले, ''अजूनही मी गाडी दणकून पुढे घ्यावी अशी इच्छा आहे तुझी?''

''आपल्याला गरज भासली तरच,'' रीचर म्हणाला.

चौकीबाहेरच्या पहारेकऱ्याने तपासणी संपवली आणि आत शिरणाऱ्या गाडीसमोरचा अडथळा वर केला. चौकीमधल्या पहारेकऱ्याने फोनवरचे बोलणे ऐकून घेऊन फोन खाली ठेवला. बाहेर येऊन, गाडीजवळ वाकून त्याने टर्नरच्या हातामधल्या ओळखपत्रांकडे बघितले. नुसती नजर टाकली नाही तर फोटो बघून चेहऱ्यांकडेही बघितले. रीचरने विन्डशिल्डमधून सरळ बाहेर बघायला सुरूवात केली. एखाद्या मध्यमवयीन, मध्यम आकाराच्या, पुरुषाप्रमाणे दिसण्यासारखा प्रयत्न करत तो आपल्या जागी खाली सरकून बसला होता. पहारेकरी गाडीच्या ट्रन्ककडे वळला. नुसती नजर टाकली नाही तर शोधकपणे बघितले. मग हाताचा तळवा ठेवून ट्रन्क हळूच बंद केली.

तो चौकीच्या बाजूला वळला.

आणि त्याने बटण दाबले.

आडवा दांडा वर झाला. टर्नरने गाडी सुरू केली, अडथळ्याखालून पुढे घेतली, शेवटच्या टोकदार कोनांच्या बाजूने उपनगरी रस्त्यावर घेतली. रुंद रस्ता. दोन्ही बाजूंना झाडे लावलेली. मग उभ्या असलेल्या आर्लिंग्टन काऊन्टी पोलीस क्रूझरच्या शेजारून पुढे आणि दूर दूर.

रीचरच्या मनात विचार आला : *कॅप्टन ट्रेसी एडमन्ड्स ही अत्यंत सहनशील अशी स्त्री असणार.*

२१

सूझन टर्नरला स्थानिक रस्त्यांची चांगली माहिती असावी. एक डावीकडे वळण, एक उजवीकडे आणि नंतर सेमेट्रीच्या उत्तरेच्या कोपऱ्यावरून वळून तिने काही काळ गाडी सेमेट्रीच्या पूर्वेला असणाऱ्या रस्त्यावरून नेली. ती म्हणाली, "मी गृहीत धरते आहे की आपण युनियन स्टेशनवर जाऊन गाडी सोडून दिली तर त्यांना वाटेल की आपण आगगाडी पकडली आहे."

"मला चालेल," रीचर म्हणाला.

"तिथे कसे पोहोचायचे आहे तुला?"

"कोणीही सहसा जो मार्ग पकडणार नाही असा मार्ग कुठला?"

"दिवसाच्या या वेळी?" तिने विचारले. "शहरामधले रस्तेच बहुधा. नक्की कॉन्स्टिटय़ूशन ॲव्हेन्यू. गाडी हळू चालवावी लागेल. आणि शेवटपर्यंत आपण इतरांच्या नजरेखाली राहू."

"मग तसेच जाऊ. त्यांची अपेक्षा वेगळी असणार."

तेव्हा टर्नर नदी ओलांडायला तयार झाली. गर्दीचीच वेळ. पुढच्या गाडीला टेकवून गाडी चालवावी लागत होती. पार्किंग लॉटमध्ये शिरावे तशी. ती चाकावर बोटे आपटत होती, आरशात बघून मागच्या वाहतुकीवर नजर टाकत होती, एका मार्गिकेमधून दुसऱ्या मार्गिकेत घुसून थोडे अंतर जास्त कापता येते का ते बघत होती.

"शांत हो," रीचरने सांगितले. "ही गर्दी मित्र आहे आपली. कुणाला पाठलाग करण्याची संधीच मिळणार नाही."

"त्यांनी हेलिकॉप्टर वापरले नाही तरच."

"ते हेलिकॉप्टर वापरणार नाहीत. इथे नाही. कोसळून एखादा काँग्रेसमनच दगावेल याची त्यांना खूप धास्ती असते. अंदाजपत्रकात त्यांना मिळणारा पैसा कमी व्हायचा."

ते हळूहळू पूल चढायला लागले, नदीवर आले. आर्लिंग्टन काऊन्टी मागे पडली. टर्नर म्हणाली, ''तू अंदाजपत्रक हा शब्द उच्चारलास आणि मला आठवण झाली. माझ्याकडे पैसे नाहीत. माझ्याकडच्या सर्व वस्तू काढून घेऊन त्यांनी प्लॅस्टिकच्या पिशवीत भरून ठेवल्या आहेत.''

''माझ्याकडेही नाहीत. पण मी माझ्या वकिलाकडून तीस डॉलर्स उसने घेतले आहेत.''

''ती कशाला तुला पैसे उसने देईल?''

''तिने मला उसने पैसे दिले आहेत ते तिला कळलेले नाही. अजून तरी नाही. पण कळेल लवकरच. मी तिचे पैसे देणे लागतो अशी चिठ्ठी ठेवून दिली आहे.''

''आपल्याला तीस डॉलर्सपेक्षा जास्त पैसे लागणार आहेत. पहिली गोष्ट म्हणजे मला कपड्यांची गरज आहे.''

''आणि मला बुटांच्या लेसेसची. आपल्याला ए.टी.एम. शोधावे लागेल.''

''आपल्याकडे ए.टी.एम. कार्ड्स नाहीत.''

''ए.टी.एम. वेगवेगळ्या तऱ्हेची असतात.''

गाडी हळू करायची, थांबवायची, सुरू करायची अशा पद्धतीने त्यांनी पूल ओलांडून वॉशिंग्टन डी.सी. मध्ये प्रवेश केला. मेट्रो पोलिसांच्या अधिकाराखालचा भाग. आणि तत्क्षणी रीचरला पुढे दोन मेट्रो क्रूझर्स दिसल्या. लिंकन मेमोरिअलमागच्या फुटपाथच्या कडेला समोरासमोर तोंड करून उभ्या होत्या. त्यांची इंजिने चालू होती. दोन्ही गाड्यांवर मिळून डझनभर तरी रेडिओ ॲन्टिना दिसत होत्या. प्रत्येक गाडीत थंडीला तोंड देता येईल असा पोशाख चढविलेला एक पोलीस होता. या गाड्या म्हणजे सुरक्षेसाठी घेतलेली नेहमीची दक्षता असणार, अशी रीचरची आशा होती. मार्गिकेमधली पुढची वाहतूक पूर्णपणे थांबलेली दिसल्यावर मार्गिका बदलून टर्नरने स्वतःची गाडी त्यांच्या अगदी जवळून पुढे नेली. त्यांच्याकडून कुठलीच प्रतिक्रिया झाली नाही.

काळोख पडायला लागता लागता ते हळूहळू, थांबत थांबत पुढे जात होते. काही मैल लांबीच्या रस्त्यांवर पन्नास हजार गाड्या प्रवास करत होत्या. तेविसाव्या रस्त्यावरून ते उत्तरेला निघाले. आदल्या दिवशी त्याच चौकातून रीचर चालत गेला होता. मग उजवीकडे वळून कॉन्स्टिट्यूशन ॲव्हेन्यूवर. नजरेच्या टप्प्यापर्यंत अगदी सरळ आणि थेट दूरपर्यंत कॉन्स्टिट्यूशन ॲव्हेन्यूच दिसत होता. शेकडो गाड्यांचे मागचे लाल दिवे चमकत होते.

''रात्रीच्या त्या दोघांबद्दल सांग मला,'' टर्नर म्हणाली.

रीचर म्हणाला, ''मी बसने आलो आणि सरळ रॉक क्रीकला गेलो. संध्याकाळी माझ्याबरोबर जेवण घेशील का असे मी तुला विचारणार होतो; पण तू तिथे

नव्हतीस. तुझ्या जागेवर जो माणूस बसला होता त्याने माझ्या फाइलमधल्या कुठल्या तरी हल्ल्याच्या आरोपाबद्दल काहीतरी मूर्खासारखे बडबडायला सुरुवात केली. सोळा वर्षांपूर्वी चौकशी केली होती त्यागॅंगबॅन्गरवर झालेल्या हल्ल्याबद्दल. मी दुर्लक्षच केले. मग त्याने टायटल १० बद्दल काहीतरी सांगून पुन्हा मला सैन्यात भरती करून घेतले.''

''काय? तू पुन्हा सैन्यात आहेस?''

''काल संध्याकाळपासून.''

''अप्रतिम.''

''वाटत नाही तसं. अजून तरी नाही.''

''आणि माझ्या जागेवर कोण बसले होते?''

''कोणीतरी कर्नल मॉर्गन. व्यवस्थापनातला माणूस वाटतो. मुख्यालयाच्या उत्तर पश्चिम दिशेच्या एका मोटेलमध्ये त्याने माझी राहण्याची सोय केली. मी खोलीचा ताबा घेऊन पाच मिनिटे झाली नसतील तर हे दोघे जण गाडीतून हजर झाले. नक्की नॉन कमिशण्ड ऑफिसर्स. विशीतले. मी युनिटच्या नावाला कसा काळिमा फासला आहे वगैरे गाढवासारखे बोलत बसले. मग कोर्टमार्शलची- लष्करी कायद्याप्रमाणे चालविल्या जाणाऱ्या खटल्याची- कुणालाच झळ बसू नये म्हणून मी ताबडतोब शहर सोडून गेलो नाही तर प्रत्येक रात्री मला लाथांनी तुडवून काढतील, अशी धमकीही मला त्यांनी दिली. तेव्हा मी त्यांची डोकी त्यांच्याच गाडीच्या दारावर आपटली.''

''कोण होते तरी कोण ते? नावे कळली तुला त्यांची? मला अशी माणसे युनिटमध्ये नको आहेत.''

''मी एक गोष्ट निश्चितपणे सांगू शकतो. ते ११०व्या युनिटमधले नव्हते. त्यांची गाडी आतल्या बाजूनेदेखील खूप गरम होती. मैलभर अंतरावरील रॉक क्रीकपासून ते आले नव्हते. लांबून आले होते. त्यांना युद्धच काय पण साध्या हाणामारीचाही काही अनुभव नसावा. कुठल्याही तऱ्हेचे कौशल्य त्यांच्याकडे नव्हते. ती तुझी माणसे नव्हती. मला तशी पूर्ण खात्री आहे. मी इमारतीमध्ये सर्वत्र फिरून, सर्व केबिन्स उघडून युनिटमध्ये कोण आहेत याचा साधारण अंदाज घेतला होता. ही माणसे तिथली नव्हती.''

''मग होते कोण ते?''

''एका मोठ्या कोड्याचे दोन छोटेसे तुकडे.''

''आणि खोक्यावरचे चित्र काय आहे?''

''अजून माहीत नाही. पण मी आज पुन्हा त्यांना बघितले. कुमक घेऊन मोटेलवर आले होते. बरोबर आणखी दोन माणसे होती. तेव्हा एकूण चार जण.

मला वाटते मी तिथून निघून गेलो आहे याची खात्री पटवून घ्यायला आले होते. गेलो नसलो तर मी झटपट तसाच निर्णय घेईन याची ते काळजी घेणार होते.''

''पण ते जर ११०व्या युनिटमधले नसले, तर तू निघून जावेस अशी त्यांची का इच्छा होती?''

''अगदी बरोबर. ते तर मला ओळखतदेखील नव्हते. बहुतेक वेळेला जास्त ओळख झाल्यावरच मी निघून जावे, अशी लोकांची इच्छा असते.''

व्हिएतनाम वॉल- व्हिएतनाम युद्धाचे स्मारक- पार करून ते पुढे आले. तिथे मेट्रो पोलिसांची आणखी एक गाडी उभी होती. इंजिन सुरू. अनेक ॲन्टिना. ''मला वाटते आत्तापर्यंत बातमी नक्की पसरली असणार, असे आपण गृहीत धरायला काहीही हरकत नाही,'' रीचर म्हणाला.

''म्हणजे वाट बघता बघता तुझ्या कॅप्टन एडमन्ड्‌सला झोप लागली नसली तर,'' टर्नर म्हणाली.

उभ्या असणाऱ्या पोलीस क्रूझरजवळून इंचाइंचाने पुढे सरकत जात असताना रीचरने आतल्या पोलिसाला स्पष्टपणे बघितले. उंच, धारदार पात्यासारखा सडपातळ असा काळा माणूस. डायरमधील ड्यूटी कॅप्टनचा भाऊ शोभला असता. खरेच तसे असेल तर मात्र ती दुर्दैवी घटनाच ठरली असती.

''सोळा वर्षांपूर्वी नक्की कुणावर हल्ला केल्याचा आरोप आहे तुझ्यावर?'' टर्नरने विचारले.

''लॉस एन्जलीसमधला एकगॅंगबॅन्गर डेझर्ट स्टॉर्मच्या काळातील शस्त्रास्त्रे काळ्या बाजारात विकत होता. स्वतःला डॉग म्हणवून घेणारा एक अत्यंत आडदांड असा माणूस. मला त्याच्याशी बोलल्याचे आठवते. पण तो मेला. त्याने मरणापूर्वी शपथेवर लेखी जबानी दिली आहे आणि त्यात शंभर ठिकाणी माझेच नाव आहे. पण मी त्याला हाणले नव्हते. खरं म्हणजे मी त्याला हाणू शकलो नसतो. अटकाव होण्यापूर्वी त्याच्या अंगावरच्या चरबीमधून कोपरापर्यंत हात आत गेला असता माझा.''

''मग कथा काय आहे?''

''हातात बेसबॉलच्या बॅट्स घेतलेले साथीदार घेऊन त्याने दुखविलेले कोणते तरी गिऱ्हाईक त्याची भेट घ्यायला आले असणार. नंतर त्याने त्यातूनही कसा फायदा उकळता येईल असा विचार करायला सुरूवात केली असेल. रुग्णवाहिकांच्या मागे धावत जाणारे वकील असले तरी बेसबॉलच्या बॅट्स बघितल्यावर ते पुढे येणारच नव्हते. शक्य आहे की सैन्य दलामधल्या कुणीतरी भेट दिली होती असे तो म्हणाला असेल. अंकल सॅमकडे पैशाला तोटा नाही, असा विचार करून एखाद्या वकिलाबरोबर त्याने कथा रचून पैसे मिळविण्याचा प्रयत्न केला असणार.

दर वर्षी असे लाखो दावे लावले जातात. या अशा दाव्यांमुळेच तर आपल्या फाइल्स जाडजूड होत असतात. नंतर कुणी त्यांच्याकडे लक्षही देत नाही. ड्रॉवरमध्ये ढकलून कायम दुर्लक्ष करतात. पण हे प्रकरण कुणीतरी मुद्दाम उकरून वर काढले आहे.''

"कारण?''

"त्या मोठ्या कोड्यामधला हादेखील एक तुकडा. मॉर्गनने मला सांगितले की माझ्या फाइलवर एक फ्लॅग होता. धोक्याचा इशारा. ती काढली गेली तेव्हा तो ध्यानात आला नाही, पण परत केली तेव्हा लक्षात आला. माझा त्याच्या या बोलण्यावर काडीमात्र विश्वास नाही. आपल्या नोकरशाहीत याहून जास्त चांगल्या तऱ्हेने कामे होतात. अशी काही धोक्याची सूचना होती असे मला अजिबात वाटत नाही. मला वाटते शेवटच्या क्षणी खूप गडबड झाली. कोणीतरी भयंकर धास्तावले होते.''

"तुझ्यामुळे?''

रीचरने नकारार्थी मान हलवली. "माझ्यामुळे नाही, तुझ्यामुळे. सुरुवातीला तरी. तू आणि अफगाणिस्तान.''

त्याने बोलणे थांबवले कारण आरशांमधून आलेल्या चमचमणाऱ्या लाल निळ्या प्रकाशामुळे गाडीचा अंतर्भाग उजळून निघाला. त्यांच्या बरीच मागून येणारी एक पोलीस गाडी घाईगर्दीने वाहतुकीतून पुढे येण्याचा प्रयत्न करत होती. सायरन लहान मोठ्या आवाजात वाजत होता. डोके फिरवून टाकणारा आवाज. रीचरने सीटमधून मागे वळून बघितले. क्रूझर वीस एक गाड्या तरी मागे होती. पुढच्या गाड्या तिला मोकळा मार्ग देण्यासाठी भराभरा फुटपाथच्या कडेला येण्याचा प्रयत्न करत होत्या.

टर्नरनेही मागे वळून बघितले. "शांत राहा. ती मेट्रो पोलिसांची गाडी आहे. सैन्य दल स्वतःच आपला शोध घेईल. कोणत्याही कामासाठी आपण मेट्रो पोलिसांची मदत घेत नसतो. एक वेळ एफ. बी. आय.ची घेऊ; पण या विदूषकांची मुळीच नाही.''

"मूरक्रॉफ्टमुळे मेट्रो पोलीस माझा शोध घेत असतील,'' रीचर म्हणाला. "तुझा वकील- पोडोल्स्कि नावाच्या डिटेक्टिव्हला- मीच त्याला हाणले असे वाटते आहे.''

"त्याला तसे का वाटावे?''

"त्याच्याशी बोलणे केलेला शेवटचा माणूस मीच आहे. आणि नंतर मी माझे जुने कपडेही फेकून दिले होते. संबंधित वेळेला मी एकटाच होतो. मी इतरत्र कुठे होतो असे सांगणारे दुसरे कुणीही नाही.''

"तू तुझे कपडे का फेकून दिलेस?''

"सर्वसाधारण विचार केला तर लॉन्ड्रीपेक्षा स्वस्त पडते ते.''

“तू मूरक्रॉफ्टशी कोणत्या विषयावर बोलला होतास?”

“त्याने तुझी तुरुंगातून सुटका करावी अशी माझी इच्छा होती.”

पोलिसांची गाडी आता दहा एक गाड्या मागे होती आणि पोलीस झपाट्याने ती पुढे घेत होता.

“तुझे जाकीट काढून टाक,” रीचर म्हणाला.

“सर्वसाधारणतः कपडे उतरविण्यापूर्वी मला एखादे कॉकटेल लागते आणि चित्रपटही बघायचा असतो,” टर्नर म्हणाली.

“पोलिसाने तुझा युनिफॉर्म बघावा अशी माझी इच्छा नाही. तो जर माझा शोध घेत असेल तर तो तुझाही शोध घेत असेल.”

“मग त्याच्याकडे आपल्या गाडीचा प्लेटनंबरही असणार.”

“पण एकाला एक लागून गाड्या चालत असताना त्याला नंबर प्लेट दिसणार नाही.”

पुढच्या गाड्या तर आता गटारांवरच जायला लागल्या होत्या. टर्नरनेही त्यांच्या मागोमाग गाडी वळवली. फक्त डावा हात चाकावर ठेवून ती उजव्या हाताने जाकीटची चेन खाली खेचत जाकीट उघडण्याचा प्रयत्न करत होती. पुढे वाकून तिने डाव्या खांद्यावरून जाकीट खाली घेतले आणि मग उजव्या खांद्यावरून. डाव्या दंडावरून खाली घेतले आणि मग उजव्या. रीचरने मागच्या बाजूने ओढून घेऊन ते गाडीच्या मागच्या सीट्सच्या खालच्या पाय ठेवण्याच्या जागेत फेकून दिले. जाकिटाखाली तिने ऑलिव्ह ग्रीन रंगाचा अर्ध्या हातांचा टी-शर्ट फक्त घातलेला होता. एक्स्ट्रा स्मॉल साइजच असावा, रीचरला वाटले. नीट बसत असला तरी लांबीला थोडा लहानच होता. पॅन्टपर्यंत कसाबसा पोहोचत होता. पॅन्टवरची इंचभर त्वचा त्याला दिसली.

त्याने पुन्हा मागे नजर टाकली. पोलीस फक्त दोन गाड्या मागे होता. लाल निळे दिवे चमकवत पुढे येत होता.

त्याने विचारले, “तू जर काल कार्यालयामध्ये असतीस तर माझ्याबरोबर संध्याकाळी जेवायला आली असतीस? किंवा मूरक्रॉफ्टने आज तुझी सुटका केली असती तर आज संध्याकाळी?”

तिचे डोळे रिअर व्ह्यू मिररवर खिळले होते. “तुला आत्ता ते समजण्याची गरज आहे?”

सतराव्या रस्त्यापासून ते केवळ काही यार्ड अंतरावर होते. पुढे वॉशिंग्टन मॉन्युमेन्ट अंधारात झगमगत होते.

पोलिसांची गाडी त्यांच्या बाजूला आली.

आणि तशीच राहिली.

२२

ती तशीच राहिली कारण पुढची गाडी पूर्णपणे बाजूला झाली नव्हती. आणि पलीकडच्या मार्गिकेत, मागच्या दोन्ही बाजूंना दोन दोन चाके असणारा रुंद असा, पिक-अप् ट्रक होता. पोलिसांच्या गाडीला पुढे जायला जागाच नव्हती. भरदार गर्दन असलेला पोलीस गाडी चालवत होता. त्याने एकदा वळून टर्नरकडे नजर टाकली. सहजच. नजरेत कुठलाही शोधकपणा नव्हता. मग त्याने पुन्हा त्याच्या गाडीच्या सायरन्सचे स्विचेस असणाऱ्या डॅशबोर्ड कन्ट्रोल्सकडे दृष्टी वळवली. सायरन्सचा आवाज प्रचंड मोठा आणि कर्णकटू बनला. तो तर थांबतच नव्हता.

पण त्याच्या सीट्सच्या मधल्या जागेत स्विचेसपेक्षाही जास्त कुतूहल निर्माण करणारे दुसरे काहीतरी असावे; कारण तो टक लावून त्याच ठिकाणी लक्षपूर्वक बघत बसला. लॅपटॉपचा पडदा असणार- रीचरच्या मनात विचार आला. किंवा परस्परांच्या संपर्कात राहण्यासाठी दुसरे काहीतरी अत्याधुनिक साधन तरी. त्याने या पूर्वी वेळोवेळी अशा गोष्टी बघितल्या होत्या. नागरी पोलिसांच्या गाड्यांमध्ये तो बसला होता. स्टॅन्ड्स किंवा पॅनेल्सवर बसविलेल्या पडद्यांवर अगदी त्या क्षणाची ताजी माहिती, अहवाल, धोक्याच्या सूचना वगैरे येत असतात.

"आपल्याला धोका निर्माण झाला आहे," तो म्हणाला.

"कुठल्या तऱ्हेचा?" टर्नरने विचारले.

"मला वाटते हा पोलीसदेखील युनियन स्टेशनलाच निघाला आहे. किंवा बस डेपोवर तरी- आपलाच शोध घ्यायला. त्याला आपल्याबद्दलची माहिती आणि फोटो मिळाले असावेत असे मला वाटते. आपले फोटो मिळणे सोपे आहे, बरोबर? सैन्य दलाकडून? या क्षणी मला वाटते त्याच्या समोरच्या पडद्यावर तो ते बघतो आहे. आपल्याकडे बघण्याचे तो टाळतो आहे, हे लक्षात येते आहे ना तुझ्या?"

टर्नरने डावीकडे नजर टाकली. पोलीस अजून खालीच बघत होता. उजव्या

हाताने चाचपडत काहीतरी शोधत होता. मायक्रोफोन उचलत असावा. वाहतूक थोडी हलली. पुढची गाडी पोलीस क्रूझरसमोरून बाजूला झाली. ट्रकचे प्रचंड धूड सहा इंच तरी बाजूला झाले. मधून पुढे सरकायला पोलिसाला जागा मिळाली.

पण त्याने वर पाहिले नाही आणि त्याची गाडीदेखील हलली नाही.

सायरनचा आवाज चालूच होता. तो मायक्रोफोनमध्ये बोलायला लागला. काय बोलत होता ते समजणे शक्यच नव्हते. मग तो गप्प बसून ऐकत राहिला. त्याला प्रश्न विचारला होता. रेडिओ प्रोटोकॉलच्या नियमांनुसार बहुधा सांकेतिक शब्दांत काहीतरी विचारले होते ज्याचा अर्थ होता : *खात्री आहे ना तुझी तशी?* कारण त्या क्षणाला त्याने त्याच्या विरुद्ध बाजूच्या खिडकीतून सरळ त्यांच्याकडे बघितले. क्षणभर तरी टर्नरकडे रोखून बघितले आणि मग त्याची नजर रीचरकडे वळली.

त्याचे ओठ हलले.

एकाच अक्षराने दिलेले उत्तर. ऐकू न येणारे. नक्कीच : *हो.*

मग त्याने आपला सीट बेल्ट काढला. त्याचा हात त्याच्या कमरेशी गेला.

रीचर म्हणाला, ''गाडी सोड आणि पळ.''

आपल्या बाजूचा दरवाजा धाडकन उघडून त्याने फुटपाथवर लोळणच घेतली. त्याच्या मागोमाग टर्नरनेही. पोलिसांपासून दूर. त्याच्या सर्व अद्ययावत साधनांपासून दूर. बुटांना लेसेस नसल्याने टर्नर खरी तर धडपडलीच होती, पण रीचरने तिचा दंड पकडून तिला उभे केले. ढकलतच फुटपाथ ओलांडून झाडे आणि अंधारात नेले. त्यांच्या मागे अजून तरी फक्त सायरनचा घुमणारा आवाज ऐकू येत होता. रुंद अशा वाटेवरून रिफ्लेक्टिंग पूलच्या त्यांच्या बाजूला असणाऱ्या कोपऱ्यावर ते पोहोचले. टर्नरच्या अंगात फक्त टी-शर्ट होता. दुसरे काही नाही. हवा थंड होती. रीचरने आपले जाकीट काढून तिच्या हातात ठेवले.

''हे जाकीट घाल,'' तो म्हणाला. ''मग आपण वेगवेगळे होऊ. एकत्र राहण्यापेक्षा ते जास्त सुरक्षित राहील. पंधरा मिनिटांनी मला व्हिएतनाम वॉलजवळ भेट. मी जर आलो नाही तर पळ काढ.''

''आणि मी भेटले नाही तर तू तेच कर,'' असे म्हणत ती एका बाजूने निघाली आणि तो दुसऱ्या बाजूने.

त्याच्या उंचीमुळे रीचरकडे कुठूनही बघितले तरी तो उठूनच दिसायचा. तेव्हा तो प्रथम एक बाक शोधायच्या मागे लागला. मनावर ताबा ठेवून, कुठल्याही तऱ्हेची काळजी नसल्याप्रमाणे तो शांतपणे आणि रमतगमत चालायला लागला. हात खिशामध्ये. चालणाऱ्या माणसापेक्षा धावणाऱ्या माणसाकडे शंभर पट लवकर लक्ष वेधले जाते. उत्क्रांतीच्या काळातील पूर्वजांपासून मिळालेली देणगी. भक्ष्य आणि

शिकारी. स्तब्धता आणि हालचाल. आणि त्याने एकदाही मागे वळून बघितले नाही की चोरून इकडेतिकडे बघितले नाही. नजर समोर ठेवून तो त्याला हव्या त्या ठिकाणी जात होता. अंधार पडत होता, तरी अजूनही गर्दी होती. उन्हाळ्यामध्ये असतात तेवढे पर्यटक नव्हते, पण हिवाळ्यामध्ये असणाऱ्या पर्यटकांचा आजचा स्थळदर्शनाचा कार्यक्रम संपत आला होता. व्हिएतनाम वॉलजवळ नेहमीप्रमाणे गर्दी होती. त्यातले काही जण शोक व्यक्त करण्यासाठी आलेले होते, काही आदर दर्शविण्यासाठी. याशिवाय अशा जागांकडे ओढली जाणारी विचित्र आणि तऱ्हेवाईक माणसेही कमी नसतात. त्याला टर्नर कुठेही दिसली नाही. सायरनचा आवाज बंद झाला होता. त्यांची जागा गाड्यांच्या भोंग्यांनी घेतली होती. बहुधा तो पोलीस आपली गाडी तशीच सोडून यांच्यामागे धावला होता आणि त्याच्या आणि ते तशीच टाकून आलेल्या सलीव्हनच्या गाड्यांनी मागची वाहतूक ठप्प झाली होती.

वीस यार्डांवर रीचरला अंधारात एक बाक दिसला. रिफ्लेक्टिंग पूलला समांतर ठेवलेला बाक. रिकामा होता. तो सावकाश तिथपर्यंत पोहोचला, निर्णय घेत असावा त्याप्रमाणे घुटमळला आणि मग खाली बसला. वाकून त्याने आपली कोपरे गुडघ्यांवर टेकवली आणि तो खाली बघत बसला. स्वतःच्या विचारात हरवलेला माणूस. खूप वेळ आणि निरखून बघितले असते तर तो सापडलाही असता, पण सहज कुणी त्याच्याकडे दृष्टिक्षेप टाकला असता तर त्याची खरी उंची ध्यानात आली नसती. आणि तो फरारी गुन्हेगार आहे असे कुणालाच वाटले नसते. लक्षात येण्यासारखी एकच गोष्ट होती. त्याच्या अंगावर थंडीपासून संरक्षण करण्यासाठी जाकीटही नव्हते. फक्त शर्ट घालून फिरण्यासारखी हवा नव्हती.

त्याच्या मागे तीस यार्ड अंतरावर गाड्यांचे भोंगे वाजत होते.

तो थांबला. डोके खाली घालून शांतपणे आणि स्तब्धपणे.

डोळ्याच्या कोपऱ्यामधून चाळीस यार्ड अंतरावर त्याला भरदार गर्दन असणारा पोलीस दिसला. घाईघाईने चालत होता. हातात बॅटरी होती; पिस्तूल नाही. तो झटक्यात एकदा डावीकडे नजर टाकत होता, एकदा उजवीकडे. बेचैन होऊन शोधक नजरेने बघत होता. हातात आलेले सावज निसटू दिल्याबद्दल वरिष्ठाने कानपिचक्या दिल्या असाव्यात. रीचरच्या कानांवर दोन नवीन सायरन्सचे आवाज आले. खूप दूर अंतरावरून येणारे. एक दक्षिण दिशेने, पार सी स्ट्रीटपासून येत असावा. आणि दुसरा उत्तर दिशेने, चौदाव्या किंवा पंधराव्या रस्त्याजवळून. व्हाइट हाऊस किंवा मत्स्यालयाजवळून.

रीचर थांबला.

तो पोलीस व्हिएतनाम वॉलच्या दिशेने निघाला असताना अर्ध्या वाटेवर थबकला आणि पूर्णपणे वळला. पोलिसाची नजर त्याच्यावरून पुढे सरकल्याची

रीचरला जाणीव झाली. तीस-चाळीस जणांचा एक गट व्हिएतनाम मॉन्युमेन्टच्या दिशेने निघाला होता. पर्यटक असतील, योगायोगाने त्याच वेळी त्याच दिशेने निघालेली इतरही माणसे असतील. आपोआप एकत्र झाली असतील. त्याला हवा तो माणूस अशांपैकीच चालत राहणारा असणार. शांतपणे बसून पाण्याकडे बघत असणाऱ्या माणसात त्याला काही रस नव्हता. पोलीस त्यांच्यामागे निघाला. ही टक्केवारी निश्चित जास्त होती, रीचरच्या मनात विचार आला. कुणालाही हालचालच अपेक्षित होती. स्थिर बसणे नाही.

दूरवर वाजत असलेले सायरन्स थोडे जवळ आले, पण अजून खूप जवळ नव्हते. त्यांना पूर्वेकडची दिशाच खेचून आणत होती. अगदी योग्य होते ते. मेट्रो पोलीस खात्याला स्वतःच्या विभागाची चांगली माहिती होती. सर्व म्यूझिअम्स, गॅलरीज पूर्व दिशेला असल्याने गर्दीही तिथेच असे. नंतर कॅपिटॉल आणि तिथून पलीकडे उत्तर किंवा दक्षिण दिशांना जाण्यासाठी रस्ते आणि आगगाड्या.

रीचर न हलता, इकडेतिकडे नजर न फिरवता, एक टक पाण्याकडे बघत थांबला होता. त्याच्या डोक्यात टिक टिक करणाऱ्या घड्याळाने बरोबर दहा मिनिटे झाल्याची सूचना दिली. उभे राहून त्याने एखादा फरारी गुन्हेगार करणे शक्य नाही अशा अनेक हालचाली केल्या. जांभई दिली, हाताचे तळवे घट्ट पाठीवर ठेवले, हातपाय ताठ केले आणि पुन्हा एकदा जांभई दिली. मग पश्चिम दिशेने चालायला सुरुवात केली- अगदी शांतपणे. घाई नाही, गर्दी नाही. रिफ्लेक्टिंग पूल त्याच्या डाव्या बाजूला होता. झाडांमधून मोठे वळण घेऊन बरोबर चार मिनिटांनी तो व्हिएतनाम वॉलजवळ पोहोचला. आणि गर्दीच्या कडेला बसला. इतर अनेक पर्यटकांमधला एक. सूझन टर्नरचा शोध घ्यायला लागला. त्याने सर्वत्र एक नजर फिरवली.

ती त्याला कुठेच दिसली नाही.

२३

चढ उतार असणाऱ्या वाटेने, व्हिएतनाम वॉलकडे बघत तो पुढे चालायला लागला. १९५९ ते १९७५, मग एक छोटी पायरी खाली येऊन १९७५ ते १९७९. अठ्ठावन्न हजारहून जास्त नावे. दोन वेळा चक्कर मारूनही त्याला सूझन टर्नर कुठेही दिसली नाही. *मी जर आलो नाही तर पळ काढ,* तो म्हणाला होता. तिने उत्तर दिले होते, *आणि मी भेटले नाही तर तू तेच कर.* त्यांनी ठरविलेल्या पंधरा मिनिटांपेक्षा जास्त वेळ झाला होता. पण तरीही रीचर थांबला. त्याने आणखी एक चक्कर मारली. युद्धात सुरुवातीला मरण पावलेल्यांची नावे आठ इंच उंचीच्या दगडी फरशांवर कोरली होती. १९६८-६९ मध्ये इतके जण मरण पावले की नावे कोरण्यासाठी दहा फूट उंचीच्या दगडी फरशांची गरज पडली होती. मग पुन्हा मृतांचा आकडा खाली येत गेलेला. आठ इंच उंचीच्या फरशा. तो प्रत्येक व्यक्तीवर नजर टाकत होता. समोर दिसणाऱ्या आणि काळ्या फरशांवर प्रतिबिंब पाडणाऱ्या. पण त्यांच्यापैकी कुणीही सूझन टर्नर नव्हती. फरशा संपल्या; कारण युद्धच संपले होते. पुढे फुटपाथवर स्मृतिचिन्हे विक्रेते दिसायला लागले. त्यांतल्या काही जणांनी खरोखरच व्हिएतनाम युद्धाचा अनुभव घेतला होता, तर काही जण उगीचच तसा आव आणत होते. जुन्या युनिट्सचे पॅचेस, मेडल्स, कोरीव काम केलेले झिप्पो लायटर्स आणि खरं तर काही अर्थ नसलेल्या, किंमतच नसलेल्या शेकडो गोष्टी विकल्या जात होत्या. शेवटी भावना महत्त्वाची ठरते. पर्यटक येत होते. एखादी वस्तू विकत घेऊन जात होते. चित्रविचित्र पोशाखातील, सरकारवर कोणत्या ना कोणत्या कारणांनी बिथरलेली माणसे तर कायमच तिथे घुटमळत असत.

रीचरच्या चेहऱ्यावर हसू उमटले.

कारण तशा व्यक्तींमध्ये एक सडपातळ मुलगी होती. काळे केस सोडलेली, गुडघ्यांपर्यंत येणारा, आकाराने भलामोठा असा कोट दोन वेळेला गुंडाळून घेतलेली,

खाली कॅमो पॅन्ट्स आणि बुटांच्या जिभा बुटांवरून बाहेर आलेल्या. कोटाच्या बाह्या मनगटांपर्यंत गुंडाळलेल्या होत्या आणि हात खिशात खुपसलेले. डोके खाली घेऊन, अंग चोरून, गोंधळल्याप्रमाणे एकदा एका पायावर जोर देत आणि एकदा दुसऱ्या पायावर जोर देत, कसलीच शुद्ध नसल्याप्रमाणे, डुलत होती.

सूझन टर्नरने नाटक उत्कृष्ट वटवले होते. ती उघड्यावरच लपली होती.

रीचर तिच्याजवळ जाऊन म्हणाला, ''तू खरोखर कमाल केलीस.''

''गरजच होती तशी,'' ती म्हणाली. ''एक पोलीस तू उभा आहेस तितक्या जवळून गेला. तिकडे मागे उभी होती त्या क्रूझरमधला पोलीस. आपण पूर्वी बघितलेला.''

''आता कुठे आहे तो?''

''पूर्वेकडे गेला. पूर्वेकडे कडे उभारत असावेत. माझ्याजवळून गेला. बहुतेक तुझ्या जवळूनही गेला असणार.''

''मी नाही बघितले त्याला.''

''तो रिफ्लेक्टिंग पूलच्या दुसऱ्या बाजूने गेला. तू एकदाही डोके वर केले नव्हतेस.''

''तुझे लक्ष होते माझ्यावर?''

''होते ना. आणि तूदेखील कमालच केलीस.''

''आणि तू का माझ्यावर लक्ष ठेवून होतीस?''

''तुला मदतीची गरज भासली तर मी तयार होते.''

''ते जर पूर्वेकडच्या भागात शोध घेत असतील तर आपण पश्चिमेकडे जाऊ.''

''चालत?''

''नाही, टॅक्सीने,'' रीचर म्हणाला. ''या शहरात टॅक्सीही दिसत असून नसल्यासारख्या असतात. अदृश्य. कुणाचे त्यांच्याकडे विशेष लक्ष जात नाही.''

प्रत्येक महत्त्वाच्या पर्यटन स्थळाजवळच्या टॅक्सी स्टॅन्डवर दोन-तीन टॅक्सीज उभ्याच असतात. व्हिएतनाम वॉलही त्याला अपवाद नव्हती. स्मृतिचित्रे विकणाऱ्या शेवटच्या बूथनंतर खूप वापरलेल्या, रंग उडालेल्या, छपरांवर टॅक्सी असे लिहिलेल्या गाड्या उभ्या होत्या. रीचर आणि टर्नर रांगेमधल्या पहिल्या टॅक्सीमध्ये बसले.

''आर्लिंग्टन सेमेट्रि, मुख्य प्रवेशद्वार,'' रीचरने सांगितले.

रीचरने टॅक्सीच्या दारावरचा सूचना फलक वाचला. मीटर पडताच तीन डॉलर्स आणि नंतर प्रत्येक मैलाला दोन डॉलर्स आणि सोळा सेन्ट भाडे. वर बक्षिशी. सेमेट्रीला पोहोचेपर्यंत सात एक डॉलर्सचा खड्डा पडणार होता. मग त्यांच्याकडे फक्त तेविस डॉलर्स शिल्लक राहणार होते. डोळ्यांमध्ये कुणीतरी

दंडुका खुपसण्यापेक्षा ठीक होते. पण पैसे मिळवण्याची अत्यंत निकड होती. जवळचे पैसे पुरणारच नव्हते.

ते सीट्समध्ये खाली सरकून बसले. टॅक्सीला चौकोनी चाके बसवली असावीत असा संशय येण्यासारखे दणके त्यांना बसत होते. पण तिने लिंकन मेमोरिअल मागून, मेमोरिअल ब्रिजवरून त्यांना परत आर्लिंग्टन काऊन्टीमधल्या सेमेट्री गेटसमोरच्या बसस्टॉपवर पोहोचवले. बरोबर चोवीस तासांपूर्वी रीचर जिथून निघाला होता त्याच ठिकाणी.

थक्क करणारीच प्रगती.

सेमेट्री गेटच्या बसथांब्यावर लोकांचा घोळका बसची वाट बघत उभा होता. बहुतेक सर्व छोटे, काळ्यासावळ्या वर्णाचे मध्य किंवा दक्षिण अमेरिकेतील स्पॅनिश भाषक पुरुष, मजूर म्हणून कामे करणारे, थकले भागलेले, सहनशील, आयुष्याशी झगडता झगडता हार मानलेले जीव. रीचर आणि टर्नर त्यांच्यामागे उभे राहिले. टर्नर सहजच त्यांच्यात मिसळून गेली; रीचर नाही. तो सर्वांपेक्षा उंच होता आणि दुपटीने आडवा. वर्णही गोऱ्याकडे झुकणाराच. अंधाऱ्या खडकाळ किनाऱ्यावरच्या दीपस्तंभाप्रमाणे उठून दिसत होता. त्यामुळे त्यांच्या मनात खूप काळजी होती. खूप वेळ जातो आहे असे वाटत होते. पण पोलिसांच्या गाड्या जवळून गेल्या नाहीत आणि बराच वेळ थांबल्यानंतर अखेर बस आली. रीचरने दोघांचे भाडे भरले. टर्नर खिडकीत बसली आणि रीचर तिच्या शेजारी. मधून जाण्या-येण्याच्या वाटेजवळची जागा. तो जास्तीत जास्त खाली सरकून बसला. बस हळू हळू निघाली. वजनदार धूड होते. आदल्या दिवशी रीचर चालत गेला होता त्याच मार्गाने निघाली. टेकडीच्या पायथ्याशी तीन मार्गिकांच्या रस्त्यावरच्या ज्या बसथांब्यावर तो उतरला होता, तो मागे टाकून ती ११०चे मुख्यालय असणाऱ्या रस्त्याच्या चढावाला लागली.

टर्नर म्हणाली, ''ते एफ. बी. आय. ला बोलावतील. गृहीत धरतील की आपण दुसऱ्या राज्यात पळ काढणार आहोत म्हणून. त्यांना प्रथम कोण बोलावेल एवढाच प्रश्न आहे. माझी खात्री आहे की मेट्रो पोलीसच प्रथम त्यांना बोलावणे धाडतील. सैन्य दल बहुधा वाट बघेल. उद्या सकाळपर्यंत तरी.''

''आपण ठीक राहू,'' रीचर म्हणाला. ''एफ. बी. आय. रस्त्यांवर अडथळे उभारणार नाही. पूर्व किनाऱ्यावर नक्कीच नाही. मला तर वाटते ते काही करणारच नाहीत. आपली ओळखपत्रे आणि बँक कार्ड्सचे क्रमांक फक्त त्यांच्या यादीवर जातील. त्याने काहीच फरक पडत नाही म्हणा. आपल्याकडे स्वतःची ओळखपत्रे नाहीत की बँक कार्ड्सही नाहीत.''

"ते स्थानिक पोलिसांना बसथांब्यावर लक्ष ठेवायला सांगतील."

"आपण सावध राहू या."

"आणि मला अजूनही कपड्यांची गरज आहे. निदान पॅन्ट आणि जाकिटाची."

"आपल्याकडे एकोणीस डॉलर्स आहेत. तू पॅन्ट किंवा जाकीट यांच्यापैकी एक काहीतरी घेऊ शकतेस."

"मग पॅन्टच. आणि मी तुझे जाकीट तुला परत देते आणि त्याऐवजी तू मला तुझा शर्ट दे."

"माझा शर्ट एखाद्या तंबूसारखा दिसेल तुझ्यावर."

"पुरुषांचे शर्ट घालणाऱ्या स्त्रिया बघितल्या आहेत मी. गुंडाळून घेतात तो स्वतःभोवती. छान फॅशनेबल दिसतात."

"थंडी वाजेल तुला."

"मी मोन्टानामधली आहे. मला कधीच थंडी वाजत नाही."

बस कशीबशी टेकडी चढली. ११०चे मुख्यालय मागे पडले. जुनी दगडी इमारत. दरवाजे उघडे होते. पहारेकरी आतल्या चौकीत होता. दिवसपाळीचा. मॉर्गनची गाडी अजूनही पार्किंग लॉटमध्ये दिसत होती. रंगविलेले दार बंद होते. सर्व खिडक्यांमध्ये प्रकाश दिसत होता. टर्नर वळून वळून जास्तीत जास्त वेळ ती इमारत नजरेच्या टप्प्यात ठेवण्याचा प्रयत्न करत होती. अगदी शेवटच्या क्षणापर्यंत. मग तिने नाद सोडला आणि ती सरळ बघत सीटवर बसली. "आशा आहे की मी परत तिथे असेन म्हणून," ती म्हणाली.

रीचरने उत्तर दिले, "नक्की परत जाशील."

"तिथे पोहोचण्यासाठीच मी खूप कष्ट घेतले आहेत. उत्कृष्ट युनिट. पण ते तर तुला माहीतच आहे."

"बाकी सगळे जण द्वेष करतात आपला."

"आपण आपले काम नीटपणे पार पाडले तरच."

टेकडीवरती वळण घेऊन बस दुसऱ्या तीन मार्गिकांच्या रस्त्याला लागली. रीचरच्या मोटेलकडे नेणाऱ्या रस्त्याला. थोडा थोडा पाऊस सुरू झाला. बस ड्रायव्हरला वायपर्स सुरू करावे लागण्याइतका.

"सांग मला ही माझीच चूक कशी आहे म्हणून," टर्नर म्हणाली. "मी आणि अफगाणिस्तान."

चढ संपला. बसने थोडा वेग घेतला. रीचरचे मोटेल मागे टाकून ती पुढे निघाली. पार्किंग लॉट रिकामा होता. दारावर पोचे आलेली गाडी तिथे उभी नव्हती.

"तर्कशुद्ध असा एकच विचार आहे," रीचरने उत्तर दिले. "तू कुणाच्या तरी कोंबड्यांच्या खुराड्यातच कोल्हा सोडायला कारणीभूत ठरलीस. तेव्हा त्यांनी तुझी

नाकेबंदी केली. खूप सोपे असते तसे करणे. दुसऱ्या एका गोष्टीचाही त्यांनी लाभ उठविला. युनिटमधल्या दुसऱ्या कुणालाही काय चालले आहे ते माहीत नव्हते. ड्यूटी कॅप्टनला नाही, सार्जन्ट लीचला नाही. इतर कुणाला नाही. फक्त तुलाच माहीत होते. केमन आयलन्ड्सवर बँकेचे खाते उघडून त्यांनी तुला जाळ्यात अडकविले. एकटे पाडले. माहिती मिळविण्याचे तुझे सर्व मार्गच बंद झाले. तुझा वकील मूरक्रॉफ्ट तुला तुरुंगातून बाहेर काढण्याचा प्रयत्न करतो आहे, असे चिन्ह दिसताच त्याच्यावर हल्ला करून परिस्थितीत बदल होणार नाही याची काळजी घेतली. तिथल्या तिथे प्रश्न मिटवून टाकला. तुला एकांतवासात ठेवले. तू कुणाशी बोलू शकत नव्हतीस. सर्व कसे नीट जमून आले असताना तुझ्या फोन रेकॉर्डवरून त्यांना कळले की दक्षिण डाकोटामधील कुणाशी तरी बोलण्यात तू कित्येक तास घालविले होतेस. कार्यालयात अफवा पसरली होती की तो माणूस पूर्वी ११०व्या युनिटचा कमान्डर होता. तुझ्या ड्यूटी कॅप्टनला ते नक्की माहीत होते, कारण प्रथम फोन केला तेव्हा मीच त्याला तसे सांगितले होते. शक्य आहे की अनेकांना ते कळले होते कारण काल जेव्हा मी इथे आलो होतो, तेव्हा खूप जणांनी माझे नाव ओळखले. तेव्हा तू आणि मी मिळून कशात तरी गुंतलो आहोत असा त्यांना संशय आला. आपण महत्त्वाच्या विषयावर चर्चा केली असेल किंवा नुसत्या गप्पा मारल्या असतील किंवा तू माझा विचार घेतला असशील.''

''पण मी तुझ्याशी बोलताना अफगाणिस्तान हा शब्दही उच्चारला नव्हता.''

''त्यांना ते कसे कळणार? फोन लॉगवरून किती वेळ बोलणे झाले तेवढेच कळू शकते, काय बोलणे झाले ते कळू शकत नाही. त्यांच्याकडे बोलण्याचे रेकॉर्डिंग नव्हते. माझ्याबद्दल त्यांना निश्चित असे काही कळू शकत नव्हते. तुला आहे ती सर्व माहिती मलाही असण्याची शक्यता होती. तरी त्यांना काळजी वाटली नाही. मी खरोखर इथे येईन असे त्यांना वाटलेच नव्हते. पण त्यांनी माझ्याबद्दलची सर्व माहिती काढून ठेवली होती. मी कशा तऱ्हेने आयुष्य काढतो हे त्यांना माहीत होते, असे ते तरी म्हणत होते. गरज भासलीच तर तयार असाव्यात म्हणून त्यांनी पर्यायी योजनाही आखून ठेवल्या होत्या. बिग डॉगचे उभे केलेले प्रकरण हा एक भाग होता फक्त.''

''पण त्यामुळे त्यांना काय मदत होणार होती, ते कळत नाही मला.''

''त्यांच्या अपेक्षेप्रमाणे मी पळ काढायला हवा होता, नाहीसे व्हायला हवे होते. आयुष्यात पुन्हा सैन्य दलाच्या आसपास फिरकायलाही नको होते,'' रीचर म्हणाला. ''त्यांची योजना तीच होती. तोच मुख्य मुद्दा होता. तो माझ्या लक्षात येतो आहे याची खात्री पटविण्यासाठी ते मोटेलवरही आले होते. त्यासाठी बिग डॉग हे चांगले प्रकरण होते. त्याने ॲफिडेव्हिट बनविले आहे आणि तो मेला आहे. त्याचे

आरोप खोडून काढताच येत नाहीत, तेव्हा मी पळ काढणे ही तर्कशुद्ध गोष्ट होती. सार्जन्ट लीचला वाटत होते की मला धोक्याची सूचना देता आली असती तर मी डोंगरदऱ्यांच्या दिशेनेच गेलो असतो.''

''मग तू का पळाला नाहीस?''

''तू संध्याकाळी माझ्याबरोबर जेवण घेणार का असे मला विचारायचे होते तुला.''

''खरे बोल.''

''पळ काढणे ही माझी पद्धत नाही. मी पाच वर्षांचा असतानाच ते शिकलो. पळ काढणे किंवा लढा द्यायचा, हे दोनच पर्याय असतात. आणि मी नेहमीच लढा देत आलो आहे. आणि बिग डॉग प्रकरणाशिवाय त्यांच्या मागच्या खिशात त्यांनी दुसरेही काहीतरी ठेवून दिले होते.''

''काय?''

''मला पळ काढायला लावेल अशी दुसरी गोष्ट. पण मी पळ काढला नाही.''

''काय होते हे प्रकरण?''

समॅन्था डेटन.

सॅम.

वय वर्षे चौदा.

ते मला जमेल तेव्हा करेन मी.

''त्याबद्दल नंतर सांगेन तुला,'' रीचर म्हणाला. ''गुंतागुंतीची कथा आहे.''

डिझेलवर चालणारी बस खडखड करत होती, खालच्या गिअर्समध्येच चालू शकत होती. रीचरला माहीत असलेल्या स्ट्रिप मॉल शेजारून ती पुढे निघाली. हार्डवेअर स्टोअर, फार्मसी, फ्रेम्सचे दुकान, गन स्टोअर, दंतवैद्य, ग्रीक रेस्टॉरन्ट मागे पडल्यानंतर पुढचा भाग मात्र त्यालाही अपरिचितच होता. पुढे पुढे आणि दूर दूर घेऊन जाणारा.

''तू जरा चांगल्या बाजूकडे बघ,'' तो म्हणाला. ''तुझा प्रश्न म्हणजे काही मेंदूवरची अवघड शस्त्रक्रिया नाही. अफगाणिस्तानमधल्या ज्या कुठल्या सशाच्या तू मागे लागली होतीस, त्याच्यामुळेच तुझे प्रश्न निर्माण झाले आहेत. तेव्हा आपल्याला त्याच्यापासूनच सुरुवात करायला पाहिजे. त्याचे मित्र कोण आहेत, कोणी कोणी, काय काय केले, कधी केले, कसे केले, का केले हे शोधायची गरज आहे. आणि मग दणका ठेवून द्यायचा.''

टर्नर म्हणाली, ''ते करणे हादेखील एक प्रश्नच आहे.''

रीचरने मान डोलावली.

"माहीत आहे मला," तो म्हणाला. "सोपे नाही ते. आणि आपण बाहेर असताना तर ते फारच कठीण आहे. आपला एक हात मागे बांधून ठेवण्याचाच प्रकार आहे तो. पण आपण सर्वतोपरी प्रयत्न तर करू या."

"दुर्दैव असे आहे की मी ज्या प्रश्नाबद्दल बोलते आहे तो हा नाही."

"मग कुठला आहे?"

"कुणाची तरी समजूत आहे की मला काहीतरी माहीत आहे, जे मला खरं तर माहीतच नाही. प्रश्न तो आहे."

"काय माहीत नाही तुला?"

"ससा कोण आहे ते," टर्नर म्हणाली. "किंवा तो काय करतो आहे आणि कुठे आहे आणि का, किंवा कसे. खरं सांगायचं तर अफगाणिस्तानमध्ये काय चालले आहे, याची मला अजिबात माहिती नाही."

"पण तू दोघा जणांना अफगाणिस्तानमध्ये पाठविले होतेस."

"खूप आधी पाठविले होते. वेगळ्याच कारणाने. कंदाहारला. नेहमीप्रमाणेच. कशाशी काही संबंध नाही. पण त्यांना एका पश्तून खबऱ्याकडून कळले की एक अज्ञात अमेरिकन अधिकारी एका जमातीच्या वडीलधाऱ्या प्रमुखाला भेटण्यासाठी उत्तर दिशेला जाताना दिसला होता. त्या अमेरिकन अधिकाऱ्याची कुणाला ओळख पटलेली नाही. तो तिकडे जाण्याचे कारण कळत नाही. पण भावना अशी आहे की त्यातून काही चांगले निघणार नाही. आपण अफगाणिस्तानमधून बाहेर पडण्याची तयारी करतो आहोत. तेव्हा दक्षिणेकडे जायला निघणे अपेक्षित आहे, उत्तरेकडे नाही. बगराम आणि काबूलकडे जिथून आपण काढता पाय घेणार आहोत. अंतर्भागात फेटेवाल्यांबरोबर गुप्त बोलणी करण्यासाठी कुणी जाणारच नाही. तेव्हा मी माझ्या दोघा जणांना सत्य काय ते शोधून काढायला पाठविले एवढेच."

"कधी पाठविले होतेस?"

"मला अटक करण्यापूर्वी एक दिवस आधी. तेव्हा तिकडून काही कळेपर्यंत मला नावही कळणार नाही आणि मी पुन्हा आत शिरेपर्यंत ते मला नाव कळवू शकणार नाहीत."

रीचर काही बोलला नाही.

टर्नर म्हणाली, "काय?"

"ते त्याहूनही वाईट आहे."

"कसे शक्य आहे ते?"

"ते कधीच तुला काहीही कळवू शकणार नाहीत," रीचर म्हणाला. "कारण ते मरण पावले आहेत."

२४

रीचरने टर्नरला रेडिओवरून ठरावीक वेळी न झालेल्या संपर्काबद्दल, ११०व्या युनिटच्या मुख्यालयात निर्माण झालेल्या खळबळीबद्दल, बगराम मधून सुरू केलेल्या हवाई शोधाबद्दल आणि पायवाटेवर मिळालेल्या दोन मृतसैनिकांबद्दल सांगितले. टर्नर गप्प गप्प झाली. ''नॅटी वीक्स आणि डन्कन एडवर्ड्स. चांगली माणसे होती,'' ती म्हणाली. ''वीक्स अनुभवी होता. एडवर्ड्स चांगला तयार होत होता. मी त्यांना पाठवायलाच नको होते. फक्त दोघांनाच पाठवायचे तर हिन्दुकुश पर्वतराजी ही फार धोक्याची जागा आहे.''

''कोणत्याही जातीजमातीच्या टोळीवाल्यांकडून ते मारले गेले नाहीत,'' रीचर म्हणाला. ''त्यांच्या डोक्यात नऊ एम. एम. च्या गोळ्या मारण्यात आल्या होत्या. अमेरिकन सैनिकांना देण्यात येणारे शस्त्रच. बिरेटा एम. ९ असावे, अशीच माझी खात्री आहे. टोळीवाल्यांनी त्यांची डोकी उडविली असती किंवा एके-४७ रायफल्स वापरल्या असत्या.''

''म्हणजे ते चुकीच्या अमेरिकनजवळ पोहोचले होते तर.''

''आणि तेदेखील त्यांना जाणीव न होताच,'' रीचर म्हणाला. ''तुला नाही वाटत तसे? पिस्तुलासारखे शस्त्र स्वत: निवड केलेले असते. जवळून झाडले जाते. त्यांना थोडा जरी संशय आला असता तर त्यांनी ते कुणालाही वापरणे अशक्य केले असते.''

''अगदी व्यवस्थितपणे त्यांनी दोन्ही बाजूंनी माझी कोंडी केली. इकडे आणि तिकडेही. मला काही कळूच शकले नाही. माझ्याकडे या क्षणी काहीही नाही. माझी संपूर्ण वाताहत झाली आहे. माझा काटा काढला जातो आहे, रीचर. मला या परिस्थितीमधून बाहेर पडण्याचा मार्ग दिसत नाही.''

रीचर काही बोलला नाही.

ते व्हर्जिनियामधील बेरीव्हील येथे बसमधून उतरले. बस जिथपर्यंत जाणार होती त्याच्या आधीचे शहर. इथे उतरणेच त्यांना श्रेयस्कर वाटत होते. अगदी शेवटपर्यंत प्रवास करणारी, इतरांपेक्षा दोन वेगळीच माणसे ड्रायव्हरच्या लक्षात राहिली असती. रेडिओ, टी.व्ही. वर अपील केले गेले असते, पोलीस चौकशी झाली असती किंवा पोस्ट ऑफिसात समाजकंटक म्हणून त्यांचे फोटो लागले असते, तर खात्रीनेच त्याला यांची आठवण झाली असती.

पाऊस थांबला असला तरी हवा अजून दमट होती आणि थंडगारही. बेरीव्हीलचा डाऊनटाऊन भाग - कार्यालये वगैरे असणारा विभाग – चांगला होता. पण त्यांची बस ज्या मार्गाने आली होती त्याच मार्गाने ते मागे निघाले. लोहमार्ग ओलांडून पिझ्झा रेस्टॉरन्टजवळून ते बसच्या खिडकीमधून बघितलेल्या हार्डवेअर स्टोअरमध्ये गेले. दुकान बंद होण्याची वेळ झाली होती, ही गोष्ट चांगली नव्हती. दिवसाच्या सुरुवातीचे आणि शेवटचे ग्राहक सर्वसाधारणतः क्लार्कच्या आपोआप लक्षात राहतात. पण ए.सी.यु. पॅन्टमध्ये जास्त वेळ काढण्यातही अर्थ नव्हता. तेव्हा ते आत शिरले. टर्नरने रीचरसारखीच कुठल्याही कामाला येणारी कॅनव्हासची दणकट पॅन्ट घेतली. लहानात लहान आकाराची पॅन्टही तिला उंचीला लांब आणि कंबरेला सैल होत होती. पण ते ठीक राहील, असे टर्नरचे मत पडले. पॅन्टच्या लांबीमुळे तिचे सैन्यदलामधले बूट झाकले गेले असते, काही मर्यादेपर्यंत तरी लपविता आले असते, स्पष्टपणे लक्षात राहिले नसते.

पॅन्टबरोबर त्यांनी बुटांच्या लेसेसचे तीन जोड घेतले. एक टर्नरच्या बुटांसाठी, एक रीचरच्या बुटांसाठी आणि उरलेला टर्नरच्या कंबरेला पट्ट्याऐवजी बांधण्यासाठी. कुठलीच गोष्ट क्लार्कच्या ध्यानात राहणार नाही अशा तऱ्हेने, शक्य तितक्या सहजतेने त्यांनी खरेदी उरकली. फार सभ्यपणा नाही आणि उद्धटपणाही नाही, घाईगर्दी नाही आणि वेळ घालविणे नाही, वायफळ बडबड नाही. टर्नरने रेस्टरूमचा वापर केला नाही. तिला खरं तर पॅन्ट बदलायची होती, पण ए.सी.यु. पॅन्ट घालून आत शिरणारा आणि नवीन पॅन्ट चढवून बाहेर येणारा दिवसातला शेवटा ग्राहक क्लार्कच्या ठळकपणे लक्षात राहण्याची शक्यता होती.

दुकानाचा जरा एका बाजूला असणारा असा पार्किंग लॉट खूप मोठा होता, रिकामा होता आणि अंधाराही. तेव्हा टर्नरने बाजूला जाऊन पॅन्ट बदलली आणि सैन्य दलाची जुनी पॅन्ट इमारतीमागच्या कचऱ्याच्या डब्यात फेकून दिली. मग तिने रीचरला जाकीट परत देऊन त्याचा शर्ट घातला. फुटपाथच्या कडेला बसून बुटांच्या लेसेस बांधल्या.

त्यांची निघायची तयारी झाली, तेव्हा रीचरच्या खिशात चार डॉलर्स शिल्लक होते.

जगामधल्या काही देशांमध्ये चार डॉलर्स म्हणजे एखाद्याचा आठवड्याचा पगार असला तरी व्हर्जिनियामधल्या बेरीव्हीलमध्ये त्या चार डॉलर्सना काही विशेष किंमत नव्हती. तेवढ्या पैशात राज्याबाहेर जाण्याइतके भाडे देता आले नसते, मोटेलमध्ये रात्र काढता आली नसती, कुठल्याही तऱ्हेच्या रेस्टॉरन्टमध्ये किंवा डायनरमध्ये दोघांचे जेवण झाले नसते.

टर्नर म्हणाली, ''तू मला सांगितले होतेस की ए.टी.एम. वेगवेगळ्या तऱ्हेची असतात म्हणून.''

''असतात ना,'' रीचर म्हणाला. ''तशा तऱ्हेचे ए.टी.एम. पन्नास मैल पुढे किंवा पन्नास मैल मागे असणार. इथे नाही.''

''मला भूक लागली आहे.''

''मलाही.''

''ते चार डॉलर्स सांभाळून ठेवण्यात काही अर्थ नाही.''

''मलाही तसेच वाटते,'' रीचरने मान्य केले. ''चल मजा करू या.''

ते लोहमार्गाकडे परत चालत निघाले तेव्हा बुटांना नवीन लेसेस बांधलेल्या असल्याने झपाट्याने आणि आत्मविश्वासाने निघाले. त्यांनी बघितलेल्या पिझ्झा रेस्टॉरन्टकडे ते वळले. उत्कृष्ट अन्न आणि पेये मिळण्याची जागा नसली तरी ठीक होते. त्यांनी दोघांसाठी पिझ्झाचा एक एक तुकडा घेतला. रीचरने पेप्पेरोनी पिझ्झाचा आणि टर्नरने चीझ पिझ्झाचा. थंड पेयाची एक बाटलीही घेतली. आता त्यांच्याकडे ऐंशी सेन्ट शिल्लक राहिले होते. रेल्वे क्रॉसिंगजवळच्या एका रूळावर बसून ते खायला-प्यायला लागले.

''तू कमान्डिंग ऑफिसर होतास तेव्हा कधी स्वतःची माणसे गमावली होतीस?'' टर्नरने विचारले.

''चार,'' रीचरने उत्तर दिले. ''आणि त्यांच्यापैकी एक स्त्री होती.''

''खूप दुःख झाले होते?''

''जास्त आदळआपट केली नाही. शेवटी तो आपल्या आयुष्याचा एक भाग आहे. आपण सही करून भरती होतो तेव्हा आपला जीव कधीही धोक्यात येऊ शकतो, हे आपल्याला माहीत असते.''

''मीच स्वतः जायला पाहिजे होते असे आता मला वाटते आहे.''

रीचरने विचारले, ''तू कधी केमन आयलन्ड्सला गेली आहेस?''

''नाही.''

''परदेशात बँकेत कधी खाते उघडले आहेस?''

''वेड लागले आहे का? मी कशासाठी परदेशातल्या बँकेत खाते उघडू? मी

अधिकारी आहे. हायस्कूलमध्ये शिकविणाऱ्या काही शिक्षकांपेक्षाही मला कमी पगार आहे.''

''फोर्ट हूडमध्ये परदेशी नागरिकाचे नाव कळल्यावर ते पुढे कळवायला तू एक दिवस का घेतलास?''

''काय चालविले आहेस तू? गुन्हेगाराचा छळ करून उलटतपासणी घेतो आहेस?''

''विचार करतो आहे,'' रीचर म्हणाला. ''बाकी काही नाही.''

''तुला उत्तर माहीत आहे. मला स्वतःच त्याला अटक करायची होती. सर्व काही नियमांप्रमाणे होईल याची खात्री करून घ्यायची होती. त्यासाठी मी स्वतःलाच चोवीस तासांची मुदत दिली होती. पण मी त्याला शोधू शकले नाही. मी एफ.बी.आय. ला कळविले. त्यांनी स्वतःला नशीबवान समजायला पाहिजे की मी स्वतःला आठवड्याची मुदत दिली नव्हती.''

''मी दिली असती,'' रीचर म्हणाला. ''महिनाभराचीही दिली असती.''

त्यांनी आपापला पिझ्झाचा तुकडा संपविला. थंड पेयाची बाटली संपविली. हाताने तोंड पुसत रीचरने पॅन्टवर हात घासले. टर्नरने विचारले, ''आता आपण काय करणार आहोत?''

''शहरामधून चालत जात पश्चिम दिशेला घेऊन जाण्यासाठी मोटरचालकांना विनंती करणार आहोत.''

''आज रात्री?''

''झुडपांखाली झोपण्यापेक्षा बरे.''

''पश्चिमेला किती दूर जाणार आहोत आपण?''

''पार पश्चिमेला,'' रीचरने उत्तर दिले. ''आपण लॉस एन्जलीसला जाणार आहोत.''

''का?''

समॅन्था डेटन.

सॅम.

वय वर्षे चौदा.

''नंतर सांगतो, ''रीचर म्हणाला. ''फार गुंतागुंतीचे आहे.''

डाऊनटाऊन भागातल्या *ईस्ट मेन* या रस्त्याने ते चालत निघाले. तोच रस्ता मध्यवर्ती चौकानंतर *वेस्ट मेन* झाला. सर्व दुकानांच्या खिडक्यांमध्ये अंधार होता. दारांवरची शटर्स खाली घेतली होती. बेरीव्हील वादातीतपणे छान असे अमेरिकन शहर असेलही, पण ते साधेसुधे शहर होते ही वस्तुस्थिती होती. कोणत्याही

उद्योग-व्यवसायाचे, आर्थिक सत्तेचे माहेरघर वगैरे नव्हते. शहर बंद झाले होते आणि खूप रात्र झाली नसली तरी सर्व जण झोपले होते.

ते चालत पुढे निघाले. ती आणि तिची बहीण दोघांनाही पुरेल इतका मोठा शर्ट घातलेला असूनही टर्नर छानच दिसत होती. तिने शर्टच्या बाह्या वर चढविल्या होत्या आणि हात वरखाली करत तो खालपर्यंत आणला होता. पण त्यामुळे तिच्या नाजूक शरीरयष्टीची प्रकर्षाने जाणीव होत होती. केस अजूनही मोकळे सोडलेले होते. तिच्या हालचाली चपळ होत्या आणि शरीर लवचिक होते. तिच्या अंगातली सुप्त शक्ती आणि हिंमत तिच्या हालचालींमधूनही दिसत होती. डोळ्यांत काळजी असली, कोड्यात पडल्याचे भाव असले तरी भीतीचा लवलेश नव्हता. मनावर दडपण नव्हते. कसली तरी इच्छा होती, आकांक्षा होती. कशाची याबद्दल मात्र रीचरला खात्री नव्हती.

वाट बघत थांबण्यासारखीच आहे, त्याच्या मनात विचार आला.

ते चालत राहिले.

आणि शहराच्या पश्चिमेकडच्या कोपऱ्यात ते एका मोटेलजवळ पोहोचले.

मोटेलच्या पार्किंग लॉटमध्ये दारावर पोचे असलेली गाडी उभी होती.

२५

मोटेल छोटे होते. टुमदार दिसत होते. शहरातल्या इतर इमारतींप्रमाणेच. लाल विटा, कुठे कुठे पांढरा रंग, उभारलेला ध्वज आणि कार्यालयाच्या दारावरती गरुड. कोकाकोलाचे मशिन, बर्फासाठी मशिन आणि रुंद अशा पटांगणाच्या दोन्ही बाजूंना रस्त्यापासून आतपर्यंत जाणाऱ्या खोल्या. वीस एक तरी होत्या.

दारावर पोचे आलेली गाडी कार्यालयासमोर तिरकी उभी केली होती. बेदरकारपणे आणि अगदी थोड्या वेळासाठी उभी केल्याप्रमाणे. एखादा प्रश्न विचारून कुणीतरी जसे काही पटकन बाहेर पडणार होते.

"खात्री आहे तुझी?" टर्नरने हळू आवाजात विचारले.

"शंकाच नाही," रीचरने उत्तर दिले. "ती त्यांचीच गाडी आहे."

"ते शक्य तरी कसे आहे पण?"

"जो कुणी या माणसांकडून काम करवून घेतो आहे तो नक्की आपल्या सैन्य दलाच्या यंत्रणेत खूप आतवर घुसलेला माणूस आहे आणि अत्यंत हुशार आहे. म्हणून ते शक्य आहे. दुसरे कुठलेही स्पष्टीकरण असू शकत नाही. आपण पळ काढला आहे हे त्याने ऐकले, तीस डॉलर्स घेऊन पळालो तेही ऐकले आणि मेट्रो पोलिसाने आपल्याला कॉन्स्टिट्यूशन ॲव्हेन्यूवर शोधले होते, हेदेखील ऐकले. तो विचार करायला लागला. तीस डॉलर्समध्ये आपण कुठे जाऊ शकतो? चारच शक्यता आहेत. शहरातच कुठेतरी दडून राहायचे आणि बागांमध्ये झोपायचे, युनियन स्टेशन किंवा युनियन स्टेशन मागच्या मोठ्या बसडेपोवर जाऊन बाल्टिमोर, फिलाडेल्फिया, रिचमंड या ठिकाणी जायचे, नाही तर म्युनिसिपालिटीच्या छोट्या बसमधून पश्चिमेला निघायचे. आणि जो कुणी हा विचार करतो आहे त्याने म्युनिसिपल बसच्या पर्यायाला पहिली पसंती दिली आहे. त्यांचे भाडे स्वस्त असते, शिवाय युनियन स्टेशन आणि त्या मागचा मोठा बसडेपो आणि बाल्टिमोर,

फिलाडेल्फिया, रिचमंड इथल्या रेल्वे स्टेशन्स आणि बस डेपोंवर पोलिसांना सहजच नजर ठेवता येते. बागांमध्ये झोपून विशेष काही फायदा होत नाही. आज नाही तर उद्या माणूस पकडला जातोच. आणि या सर्वांपेक्षा महत्त्वाची बाब म्हणजे माझी जीवनशैली कशी आहे याची त्यांना पुरेपूर जाणीव आहे. मी पूर्व किनारपट्टीवर जास्त वेळ घालवणार नाही, बहुधा पश्चिमेला प्रयाण करेन असे त्यांना वाटते.''

''पण युनियन स्टेशनवर जायला तू तयार झाला होतास.''

''मी लोकशाही पद्धतीने वागण्याचा प्रयत्न करत होतो. माझ्या ठरावीक पद्धतीने न वागण्याचा प्रयत्न करत होतो.''

''पण आपण बेरीव्हील इथे बसमधून उतरू हे कसे कळले त्यांना?''

''त्यांना ते माहीत नव्हते. पण माझी खात्री आहे की लीसबर्गपासून सर्वत्र त्यांनी आधीच चौकशी केली आहे. प्रत्येक मोटेलमध्ये. हॅमिल्टन, बेरीव्हील, विन्चेस्टर. इथे नाही सापडलो तर ते तिथे जातील.''

''आपण इथे सापडू त्यांना?''

''माझी मनापासून आशा आहे तशी,'' रीचर म्हणाला.

एखाद्या जुन्या कलोनिअल हाऊसप्रमाणे मोटेलच्या कार्यालयाच्या खिडक्या छोट्या छोट्या होत्या. शोभेसाठी असलेल्या. आतमधल्या बाजूने त्यांच्यावर पडदे सोडलेले होते. आतमध्ये कोण आहे हे सांगता आले नसते. एका खिडकीजवळ जाऊन टर्नरने काचेला डोळा लावला. समोर बघितले, डावीकडे नजर टाकली, मग उजवीकडे. नंतर ती कुजबुजली, ''कोणी नाही. फक्त क्लार्कच आहे बहुधा. किंवा तोच मालक असेल. मागच्या बाजूला बसलेला आहे.''

रीचरने गाडीची दारे बघितली. कुलूप होते. ट्रन्केलाही. रेडिएटरच्या वरच्या बाजूच्या क्रोम प्लेटेड टपवर हात ठेवला. गरम होते. गाडी जास्त वेळ तिथे उभी नव्हती. मधल्या पटांगणात बघितले. कुणी नव्हते. खोल्याखोल्यांमध्ये जाऊन कुणी चौकशी करत नव्हते, दारे बघत नव्हते, खिडकीमधून आत डोकावत नव्हते.

मागे येऊन तो टर्नरला म्हणाला, ''आपण त्याच्याशी बोलू या.''

टर्नरने कार्यालयाचे दार उघडताच रीचर प्रथम आत शिरला. रीचरला ज्या तऱ्हेच्या खोल्या बघायची सवय होती, त्यापेक्षा खूपच चांगली खोली. उदाहरणच द्यायचे तर रॉक क्रीकपासून फक्त मैलभर अंतरावर असणाऱ्या खोलीपेक्षाही खूपच छान. जमिनीवर पसरलेले लिनोलिअम उत्कृष्ट होते. भिंतीवर चिकटविलेला कागदही तसाच. अनेक पर्यटन संस्थांकडून मिळालेली शिफारसपत्रे फ्रेम करून लावलेली होती. थॉमस जेफर्सनने पत्र लिहायला वापरले असते असे खरेखुरे टेबल स्वागतकक्षात होते. टेबलामागे लाल रंगाच्या चामड्याचे आच्छादन असलेल्या खुर्चीत एक जण

बसला होता. साठ एक वर्षांचा, उंच, मनावर छाप पाडणारा. एखाद्या मोठ्या कॉर्पोरेशनचा कारभार चालविताना शोभला असता असा माणूस, छोटेसे मोटेल नाही.

टर्नर म्हणाली, "आम्ही आमच्या मित्रांना भेटायचा प्रयत्न करतो आहोत. बाहेर त्यांचीच गाडी उभी आहे."

"चार सभ्य माणसे?" तो म्हणाला. *सभ्य* हा शब्द वापरताना तो क्षणभर घुटमळलाच खरं तर.

"हो."

"तुमची थोडक्यातच चुकामूक झाली आहे. दहा मिनिटांपूर्वी ते तुमची चौकशी करत होते. म्हणजे तसे मी गृहीत धरतो आहे. एक स्त्री आणि एक पुरुष असे ते म्हणत होते. तुम्ही मोटेलमध्ये आधीच राहायला आला आहात का ते विचारत होते."

"आणि तू काय सांगितलेस त्यांना?"

"तुम्ही अजून आलेला नाहीत, असे सांगितले. अर्थातच."

"ठीक आहे."

"मग आता तुम्ही खोल्या घेणार आहात का?" नाही म्हटले तरी त्याला अजिबात वाईट वाटणार नव्हते, असाच त्याचा सूर होता.

"प्रथम आम्हाला मित्रांना भेटायचे आहे," रीचर म्हणाला. "त्यांच्याशी चर्चा करायची आहे. इथून कुठे गेले ते?"

"तुम्ही कुठेतरी जेवायला गेला असाल अशी त्यांची कल्पना झाली होती. मी त्यांना बेरीव्हील ग्रीलमध्ये बघायला सांगितले आहे. संध्याकाळच्या या वेळी फक्त तेच रेस्टॉरन्ट उघडे असते."

"पिझ्झा विकणारी जागाही आहे की."

"पण ते रेस्टॉरन्ट म्हणता येणार नाही."

"आणि हे बेरीव्हील ग्रील कुठे आहे?"

"मागच्या बाजूला दोन चौक अंतरावर. सहज चालत जाता येईल इतक्या अंतरावर."

"आभारी आहे," टर्नर म्हणाली.

मोटेलमागचे दोन चौक अंतर दोन तऱ्हांनी कापता आले असते. डाव्या बाजूने चालत जायचे नाही तर उजव्या बाजूने. दोघांनी वेगळे होऊन दोन बाजूंनी चालत जायचे ठरवले असते तर कुणाला तरी एकालाच चार जणांना तोंड द्यावे लागण्याचा धोका होता. रीचरला स्वतःबद्दल ती चिंता वाटत नव्हती, पण टर्नरबद्दल त्याला

खात्री नव्हती. ती आकारमानाने त्याच्या अर्धी होती. जवळ पिस्तूल नाही की चाकू नाही.

"आपण इथेच थांबू या," रीचरने सुचविले. "तेच आपल्याकडे येतील."

पण ते आले नाहीत. रीचर आणि टर्नर पाच मिनिटे अंधारात दबा धरून बसले. पण काहीच घडले नाही. टर्नर थोडी बाजूला झाल्यावर गाडी चमकली. गाडीच्या दारावरचे पोचे तिला नीट दिसले. "चांगलेच पोचे पडले आहेत की," ती म्हणाली.

"एक रेस्टॉरन्ट बघायला वेळ तरी किती लागणार?" रीचर म्हणाला.

"ते तिथून आणखी कुठेतरी गेले असतील. हॅम्बर्गर्स विकणारा बार असेल एखादा. किंवा दोन बारही असू शकतील. मोटेलमधला माणूस म्हणाला त्याप्रमाणे त्यांचा रेस्टॉरन्टमध्ये समावेश होत नाही."

"मला बारचे आवाज येत नाहीत कानांवर."

"आता बार कसा ऐकतोस तू?"

"गडबड, गोंधळ, ग्लासेसची किणकिण, बाटल्यांचे आवाज, एक्स्ट्रॅक्टर फॅन्स. खास आवाजांची सरमिसळ असते."

"बार खूप लांब अंतरावर असतील आणि म्हणून आवाज येत नसतील."

"तसे असते तर ते त्यांची गाडी परत घेण्यासाठी आले असते."

"कुठेतरी असायलाच हवेत ते."

"किंवा ग्रीलमध्ये तेच खाणेपिणे उरकत असतील," रीचर म्हणाला. "त्यांनी शेवटच्या क्षणी तसा निर्णय घेतला असेल. टेबलही मिळाले असेल. आपल्याला भूक लागली होती तशी त्यांनाही लागली असेल."

"मला तर अजूनही भूक लागलेलीच आहे."

"त्यांना रेस्टॉरन्टमध्ये गाठता आले असते तर बरे झाले असते. गर्दी असते. त्यांचा कल हाणामारी टाळण्यावर राहिला असता. टेबलावर सुऱ्याही असतात. आपण त्यांनीच मागविलेले जेवण खाऊ शकलो असतो. आत्तापर्यंत त्यांनी ऑर्डर दिलीही असेल. नक्की मांसाचे तुकडे मागविलेले असणार."

"वेटर पोलिसांना बोलावेल."

चौक आल्यावर रीचरने उजवीकडे जाणारा रस्ता बघितला. कुणी नाही. मग डावीकडे जाणारा रस्ता. तिथेही कुणी नाही. तो टर्नर उभी होती, तिथे परत आला. ती म्हणाली, "ते नक्की जेवतच असणार. त्यांनाही जेवायला लागणारच ना? दुसरे काय करत असणार? आत्तापर्यंत तरी सर्व बेरीव्हीलमध्ये त्यांनी शोध घेतला असेल. दोन वेळेलासुद्धा घेतला असेल. ते रेस्टॉरन्टमध्येच असणार. अजून तासभर तरी. आणि आपण इथे जास्त वेळ काढू शकत नाही. आपण खासगी प्रॉपर्टीवर भटकतो आहोत. बेरीव्हीलमध्येही कायदे असणार, पोलीस असणार.

अजून दोन मिनिटांनी मोटेलमधला माणूससुद्धा फोनवर बोलत असेल.''

''ठीक आहे,'' रीचर म्हणाला. ''शोध घेऊ या आपण.''

''डावी बाजू का उजवी?''

''डावी,'' रीचरने उत्तर दिले.

पुढच्या कोपऱ्यावरही ते सावध होते. पण डावीकडचा रस्ता रिकामा होता. रस्त्यापेक्षा गल्लीच म्हणावी लागली असती. एका बाजूला मोटेलचेच लाकडी कुंपण आणि एका बाजूला विटांनी बांधलेल्या जनरल स्टोअरची बाजूची भिंत. शंभर यार्ड अंतर कापल्यावर वेस्ट मेन रस्त्याला समांतर जाणारा दुसरा रुंद असा आडवा रस्ता लागला. दुसऱ्या चौकापर्यंतचे अंतर कमी होते. वेगळ्या वेगळ्या इमारती, अरुंद आणि रिकामे असे जमिनीचे प्लॉट्स आणि मग पुढच्या आडव्या रस्त्यावरच्या इमारतीची मागची बाजू. उजवीकडे असणाऱ्या इमारतीला उंच अशी धातूची चिमणी होती. तिच्यामधून जोराजोराने वाफ बाहेर पडत होती. नक्कीच बेरीव्हील ग्रील. संध्याकाळची खऱ्या गर्दीची वेळ असणार.

''मागचे दार का पुढचे?'' टर्नरने विचारले.

''पुढच्या बाजूची खिडकी. टेहळणी करणे फार महत्त्वाचे असते,'' रीचरने उत्तर दिले.

उजव्या बाजूला वळल्यावर ते पुन्हा खूप सावध बनले. प्रथम एक पुढची बाजू बंद असणारे दुकान. फूल विक्रेत्याचे असावे. मग रेस्टॉरन्ट. मोठी जागा होती. रेस्टॉरन्टची रुंदी खूप नव्हती, पण ते खूप आतपर्यंत पसरलेले होते. पुढच्या बाजूला चार मोठ्या खिडक्या होत्या. मध्ये दोन दोन दारे. खिडक्या थेट खाली जमिनीपर्यंत पोहोचत होत्या. शक्य आहे की उन्हाळ्याच्या दिवसात त्या उघड्या टाकत असतील, फुटपाथवरही टेबल-खुर्च्या मांडत असतील.

रेस्टॉरन्टच्या भिंतीला चिकटूनच रीचर पहिल्या खिडकीच्या जवळ पोहोचला. त्या कोपऱ्यातून त्याला रेस्टॉरन्टमधला साधारण एक तृतीयांश भागच नजरेस पडत होता. तोदेखील काही कमी नव्हता. भरलेलाही होता. जवळ जवळ ठेवलेली छोटी टेबल्स. कुटुंबाला घेऊन जेवायला जाण्यासारखी जागा. भलता झगमगाट वगैरे नव्हता. काम करणाऱ्या बहुतेक सर्व मुलीच होत्या– वेट्रेसेस. हायस्कूलमधल्या मुलींच्या वयाच्या होत्या. टेबले लाकडाची होती. अर्ध्या जागा तरी भरलेल्या होत्या. जोडपी, दोघे जण, तिघे जण किंवा कुटुंब, वृद्ध माणसे आणि त्यांची मोठी झालेली मुले. काही जण मजेत होते, तर काही गंभीरपणे बसलेले.

पण रीचर रेस्टॉरन्टच्या ज्या भागात बघू शकत होता, त्या भागात तरी कुठल्याही टेबलावर चार पुरुष नव्हते. तो मागे झाला. टर्नर त्याच्या मागून पुढे होऊन दुसऱ्या बाजूच्या शेवटच्या खिडकीच्या पुढे जाऊन उभी राहिली. तो दारांवर

लक्ष ठेवून होता. कुठलीही प्रतिक्रिया नाही. कुणी बाहेर आले नाही. भिंतीला घासत टर्नर खिडकीजवळ पोहोचली आणि तिने आत नजर टाकली. रीचरने बघितला होता त्याच्या विरुद्ध बाजूचा रेस्टॉरन्टचा एक तृतीयांश भाग ती बघू शकत होती. म्हणजे आता फक्त मधला भाग बघायचा राहिला होता.

तिने नकारार्थी मान हलविली. दोघेही एकाच वेळी दोन बाजूंनी मधल्या दाराजवळ आले. त्याने दार ओढताच ती प्रथम आत गेली. आतपर्यंत जाणाऱ्या मधल्या भागातही बरीच टेबले ठेवली होती. पण कुठल्याही टेबलावर चार पुरुष बसले नव्हते. दाराच्या आतल्या बाजूला मॅनेजर नव्हता की स्वागत करायला एखादी स्त्री नव्हती. मोकळी जागा फक्त.

एक तरुण स्त्री पुढे आली. मुलगीच म्हणायला हवी. फार तर सतरा एक वर्षांची असेल. स्वागत करण्याचे काम तिच्यावर सोपविलेले असावे. काळी पॅन्ट, तोकड्या बाह्यांचा काळा पोलो शर्ट, त्यावर विणलेला बेरीव्हील ग्रीलचा लोगो. तिच्या मनगटावर लाल रंगाची जन्मखूण असावी. ''जेवणासाठी दोघे जण?'' तिने विचारले.

''आम्ही काही जणांना शोधतो आहोत. त्यांनी एखादे वेळी आमच्याबद्दल चौकशीही केली असेल.''

ती मुलगी स्तब्ध उभी राहिली. तिने टर्नरकडून रीचरकडे नजर वळवली आणि तिच्या सर्व ध्यानात आले : *एक पुरुष आणि एक स्त्री.*

''ते इथे आले होते ना?'' रीचरने विचारले. ''चार जण. तीन आडदांड आणि चौथा त्या सर्वांपेक्षा आडदांड माणूस?''

तिने मान डोलावली. नकळत तिचा हात मनगटाकडे वळला. रीचरचे लक्ष गेले.

मनगटावरचा लाल डाग म्हणजे जन्मखूण नव्हती.

त्याचा आकार बदलत होता, रंग बदलत होता.

मुक्यामारासारखी खूण होती ती.

रीचरने विचारले, ''त्यांनी केले हे?''

मुलीने मान डोलावली.

''सर्वांत आडदांड माणसाने,'' ती म्हणाली.

''भादरलेल्या डोक्याचा आणि लहान कानांचा?''

''हो. त्याने माझा दंडही फार घट्ट पकडला होता,'' त्या मुलीने सांगितले.

''का?''

''तुम्ही आणखी कुठे असू शकाल हे त्याला जाणून घ्यायचे होते. आणि ते मला सांगता येत नव्हते.''

मोठीच खूण होती. मोठ्या हाताने केलेली. सहा इंच तरी रुंद.

"त्याची मला खूप भीती वाटली," ती म्हणाली. "त्याची नजर फार क्रूर होती."

"कधी आले होते ते इथे?" रीचरने विचारले.

"साधारण दहा मिनिटांपूर्वी."

"कुठे गेले नंतर?"

"माहीत नाही. त्यांनी कुठे जायला पाहिजे ते मला सांगता आले नव्हते."

"इथे बार नाहीत? किंवा हॅम्बर्गर्स विकणाऱ्या जागा?"

"त्याने अगदी तोच प्रश्न विचारला होता. पण अशा जागा इथे नाहीत."

त्या मुलीच्या डोळ्यांमधून अश्रुधारा वाहण्याचेच बाकी होते.

रीचर म्हणाला, "ते यानंतर इथे कधीही परत येणार नाहीत."

त्याला एवढेच बोलायचे सुचले होते.

ती मुलगी तिथेच राहून आपला दंडही हळूच चोळत असताना ते निघाले. आधीच्या ऐवजी दुसऱ्या रस्त्याने परतले. तसाच अरुंद, दिवे नसलेला. डाव्या बाजूला मोटेलचे कुंपण दिसल्यावर कोपऱ्यावरून अत्यंत काळजीपूर्वक त्यांनी नजर टाकली आणि मगच पुढे पाऊल टाकले.

मोटेलचा पार्किंग लॉट रिकामा होता.

पोचे आलेल्या दाराची गाडी निघून गेली होती.

२६

आणखी तीनशे यार्डांनंतर रीचर आणि टर्नर बेरीव्हील शहराच्या हद्दीवरच पोहोचले. वेस्ट मेन हा रुट - ७ बनला. टर्नर म्हणाली, "आपण कुठे जाऊ शकतो याचा विचार ती माणसे करू शकली असतील तर सैन्य दलही तसाच विचार करेल, हे आपण गृहीत धरायला पाहिजे. आणि एफ.बी.आय.सुद्धा."

त्यामुळे अंगठा वर करून मोटरचालकाला गाडी थांबविण्याची विनंती करणे, हासुद्धा फार भयानक विचार वाटायला लागला. काळाकुट्ट अंधार पडला होता. हिवाळ्यामधली एक रात्र. एकाकी जागा. अगदी सरळसोट जाणारा रस्ता. येणाऱ्या गाड्यांचे दिवे मैलभर अंतरावरून दिसत होते. पण त्या दिव्यांमागे कोण दडले असेल हे कळू शकत नव्हते. गाडी चालविणारा कोण असेल? साधासुधा नागरिक का दुसरा कुणी? मित्र की शत्रू?

हा जुगार खेळण्यात फार मोठा धोका होता.

तेव्हा त्यांनी तडजोड स्वीकारली. हार-जीत असतेच. आणि फायदे-तोटेही.

ते परत मागे फिरले. शहरामधल्या शेवटच्या प्रकाशमान चौकाच्या पन्नास यार्ड पुढे जाऊन टर्नर उभी राहिली. रीचर पुढे चालत गेला. एका इमारतीच्या कोपऱ्यावरच्या गल्लीतून बाहेर रस्त्याकडे बघत टेकून उभे राहता येईल अशी जागा त्याने शोधली. तिथे रस्त्यावर थोडा प्रकाश पडत होता. तशी खूप चांगली कल्पना नव्हती म्हणा. त्याच्या शेजारून जाऊन पश्चिमेला वळणारी प्रत्येक गाडी म्हणजे एक गमावलेली संधी होती. पण शहरामधून बाहेर जाणाऱ्या ड्रायव्हरचा रीचर पटकन अंदाज बांधू शकला असता. चूक झाली तरी चालेल; पण सुरक्षिततेचा विचार पहिला करायचा, असे त्यांनी ठरवून टाकले. त्याला जर ती गाडी ठीक वाटली तर तो बाहेर पडून टर्नरला खूण करेल आणि ती फूटपाथवरून पुढे येत गाडी थांबविण्यासाठी अंगठा वर करून दाखवेल.

सुरुवातीला तरी ही कल्पना त्याला बरी वाटली होती. गाडी थांबेल, नाही थांबणार; पण अपघाताने का होईना; त्याने आयत्या वेळी ठरविलेली योजना, आपल्याला जायचे आहे त्या दिशेला जाणाऱ्या मोटरचालकांना विनंती करून फुकटात प्रवास करणाऱ्यांच्या– हिचहायकर्सच्या– एका जुन्या युक्तीसारखीच होती. सुंदर मुलगी अंगठा वर करून दाखवते, ड्रायव्हर उत्साहाने गाडी थांबवितो आणि गाडी थांबताच पळत येऊन तिचा आडदांड मित्रही गाडीत चढतो.

पण तीस मिनिटांनी रीचरला या कल्पनेतला फोलपणा लक्षात यायला लागला. वाहतूक इतकी कमी होती की एखाद्या गाडीला थांबवायची विनंती करायची की नाही याचा निर्णय घ्यायलाच वेळ मिळत नव्हता. त्याला येणाऱ्या गाडीचे हेडलाइट्स दिसायचे, तो थांबायचा आणि ती गाडी क्षणार्धात पुढे जायची, सेदान, स्वदेशी, मॉडेल, वर्ष, इतर तपशील यांचा विचार करून काही ठरवायच्या आत गाडी वेगाने टर्नरच्याही पुढे गेलेली असायची.

तेव्हा त्याने गाडी कुठली असावी याबाबतचा आपला दृष्टिकोनच बदलला. सर्व सेदान गाड्यांकडे दुर्लक्ष करायचे आणि पाच वर्षांपर्यंतच्या एस्.यु.व्ही.ज देखील. पिक-अप ट्रक्स चालतील. पाच वर्षांहून जुन्या एस. यु. व्ही.ज चालतील. सैन्य दलाला त्याने कधी पिक-अप् ट्रकमधून शोध घेताना बघितले नव्हते आणि त्यांच्या सर्व गाड्या पाच वर्षांहून जुन्या होण्याआधीच बदलल्या जात. एफ.बी.आय.च्या बाबतीत तेच म्हणता आले असते. स्थानिक डेप्युटी पोलिसांचा प्रश्न होता म्हणा. ते आपल्या खासगी गाड्यांमधून मजेसाठी शोध घेतीलही. शेवटी थोडा तरी धोका पत्करण्याशिवाय गत्यंतर नव्हते, नाही तर रात्रभर ते तिथेच असायचे. डी.सी. मधल्या बागेत झोपल्यासारखेच. आज रात्री पकडले जाण्याऐवजी, उजाडताच पकडले जातील, एवढाच फरक.

तो थांबला. मिनिटभर कुठलीही गाडी येताना दिसली नाही. मग पूर्वेकडून येणारा हेडलाइट्सचा प्रकाश दिसला. खूप वेगात गाडी येत नव्हती. शहरासाठी सुरक्षित मर्यादेत वेग राखून येत होती. तो थांबला. ती त्याच्याजवळून पुढे जाताना त्याला गाडीचा आकार दिसला.

सेदान.

नको.

आरामात इमारतीला टेकला.

पुन्हा थांबला. पाच मिनिटे. सात. आठ मिनिटे. पुन्हा हेडलाइट्स. त्याने वळून बघितले. पिक-अप् ट्रक.

ती पुढे जाताच फुटपाथवर येऊन त्याने डाव्या हाताची मूठ उंच धरली. पन्नास यार्ड अंतरावर टर्नरने फुटपाथच्या कडेला उडी घेत हाताचा अंगठा वर केला. सर्व

क्रिया कशा झपाट्याने आणि अचूकपणे पार पडल्या. हेडलाइट्सचा प्रकाश स्थिरपणे उभ्या असणाऱ्या टर्नरवरून पुढे सरकला. ती जशी काही कधीपासून तिथे उभी होती.

पण पिक-अप् थांबला नाही.

रीचरने मनातल्या मनात एक अपशब्द उच्चारला.

नंतरच्या त्याला चालू शकल्या नसत्या अशा जुनी फोर्ड ब्रॉन्को, एफ्. - ४५०, नवीन डॉज रॅम या गाड्याही टर्नरजवळ थांबल्याच नाहीत. रीचरच्या डोक्यातल्या घड्याळाने साडेदहा वाजल्याची जाणीव दिली. हवेतला गारठा वाढला. त्याच्या अंगावर दोन टी-शर्ट्स आणि जाकीट होत- आश्चर्यकारक असे पॅडिंग असणारे. त्याला टर्नरचीच काळजी वाटायला लागली. तिच्या अंगावर फक्त एक टी-शर्ट होता. *मी मोन्टानामधली आहे,* ती म्हणाली होती. *मला कधीच थंडी वाजत नाही.* ती खरंच बोलत होती अशी आशा होती त्याची.

पुढच्या पाच मिनिटांत पूर्वेकडून एकही गाडी आली नाही. पुन्हा हेडलाइट्स. जमिनीलगत. सेदानच असणार. तो थोडा वाकला. त्याला तशी खूप आशा वाटत नव्हती.

आणि झपाट्यानेच मागे झाला. ती सेदानच होती. भर वेगात जाणारी फोर्ड क्राऊन व्हिक्टोरिआ. चकचकीत, गडद रंगाची, काळ्या खिडक्या, ट्रन्केवर अ‍ॅन्टिनाज. मिलिटरी पोलीस असण्याची शक्यता होती. एफ.बी.आय.चीही असेल किंवा फेडरल मार्शल्सही. किंवा व्हर्जिनियातील पोलीसच. किंवा दुसऱ्याच कुठल्या तरी एजन्सीचीही असेल वेगळ्याच कामगिरीवर निघालेली. पुन्हा वाकून त्याने ती जाताना बघितली. अंधारात दडलेल्या टर्नरच्या पुढे दणक्यात निघून गेली.

तो थांबला. आणखी एक मिनिट. मग दोन. अंधाराशिवाय काही दिसत नव्हते.

हेडलाइट्सचा प्रकाश. खूप दूरवर. अजूनही ईस्ट मेनवर असेल. चौकापलीकडे. हळू हळू पुढे येत होती. आता नक्की वेस्ट मेनवर आली होती. जवळ जवळ येत होती. पिवळसर प्रकाश. झगमगीत नाही. जुनाट दिवे. अंधूकसा प्रकाश. आधुनिक दिवे नाहीत. हॅलोजनचे नाहीत. रीचर त्याच्या कोपऱ्यावरून वाकून बघायला लागला. सावकाशपणे येणारे हेडलाइट्स जवळ जवळ आले आणि पुढे जाऊन दिसेनासे झाले.

पिक-अप् ट्रक.

पुन्हा तोच खेळ.

त्याची डावी मूठ वरती, मग तिचा अंगठा वरती.

पिक-अप् ट्रकचा वेग ताबडतोब कमी झाला.

तो थांबला.

फुटपाथवरून उतरून टर्नर ड्रायव्हर शेजारच्या खिडकीत वाकून त्याच्याशी बोलायला लागली. रीचर पन्नास यार्डांचे अंतर कापण्यासाठी हळू हळू धावत निघाला.

या वेळी ज्यूलिएटने रोमिओला फोन केला. नेहमीपेक्षा वेगळी गोष्ट. बहुतेक वेळा बातमी देण्यासाठी रोमिओ ज्यूलिएटला फोन करायचा. पण त्यांनी कामे विभागून घेतली होती. तेव्हा कधी कधी ज्यूलिएटकडे नवीन माहिती असायची.

तो म्हणाला, "त्यांचा काही पत्ता लागलेला नाही. पार विन्चेस्टरपर्यंत शोध घेतला होता."

"खात्री आहे त्यांची?" रोमिओने विचारले.

"त्यांनी काळजीपूर्वक तपास केला आहे."

"ठीक आहे. पण त्यांना त्याच भागात राहू दे. बस प्रवास हीच आपली सर्वांत चांगली संधी आहे."

"ठीक आहे."

तेवढ्या धावपळीनेही रीचरला थोडीफार धाप लागली होती. त्याला दिसले की पिक-अप् म्हणजे जुना शेव्हरोलेट ट्रक होता. साध्यासुध्या कामांसाठीच बांधलेला सांगाडा. देखाव्यासाठी नाही. ड्रायव्हर सत्तर एक वर्षांचा होता. हाडकुळा म्हणण्यासारखाच. पांढुरके पडलेले थोडेसे केस. पण बुद्धी शाबूत होती त्याची. त्याच्या सर्व लक्षात आले होते. टर्नरने त्याची रीचरशी ओळख करून दिली. "हा सद्‌गृहस्थ पश्चिम व्हर्जिनियामधील मिनरल काऊन्टीच्या दिशेने निघाला आहे. कीझर नावाच्या गावाजवळ. मेरिलॅन्डच्या सरहद्दीपासून फार दूर नाही."

रीचरला काही विशेष बोध झाला नाही. त्याला एवढेच कळत होते की व्हर्जिनियापेक्षा पश्चिम व्हर्जिनिया सध्या ठीक राहील. तो टर्नरशेजारी खिडकीजवळ वाकून उभा राहिला. "सर तुम्ही आम्हाला घेऊन गेलात तर आम्ही तुमचे खूप आभारी राहू."

"मग बसा आत," तो म्हणाला, "आणि निघू या आपण."

बसायला बाक असला तरी केबिन फार अरुंद होती. प्रथम टर्नर आत शिरली. रीचर जर दाराला चिकटून राहिला तर त्याच्या आणि म्हाताऱ्या ड्रायव्हरच्या मधल्या जागेत टर्नर कशीबशी बसू शकली असती. पण सीट मऊ होती, केबिन उबदार होती आणि ट्रक साठच्या वेगाने मजेत चालत होता. तो त्या वेगाने कायम कितीही दूरपर्यंत जात राहील, असे वाटत होते.

"तर मग तुम्हाला नक्की कुठपर्यंत जायचे आहे?" म्हाताऱ्या ड्रायव्हरने

सभ्यपणे चौकशी केली.

रीचरला ओहायओमधल्या तरुण जोडप्याची आठवण झाली. लाल रंगाच्या क्रू कॅब सिल्व्हरॅडोमधल्या. आणि केस झडणाऱ्या त्यांच्या कुत्र्याची. "आम्ही कामाच्या शोधात निघालो आहोत," तो म्हणाला. "तेव्हा तशी कुठलीही जागा चालेल आम्हाला."

"आणि कुठल्या तऱ्हेचे काम शोधता आहात तुम्ही?"

आणि हिचहायकिंग करणाऱ्यांबरोबरचे नेहमीसारखे बोलणे सुरू झाले. दोन्ही बाजू नेहमी पूर्ण सत्य न सांगताच त्यांनी घेतलेल्या अनुभवांवरून छोट्या मोठ्या गप्पा करत असतात. रीचरला सैन्य दल सोडून खूप काळ लोटला होता आणि गरज पडली तेव्हा त्याने कुठलेही काम पत्करले होते. नाइटक्लब्जमधल्या प्रवेशद्वारांवर उभा राहिला होता, पोहोण्याचे तलाव खणले होते, लाकडांचे ओंडके रचले होते, इमारती पाडल्या होत्या, बागांमध्ये सफरचंदे वेचली होती आणि ती खोक्यांमध्ये भरून ट्रक्समध्येही चढविली होती. तो अशा तऱ्हेने बोलत होता की या गोष्टी तो जसा काही आयुष्यभर करत आला होता. टर्नरने सांगितले की तिने वेट्रेस म्हणून काम केले होते, कार्यालयात कामे केली होती, दारोदार फिरून स्वयंपाकघरात वापरण्याची उपकरणे विकली होती. रीचरने तर्क केला की तिने हे अनुभव हायस्कूल आणि कॉलेजमध्ये शिक्षण घेत असताना, रजेत केलेल्या कामांच्या वेळचे असावेत. म्हातारबुवा कॅरोलायनामधल्या तंबाखूच्या लागवडीबद्दल, केन्टकीमधल्या घोडे पाळण्याबद्दल आणि पश्चिम व्हर्जिनियामध्ये अठरा चाकांच्या मोठ्या ट्रक्समधून केलेल्या कोळशाच्या वाहतुकीबद्दल बोलले.

विन्चेस्टरमध्ये त्यांनी दोन वेळा आय - ८१ ओलांडला आणि ते अपालाचिअन पर्वतराजीमधून, शॅनेनडोहाच्या डोंगराळ भागातून, चढ-उताराच्या आणि वळणावळणाच्या रस्त्याने जॉर्जेस पीककडे निघाले. ट्रक जुना होता. कसाबसा चढ चढत होता. वळणांवर त्याचा पिवळसर प्रकाश दोन बाजूंना नाचत होता. मध्यरात्रीला ते पश्चिम व्हर्जिनियात होते. जंगलामधून गेलेल्या रस्त्याने दूर अॅलघेनीकडे निघाले होते.

रीचरला खूप लांब अंतरावर, टेकडीवर असलेल्या झाडांमधून, आगीच्या ज्वाळा दिसल्या. काळ्या आकाशात पिवळा, नारिंगी प्रकाश दिसत होता. कॅपोन ब्रिज नावाच्या छोट्या गावातून पुढे गेल्यावर ती आग जवळ दिसायला लागली. फार तर मैलभर अंतरावर आणि रस्ता त्याच दिशेने वळला.

रीचर म्हणाला, "सर, चालत असेल तर आम्ही दोघे इथेच उतरतो."

"इथे?" त्या वृद्धाने थोड्या आश्चर्यानेच विचारले.

"चांगली जागा आहे."

"कशासाठी चांगली?"

"आमच्या गरजेसाठी."

खात्री आहे तुझी?"

"आम्ही खूप आभारी राहू तुझे."

त्या गृहस्थाच्या काहीच लक्षात येत नव्हते. त्याच्या मनात या निर्णयाविषयी शंकाच होती. पण काहीतरी पुटपुटत त्याने ट्रकचा वेग कमी केला. खरं तर टर्नरलाही काही कळत नव्हते. रीचरचे डोके फिरले आहे की काय, अशा तऱ्हेने ती त्याच्याकडे बघत होती. डोंगराळ भागात, डांबरी रस्त्यावर ट्रक थांबला. डावीकडे जंगल, उजवीकडे जंगल, समोर काही नाही आणि मागेही काही नाही. रीचरने आपल्या बाजूचे दार उघडले आणि तो खाली उतरला. त्याच्या मागोमाग टर्नर खाली उतरली. ड्रायव्हरचे पुनःपुन्हा आभार मानून त्यांनी त्याला निरोप दिला. गडद अंधारात दोघे उभे राहिले. आजूबाजूला नीरव शांतता होती आणि रात्रीची थंडगार हवा. टर्नरने रीचरला विचारले, "आसपास काहीही नाही अशा ठिकाणी आपण उबदार ट्रकमधून कशासाठी खाली उतरलो ते सांग मला."

रीचरने पुढे आणि डावीकडे आगीच्या दिशेने बोट दाखविले.

"दिसते आहे ती?" त्याने विचारले. "आपले ए.टी.एम."

२७

वळणावळणाच्या रस्त्याने ते आगीच्या जवळपास पोहोचत होते. डावीकडे दोनशे यार्डांवर झाडेच झाडे असलेल्या टेकडीवर त्यांना ती आग दिसत होती. दहा यार्डांनी डावीकडे एक खडकाळ रस्ता त्यांना दिसला. एखाद्या ड्राइव्हवेसारखा. झाडाझुडपांमधून टेकडीवर चढत जाणारा. टर्नरने रीचरचा शर्ट स्वतःभोवती जास्तीच गुंडाळून घेत म्हटले, ''झुडपांनीच अचानक पेट घेतलेला दिसतो आहे.''

''चुकीचा काळ,'' रीचर म्हणाला. ''आणि चुकीची जागाही. इथे तशा आगी लागत नाहीत.''

''मग काय आहे हे?''

''आपण कुठे आहोत?''

''पश्चिम व्हर्जिनिया.''

''बरोबर. आसपास मैलोन्मैल अंतरावर काहीही नाही. दूरच्या भागातले जंगल. आपण अशाच आगीच्या शोधात होतो. पण शक्यतोवर आवाज करू नकोस. तिथे कुणीतरी असू शकेल.''

''आग विझवणारे असतील बहुधा.''

''ते असू शकत नाहीत या गोष्टीची मी तर खात्रीच देईन.''

ते खडकाळ रस्त्याने पुढे निघाले. पायाखालचे लहान-मोठे दगड घसरून पडत होते, आवाज करत होते. चालणे कठीण पडत होते. गाडीनेच येण्यासारखा रस्ता होता. दोन्ही बाजूंनी झाडे जवळ येत होती. काही पाइनची, काही दर वर्षी पाने झडणाऱ्या डिसिड्यूअसची. कोणत्याच झाडांवर पाने नव्हती. रस्ता डावीकडे वळला आणि मग उजवीकडे. पण वरवरच चढत होता. तो रुंद झाला आणि पलीकडेच आग दिसायला लागली. हवा गरम झाली. आग चांगलीच भडकलेली होती. मध्येच मोठमोठे आवाज येत होते.

“थोडाही आवाज करू नकोस आता,” रीचरने टर्नरला सूचना दिली.

शेवटचे वळण घेतल्यानंतर त्यांना झाडी तोडून साफ केलेली जागा दिसली. बार्न दिसले - कोठारासारखी वास्तू. कधीही कोसळून पडेल अशा अवस्थेत होती. डावीकडे तशाच तऱ्हेची एक केबिन होती. दोन्ही इमारती लाकडाच्या फळ्यांनी बनविलेल्या होत्या. शंभर वर्षे तरी हवामानाला तोंड देत आता कुजत चाललेल्या होत्या. पार उजवीकडे चाकांवर बांधलेले काहीतरी होते आणि तेच आतून बाहेरून जळत होते. पिवळ्या, निळ्या, नारिंगी ज्वाळांचे थैमान चालू होते. जवळपासची झाडे जळत होती, धुमसत होती. काळेकुट्ट धुराचे लोट पसरत होते आणि वर वर चढत होते.

“काय आहे हे?” टर्नरने कुजबुजत विचारले.

“एक जुना विनोद आहे,” रीचरही तसाच कुजबुजत म्हणाला. “नवऱ्याबरोबर घटस्फोट तर घ्यायचा नाही; पण त्याच्यापासून रक्षण पाहिजे अशी मागणी करायची, असाच प्रकार आहे हा. ही लॅब सापडली असती तर ती नष्टच केली गेली असती. पण ती आगीतच भस्मसात झाली. कोणीतरी आपला मेथ लॅब म्हणून वापरात असलेला ट्रेलरच गमावला आहे.”

“ही मेथ लॅब आहे?”

“होती,” रीचर म्हणाला.

“म्हणून फायर ब्रिगेडला फोन केलेला नाही,” टर्नर म्हणाली. “बेकायदा उद्योग करत असताना ते त्यांना बोलवूच शकत नाहीत.”

“ते आलेही नसते,” रीचर म्हणाला. “प्रत्येक मेथ लॅबला लागणारी आग ते विझवत बसले तर दुसरे काही करायला त्यांना वेळच मिळणार नाही. मेथ लॅब्जना आगी लागतातच. प्रश्न फक्त कधी लागणार एवढाच असतो.”

“इथली माणसे कुठे आहेत?”

“एखादाच कुणीतरी असणार. आसपास.”

ते आगीपासून दूर, केबिनच्या दिशेने निघाले. झाडांना चिकटूनच. धूर वर चढत होता. ज्वाळांमुळे छायाप्रकाशाचा खेळ चालू होता. त्यांच्यापासून पन्नास यार्ड अंतरावर आग भडकत होती. तिला आवर घालायला कुणीच नव्हते. केबिन म्हणजे एक मजली घर होते. मागे आऊटहाऊस. केबिनमध्ये कुणी नव्हते. आऊटहाऊसमध्येही कुणी नव्हते. दोन गाड्या शेजारी शेजारी उभ्या राहतील इतके बार्न रुंद होते. आणि त्यात दोन गाड्या उभ्याही होत्या. एक मोठा लाल रंगाचा अगदी नवीन पिक-अप् ट्रक, मोठाले टायर्स, ट्रकचा सांगाडा क्रोम प्लेटेड पत्र्यांनी बनविलेला. एक लाल रंगाचीच कन्व्हर्टिबल स्पोर्ट्स कार. शेव्हरोलेट कॉर्व्हेट. तशीच चकचकीत. मागे जाणारे पाइप्स तर रीचरच्या मुठीच्या आकाराएवढे मोठे होते. ती पण जवळजवळ

नवीनच होती.

"खेड्यामधल्या या पोराचे आयुष्य तर मजेत चाललेले दिसते आहे," रीचर म्हणाला.

"नाही," टर्नर म्हणाली. "तेवढे काही चांगले नाही."

तिने आगीकडे बोट दाखविले. जळत असलेल्या ट्रेलरचा सांगाडा अजूनही दिसत होता. ज्वाळांमध्ये पार वाकडातिकडा होत होता. आजूबाजूला जळत असणारे ढिगारे दिसत होते; पण जळक्या चौरस आकारांमध्ये एक लांबुडका आकारही ट्रेलरसमोर पडलेला होता. जमिनीलगत गोलसर असे काहीतरी जळत होते. तिथल्या ज्वाळांचा रंग वेगळा होता आणि तिथल्या आगीची धगही वेगळी होती. मांसाचा तुकडा बराच वेळ ग्रीलवर भाजला गेल्यावर जशा ज्वाळा दिसतील तशा ज्वाळा. पण शंभर पट तरी मोठा आकार.

"त्याने माल वाचवायचा प्रयत्न केला बहुधा," रीचर म्हणाला. "तो विचार नेहमीच मूर्खपणाचा ठरतो. जळू द्यायला हवा होता."

"आता आपण काय करायचे?" टर्नरने विचारले.

"पैसे काढायचे," रीचरने उत्तर दिले. "ए.टी.एम. मधून. तशी मोठीच लॅब होती. दोन छान गाड्याही दिसत आहेत. तेव्हा आपले क्रेडिट लिमिट चांगले असणार आहे."

"आपण मेलेल्या माणसाचे पैसे घेणार आहोत?"

"त्याला आता त्या पैशांची गरज नाही. आणि आपल्याकडे फक्त ऐंशी सेन्ट शिल्लक आहेत."

"गुन्हा आहे हा."

"तो तर आधीच घडला होता. मादक द्रव्यांचा वापर करत होता तो. आणि ते पैसे आपण घेतले नाहीत तर पोलीस घेतील. म्हणजे उद्या इथे पोहोचतील तेव्हा. किंवा परवा."

"कुठे आहेत ते पैसे?"

"ते शोधून काढणे हाच एक गमतीचा खेळ असणार आहे."

"तू हे पूर्वीही केले आहेस, बरोबर?"

"बहुतेक वेळा ते जिवंत असताना. मी युनियन स्टेशनच्या मागून चालत निघणार होतो. तू आय.आर.एस. सारखा विचार कर. शेवटी आपणही सरकारी नोकरच आहोत."

"हे फार भयंकर आहे."

"आज रात्री तुला बिछान्यात झोपायचे आहे ना? उद्या खायचे आहे ना?"

"अरे देवा!" टर्नर उद्‌गारली.

पण तिनेही रीचरसारखाच जारीने शोध घेतला. त्यांनी केबिनपासून सुरुवात केली. शिळ्या हवेचा वास आला. स्वयंपाकघरात काही लपविले नव्हते. कपाटांमागे दडविलेले कप्पे नव्हते, डब्यांना नव्हते. पिठांच्या डब्यात काही नाही. भिंतीवरच्या फळ्यांमागे मोकळ्या जागा नाहीत. बैठकीच्या खोलीत काही सापडले नाही. जमिनीत कुठे खड्डा खोदलेला नाही आणि लक्षात येईल असे दारही नाही. पोकळ पुस्तके नाहीत. सोफ्यावरच्या उशांच्या आतमध्ये काही नाही. चिमणीमध्ये नाही. झोपायच्या खोलीतही काही नाही. फाडलेल्या गाद्या नाहीत. टेबलाला कुलूप लावलेले खण नाहीत. कपड्यांच्या कपाटावर काही नाही. बिछान्याखाली खोके नाहीत.

"आता काय?" टर्नरने विचारले.

"तो विचार आधीच माझ्या मनात यायला हवा होता," रीचरने उत्तर दिले.

"कुठे?"

"आपण नक्की एकटे आहोत असे या माणसाला कुठे वाटत असेल?"

"ही सर्व जागाच तशी आहे. सगळीकडून लाखो मैल दूर."

"पण तरीही?"

तिच्या लक्षात आले. तिने मान डोलावली. "आऊटहाऊस," ती उद्गारली.

पैसे आऊटहाऊसच्या छतात होते. टॉयलेटच्यावरतीच एक छोटा कप्पा होता. वरचे झाकण काढून रीचरने ते टर्नरच्या हातात ठेवले आणि पोकळीत हात घातला. त्याच्या हाताला एक प्लॅस्टिकचा टब लागला. त्याने तो बाहेर काढला. घरसंसाराच्या वस्तू विकणाऱ्या दुकानात रीचरने तसा टब बघितला होता. त्यामध्ये वीस वीस डॉलर्सच्या थप्प्या बांधून ठेवल्या होत्या. चार हजार डॉलर्स तरी होते. डॉज आणि कॉर्व्हेटच्या जादा किल्ल्या, प्रॉपर्टीचे करारपत्र आणि विल्यम रॉबर्ट क्लॉटन नावाच्या मुलाच्या जन्माचा दाखला होता. सत्तेचाळीस वर्षांपूर्वी पश्चिम व्हर्जिनियात जन्मलेला मुलगा.

"बिली बॉब," टर्नर म्हणाली. "तुला शांती लाभो."

हातातल्या किल्ल्या उडवत रीचरने विचारले, "ट्रक का स्पोर्ट्स कार?"

"आपण त्याची गाडीही चोरणार आहोत?" तिने विचारले.

"त्या चोरलेल्या गाड्याच तर आहेत. खोक्यात ठेवलेली कुठलीही कागदपत्रे नाहीत. गाड्या चोरणाऱ्याच कुणीतरी आपले कर्ज फेडण्यासाठी त्या त्याला दिल्या असणार. दुसरा पर्याय म्हणजे चालत निघणे हा आहे."

एक सेकंदभर तरी टर्नर फारच गप्प होती. पैसे चोरायचे आणि गाडीही? हे

जरा अतिच होते.

मग तिने एकदा डोके हलवले आणि खांदे उडवत ती म्हणाली, ''अर्थातच, स्पोर्ट्स कार.''

तेव्हा त्यांनी पैसे उचलले. कॉर्व्हेटची किल्ली उचलली आणि बाकीच्या सर्व गोष्टी आऊटहाऊसमधल्या छतामध्ये होत्या त्या ठिकाणी ठेवून दिल्या. बार्नमधून जाऊन त्यांनी पैसे कॉर्व्हेटमध्ये ठेवले. आग अजूनही भडकतच होती. रीचरने गाडीच्या किल्ल्या टर्नरकडे उडविल्या आणि तो ड्रायव्हरच्या शेजारच्या सीटमध्ये जाऊन बसला. टर्नरने इंजिन सुरू केले, हेडलाइट्सचा स्विच शोधला आणि पट्टा ओढून खालपर्यंत बांधून घेतला.

मिनिटभराने ते पुन्हा रस्त्यावर होते. रात्रीच्या गडद अंधारात पश्चिमेला भरधाव निघाले होते. उबदार होते, मजेत होते, श्रीमंत बनले होते.

२८

मैलभर अंतरानंतर टर्नरला गाडीचा अंदाज आला. तिने वेग वाढविला आणि वळणावळणाने जाताना आपली लय पकडली. गाडी मोठी होती. दणक्यात वेग पकडत होती. हेडलाइट्सचे पांढरे शुभ्र झोत खूप लांबवर पोहोचत होते. ताकदवान व्ही-८ इंजिन मागच्या बाजूने पांढऱ्या धुराचे लोट सोडत होते.

ती म्हणाली, "हा रस्ता लवकर सोडायला पाहिजे. या रस्त्यावरून आपण जास्त काळ प्रवास करू शकणार नाही. बेरीव्हीलमधून आलेली एक गाडी माझ्या मते बहुधा एफ.बी.आय.ची होती. तू बघितली होतीस ती?"

"क्राऊन व्हिक?" रीचरने विचारले.

"हो," ती म्हणाली. "तेव्हा तर्कशुद्ध विचार केला तर बस ज्या मार्गाने गेली असती त्या मार्गावरून आपण बाजूला व्हायला पाहिजे. ट्रकमधला म्हातारा आपण नक्की कुठे उतरलो होतो हे त्यांना सांगेल. ती जागा तो लवकर विसरू शकणार नाही."

"काही सांगणार नाही तो पोलिसांना. पश्चिम व्हर्जिनियात कोळसा वाहून नेला आहे त्याने."

"पण पोचे आलेल्या गाडीमधल्या माणसांबरोबर तो एखादे वेळी बोलेल. ते त्याला घाबरवून सोडतील, नाही तर पैसे तरी चारतील."

"ठीक आहे," रीचर म्हणाला. "दक्षिणेला जाऊ या. हिवाळ्यात त्या बाजूला जाणे नक्कीच चांगले."

तिने गाडीचा वेग आणखी वाढवला. एक्झॉस्टमधून येणारा आवाज वाढला. चांगली आहे गाडी, रीचर विचार करत होता. अमेरिकन रस्त्यांवर चालवायला जगातील उत्कृष्ट गाडी. शेवटी ती अमेरिकन बनावटीचीच होती म्हणा. अचानक त्याच्या चेहऱ्यावर हसू उमटले. "हिटर जाऊ दे वरती आणि टप मागे घे."

''तू तर खराच मजेत दिसतो आहेस,'' टर्नर म्हणाली.

''का असणार नाही? रेडिओवरच्या रॉक ॲन्ड रोल गाण्यासारखे आहे हे. वेगवान गाडी, खिशात पैसे आणि क्वचितच लाभणारा कुणाचा तरी सहवास.''

तेव्हा टर्नरने हिटरची डायल पार लाल रंगावर नेली, गाडी हळू करत बाजूला उभी केली. स्विचेस शोधल्यावर टप आपोआप दुमडून मागे जाऊन त्याच्या जागेत विसावला. ताजी आणि थंड हवा गाडीत घुसली. सीटमध्ये आणखी खाली सरकून बसत टर्नरने गाडी पुन्हा सुरू केली. वेग आणि प्रकाश आणि आवाज यांच्या सर्व संवेदना दुप्पट झाल्या. रीचर हसला. ''हे खरे जीवन,'' तो उद्गारला.

''मलाही एखादे वेळी अशा आयुष्याची सवय होईलही. पण तशी निवड करायचा अधिकार मला असायला हवा.''

''तशी संधी मिळेल तुला.''

''कशी मिळणार? आपल्याला काही कळायलाच वाव राहिलेला नाही.''

''काहीच कळत नाही असे नाही,'' रीचर म्हणाला. ''एक गोष्ट उघड उघड नियमाला अपवाद ठरलेली आहे आणि एक आपल्याला निश्चित माहीत आहे. दोन्ही एकदम विचारात घेतल्या तर एक प्राथमिक अनुमान तर नक्की बांधता येते.''

''कशा तऱ्हेचे?''

''वीक्स आणि एडवर्ड्स यांचा अफगाणिस्तानमध्ये खून करण्यात आला, पण इथे तुझा खून पाडला गेला नाही, माझा नाही, मूरक्रॉफ्टचासुद्धा नाही. त्याचा खून तर अगदी सहज पाडता आला असता. मारहाण करण्याऐवजी वॉशिंग्टन डी.सी.च्या दक्षिण पूर्व भागात गाडीमधून जाता जाता त्याच्यावर गोळ्या झाडता आल्या असत्या. माझ्यावरही झाडता आल्या असत्या. कुणाच्या काय लक्षात येणार होते? तीच गोष्ट तुझ्याबाबतीतही शक्य होती. शिक्षण घेताना झालेला अपघात, शस्त्र हाताळताना केलेला निष्काळजीपणा. पण त्यांनी तो मार्ग चोखाळला नाही. वॉशिंग्टन डी.सी.मध्ये काही करायला त्यांना थोडी भीती वाटते. दुसऱ्या गोष्टीबरोबर याचा विचार केला तर सूचकच बाब.''

''कुठली दुसरी गोष्ट?''

''तुला केमन आयलन्ड्सवर बँकेचे खाते कसे उघडायचे ते माहीत आहे?''

''शोधू शकेन मी.''

''अगदी बरोबर. तू संगणकावर शोध घेशील, फोन करशील, गरज असणाऱ्या गोष्टी मिळवशील आणि काम पुरे करशील. पण त्याला किती वेळ लागेल?''

''साधारण एक आठवडा तरी.''

''पण या माणसांनी एका दिवसाच्या आत ते केले. एका तासातच बहुधा. सकाळी दहा वाजता बँकेत तुझे खाते उघडले होते. आधीपासूनच त्यांचे संबंध

असल्याप्रमाणे. त्यांना काय हवे आहे ते त्यांनी बँकेला सांगितल्याबरोबर तत्काळ खाते उघडले गेले. कोणत्याही तऱ्हेचे प्रश्न विचारले गेले नाहीत. म्हणजे बँकेच्या दृष्टीने ती भरपूर पैसे असणारी खास अशी आणसे आहेत. अर्थात, हे तर आपल्याला माहीतच आहे म्हणा. कारण फक्त तुझा काटा काढण्यासाठी त्यांनी सहज एक लाख डॉलर्सवर पाणी सोडले आहे. ती काही कमी रक्कम नाही. पण त्यांना पर्वा वाटली नाही. त्यांनी ते पैसे सरळ तुझ्या खात्यात भरले. ते पैसे परत मिळतील याचीही शाश्वती नाही. ते पुरावा म्हणून जप्त होऊ शकतात. आणि समजा, तसे झाले नाही तरी नंतर ते पैसे त्यांचे आहेत, असेदेखील ते म्हणू शकत नाहीत. पैसे परत मागू शकत नाहीत.''

''पण मग कोण आहेत ते?'' टर्नरने विचारले.

''अगदी व्यवस्थित पद्धतीने वागणारी माणसे. काहीतरी घोटाळा करून ते भरपूर पैसे मिळवित आहेत. आठ हजार मैल अंतरावर असणाऱ्या अफगाणिस्तानमध्ये ते काहीही घडवून आणू शकतात. पण ते स्वतः ज्या ठिकाणी आहेत तिथे त्यांना सर्व काही स्वच्छ आणि नीटनेटके हवे आहे. परदेशातील बँकर्सशी त्यांची पहिल्या नावाने बोलण्यासारखी घसट असणार, ज्यामुळे आर्थिक व्यवहार आठवडाभरात नाही तर तासाभरात ते पार पाडू शकतात. सैन्य दलाच्या कोणत्याही शाखेतील त्यांना हव्या असणाऱ्या फाइल्सचा ते शोध घेऊ शकतात आणि फाइल्समधल्या नोंदीमध्ये फेरफारही करू शकतात. कार्यक्षम असे गुंडही त्यांनी बाळगले आहेत. माझी जवळ जवळ खात्री पटली आहे की *ती माणसे म्हणजे वॉशिंग्टन डी.सी. मधील फारच वरिष्ठ पदांवरील स्टाफ ऑफिसर्स आहेत.*

रॉमनी गावानंतर त्यांनी दक्षिणेकडे नेणारा एक साधा रस्ता पकडला. डोंगर टेकड्यांमधून जाणारा. तो त्यांच्या दृष्टीने सुरक्षित राहील असे त्यांना वाटत होते. त्यांना आय-७९ महामार्गाच्या जवळपासही जायचे नव्हते. वेगाने जाणाऱ्या गाड्यांसाठी सापळे रचून नगरपालिकेचा महसूल वाढविण्यासाठी स्थानिक पोलिसांची तिथे रात्रीसुद्धा व्यवस्थित गस्त असते. पण छोट्या रस्त्याने जाण्यात तोटेही होते. पेट्रोल नाही, कॉफी नाही, डायनर्स नाहीत आणि मोटेल्सही नाहीत. ते थकले होते. त्यांना भूक लागली होती. आणि तहानही. गॅलनला इतके मैल असा आकडा न देणारे मोठे इंजिन. एका वळणावर पाटी दिसली. वीस मैलांवर एक शहर होते. छोट्या रस्त्यांवरून ते ज्या वेगाने जाऊ शकत होते त्याचा विचार करता तिथे पोहोचायला त्यांना अर्धा तास तरी लागला असता.

''स्नान आणि जेवण यासाठी कुणाचा तरी जीव घ्यायचीही तयारी आहे माझी,'' टर्नर म्हणाली.

"तसा एखादे वेळी घ्यावाही लागेल. हे न झोपणारे शहर नसणार, जागेच न होणारे शहर असेल."

त्यांना ते शहर कसे आहे, हे बघायची संधीच मिळाली नाही कारण ते तिथे पोहोचू शकले नाहीत. मिनिटभराने छोट्या रस्त्यावरच त्यांना अडथळा निर्माण झाला.

२१

एका वळणावरून टर्नर वळली आणि तिने खाडकन ब्रेक लावला. डांबरी रस्त्यावर समोरच मध्यावरती लाल रंगाचा प्रकाशमान गोळा चमकत होता. थोड्या अंतरावर पुढे दुसरा. आणि त्या पलीकडे वेगवेगळ्या दिशांनी झोत टाकणारे हेडलाइट्स. एकाचा प्रकाश सरळ वरती आकाशाच्या दिशेने जात होता आणि दुसरा रस्त्यावर आडवाच्या आडवा असा.

प्रकाशमान गोळ्याच्या डाव्या आणि उजव्या बाजूंनी पुढे जात टर्नरने आपली गाडी हळूहळू थांबविली. एक पिक-अप ट्रक मागच्या बाजूने रस्त्याच्या बाजूच्या खड्ड्यात गेला होता आणि खड्ड्यामध्ये उभा राहिला होता. ट्रकच्या खालच्या बाजूचे घाणेरडे झालेले सर्व भाग नजरेला पडत होते.

रस्त्यावर आडवा प्रकाश टाकणारे हेडलाइट्स दुसऱ्या एका पिक-अप् ट्रकचे होते. क्रू कॅब असणारा अर्धा टनी दणकट ट्रक रस्त्यावर आडवा उभा केला होता. मागच्या बाजूला बांधलेली छोटी वजनदार पोलादी साखळी खड्ड्यात उभ्या असणाऱ्या ट्रकच्या पुढच्या सस्पेन्शनला बांधली होती. तिरकी होऊन अगदी ताठ बनलेली होती. खड्ड्यात पडलेला ट्रक समोरून खेचून, पुन्हा त्याच्या चाकांवर आणून, बाहेर काढण्याचा प्रयत्न करण्याचा विचार झालेला दिसत होता. रस्ता अरुंद असल्याने साखळी तर लांबीला छोटीच हवी होती. अर्धा टनाचा ट्रक इंचाइंचाने पुढे सरकला नाही, तर दाणकन आडवा होणारा खड्ड्यामधल्या ट्रकचा पुढचा भाग त्या अर्धा टनी पिक-अप् ट्रकच्या मागच्या बाजूवरच आदळण्याची शक्यता दिसत होती. नाही तर तोच खड्ड्यात जाण्याचीही चिन्हे होती. फारच धोकादायक प्रयत्न होता.

तिघे जण दिसत होते. एक जण मनाला धक्का बसल्याप्रमाणे कोपरे गुडघ्यांवर ठेवून आणि डोके खाली घालून रस्त्याच्या बाजूला बसला होता. खड्ड्यामध्ये उभ्या असणाऱ्या ट्रकचा तो ड्रायव्हर असावा, असा तर्क रीचरने केला. दारू प्यायलेला

असेल, अजूनही नशेतच असेल आणि अपघातामुळे मनाला धक्का बसलेलाही असेल. दुसरे दोघे त्याला मदत करायला थांबलेले असावेत. एक जण अर्धा टनी ट्रकच्या केबिनमध्ये बसला होता. दारात कोपर टेकवून मागे बघत होता. आणि दुसरा, एकदा या बाजूला आणि एकदा दुसऱ्या बाजूला उभा राहून, त्याला सूचना देत असावा.

दररोज घडणारा प्रसंग, रीचरच्या मनात विचार आला. किंवा दररोज रात्री तरी घडणारा. जरा जास्तच बिअर्स ढोसल्या जातात किंवा जास्तच पाईप्स ओढले जातात किंवा दोन्हीही. मग अंधारा वळणावळणाचा रस्ता. भर वेगात घेतलेले एखादे वळण, घाबरून जोरात दाबलेला ब्रेक, रिकाम्या ट्रकची लॉक झालेली मागची चाके, हिवाळ्यातला थोडासा बर्फ, गर्रकन वळलेला ट्रक आणि खड्ड्यातच शेवट. कलंडलेल्या सीट्सवरून वर येण्याचा भयानक अनुभव आणि उभ्या झालेल्या बाजूवरून घेतलेली खालपर्यंतची घसरगुंडी. सेल फोनवरून केलेला फोन आणि मोठा ट्रक घेऊन येणाऱ्या मित्रांची बघितलेली वाट.

काही विशेष नाही. जवळजवळ नेहमीच तोंड द्यायला लागणारी गोष्ट. कठीण बाब असली तरी ते काय करत आहेत, याची स्थानिक लोकांना पूर्ण जाणीव असावी. पूर्वीही त्यांनी हे केलेले असेल. अनेकदा केलेले असेल. रीचर आणि टर्नर यांना पाच एक मिनिटे उशीर होणार होता एवढेच. किंवा दहा मिनिटे. पण तेवढाच.

पण तेवढाच उशीर होणार नव्हता.

धक्का बसून बाजूला बसलेल्या माणसाला नवीन प्रखर हेडलाइट्सची जाणीव झाली. त्याने डोके वर केले. डोळे बारीक करून रस्त्याकडे बघितले. नजर बाजूला केली.

आणि पुन्हा रस्त्याकडे नजर वळवली.

तो धडपड करत उभा राहिला आणि त्याने एक पाऊल पुढे टाकले.

"ती बिली बॉबची गाडी आहे," तो म्हणाला.

त्याने आणखी एक पाऊल पुढे टाकले, मग दुसरे. रागीट नजरेने त्यांच्याकडे बघितले. प्रथम टर्नरकडे, मग रीचरकडे. दाणकन पाय आपटला, घोंघावणाऱ्या कीटकांना दूर करत असल्याप्रमाणे उजवा हात हलवत ओरडला, "तुम्ही त्याच्या गाडीमध्ये काय करता आहात?"

दात खराब असतील, दारूचा परिणाम असेल, मनात गोंधळ उडाला असेल किंवा यातले सर्वच असेल, पण शब्द स्पष्टपणे निघाले नव्हते. रीचरला खात्री नव्हती. खड्ड्यातला ट्रक बाहेर काढण्यासाठी सूचना देणाऱ्या माणसाचेही लक्ष वेधले गेले. अर्धा टनी ट्रकच्या केबिनमध्ये चाकासमोर बसलेला माणूसही क्रू कॅबमधून खाली उतरला. तिघे जण अर्धवर्तुळ करून कॉर्व्हेटच्या पुढच्या बाजूला

दहा फूट अंतरावर उभे राहिले. चिवट माणसे वाटत होती. बाह्या नसलेले शर्ट्स, स्वेटशर्ट्स, निळ्या जीन्स आणि बूट. डोक्यावर लोकरीच्या कॅप्स. मनाला धक्का बसलेला माणूस साधारण पाच फूट आठ इंच उंचीचा असावा. कामाच्या सूचना देणारा माणूस पाच-दहा असेल. आणि अर्धा टनी ट्रकचा ड्रायव्हर सहा फूट उंचीचा तरी. छोटा, मध्यम, मोठा आकार. शहरांबाहेर वापरल्या जाणाऱ्या कपड्यांचा कॅटलॉग बघून घेतलेले स्वस्तातले कपडे.

"घाल त्यांच्या अंगावर गाडी," रीचर म्हणाला.

टर्नरने तसे काही केले नाही.

क्रू कॅबमधून उतरलेला माणूस म्हणाला, "ती बिली बॉबची गाडी आहे."

धक्का बसून रस्त्याच्या बाजूला जो बसला होता, तो रागानेच म्हणाला, "मी ते आधीच सांगितले आहे."

या वेळीही बोलणे स्पष्ट नव्हतेच.

पण तो मोठ्याने ओरडला होता.

अपघाताने बहुधा त्याच्या कानांवर परिणाम झाला असावा.

क्रू कॅबमधल्या माणसाने विचारले, "तुम्ही बिली बॉबची गाडी कशी काय चालविता आहात?"

"ती माझी गाडी आहे," रीचरने उत्तर दिले.

"नाही, तुझी नाही. मी नंबर प्लेट ओळखतो."

रीचरने आपला पट्टा सोडला.

टर्नरने तिचा.

"बिली बॉबची गाडी कोण चालवतो आहे याची तुम्हाला एवढी काळजी का वाटते आहे?" रीचरने विचारले.

"कारण तो आमचा लांबचा भाऊ आहे."

"खरं की काय?"

"अगदी खरं," तो म्हणाला. "हॅम्पशायर काऊन्टीमध्ये गेली तीनशे वर्षे क्लॉटन्स वस्ती करून आहेत."

"काळ्या रंगाचा सूट आहे तुमच्याकडे?"

"का?"

"कारण तुम्हाला दफनविधीला हजर राहायचे आहे. बिली बॉबला आता गाडीची गरज उरलेली नाही. त्याची मेथ लॅब रात्री जळून खाक झाली. तो वेळेत बाहेर पडू शकला नाही. आम्ही जवळच्याच रस्त्यावरून जात होतो; पण त्याच्यासाठी काही करू शकलो नाही."

तिघेही जण काही काळ गप्प होते. चुळबुळ करत होते. पाय घासत होते. अर्धा

टनी ट्रकवाला म्हणाला, "त्याच्यासाठी दुसरे काही करता आले नाही तरी त्याची गाडी चोरली तुम्ही."

"दुसऱ्या कामासाठी वापरली म्हणू या."

"त्याचे शरीर थंडसुद्धा पडायच्या आधीच?"

"तेवढा वेळ थांबू शकलो नसतो. आग फार भडकली होती. त्याला थंड पडायला दोन दिवस लागतील अजून."

"नाव काय तुझे?"

"रीचर," रीचरने उत्तर दिले. "हॅम्पशायर काऊन्टीमध्ये गेली पाच मिनिटे तरी रीचर्स आहेत."

"तू कॉर्व्हेट घेतो आहेस?" त्याने आश्चर्यानेच विचारले. त्याला तो विनोदच वाटत होता.

"आम्ही घेत नाही खरं तर. तुम्ही स्वतःहूनच ती देत आहात."

"एखादे वेळी तुम्हीच आग लावली असेल."

"नाही लावली. बिली बॉब धोकादायक व्यवसायात काम करत होता. मृत्यूही तसाच ओढवणार होता. जगाचा न्याय. गाडीबद्दलही तेच म्हणता येईल. हपापाचा माल गपापा."

"तू ती घेऊ शकत नाहीस. ती आम्हालाच मिळायला हवी."

रीचरने गाडीचे दार उघडले, पाय जमिनीला टेकविले आणि सेकंदात जमिनीपासून चार इंचावर असताना आपल्या सहा फूट पाच इंच उंचीपर्यंत पोहोचला. उघड्या दाराच्या बाजूने पुढे होत त्यांच्यामध्ये जाऊन उभा राहिला.

"वारसा हक्काबद्दलची मोठी चर्चा इथेच थांबवू या आपण," तो म्हणाला.

"आणि त्याचे पैसे?" अर्धा टनी ट्रकमधून उतरलेल्या माणसाने विचारले.

"ताबा असणे म्हणजे कायदेशीरदृष्ट्या दहापैकी नऊ गुण," रीचर म्हणाला. डायरमधल्या कॉन्फरन्स रूममध्ये एस्पिन हेच म्हणाला होता.

"म्हणजे त्याचे पैसेही तुम्ही घेतले आहेत?"

"सापडले तेवढेच."

अपघातामुळे मनाला धक्का बसलेल्या माणसाने पुढे होऊन रागानेच रीचरला हाणायचा प्रयत्न केला. रीचरने मागे होऊन त्याचा ठोसा चुकविला आणि आपल्या उजव्या हाताची मूठ मागे पुढे करायला सुरूवात केली. न दिसणाऱ्या कीटकांना जसा काही तो हाकलवत होता. तो माणूस तेच बघत राहिला आणि रीचरने आपल्या डाव्या हाताची चपराक त्याच्या डोक्याच्या बाजूला ठेवून दिली. जुन्या काळातले पोलीस उद्धट पोरांना हाणायचे तशी. जोरदार फटका नसतानासुद्धा एखाद्या ताकदवान रायफलमधून सुटलेली गोळी बसल्याप्रमाणे तो माणूस रस्त्यावर

कोसळला. त्याची हालचालच थांबली.

अर्धा टनी ट्रकमधल्या ड्रायव्हरने विचारले, "हेच करतोस का तू? छोट्यांनाच प्रथम हाणतोस?"

"मी त्याला हाणायला गेलो नव्हतो," रीचरने उत्तर दिले. "त्यानेच मला हाणायचा प्रयत्न केला. तीच चूक तूदेखील करणार आहेस का?"

"चूक ठरणारही नाही ती."

"नक्की चूकच ठरेल ती," रीचर म्हणाला. मग त्याचे लक्ष खड्ड्यात उभ्या राहिलेल्या ट्रककडे गेले. "तो ट्रक उलटणार आहे आता."

तो माणूस मागे वळला नाही. त्याने इकडेतिकडे बघितले नाही. त्याची नजर रीचरवरच खिळलेली होती.

"चांगला प्रयत्न होता," तो म्हणाला. "पण मी काही कुक्कुलं बाळ नाही."

"मी चेष्टा करत नाही," रीचर म्हणाला. आणि तो खरंच चेष्टा करत नव्हता. शक्य आहे की ट्रकचे ट्रान्स्मिशन ट्रक पडला तेव्हा थोडे ढिले झाले असेल. किंवा इंजिन बंद करून तो उतरला तेव्हा ट्रकचा वरचा भाग सहा एक इंच पुढे सरकला असेल. काहीही असले तरी लोखंडी साखळी जास्तच ताठ झाली होती. उभ्या राहिलेल्या ट्रकचा तोल ढासळत आला होता. एखादा इंच आणि तो वाऱ्याच्या झुळकेनीही धाडकन पुढे कोसळला असता.

आणि बहुधा वाऱ्याची झुळूक आली.

आसपासच्या झाडांवरच्या फांद्या हळूच हलल्या. उभ्या राहिलेल्या ट्रकचा तळाचा भाग खालच्या दगडांवर घासला जायला लागला. साखळदंड सैल झाला आणि ट्रकचा वरचा भाग कळत नकळत एका एका अंशाने पुढे पुढे येता येता झपाट्याने पुढे यायला लागला आणि एका क्षणाला अर्धा टनी ट्रकच्या मागच्या बाजूवर धाडकन आदळला. लोखंडी इंजिनच्या वजनाने गंजलेल्या पत्र्यावर असा दणका दिला की खालच्या ट्रकचा ॲक्सलही तुटला. अर्धा टनी ट्रकची मागची चाके बाहेरच्या बाजूला वाकली आणि पुढची आतल्या बाजूला. स्टिअरिंग रॉडही तुटला. लोखंडी साखळदंड तुटून जमिनीवर पडला. ट्रक पुढच्या बाजूने थोडा उचलला गेला आणि तसाच मोठ्या ट्रकवर वाकला. मग सर्व हालचाल थंडावली.

जमिनीवर कोसळलेला माणूस अजूनही तसाच आडवा पडलेला होता. दुसरे दोघे ट्रक्सकडे बघत होते. त्यांच्यापुढे नवीनच प्रश्न निर्माण झाला होता. आणखी प्रचंड मोठा ट्रक आणि क्रेन आल्याशिवाय दोन्ही ट्रक्स हलणारसुद्धा नव्हते. रीचर पुन्हा कॉर्व्हेटमध्ये बसला. उद्ध्वस्त झालेल्या ट्रक्सनी सगळा रस्ता अडवला होता. टर्नरला गाडी पुढे नेणे शक्यच नव्हते. तिने प्रकाशमान गोळ्याजवळून गाडी मागे मागे घेतली आणि वळवून ते आल्या रस्त्याने परत फिरले.

३०

टर्नर म्हणाली, ‘‘आपल्याबद्दल त्यांना कळताच ते ताबडतोब खिशातील नाणी शोधायला लागतील. आपापल्या प्रोबेशन ऑफिसर्सना फोन करतील आणि सौदेबाजीला सुरुवात करतील. त्यांच्या पुढच्या दहा बेकायदा कृत्यांसाठी त्यांना तुरुंगात टाकणार नाहीत याची खात्री पटवून घेतील.’’

रीचरने मान डोलावली. रस्ता काही कायमचा बंद राहणार नव्हता. त्या रस्त्याने जाणाऱ्या दुसऱ्या कुणीतरी फोन केलाच असता. किंवा इतर काही करण्यासारखे नाही याची खात्री पटल्यावर क्लॉटन्सचे भाऊबंदच फोन केल्याशिवाय राहिले नसते. मग पोलीस हजर होणार होते. त्यांनी प्रश्न विचारायला सुरूवात केल्यावर ते स्वतःचे निर्दोषत्व सिद्ध होईल, अशाच तऱ्हेने उत्तरे देणार होते. त्यांच्याशीही देवाणघेवाण सुरू होईल.

‘‘दक्षिणेकडे नेणारा पुढचा रस्ता बघ,’’ रीचर म्हणाला. ‘‘आपण दुसरे काही करू शकत नाही.’’

‘‘अजूनही मजाच वाटते आहे तुला?’’

‘‘इतकी मजा मी कधीच अनुभवली नव्हती.’’

वीस मिनिटांपूर्वी दोन मार्गिकांचा जो रस्ता त्यांनी सोडला होता त्या रस्त्यावरूनच ते दक्षिणेला वळले. निर्मनुष्य रस्ता. डावीकडे झाडे, उजवीकडे झाडे, पुढे काही नाही आणि मागे काही नाही. एका पुलावरून त्यांनी पोटोमॅक नदी ओलांडली. त्या ठिकाणी अत्यंत अरुंद बनलेली, विशेष लक्षात न राहण्यासारखी. दूरवर उंचावरून जिथून उगम पावलेली होती तिथून खाली खाली येत उत्तरेला वाहत जाणारी. मग पूर्वेला वळल्यावर नदीचे मुख म्हणण्यासारखी रुंद होत जाणारी. रस्त्यावर रहदारीच नव्हती. समोरून गाड्या येत नव्हत्या की मागून येत नव्हत्या. दुसऱ्या गाड्यांच्या हेडलाइट्सचा प्रकाश नाही की आवाज नाही. त्यांच्याच गाडीचे प्रकाशझोत आणि

त्यांच्याच गाडीचा आवाज.

रीचर म्हणाला, ''हा जर चित्रपट असता तर काऊबॉयने साधारण याच क्षणाला गाल खाजवत म्हटले असते की फारच अनैसर्गिक शांतता आहे म्हणून.''

''विनोद नकोत,'' टर्नर म्हणाली. ''पुढे त्यांनी रस्ता बंद केला असेल. एखादे वळण घेतल्यावर पोलिसांनी उभारलेलेच अडथळे दिसतील.''

पण पोलीस नव्हते. पुढच्या वळणानंतर नव्हते आणि त्याच्या पुढच्या वळणानंतरही. रस्ता वळणावळणांचाच होता. एक वळण मागे सोडले की दुसरे वळण पुढे दिसत होते. दर वेळेला डोक्यामध्ये तोच विचार. मनावर येणारे दडपण.

''तू कशातऱ्हेचे आयुष्य जगतोस, हे त्यांना कसे माहीत आहे?''

''कोण?''

''अत्यंत उच्चपदांवरील स्टाफ ऑफिसर्स.''

''चांगला प्रश्न विचारलास.''

''तू कशा तऱ्हेचे आयुष्य जगतोस ते माहीत आहे त्यांना?''

या पूर्वी तुला कोणी शोधू शकले नव्हते. आत्ताही शोधू शकणार नाहीत. कोणत्याही कारणासाठी एखाद्या व्यक्तीचा सैन्य दल शोध घेणार नाही आणि तू ज्या तऱ्हेचे आयुष्य काढतो आहेस त्याचा विचार करता तुला कोणी शोधून काढू शकेल, असेही वाटत नाही.

''मी कुठल्याही उपनगरामध्ये स्प्लिट लेव्हल रॅन्च विकत घेतलेली नाही, हे त्यांना माहीत असावे. मी लिटल लीगचा कोच वगैरे नाही, स्वतःचा भाजीपाला पिकवत नाही किंवा दुसऱ्या कुठल्या वेगळ्या पद्धतीने आयुष्य जगत नाही, हे पण त्यांना माहीत असावे.''

''पण त्यांना हे माहीत कसे झाले?''

''काही कल्पना नाही.''

''मी तुझी फाइल वाचली आहे. खूप चांगल्या गोष्टींचा फाइलमध्ये समावेश आहे.''

''आणि खूप वाईट गोष्टींचाही.''

''त्या गोष्टींबद्दल कुणाला कुतूहल निर्माण झाले असेल तर तुझ्या व्यक्तिमत्त्वाच्या बाबतीत त्याही चांगल्याच गोष्टी आहेत, असे म्हणायला हवे. तुझ्या वयाच्या सहाव्या वर्षापासून त्यांनी तुझा मागोवा घेतलेला आहे. तेव्हापासूनच तुझ्यामध्ये असामान्य अशी स्वभाववैशिष्ट्ये आढळलेली आहेत.''

''असामान्य वगैरे काही नाहीत.''

''मग दुर्मिळ म्हणू या. धोका दिसला रे दिसला की तुझी प्रतिक्रिया भलतीच जबरदस्त असते.''

रीचरने मान डोलावली. वयाच्या सहाव्या वर्षी पॅसिफिक महासागरावरील कुठल्या तरी मरीन तळावर असताना तो चित्रपट बघायला गेला होता. लहान मुलांसाठी असणारा सकाळचा चित्रपट. स्वस्तात बनविलेला. कुठली तरी विज्ञानकथा होती. चिखलाने भरलेल्या समुद्रकिनाऱ्यालगतच्या एका खाऱ्या पाण्याच्या तळ्यात अचानक एक अक्राळविक्राळ प्राणी दिसतो. सगळ्या छोट्या प्रेक्षक वर्गाचे गुप्तपणे चित्रण करण्यात येत होते. तो भयानक प्राणी बघताच बहुतेक सगळी पोरे भीतीनेच मागे सरकली होती. पण रीचर त्यांच्यापैकी एक नव्हता. बटण दाबताच पाते बाहेर येणाऱ्या चाकूचे बटण दाबूनच त्याने त्या प्राण्यावर हल्ला करण्यासाठी धाव घेतली होती. आणि ही प्रतिक्रिया केवळ पाऊण सेकंदात घडली होती.

वय वर्षे सहा असताना.

त्यांनी त्याचा चाकू जप्त केला.

त्याचे डोकेच जाग्यावर नाही अशा तऱ्हेने त्याला वागविले.

"वेस्ट पॉइंटलाही तू चमकला होतास," टर्नर म्हणाली. "तुझा सैन्य दलातला काळही तसाच होता."

"आधी डोळे बंद ठेवून नंतर बारीक नजरेने बघितले तरच. मला फक्त मतभेद आणि आरडाओरडाच जास्त आठवतो. बऱ्याच वेळा वरिष्ठ अधिकाऱ्यांनी माझी खरडपट्टीच काढली आहे."

"पण वाईट गोष्टींकडे एखाद्या विशिष्ट दृष्टिकोनातून बघितले तर त्या चांगल्याच असतात. कल्पना कर की कुठेतरी एक टेबल आहे- पेन्टॅगॉनमध्येही असू शकेल. भविष्यकाळात विशिष्ट परिस्थितीत उपयोग होईल अशा एखाद्या विशेष मनोवृत्तीच्या माणसांचा मागोवा घेण्याचे काम कुणावर तरी सोपविले आहे. अकस्मात उद्‌भवणाऱ्या पेचप्रसंगांना तोंड देण्यासाठी एखाद्या नवीन आणि अत्यंत गुप्त अशा युनिटचा विचार केला जातो आहे. अस्तित्वही नाकारण्यात येईल असे युनिट. खरोखर गरज पडेल, तेव्हा ज्यांना बोलवायचे, अशा योग्य त्या व्यक्तींची यादीच बनवून ठेवण्यात येते आहे. कारण तशीच गरज पडेल तेव्हा आयत्या वेळी ते कुणाला बोलावणार?"

"आता तूच फार चित्रपट बघतेस, असं मला वाटायला लागलं आहे."

"मी जर एक गोष्ट शिकले असेन, तर वास्तव जीवनात जे घडत नाही असे काहीही चित्रपटात घडत नाही. सर्व कल्पनाविलास असू शकत नाही."

"केवळ एक सिद्धान्त रीचर म्हणाला."

"सैन्य दलाला गरज भासली तर माग ठेवायला तयार असावा म्हणून बनविलेला शंभर, किंवा दोनशे, किंवा हजार जणांची नावे असलेला एखादा डेटाबेस कुठे तरी असेल, हे एवढे अशक्य आहे का?"

"एवढे अशक्य नाही असे वाटते मला."

"खूपच गुप्ततेने राखलेला डेटाबेस. तो तसाच राहावा यासाठी अगदी उघडउघड अनेक कारणे आहेत. त्याचा दुसरा अर्थ असा होतो की त्या माणसांनी तो बघितला असल्याने त्यांनाही तुझी जीवनशैली माहीत आहे. फक्त वरिष्ठ स्टाफ ऑफिसर्सनाच नाही, अत्यंत उच्चपदांवरील स्टाफ ऑफिसर्सनाही. तू तसेच म्हणाला होतास. त्यांची इच्छा असणाऱ्या सैन्य दलाच्या कुठल्याही शाखेतल्या फाइल्स ते बघू शकतात."

"केवळ एक सिद्धान्त," रीचर पुन्हा म्हणाला.

"पूर्ण तर्कशुद्ध."

"असेलही एखादे वेळी."

"अत्यंत उच्चपदांवरील स्टाफ ऑफिसर्स," टर्नर पुन्हा म्हणाली.

रीचरने मान डोलावली. नाणे उडवल्याप्रमाणे. छापा किंवा काटा. पन्नास पन्नास टक्के शक्यता.

दक्षिणेकडे नेणारा पहिला रस्ता रूट २२० लागला. आत्तापर्यंत ते प्रवास करत असलेल्या रस्त्यापेक्षा चांगल्या तऱ्हेने बांधलेला. थोडासा रुंद, गुळगुळीत आणि सरळ जाणारा. सर्व तऱ्हेने विचार करता महत्त्वाचा. तुलनेने तर फारच महत्त्वाचा. खरा तर तो हायवे नव्हता. पण त्यांच्या मनावर इतका ताण होता की त्या रस्त्याने जाण्याचा विचारही त्यांच्या मनाला सहन होईना.

"नको," टर्नरने आपले मत दिले.

"मान्य आहे," रीचर म्हणाला. त्या रस्त्यावर पेट्रोल पंप आणि कॉफी आणि बहुधा डायनर्स आणि मोटेल्सही असली तरी पोलीसही असण्याची तेवढीच शक्यता होती. स्थानिक पोलीस किंवा राज्य पोलीस किंवा फेडरल पोलीसही. तो नकाशावर दाखवला जाईल असा रस्ता होता. कुठेतरी घाईघाईने बैठक चालू असेल. कागदावर अधीरपणे बोटे आपटत *इथे, इथे आणि इथे रस्त्यावर अडथळे उभारा असे सांगितले जात असेल.*

"आपण पुढचा रस्ता पकडू या," तो म्हणाला.

त्यामुळे पुढची सात मिनिटेही मनातली खळबळ कमी झाली नाही. रस्त्यावर अजूनही रहदारी नव्हती. डावीकडे झाडे, उजवीकडे झाडे, पुढे काही नाही आणि मागे काही नाही. हेडलाइट्सचे प्रकाश नाहीत की आवाज नाहीत. काहीही घडले नाही. पुढचा रस्ता त्यांना बरा वाटला. नकाशावर नसेलही. असलाच तर विशेष महत्त्वाचा नाही अशा तऱ्हेने दाखविलेला असणार. टेकड्याटेकड्यांमधून जाणारा. आधी प्रयत्न करून बघितलेल्या रस्त्यासारखाच. अरुंद, वळणावळणांचा, खड्डे

असणारा, नाहीतर उंचवटे असणारा, दोन्ही बाजूंच्या उथळ खड्ड्यात पावसाचे पाणी साठलेला. पण त्यांनी तो रस्ता पकडला. अगदी खुशीने. अंधारात त्यांची गाडी दिसेनाशी झाली. छोट्या रस्त्यावरून गाडी चालवायची लय टर्नरने पकडली. योग्य तो वेग आणि हालचाली. रीचर आरामात मागे टेकून तिच्याकडे बघत होता. ती तिच्या सीटमध्ये खूप मागे रेलून बसली होती. हात ताठ, बोटे चाकावर, रस्त्याकडे बघत एकदा एका पेडलवर पाय तर एकदा दुसऱ्यावर. केस कानामागे घेऊन बांधलेले.

तिने विचारले, "बिग डॉग किती पैसे कमवत होता?"

"चिक्कार," रीचरने उत्तर दिले. "पण काळ्या बाजाराच्या उद्योगात सहजतेने लाख डॉलर्स गमाविण्याइतका नाही. म्हणजे तू तसा विचार करत असशील तर."

"पण साखळीमधला तो शेवटचा दुवा होता. सर्वांत वरचा माणूस नाही. नफ्याचा थोडासाच हिस्सा त्याच्यापर्यंत पोहोचत होता. आणि ते सर्व सोळा वर्षांपूर्वी. काळ बदलला आहे आता."

"अजूनही हे सर्व शस्त्रास्त्रांच्या चोरट्या व्यापाराबद्दलच आहे असे वाटते तुला?"

"असू शकेल. त्या वेळी डेझर्ट स्टॉर्मनंतर आपण बाहेर पडत होतो. आता अफगाणिस्तानमधून बाहेर पडतो आहोत. एकसारखी परिस्थिती. एकसारखी संधीही. शस्त्रास्त्रे फक्त वेगळी असू शकतात. बिग डॉग काय विकत होता?"

"एस. ए. डब्ल्यूज. चे अकरा पेटारे. आम्हाला कळले तेव्हा तरी."

"लॉस एन्जलीसच्या रस्त्यांवर? भयानकच प्रकार."

"पण तो लॉस एन्जलीस पोलीस खात्याचा प्रश्न होता; माझा नव्हता. मला फक्त एक नाव हवे होते."

"एस. ए. डब्ल्यूज. तालिबानना विकल्या जाऊ शकल्या असत्या."

"पण काय किमतीला?"

"मग ड्रोन्स असतील. किंवा जमिनीवरून आकाशात मारा करणारी क्षेपणास्त्रे. अत्यंत मौल्यवान सामग्री. किंवा एम. ओ. ए. बी. ज. तुमच्या काळात होती?"

"तू तर असे बोलते आहेस की आम्ही धनुष्य आणि बाण घेऊनच लढत होतो."

"म्हणजे तुमच्याकडे नव्हती ती."

"नव्हती. पण ती काय आहेत ते ठाऊक आहे मला. मॅसिव्ह ऑर्डनन्स एअर बर्स्ट. सर्व तऱ्हेच्या बॉम्बज्चा दादा."

"अणुबॉम्ब सोडले तर यांच्याइतके महाविनाशकारी असे दुसरे बॉम्ब नाहीत. अशा तऱ्हेच्या शस्त्रास्त्रांना मध्यपूर्वेत अफाट मागणी आहे. त्याबद्दल मनात शंका

नको. आणि त्या ग्राहकांकडे अमाप पैसाही आहे. त्याबद्दलही मनात शंका नको.''

''तीस फूट लांब असतात ती. कोटाच्या खिशात नाही ठेवता येत.''

''चमत्कारिक घटना घडत असतात.''

मग ती गप्प बसली. बराच वेळ गप्प बसली.

''काय झाले?'' रीचरने विचारले.

''समजा, ते सरकारी धोरणच असेल तर? एका गटाला दुसऱ्या गटाविरुद्ध लढण्यासाठी शस्त्रे, साधने, पुरवत असलो तर? आपण नेहमीच ते करत आलो आहोत.''

रीचर गप्प बसला.

''तुला नाही वाटत तसे?'' टर्नरने विचारले.

''नाही. सरकार काय हवे ते करू शकते. पण त्यासाठी तुझ्या खात्यात एक लाख डॉलर्स कशासाठी? तुला त्यांनी नाहीसे का केले नाही? आणि मलाही? आणि मूरक्रॉफ्टलाही? आपण या क्षणी ग्वाटेनामोमध्ये कसे नाही? किंवा मेलेलोच कसे नाही? आणि पहिल्या दिवशी मोटेलवर आलेली माणसे एवढी फडतूस कशी होती? ती सरकारने पाठविलेली खुनी टोळी नक्कीच नव्हती. त्यांना हाणण्यासाठी मला काही कष्ट घ्यावे लागले नाहीत. आणि या थराला गोष्टी पोहोचल्याच कशा? ते वेगळ्या तऱ्हेने तुला माघार घ्यायला लावू शकले असते. वीक्स आणि एडवर्ड्स यांना परत बोलावण्याची आज्ञा तुला देऊ शकले असते. तुझे सर्व काम थांबविण्याची आज्ञा देऊ शकले असते.''

''पण त्यामुळे मला अर्थातच संशय आला असता. सर्व काही प्रकाशझोतात आले असते, चौकशीच्या फेऱ्यात अडकले असते. तो धोका त्यांना पत्करायचा नव्हता.''

''तर मग त्यांनी चांगला मार्ग शोधला असता. कुठले तरी राजकीय कारण पुढे करून, डावपेचाचा भाग म्हणून, सर्व देशामधूनच पार ग्रीन झोनपर्यंत माघार घ्यायची आज्ञा दिली असती. अफगाणिस्तानच्या सार्वभौमत्वाचा आदर वगैरे गप्पा मारल्या असत्या. मूर्खासारख्या बडबडीची त्सुनामी कोसळली असती. इतर सर्वांबरोबर तुझ्या माणसांनीही गटांगळ्या खाल्ल्या असत्या. महत्त्वाची गोष्ट म्हणजे तू त्यावर जास्त विचार केला गेला नसतास. घडतात कधीतरी असे प्रकार, असे म्हणून सर्व सोडून दिले असतेस.''

''तेव्हा तुझी अजूनही खात्री पटत नाही तर.''

''मला हे सर्व नवशिक्या माणसांचे काम वाटते. त्यांच्या आवाक्याबाहेरचा प्रश्न निर्माण झाल्यावर मनावर दडपण आलेल्या भित्र्या माणसांनी नियमानुसार काहीतरी करायचा केलेला प्रयत्न. आणि त्यासाठी विशेष तज्ज्ञ नसलेल्या ठगांची

ते मदत घेत आहेत. तेव्हा आपल्यापुढे एक छोटा प्रश्न उभा आहे आणि एक मोठी संधी. त्या चौघांना माहीत आहे की मिलिटरी पोलीस किंवा एफ. बी. आय. आपल्यापर्यंत पोहोचायच्या आधी त्यांना आपल्याला गाठायला पाहिजे. तांत्रिकदृष्ट्या विचार केला तर पळ काढल्यामुळे आणि इतर काही घटनांमुळे आपण फरारी गुन्हेगार ठरलो आहोत. तेव्हा त्यांची कल्पना आहे की या परिस्थितीमधून बाहेर पडण्यासाठी आपण काहीही बोलायला तयार होऊ. आणि आपल्या बोलण्यावर अगदी कुणाचाही विश्वास बसला नाही की अफवा पसरतील. अनेक अशक्य गोष्टी शक्य भासू लागतील. आणि या लोकांना कुठल्याही बाबतीत खोलवर चौकशी होणे परवडणारे नाही. अगदी नियमानुसार केली आणि खूप लक्ष देऊन केली नाही तरी. तेव्हा छोटा प्रश्न हा आहे. ते चौघे जण आपला माग काढतच बसणार आहेत. अगदी खात्रीने.''

''आणि कुठली मोठी संधी आहे असे म्हणतो आहेस तू?''

''तेच चौघे जण. त्यांनी कळवेपर्यंत त्यांच्या वरिष्ठांना काहीही कळू शकत नाही. पाय तुटल्यासारखी परिस्थिती होईल त्यांची. ते असहाय आणि एकाकी पडतील आणि मग आपण त्यांना कधीही खाली खेचू शकतो.''

''तेव्हा तुझी योजना आहे की त्या चौघांना आपल्याला शोधू द्यायचे,'' टर्नर म्हणाली. ''आणि आपणच त्यांना पकडायचे आणि त्यांच्याकरवी त्यांच्या वरिष्ठांपर्यंत पोहोचायचे.''

''नाही. काही पकडायचे वगैरे नाही.'' रीचर म्हणाला. ''त्यांनी आपल्या बाबतीत जे करायचे ठरविले आहे, ते आपणच त्यांच्या बाबतीत करायचे.''

''काय ते?''

''आपण त्यांना पार गाडून टाकणार आहोत आणि त्यांच्याकडून काहीच कळले नाही, की त्यांचे वरिष्ठ जेव्हा तडफड करायला लागतील, तेव्हा त्यांचा गळा पकडून आपण त्यांना काळजीपूर्वक समजावून देणार आहोत की ११०व्या युनिटशी पंगा घेणे, ही फार वाईट कल्पना असते.''

३१

ते ग्रॅन्ट काऊन्टीमध्ये पोहोचले. डोंगराळ भागामधून मैल न् मैल जाणारा तसाच रस्ता. काही बदल नाही. स्पीडोमीटर पन्नास आणि साठमध्येच घुटमळत होता. पण पेट्रोल दर्शविणारा काटा शून्याच्या दिशेनेच झुकत चालला होता आणि तोदेखील झपाट्याने. मग त्यांना रस्त्याच्या बाजूची पाटी दिसली. ग्रॅन्ट काऊन्टी विमानतळ. वीस मैलांवर होता. आणि पीटर्सबर्ग शहरही.

टर्नर म्हणाली, "विमानतळ असणाऱ्या ठिकाणी पेट्रोल पंपही असणारच. बरोबर? मोटेलही. जिथे विमानतळ आहे, पेट्रोल पंप आहे, मोटेल आहे, तिथे डायनरही असणारच."

"आणि पोलीस खातेही," रीचर उद्गारला.

"चांगल्याची आशा करू या."

"ती तर मी नेहमीच करत असतो," रीचर म्हणाला.

विमानतळावर पोहोचण्याआधी ते शहरात आले. झोपलेले शहर. पण पूर्णतः नाही. ते डोंगराळ रस्त्यावरून राज्याच्या रस्त्यावर आले. शंभर यार्डांनंतर तो उत्तर मेन स्ट्रीट बनला. डावीकडे घरे, उजवीकडे घरे. शहराच्या मधल्या चौकामधून रुट २२० जात होता. त्यांनी आधी टाळलेला रस्ता. चौक पार केल्यावर मेन स्ट्रीट, उत्तर हा मेन स्ट्रीट, दक्षिण बनत होता. विमानतळ पश्चिमेला होता. खूप दूर नव्हता. रहदारी नसली तरी काही घरांमधल्या काही खिडक्यांमध्ये प्रकाश दिसत होता.

दक्षिण दिशेला वळून टर्नरने पुन्हा एकदा अरुंद अशी पोटोमॅक नदी ओलांडली. मग विमानतळाकडे नेणारा उजवीकडचा रस्ता पकडला. छोट्या विमानांसाठीचा छोटा विमानतळ. बंदच होता. तेव्हा त्याच रस्त्यावरून परत फिरून टर्नर डाऊनटाऊनच्या दिशेने निघाली.

"रुट २२० वरच गाडी घे. तिथेच चांगली दुकाने असणार," रीचर म्हणाला.

चौकाच्या पूर्वेकडे रुट २२०ला व्हर्जिनिया अव्हेन्यू नाव होते. पहिल्या दोनशे यार्डांमध्ये असलेले सॅन्डविच शॉप बंद होते, पिझ्झा प्लेस बंद होती. एक शेव्हरॉन स्टेशन दिसले. ते तर कधीच बंद पडलेले वाटत होते. फास्ट फूड फ्रॅन्चाइसेस दिसली. बंद. एक जुनाट मोटर कोर्ट इन्. फळ्या ठोकूनच बंद केलेले. ठिकठिकाणी पडझड झालेली दिसत होती, गवत उगवलेले होते.

"अजून तरी चांगले काही दिसत नाही," टर्नर म्हणाली.

"मुक्त व्यापार," रीचर म्हणाला. "कुणीतरी त्या मोटेलला आणि शेव्हरॉन स्टेशनला गाशा गुंडाळायला लावला आहे. आता ते कुणी केले तेवढेच आपल्याला शोधायचे आहे."

त्यांनी एक चौक पार केला, मग दुसरा आणि ते शहराबाहेरच पोहोचले. शहराबाहेर मिळालेल्या स्वस्त जमिनींवर सुरू झालेले तीन व्यवसाय त्यांना दिसले. डाव्या हाताला खडीच्या रस्त्यामागे रात्रभर उघडा असणारा कन्ट्री कॅफे दिसला. रस्त्यावर तीन ट्रक्स उभे होते. शंभर एक यार्ड अंतरावर रस्त्याच्या उजव्या बाजूला एक मोटेल दिसले. आधुनिक, दुमजली इमारत. मोटेलच्या पलीकडे लांबवर एक्झॉन स्टेशनचा लालसर रंगाचा प्रकाश दिसला.

सर्व काही चांगले वाटत होते, पण कॅफे आणि मोटेल यांच्यामध्ये स्टेट पोलिसांच्या बरॅक्स होत्या. लांबलचक अशी बसकी इमारत. चकचकीत दिसणाऱ्या विटांपासून बनविलेली. छपरावर डिशेस आणि ॲन्टिना. समोर दोन पोलीस क्रूझर्स उभ्या. दोन खिडक्यांमागे प्रकाश. डिस्पॅचर असणार आणि डेस्क सार्जन्ट, रीचरने तर्क केला. उबदार वातावरणात बसून आपली रात्रपाळी करत असणार.

टर्नरने विचारले, "या गाडीबद्दल त्यांना अजून कळले असेल?"

रीचरने मोटेलकडे बघितले. "का आपण सकाळी उठण्यापूर्वी कळेल?

"पण गाडीत निदान पेट्रोल भरायलाच हवे आहे."

"ठीक आहे. भरू या. शहराचा अंदाज तरी येईल."

सहाशे ब्रेक हॉर्सपॉवर असणाऱ्या चकचकीत लाल कन्व्हर्टिबलकडे कमीत कमी लक्ष वेधले जाईल असा प्रयत्न करत टर्नरने ती एक्झॉनच्या पेट्रोल पंपावर घेतली. दोन आयलन्ड्सवर चार पंप. पांढऱ्या रंगाने रंगविलेल्या फळ्यांनी बनविलेल्या झोपडीत पैसे भरण्याची सोय. ती झोपडी म्हणजेही छोटेसे घरच वाटत होते. त्या घरावरही ॲन्टिना होत्या.

टर्नरने गाडी एका पंपाजवळ उभी केली आणि रीचरने सूचना वाचल्या. क्रेडिट कार्ड नसेल तर पैसे आगाऊ आणि रोखीने भरावे लागणार होते.

"किती गॅलन?" रीचरने विचारले.

"गाडीची टाकी किती मोठी आहे याची कल्पनाच नाही मला," टर्नर म्हणाली.

"बरीच मोठी असावी असे वाटते."

"ठीक आहे. पंधरा गॅलन भरू या."

लिहिलेल्या दराप्रमाणे एकोणसाठ डॉलर्स आणि पंच्याऐंशी सेन्ट्स झाले असते. बिली बॉबच्या बंडलातल्या वीस डॉलर्सच्या तीन नोटा काढून रीचर पैसे देण्यासाठी झोपडीत गेला. बंदुकीच्या गोळ्यांना दाद न देणाऱ्या बुलेटप्रूफ पडद्याआड चाळीस एक वर्षांची एक स्त्री होती. काऊन्टरएवढ्या उंचीच्या अर्धचन्द्राकृती आकाराच्या फटीमधून पैसे देण्याची सोय होती. ए. एम. रेडिओवर कुठल्या तरी कन्ट्री स्टेशनवरचे गाणे लागले होते. इमर्जन्सी बॅन्डवर ट्यून करून ठेवलेल्या पोलीस स्कॅनरवरची खरखर आणि बडबडही ऐकू येत होती.

रीचरने आत पैसे सरकवल्यावर साठ डॉलर्सचे, एक थेंबही जास्त नाही, पेट्रोलच पंप देईल यासाठी तिने काहीतरी खुडबुड केली. एक गाणे संपून दुसरे लागले. मध्ये स्कॅनरवरचा खरखराट ऐकू आला. स्कॅनरकडे बघत, अत्यंत थकलेल्या प्रवाशांसारखे भाव चेहऱ्यावर आणण्याचा प्रयत्न करत, रीचरने विचारले, "काही खास बातमी?"

"आत्तापर्यंत तरी सर्व शान्त आहे," ती स्त्री म्हणाली.

रीचरने रेडिओकडे बघितले. "फक्त कन्ट्री म्युझिक पुरेसे नाही वाटत?"

"माझ्या भावाकडे एक टो-ट्रक आहे. सगळा धंदा प्रथम घटनास्थळी पोहोचण्यावर अवलंबून असतो. मी त्याला कुठल्याही अपघाताची बातमी कळवली की तो मला दहा डॉलर्स देतो."

"आज कुठे काही अपघात झालेला नाही वाटतं?"

"एकसुद्धा नाही."

"खळबळजनक असे काही?"

"तुम्ही प्रवास करत आहात ती गाडी छानच आहे," ती स्त्री म्हणाली.

"असे का म्हणते आहेस तू?"

"एक कॉर्व्हेट घेण्याची माझी कायमची इच्छा आहे."

"आमच्याबद्दल स्कॅनरवर काही ऐकलेस तू?"

"वेगाने गाडी चालवत होतास?"

"तशी, ती न चालविणे खूप कठीण आहे."

"मग नशीबवान आहेस तू. कुणाचे लक्ष गेलेले दिसत नाही."

रीचर म्हणाला, "नशीब मला अशीच साथ देईल अशी आशा आहे माझी." जसे काही ते त्या दोघांमधलेच गुपित होते, अशा तऱ्हेने तिच्याकडे बघून तो हळूच हसला. परत गाडीकडे निघाला. टर्नरने आधीच पेट्रोल भरायला सुरुवातही केली

होती. टाकीचे झाकण उघडून तिने पेट्रोलच्या पाइपचे तोंड आत घुसवले होते. एक पाय गाडीला टेकवून आणि दुसरा आयलन्डच्या कोपऱ्यावर ठेवून ती उभी होती. हात मागे घेतलेले. दुखत असलेल्या पाठीला आराम देण्यासाठीच जणू वाकून उभी राहिलेली. चेहरा आकाशाकडे. मोठ्या शर्टाखाली दडलेल्या तिच्या एस या इंग्रजी अक्षरासारख्या वळलेल्या शरीराची रीचर फक्त कल्पनाच करू शकत होता.

वाट बघत थांबण्यासारखीच आहे.

''क्लार्क स्कॅनरवर ऐकते आहे. अजून तरी आपल्याबद्दल काही शब्द नाही,'' तो म्हणाला.

''तू विचारलेस तिला? आता तिला आपली बरोबर आठवण राहील.''

''तिच्या लक्षात नाहीतरी राहिलेच असते. तिला कॉर्व्हेट घेण्याची कधीपासून इच्छा आहे.''

''मग तिला कॉर्व्हेट देऊन तिच्याकडे असेल ती गाडी आपण घेऊ या.''

''मग तर ती जन्मात आपल्याला विसरणार नाही.''

''एखादे वेळी डोंगराळ प्रदेशात राहणारी माणसे पोलिसांना काही कळवणारच नाहीत. त्यांचे ट्रक्सही चोरलेलेच असायचे. ते जंगलामध्येच नाहीसे झाले असतील.''

''शक्य आहे,'' रीचर म्हणाला. ''पण ते इतका वेळ का थांबले ते लक्षात येत नाही माझ्या.''

''आपण मोटेलच्या मागच्या बाजूला गाडी उभी करू. पार दृष्टिआड. मला वाटते तेवढा धोका पत्करायला काही हरकत नाही. आपल्याला खरोखर जेवणाची आणि झोपण्याची गरज आहे.''

बारा गॅलन्स होता होता पंप थांबला. एक तर त्यांनी तर्क केला होता त्यापेक्षा पेट्रोलची टाकी लहान होती किंवा पेट्रोल दाखविणारी डायल चुकीचा आकडा दाखवत होती.

टर्नर म्हणाली, ''ही गाडी आपली नाही याबद्दल आता तर तिची पूर्ण खात्री पटणार आहे. टाकीत किती पेट्रोल मावू शकते याची आपल्यालाच नीट कल्पना नाही.''

''उरलेले पैसे ती आपल्याला परत देईल का?''

''मला वाटते ते आपण सोडून देऊ.''

''बारा डॉलर्स आहेत. आपण पश्चिम व्हर्जिनियामध्ये आहोत. दुखावलेला अंगठा जसा विसरला जात नाही, तशीच ती आपल्याला विसरू शकणार नाही.''

''तिला सांगू या की रुट २२० वरून आपण दक्षिणेला जाणार आहोत. दिवस उजाडायच्या आत आपल्याला जास्तीत जास्त मोठा पल्ला गाठायचा आहे. मग स्कॅनरवरून तिने काही ऐकले तर ती चुकीची माहिती देईल पोलिसांना.''

रीचरने बारा डॉलर्स आणि बावन्न सेन्ट परत घेतले. पहाटेपूर्वी आय - ६४ महामार्ग गाठण्याबद्दल काहीतरी बडबड केली. ए. एम. रेडिओ चालू होता, पण पोलीस स्कॅनरवरून मात्र काहीही आवाज येत नव्हता. खिडकीतून एकदा बाहेर नजर टाकून ती स्त्री खेदानेच हसली. पुन्हा एखादी कॉर्व्हेट दिसेपर्यंत खूप काळ लोटणार असावा त्याप्रमाणे.

टर्नरने पैसे देण्याच्या झोपडीजवळून रीचरला गाडीत घेतले आणि ती पुन्हा शहराच्या दिशेने निघाली. तीनशे यार्ड अंतर कापल्यावर मोटेलजवळ थांबली.

"प्रथम जागा घेऊन मग जेवायला जायचे?" टर्नरने विचारले.

"चालेल की."

काही क्षण थांबून तिने रोखूनच त्याच्याकडे बघितले.

"आपण किती खोल्या घेणार आहोत?"

आता काही क्षण थांबण्याची त्याची पाळी होती. मग तो म्हणाला, "प्रथम खाणेपिणे उरकू या आणि नंतर मोटेलमध्ये जाऊ."

"का?"

"मला तुला काही सांगायचे आहे."

"काय?"

समॅन्था डेटन.

सॅम.

वय वर्षे चौदा.

"खाण्यापिण्याची ऑर्डर दिल्यानंतर सांगतो," तो म्हणाला. "मोठी कथा आहे."

३२

कॅफे खेडेगावात दिसणाऱ्या हॉटेलसारखा कळकट मळकट होता. रीचरने पूर्वी अनेकदा अशी हॉटेल्स बघितली होती. सफेद बनियन घातलेला एक काळा माणूस एका प्रचंड कढईजवळ बसला होता. पाईनच्या लाकडी फळ्यांपासून बनविलेली, खूप दणके खाल्लेली टेबल्स आणि वेगवेगळ्या तऱ्हेच्या आणि आकाराच्या खुर्च्या. तेलाचा आणि ताज्या कॉफीचा वास सर्वत्र दरवळत होता. उंच टोकेरी पांढऱ्या टोप्या घातलेली दोन अत्यंत वृद्ध अशी गोरी माणसे दाराच्या दोन बाजूंना एकमेकांपासून अत्यंत दूरवर अशी बसली होती. त्यांचे एकमेकांशी पटत नसावे. नाही तर त्यांच्या घराण्यांमध्ये तीनशे वर्षे चालत आलेल्या वैरभावनेचे ते बळी असतील.

टर्नरने खोलीच्या अगदी मध्यावरचे टेबल निवडले. फळ्यांनी बनविलेल्या जमिनीवरून त्यांनी खुर्च्या ओढल्या आणि ते बसले. टेबलावर खाद्य पदार्थांची यादी वगैरे नव्हती. त्या दिवसाच्या खास पदार्थांची यादीही काळ्या फळ्यावर पांढऱ्या खडूने लिहिली नव्हती. ती तशा तऱ्हेची खाण्याची जागा नव्हतीच. नेहमीचे ग्राहक आलेले बघितले की बहुधा अंतर्मनानेच आचाऱ्याला त्यांच्या मनामधली ऑर्डर कळायची. नवीन ग्राहकांनी मोठ्या आवाजात, स्पष्टपणे, सरळसरळ विचारणे अपेक्षित असावे. त्याने हनुवटी वर उचलून, डोके थोडेसे वळवून, आपला कान त्यांच्या दिशेने वळवताच रीचरची तशी खात्रीच पटली.

''ऑम्लेट,'' टर्नरने आपली ऑर्डर दिली. ''मशरूम, कांदा आणि चीझ आणि चेडार चीज.''

आचाऱ्याने प्रतिक्रिया दिली नाही.

कुठलीच नाही.

टर्नर पुन्हा तेच म्हणाली. जरा मोठ्या आवाजात.

तरीही आचाऱ्याच्या चेहऱ्यावर कुठलीही भावना उमटली नाही. हालचाल नाही. शांतता. वर उचललेली हनुवटी आणि खाली वळवलेली नजर. त्यांना मान देऊन तो अगदी गप्प बसला होता. एखाद्या अनुभवी विक्रेत्याचे सर्व बोलणे ऐकून घेऊन नंतर त्यालाच वेगळे काहीतरी देण्याची कुणी तयारी दर्शवावी त्याप्रमाणे. रीचरकडे बघून ती कुजबुजली, "यांना झाले आहे तरी काय?"

"तू डिटेक्टिव्ह आहेस. ऑम्लेट बनविण्यासाठी लागणारे पॅन-पसरट भांडे - तुला कुठे दिसते आहे?"

"नाही," तिने उत्तर दिले. "मला फक्त कढईच दिसते आहे."

"तेव्हा त्याने उत्साहाने काही प्रतिक्रिया दर्शवावी अशी जर तुझी इच्छा असेल, तर कढई वापरून बनविता येणारा एखादा पदार्थ मागव."

क्षणभर थांबून ती उद्गारली, "दोन अंड्यांचे हाफ-फ्राय, पुऱ्या आणि बेकन."

आचारी ताबडतोब म्हणाला, "हो, मॅम."

"मलाही तेच," रीचरने सांगितले. "आणि कॉफी."

"हो, सर," तो म्हणाला आणि तत्काळ कामाला लागला. त्याने कढईला आतून तेलाचा हात लावला. खराखुरा कढईवाला माणूसच. रीचरच्या अनुभवाप्रमाणे अशी माणसे एक तर कढईमधले तळणीचे काम मनापासून करायला आवडणारे आचारी तरी असतात, नाही तर मालकच. दोन्ही क्वचितच. कढईवाल्याला सर्वप्रथम कढई चकचकीत करायला आवडते. इतकी घासतात की टेफ्लॉनसुद्धा खरखरीत वाटावे. या उलट मालक कॉफीचा कप आणून समोर ठेवतो. कॉफीच्या पहिल्या कपाने सौदा पक्का होतो. काहीतरी रिचविल्याशिवाय ग्राहक बांधील नसतो. थांबायचा कंटाळा आला किंवा आधीच ठरविलेल्या एखाद्या महत्त्वाच्या भेटीची आठवण झाली तर तो उठून चालता होऊ शकतो. पण कॉफीचा पहिला कप त्याने तोंडाला लावला असला तर तसे होत नाही, कारण मग त्याला थोडे पैसे टेबलावर ठेवणे भाग असते. आणि डायनरमधल्या कॉफीचा दर नक्की कुणाला माहीत असतो? पन्नास सेन्ट? एक डॉलर? दोन?

"ठीक आहे," टर्नर म्हणाली. "आपण खाण्यापिण्याची ऑर्डर दिली आहे. तर तू मला काय सांगणार होतास?"

"कॉफीची वाट बघू या," रीचर म्हणाला. "मला मध्येच अडथळा यायला नको आहे."

"तर मग मला काहीतरी कळून घ्यायचे आहे," टर्नर म्हणाली. "हा मॉर्गन खरोखर कोण आहे? आणि माझ्या युनिटवर कुणी ताबा केला आहे?"

"ते माझेही युनिट आहे," रीचर म्हणाला. "मी नेहमीच गृहीत धरले होते की मी या युनिटचा सर्वांत खराब कमान्डर होतो. पण मला वाटते तसे अजिबात नाही.

अफगाणिस्तानमधल्या तुझ्या माणसांनी लागोपाठ दोन ठरावीक वेळी रेडिओवरून संपर्क साधला नाही आणि तरीही त्याने काही केले नाही.''

''तो आला तरी कुठून?''

''कल्पना नाही.''

''तो त्यांच्यापैकीच एक आहे का?''

''सांगणे कठीण आहे. युनिटला एका तात्पुरत्या कमान्डरची गरज निर्माण झाली होती, हे तर सत्य आहे. तो काही अपराधीपणाचा पुरावा ठरू शकत नाही.''

''आणि त्यांनी तुला पुन्हा भरती करून घेतले. त्यांची जी काही योजना आहे त्यात तू नक्की कुठे बसतोस? त्यांनी खरे तर तुला आसपासही उभे करता कामा नये.''

''मला वाटते मी पळ काढावा म्हणूनच सर्व गोष्टी केल्या होत्या. आणि अधिकृतपणे रजा न घेता मी पळ काढू शकलोही असतो. माझ्या मागे कुणीही लागणार नाही, असे त्यांनी मुद्दामहून माझ्या मनावर ठसविण्याचा प्रयत्नही केला होता. कोणत्याही कारणासाठी एखाद्या व्यक्तीचा सैन्य दल शोध घेणार नाही, असेही सांगितले होते. एक ठोसा मग दुसरा. बिग डॉगच्या ॲफिडेव्हिटमध्ये केलेल्या आरोपाबद्दल तर मी काही करू शकत नाही, हे माहीत असतानाही मी इथेच राहून त्या आरोपपत्राला तोंड द्यावे, अशी आज्ञाच त्यांनी मला दिली. मला वाटते, या परिस्थितीत सापडल्यावर दुसऱ्या कुठल्याही माणसाने दऱ्याखोऱ्यांच्या दिशेनेच पळ काढला असता. मी तेच करेन अशी त्यांची अपेक्षा होती. तसेच डावपेच त्यांनी रचले होते; पण काही उपयोग झाला नाही.''

''कारण चिखलामधून एखादा अक्राळविक्राळ प्राणी वर आला तर तू त्याच्याशी लढल्याशिवाय राहत नाहीस.''

''किंवा ती साधीसरळ जे.ए.जी.ची आज्ञा असेल. मी जर सहकार्य केले नाही तर मला अडकविण्यात यावे. त्यामागे कुठली तरी राजकीय पार्श्वभूमी असू शकेल आणि सेक्रेटरीकडूनच तसा आदेश आला असेल. तो निर्णय नक्कीच मॉर्गनचा स्वतःचा नव्हता. एखादा कर्नल असे निर्णय घेत नाही. ते उच्च पातळीवरच घेतले जातात.''

''अत्यंत उच्चपदांवरील स्टाफ ऑफिसर्स.''

''मान्य आहे. पण कोण?''

टर्नरने उत्तर दिले नाही. कढईवाल्याने शेवटी दोन मोठ्या मातीच्या मग्जमध्ये कॉफी आणून ठेवली. प्लॅस्टिकच्या टोपलीत दूधपावडर, साखरेच्या पुड्या आणि दोन चमचे. ते धातूचे असले तरी इतके चपटे होते की त्यांना वजनच नव्हते. रीचरने मग उचलला, नाकाशी नेला, वाफेचा वास घेतला आणि मग एक घोटही

घेतला. मगची कडा थंड असली तरी कॉफी ठीक होती. खूप गरम नव्हती, खूप सौम्यही नव्हती.

मग खाली ठेवून त्याची राखण करत असल्याप्रमाणे त्याने तो दोन्ही हातांत पकडला. टर्नरच्या नजरेला नजर भिडवत तो म्हणाला, "पुढे काय?"

"बोलायला कठीण वाटत असले तरी एक गोष्ट बोलतेच. माफ कर मला."

"कशाबद्दल?"

"मी एक खोली का दोन असे विचारायला नको होते."

"पण तू विचारलेस त्याचे मला काहीच वाटले नाही."

"पण मला वाटले. एक खोली घेण्याची अजून माझी तयारी नाही. आज तू माझ्यासाठी जे काही केलेस त्याबद्दल मी तुझी ऋणी आहे. मनाची ही स्थिती सध्याच्या अवस्थेत खूप चांगली ठरत नाही. म्हणजे एका खोलीसाठी म्हणायचे आहे मला."

"मी तुझ्यावर कुठलेही उपकार वगैरे केलेले नाहीत की ज्यासाठी तू माझे ऋणी असावेस. मी स्वार्थी हेतू मनात धरूनच तर आलो होतो. तू माझ्याबरोबर जेवण घ्यावेस अशी माझी इच्छा होती. आणि आत्ता या क्षणी मी बहुतेक तेच करतो आहे. ठरविल्याप्रमाणे विचारले नसले तरी एका तऱ्हेने तेच करतो आहे म्हणू या हवे तर. मला जे हवे होते ते मला मिळाले आहे. त्या अनुषंगाने थोडेफार नुकसानही झाले आहे. पण तू माझी ऋणी असावीस असे मी काहीही केलेले नाही."

टर्नर म्हणाली, "पण या क्षणी माझी मनःस्थितीच फार बिघडल्यासारखी झाली आहे."

"साहजिकच आहे ते. तुला अटक झाली होती आणि तू तुरुंगामधून पळाली आहेस. आता जिवाच्या भीतीने तू पळापळ करते आहेस, गाड्या चोरते आहेस, पैसे चोरते आहेस."

"मनःस्थिती बिघडण्याचे ते कारण नाही. ती तुझ्यामुळे बिघडली आहे."

"का?"

"तुझ्यामुळे मी अस्वस्थ होते."

"मग त्याबद्दल मी क्षमा मागतो तुझी."

"आणि तो तुझा दोष आहे असेही मला वाटत नाही. तुझा स्वभावच तसा आहे."

"तसा म्हणजे कसा?"

"ते सांगून मला तुझ्या भावना दुखवायच्या नाहीत."

"ते तर कुणीच करू शकत नाही. मी मिलिटरी पोलीस आहे. पुरुष आहे. मला कुठल्याही भावना नाहीत."

“अगदी तेच म्हणायचे आहे मला.”

“मी चेष्टा करत होतो.”

“तू चेष्टा करत नव्हतास. निदान पूर्णपणे नाही.”

ती काही काळ गप्प बसली.

“तू एखाद्या वन्य श्वापदासारखा आहेस.”

रीचरने काहीच उत्तर दिले नाही. जंगली श्वापद. सर्वसाधारणपणे पाळीव बनविण्याचा प्रयत्न केलेला असताना पळ काढून परत आपल्या मूळ स्वभावधर्माकडे वळणारे.

“तुझे सर्व आयुष्य म्हणजे हो किंवा नाही, तू तरी नाही तर ते तरी, काळे आणि पांढरे, जगायचे नाही तर मरायचे यांच्याभोवतीच फिरते. एखादा माणूस असा कसा बनू शकतो याचे मला आश्चर्य वाटते आहे.”

“त्याने कशा तऱ्हेने आयुष्य काढले आहे, त्यावर सर्व अवलंबून आहे,” रीचर म्हणाला. “निदान माझ्याबाबतीत तरी.”

“तू कायम कुणावर तरी झडप घालायच्या तयारीत असतोस. अत्यंत थंड डोक्याने आणि पूर्ण ताकदीने. हे सर्व चालले आहे त्याप्रमाणे. तुझ्याकडे सर्व नकाशा तयार आहे. गाडीतली चार माणसे आणि त्यांचे वरिष्ठ. तू या क्षणी त्यांच्या दिशेने पोहत निघाला आहेस. पाण्यात रक्त मिसळणार आहे. तुझे तरी नाही तर त्यांचे तरी. पण मिसळणार तर आहेच.”

“खरं तर आत्ता माझी आशा आहे की मी त्यांच्यापासून दूर पोहत जातो आहे. मला ते कोण आहेत हे माहीत नाही आणि कुठे आहेत तेदेखील.”

“पण कळणार आहे तुला ते. माझ्या लक्षात येते आहे की तू सर्व काळ तोच विचार करतो आहेस, त्यांची काळजी करतो आहेस, कुठे त्यांचा वास लागतो का ते बघतो आहेस.”

“पण मी तरी दुसरे काय करणार? लेव्हनवर्थची बसची तिकिटे काढू?”

“फक्त तोच एक पर्याय आहे?”

“तुझ्या मनात नक्की काय आहे?”

तिने कॉफीचा पहिला घोट घेतला. अगदी हळू आणि विचारपूर्वक. “मी तुझ्याशी सहमत आहे आणि तोच प्रश्न आहे. त्यामुळेच मी बेचैन आहे. मी अगदी तुझ्यासारखीच होणार आहे. अजून नसले तरी. तोच मुद्दा आहे. तुझ्याकडे बघितले की मला माझा भविष्यकाळ दिसतो. तू आज जसा आहेस तशीच मी एक दिवस बनणार आहे.”

“म्हणजे आपल्यात साम्य आहे काहीतरी? बहुतेक स्त्रिया म्हणतात की मीच फार वेगळा आहे म्हणून.”

"तू मला फार घाबरवून सोडतो आहेस. मी तुझ्यासारखी बनणार आहे हा विचारच मला फार भीतिदायक वाटतो. मला वाटत नाही की मी त्यासाठी तयार आहे म्हणून."

"तसे होण्याची गरजच नाही. ही केवळ एक अडचण निर्माण झाली आहे एवढेच. तुझी कारकीर्द तशीच चालू राहणार आहे."

"आपण जिंकलो तरच."

"जिंकणार तर आहोतच आपण."

"थोडक्यात, सर्व चांगले घडले तर कारकीर्द वाचविण्यासाठी मी थोडा काळ बाजूला राहणार आहे, एवढेच. आणि वाईट घडले तर मी कायमचीच बाजूला राहणार आहे."

"तसे नाही. वाईट घडले तर तू तुरुंगात असशील, नाही तर मेलेली असशील. वाईट घडले तर चुकीच्या माणसांचा विजय होईल."

"तुझ्या बाबतीत फक्त हार आणि जीत हे दोनच पर्याय असतात. बरोबर?"

"तिसरा पर्याय आहे एखादा?"

"आणि हार हा पर्याय तू स्वीकारूच शकत नाहीस ना?"

"अर्थातच."

"हा अत्यंत मगरूरपणा झाला. सर्वसाधारण माणसे हरल्याचे दुःख काही काळाने विसरतात."

"त्यांनी ते विसरायलाच हवे," रीचर म्हणाला. "पण तू खरंच माझ्यासारखी नाहीस. तू माझ्याकडे बघत असताना स्वतःकडे बघत नाहीस हे ध्यानात घे. म्हणून तर मी इतक्या लांबून आलो. तू माझ्यापेक्षा फारच चांगली आवृत्ती आहेस हे मला फोनवर बोलतानादेखील जाणवत होते. तू अगदी योग्य त्या तऱ्हेनेच तुझे काम करते आहेस."

"आणि खरोखर काय करते आहे मी?"

"सर्व काही. तुझे विशिष्ट काम व्यवस्थित करते आहेस, तुझे जीवन योग्य तऱ्हेने घालवते आहेस, स्वतःच्या व्यक्तिमत्त्वाचा विकास योग्य मार्गाने घडवून आणते आहेस."

"असे काहीही मला वाटत नाही. आत्ता तरी नाही. मी फारच चांगली आवृत्ती आहे, असेही मला वाटत नाही. मला जर तुझ्याकडे बघून पुढे काय घडणार आहे, हे कळू शकत नसेल तर तुलाही माझ्याकडे बघून मी कशी असायला हवे, ते कळणे शक्य नाही."

आणि तेवढ्यात प्लेट्समध्ये भरभरून अंडी, बेकन, तळलेल्या पुऱ्या घेऊन कढईवाला परत आला. सर्व खाद्य पदार्थ उत्कृष्ट शिजविलेले दिसत होते. हाफ

फ्रायच्या कडा कुरकुरीत लागत होत्या. कढईवाला नक्कीच कढईची काळजी घेत होता. तो गेल्यानंतर टर्नर म्हणाली, "किती खोल्या घ्यायच्या याबद्दल तुझी स्वतःची काहीतरी पसंती असणार हे गृहीत धरूनच सर्व बोलणे चाललेले आहे."

"प्रामाणिक उत्तर?" रीचरने विचारले.

"अर्थातच."

"माझी स्वतःची अशी पसंती आहे."

"कुठली?"

"पण त्यासाठी मला माझ्याबद्दलचे असे दुसरेच काही तुला सांगावे लागणार आहे."

"काय आहे ते?"

"मला पळून जाणे भाग पडावे यासाठी उभे केलेले दुसरे प्रकरण."

"कुठले होते ते?"

"पितृत्वाची चाचणी," रीचर म्हणाला. "असे दिसते आहे की लॉस एन्जलीसमध्ये माझी एक मुलगी आहे. जी स्त्री मला आठवतही नाही तिच्यापासून झालेली."

३३

रीचर बोलत होता आणि टर्नर खात होती. त्याला ज्या गोष्टी सांगितल्या गेल्या होत्या, त्या त्याने तिला सांगितल्या. शोल आणि निमलष्करी टापू यांच्यामधील रेड क्लाऊड, कॅन्डिस डेटन, तिची डायरी, तिने तिचे लॉस एन्जलीसमधले घर गमावणे, तिची मुलगी, तिची गाडी आणि तिने घेतलेली वकिलाची गाठ.

टर्नरने विचारले, "मुलीचे नाव काय आहे?"

"समॅन्था," रीचर म्हणाला. "सॅम म्हणत असतील बहुधा."

"वय काय आहे तिचे?"

"चौदा. जवळ जवळ पंधराच."

"कसे वाटते आहे तुला?"

"वाईट. ती माझी मुलगी असेल तर मी तिच्यासाठी तिच्याबरोबर असायला हवा होतो."

"तुला खरोखरच तिची आई आठवत नाही?"

"नाही, खरंच नाही."

"तुझे नेहमी तसेच होते का?"

"थोडक्यात, मी खरोखरच किती एखाद्या वन्य श्वापदासारखा आहे असे म्हणायचे आहे तुला?"

"बहुतेक तसेच."

"मला कुणाचा विसर पडणे शक्य आहे असे मला वाटत नाही. माझी आशा तीच आहे. मुख्यतः ज्या स्त्रियांबरोबर मी शारीरिक संबंध ठेवले आहेत त्यांच्या बाबतीत तरी. आणि जर मी विसरलो असेन तर मी तसा संबंध ठेवलेला नसणार. विसरण्याची आठवण राहत नाही."

"म्हणून आपण लॉस एन्जलीसला निघालो आहोत?"

''मला कळायला हवे,'' रीचर म्हणाला.

''तो आत्मघात ठरेल,'' टर्नर म्हणाली. ''ते तिकडे तुझी वाट बघत असतील. तू ती एकच जागा अशी आहे की जिथे नक्की जाशील याची त्यांना खात्रीच आहे.''

''मला कळायला हवे,'' रीचर पुन्हा म्हणाला.

टर्नर काही बोलली नाही.

''ठीक आहे,'' रीचर म्हणाला. ''पण हीच कथा मला तुला सांगायची होती. सर्व काही उघड उघड सांगायचे म्हणून. आणि किती खोल्या घ्यायच्या याच्याशी काही संबंध असलाच तर, म्हणूनही.''

टर्नरने काहीच उत्तर दिले नाही.

खाणेपिणे संपविल्यावर त्यांच्या हातात बिल मिळाले. तीन ओळींत काहीतरी खरडलेले आणि खाली वर्तुळात एक आकडा तसाच खरडलेला. डायनरमधल्या कॉफीची किंमत तरी किती असते? कुणालाही माहीत नसते; कारण ती कधीही कुणाला कळतच नाही. फुकटसुद्धा मिळत असेल. बिलाची माफक रक्कम बघता तीच शक्यता जास्त होती. रीचरच्या खिशात तेरा डॉलर्स आणि बत्तीस सेन्ट होते. सलीव्हनच्या पैशांमधून शिल्लक राहिलेले ऐंशी सेन्ट्स आणि पेट्रोल पंपावरच्या झोपडीमधून परत मिळालेले सुटे पैसे धरून. पण त्याने ती सर्व रक्कम टेबलावर ठेवली. तिच्यात भरपूर बक्षिशीचा समावेश होता. रात्रभर गरम कढईवर काम करणाऱ्या माणसाला मानायलाच पाहिजे.

गाडी उभी केली होती त्या ठिकाणी तशीच व्यवस्थित उभी होती. सर्चलाइट्स आणि स्वॉट टीम्सनी घेरलेली नव्हती. डावीकडे दूरवर दिसणाऱ्या पोलिसांच्या बरॅक्समध्येही शांतता होती. क्रूझर्स तशाच उभ्या होत्या. खिडक्यांमध्ये दिसणारा उबदार प्रकाशही अजून दिसत होता.

''राहायचे का जायचे?'' टर्नरने विचारले.

''राहायचे,'' रीचरने उत्तर दिले. ''इतर कुठल्या जागा जेवढ्या चांगल्या असतील तेवढीच ही जागाही चांगली आहे. तुला ऐकायला चमत्कारिक वाटेल एखादे वेळी; पण खरं तर पोलीस जवळपास असल्याने जास्तच सुरक्षित. या जागेहून जास्त चांगली जागा आपल्याला मिळणार नाही. सर्व संपेपर्यंत तरी.''

''म्हणजे आपण जिंकेपर्यंत असेच म्हणायचे आहे ना तुला?''

''अर्थ तोच.''

कॉर्व्हेटच्या अगदी जमिनीलगत पोहोचणाऱ्या सीट्समध्ये ते बसले आणि टर्नरने गाडी सुरू करून ती मोटेलच्या कार्यालयाच्या दारात उभी केली. टर्नर बाहेरच थांबली.

"मी इथेच थांबते," ती म्हणाली. "जागेचे काम करून ये."

"ठीक आहे," तो म्हणाला.

त्याने बिली बॉबच्या पैशांमधली वीस डॉलर्सची एक थप्पी बाहेर काढली.

"दोन खोल्या," ती म्हणाली.

रात्रपाळीचा क्लार्क खुर्चीत झोपला असला तरी त्याला जागे करण्यासाठी विशेष काही करावे लागले नाही. दाराच्या आवाजाने तो अर्धवट जागा झाला होता आणि रीचरने सभ्यपणे काऊन्टरवर आपल्या बोटांनी टकटक करताच तो पूर्ण जागा झाला. तरुण होता. घरचाच व्यवसाय असू शकला असता. मालकाचा मुलगा असू शकला असता, किंवा पुतण्याही.

"दोन खोल्या मिळतील?" रीचरने त्याला विचारले.

त्याने संगणकाकडे बघण्याचा आव आणला. अशी माणसे तशीच वागतात. नसता शहाणपणा, रीचरच्या मनात विचार आला. अवाढव्य अशा हॉटेल कॉर्पोरेशन्सचा जागतिक उद्योगातील तो जसा काही एक प्रमुखच होता. हाता-पायांच्या बोटांवर मोजण्याइतक्या खोल्या असणारे मोटेल तर होते. समजा, अगदी लक्षात नसलेच तरी नुसते मागे वळून हुक्सवरच्या किल्ल्यांकडे नजर टाकली असती तरी त्याला सर्व कळले असते.

पडद्यावरून वर नजर उचलत तो म्हणाला, "हो सर, मिळतील."

"किती पैसे?"

"एक खोलीसाठी एका रात्रीचे तीस डॉलर्स. रस्त्यापलीकडच्या कॅफेमध्ये न्याहारी करण्यासाठीचे कूपनही त्यात मिळेल."

"ठीक आहे," रीचर म्हणाला. बिली बॉबच्या पैशांमधल्या वीस डॉलर्सच्या तीन नोटा देऊन त्याने त्याच्याकडून दोन किल्ल्या घेतल्या. अकरा आणि बारा क्रमांकाच्या शेजार शेजारच्या खोल्या. तरुण क्लार्कने दयाळूपणा दाखविला होता. सकाळी काम करणाऱ्या मुलीला तिची वजनदार ढकलगाडी थोडेसेच अंतर ढकलावी लागली असती.

"आभारी आहे," रीचर म्हणाला.

तो गाडीपाशी गेला. टर्नरने कम्पाऊन्डच्या मागच्या बाजूला गाडी नेली. शेवटच्या इमारतीच्या मागच्या बाजूला गवताच्या एका उंचवट्यावर उभी केली. टप बंद करून दारे कुलपे लावून बंद केली. रस्त्यावरून ती गाडी दिसली नसती.

एकत्र परत येऊन त्यांनी खोल्या शोधल्या. दुसऱ्या मजल्यावर होत्या. वर जाण्यासाठी काँक्रीटच्या पायऱ्या होत्या. अकरा क्रमांकाच्या खोलीची चावी त्याने टर्नरला दिली आणि बारा क्रमांकाच्या खोलीची चावी स्वतःकडे ठेवली.

"उद्या कधी भेटायचे आपण?'' तिने विचारले.

"दुपारी आणि उद्या थोडा वेळ मी गाडी चालवेन, तुला चालत असेल तर.''

"ते आपण नंतर बघू या. चांगली झोप काढ,'' ती म्हणाली.

"तूसुद्धा,'' तो म्हणाला.

ती स्वतःच्या खोलीत सुरक्षित शिरलेली दिसल्यावरच त्याने आपल्या खोलीचे दार उघडले. काँक्रीटच्या भिंती आणि चकचकीत पांढऱ्या रंगाने रंगवलेले छत. भक्कम आणि लवचिक प्लॅस्टिकचा वॉलपेपर भिंतीवर लावलेला. रॉक क्रीकपासून मैलभर अंतरावर असणाऱ्या मोटेलमधल्या जागेपेक्षा खूपच चांगली. हिटर थोडासा कमी आवाज करत होता. गालिचा थोडासा स्वच्छ होता. बिछान्यावरच्या चादरीबद्दल तेच म्हणता आले असते. स्नानगृहामधला पाण्याचा फवारा ठीक होता. टॉवेल आरपार दिसण्याइतका पातळ नव्हता. साबूची वडी आणि शाम्पू यांची नावे बोस्टनच्या जुन्या वकिलांच्या फर्मसारखी वाटत होती. फर्निचर पेल वुडचे बनविलेले होते. फ्लॅट स्क्रीन टी.व्ही. एखाद्या सूटकेसएवढा मोठा होता. टेलिफोन नाही, छोटासा मिनिबार रेफ्रिजरेटर नाही, व्यवस्थापनाकडून पाण्याची फुकटची बाटली नाही की उशीवर चॉकोलेट नाही.

त्याने टी.व्ही. लावला. सी.एन.एन. चॅनेल शोधला. पडद्याच्या तळाला फिरत राहणाऱ्या बातम्या वाचत बसला. व्हर्जिनियामधील सैन्य दलाच्या इमारतीमधून पळालेल्या दोघांचा कुठे उल्लेख दिसला नाही. पुन्हा त्याच त्याच बातम्या दिसायला लागल्यावर टी.व्ही. बंद करून तो स्नानगृहात गेला आणि फवाऱ्याखाली उभा राहिला. अंगाला लावलेला साबू निघून गेल्यानंतरही तो बराच वेळ तसाच उभा होता. कॅफेमधल्या टेबलाशी बसलेले असताना झालेल्या संभाषणाचे मधले मधले तुकडेच त्याला पुनःपुन्हा आठवत राहिले. *तू एखाद्या वन्य श्वापदासारखा आहेस,* ती म्हणाली होती. *कायम कुणावर तरी झडप घालायच्या तयारीत असतोस. अत्यंत थंड डोक्याने आणि पूर्ण ताकदीने.*

पण त्याच्या डोक्यात आधीच्या बोलण्यातले एक वाक्यच घर करून राहिले होते. टर्नरने मॉर्गनबद्दल चौकशी केली होती आणि त्याने सांगितले होते की *अफगाणिस्तानमधल्या तुझ्या माणसांनी लागोपाठ दोन ठरावीक वेळा रेडिओवरून संपर्क साधला नाही आणि तरीही त्याने काही केले नाही.* तो पुनःपुन्हा तेच शब्द डोक्यात घोळवत राहिला आणि नंतर ओठ हलवून मोठ्याने बोलत राहिला. तुकड्या तुकड्यांनी सर्व शब्दांचा विचार करत बसला.

अफगाणिस्तानमधल्या तुझ्या माणसांनी.

लागोपाठ दोन ठरावीक वेळा रेडिओवरून संपर्क साधला नाही.

आणि तरीही त्याने काही केले नाही.

पाण्याचा फवारा बंद करून तो टबबाहेर पडला आणि त्याने टॉवेलला हात घातला. शरीर थोडे ओलेच असताना त्याने पुन्हा आपली पॅन्ट चढवली, एक टी-शर्ट घातला आणि तो खोलीमधून बाहेर कॉरिडॉरमध्ये आला. हवा थंड होती. अनवाणी चालत तो खोली क्रमांक अकराच्या दाराशी पोहोचला.

आणि त्याने दार ठोठावले.

३४

टर्नरने ताबडतोब दार उघडले नाही. थंड हवेत रीचर बाहेर उभा होता. ती जागी आहे हे त्याला कळत होते. दारामधल्या डोळा लावून बघण्याच्या छोट्या भोकामधून खोलीतला उजेड दिसत होता. मग क्षणभर तो नाहीसा झाला. बाहेर कोण आले आहे, हे बघण्यासाठी तिने आतून डोळा लावून बघितले असणार. पुन्हा थोडा वेळ गेला. ती कपडे चढवित असणार असा त्याचा तर्क होता. तिनेही स्नान केले असणार याबद्दल तर त्याच्या मनात शंकाच नव्हती.

तिने दार उघडले. तिचा एक हात दाराच्या हॅन्डलवर होता आणि दुसरा दाराच्या चौकटीवर. सहज तसे घडले असेल, मुद्दामही केलेले असू शकेल, पण त्यामुळे त्याचा आत शिरण्याचा मार्ग अडला होता. केस ओले होते. डोळ्यांवर आलेले केस बोटांनीच बाजूला सारले असावेत. तिने तिचा सैन्य दलाचा टी-शर्ट घातला होता आणि नवीन घेतलेली पॅन्ट. पायात काही नाही.

"मी आधी फोन केला असता, पण माझ्या खोलीत फोन नाही," रीचर म्हणाला.

"फोन माझ्याही खोलीत नाही," ती म्हणाली. "काय झाले?"

"मी मॉर्गनच्या बाबतीत तुला काही सांगितले होते. त्याचा अर्थ आत्ता माझ्या ध्यानात येतो आहे."

"काय सांगितले होतेस तू मला?"

"अफगाणिस्तानमधल्या तुझ्या माणसांनी लागोपाठ दोन ठरावीक वेळा रेडिओवरून संपर्क साधला नाही आणि तरीही त्याने काही केले नाही."

"मी पण त्याचाच विचार करत होते. तो त्यांच्यापैकीच एक आहे याचा पुरावा आहे तो. त्याने काही केले नाही कारण त्याला माहीत होते की त्यांच्याबाबतीत करण्यासारखे काही नाही. ते मरण पावले आहेत. शोध घेण्यात अर्थ नाही."

“मी आत येऊ का?” रीचरने विचारले. “फार थंडी आहे बाहेर.”

उत्तर नाही.

“किंवा आपण माझ्या खोलीत बसू,” तो म्हणाला. “तुझी तशीच इच्छा असली तर.”

“नको, आत ये,” ती म्हणाली. ती दारामधून बाजूला सरकली. तो आत शिरताच तिने दार लावून घेतले. तिची खोली त्याच्या खोलीसारखीच होती. त्याचा शर्ट खुर्चीच्या पाठीवर टाकलेला होता. बूट व्यवस्थितपणे शेजारी शेजारी खुर्चीखाली ठेवलेले होते.

“आता मला नवीन शूज घेणे जमेल अशी माझी कल्पना आहे,” ती म्हणाली.

“सगळ्याच वस्तू नवीन घेता येतील, तुझी इच्छा असेल तर,” तो म्हणाला.

“पटतंय तुला?” तिने विचारले. “तो त्यांच्यापैकी एक आहे याचा तो पुरावा आहे म्हणून?”

“तो आळशी आणि अकार्यक्षम आहे याचाही तो पुरावा असू शकतो.”

“कुठलाही कमान्डर इतका मठ्ठ असू शकत नाही.”

“तू किती काळ सैन्य दलात आहेस?”

ती हळूच हसली. “ठीक आहे. अनेक कमान्डर्स तितके मठ्ठ असू शकतात.”

“त्याने काही केले नाही, हा भाग महत्त्वाचा आहे असे मला वाटत नाही,” रीचर म्हणाला.

त्याला तसंच खिडकीजवळ सोडून ती बिछान्यावर बसली. तिची पॅन्ट ढगळ होती आणि शर्ट घट्ट होता. अंतर्वस्त्रे घातलेली नव्हती. रीचरला अगदी स्वच्छ दिसत होते. कळत होते. दक्षिण डाकोटाहून त्याने फोन केला तेव्हा त्याला वाटले होते की ती उत्तर कॅलिफोर्नियामधून आलेली, निळ्या डोळ्यांची, तपकिरी केसांची गोरी स्त्री असणार म्हणून. यातली प्रत्येक गोष्ट चुकीची ठरली होती. ती काळ्या केसांची, काळ्याभोर डोळ्यांची आणि मोन्टानामधून आलेली होती. पण इतर बाबतीतले त्याचे सर्व तर्क बरोबर होते. *उंचीला पाच फूट सहा इंच किंवा पाच फूट सात इंच असणार तू,* तो म्हणाला होता. *खोल आणि मोठ्या आवाजात बोलणारी.* मोठ्याने हसत तिने विचारले होते, आणि *सपाट छातीची असे म्हणायचे आहे तुला?* त्यानेही मोठ्या आवाजात हसत उत्तर दिले होते. *३४-ए साइज फार तर.* आणि ती म्हणाली होती, *गप्प बस.*

पण टेलिफोनवरच्या संभाषणापेक्षा सत्य फारच वेगळे होते. तिला बघता क्षणी ते त्याच्या लक्षात आले होते.

वाट बघत थांबण्यासारखीच होती.

“मॉर्गनच्या बोलण्यातला महत्त्वाचा भाग काय होता?” तिने विचारले.

''रेडिओवरून न साधलेले दोन संपर्क.''

''कारण?''

''तुला अटक झाली होती त्या दिवशी त्यांनी संपर्क साधला होता. पण नंतरच्या आणि त्या नंतरच्या दिवशी नाही.''

''मी पण नाही साधू शकले; कारण मी तुरुंगात होते. तुला माहीत आहे. कट करून त्यांनी दोन्ही बाजूंनी माझी कोंडी केली, इकडे आणि तिकडेही. एकाच वेळेला.''

''ती एकाच वेळी केली नव्हती आणि तोच माझा मुद्दा आहे. रॉक क्रीकपेक्षा अफगाणिस्तानमधील घड्याळाची वेळ नऊ तास पुढे आहे. हिवाळ्यात तो जवळजवळ एक पूर्ण दिवसाचा वेळ आहे. आणि हिन्दुकुश पर्वतराजीमध्ये अंधार पडल्यावर कुणी पायवाटांनी प्रवास करत नाही. अनेक कारणांमुळे ती अत्यंत वाईट कल्पना ठरेल. खाली कुणी कोसळला तर पाय मोडून घ्यायची वेळ येईल. *तेव्हा तुझ्या माणसांना भर दिवसा तिथे डोक्यात गोळ्या घातल्या होत्या. अगदी खात्रीने. प्रश्नच नाही.* आणि स्थानिक वेळेनुसार साधारण सहा वाजता दिवस संपतो.''

''मग?''

''अफगाणिस्तानमध्ये संध्याकाळचे सहा वाजलेले असतात तेव्हा इथे सकाळचे नऊ वाजलेले असतात.''

''पुढे?''

''माझ्या वकिलाने मला सांगितले की तू केमन आयलन्ड्सवर सकाळी दहा वाजता बँकेत खाते उघडलेस, अकरा वाजता त्या खात्यात एक लाख डॉलर्स भरले गेले आणि दुपारी तुला अटक झाली.''

''तो शेवटचा भाग माझ्या चांगला लक्षात आहे.''

''म्हणजे तुझ्या मागे लागण्याच्या निदान एक तास आधीच तुझी माणसे मरण पावली होती. अनेक तास आधीही असू शकतील. कमीत कमी एक तास आणि जास्तीत जास्त आठ ते नऊ तास आधी.''

''ठीक आहे. अगदी एका वेळी दोन्ही गोष्टी घडल्या नसतील. एका मागोमाग एक घडल्या असतील. त्याने काही फरक पडतो?''

''मला वाटते फरक पडतो. पण प्रथम आपण एक दिवस मागे जाऊ या. तू वीक्स आणि एडवर्ड्स यांना डोंगरदऱ्यात पाठवता क्षणी प्रतिक्रिया सुरू झाली आणि दुसऱ्या दिवशी दुपारपर्यंत सर्व संपले होते. त्यांनी इतक्या झटपट सर्व कसे जुळवून आणले असेल?''

''नशीब?''

''समजा, दुसरेच काही कारण असेल तर?''

"युनिट ११० मध्ये त्यांचा एखादा माणूस घुसलेला आहे का?"

"तशी शक्यता मला वाटत नाही. आपली माणसे फार वेगळी असतात. माझ्या काळातसुद्धा ते अशक्य होतं. आता तर परिस्थिती जास्तच चांगली आहे."

"मग कुठलं कारण असणार?"

"मला वाटतं, तुझ्या संपर्क यंत्रणेत त्यांनी घुसखोरी केली आहे."

"रॉक क्रीकचे फोन्स टॅप होत आहेत? त्यांच्यावरचे संभाषण चोरून ऐकले जात आहे? पण ते कसे शक्य आहे? सावधगिरीच्या सर्व यंत्रणा आम्ही बसविल्या आहेत."

"रॉक क्रीक नाही. स्थानिक नेटवर्कचे फोन टॅप करण्यात अर्थ नसतो. त्यांची संख्याच खूप असते. जिथे सर्व काही घडते आहे तिथेच लक्ष दिले असावे. माझ्या मते बगराममधून बाहेर जाणारा आणि बगराममध्ये येणारा प्रत्येक फोन ऐकला जातो आहे, प्रत्येक सन्देश वाचला जातो आहे. अत्यंत उच्चपदांवरील स्टाफ ऑफिसर्स कुठलीही माहिती काढू शकतात. त्यांनी कसोशीने तपासणी करत अगदी सर्व काही ऐकले, वाचले. मूळ अफवा काय होती ते, त्यानंतर तू दिलेल्या आज्ञा, तुझ्या माणसांची प्रतिक्रिया, सर्व काही शोधून काढले."

"ते शक्य आहे," टर्नर म्हणाली.

"त्यानेच फरक पडला."

"पण तो पार्श्वभूमीमधला एक तपशील आहे फक्त."

"चूक. त्याहूनही जास्तच काहीतरी," रीचर म्हणाला. "त्यांनी वीक्स आणि एडवर्ड्स यांच्याबाबतीत एक तास ते नऊ तास आधीच बंदोबस्त केला होता. पण मग त्यानंतर ते तुझ्या का मागे लागले?"

"ते ठाऊक आहे तुला. त्यांना वाटत होते की मला काहीतरी माहिती आहे, जी मला खरोखरच माहीत नव्हती."

"वाटण्याचा प्रश्न येतोच कुठे? बगराममधून बाहेर जाणारी आणि बगराममध्ये गोळा होणारी माहिती ते वाचत असतील तर त्यांना कशाचा विचार करण्याची, तर्क करत बसण्याची, वाइटात वाईट गोष्टीला तोंड देण्याची योजना वगैरे बनविण्याची काही गरजच नव्हती. वीक्स आणि एडवर्ड्स यांनी तुला जे काही सांगितले असेल ते त्यांना माहीतच होते. खात्रीपूर्वक ठाऊक होते. अगदी काळ्या-पांढऱ्या अक्षरांमध्ये. सूझन, तुला जे नंतर कळले ते त्यांना आधीपासूनच ठाऊक होते."

"पण मला काहीही कळले नव्हते. वीक्स आणि एडवर्ड्स यांनी मला काहीच सांगितले नव्हते."

"ते खरे असेल तर ते तुझ्यामागे का लागले? त्यांनी तसे का केले? कुठल्याही कारणाशिवाय खूप खर्चीक आणि कपटनीतीची योजना त्यांनी का

आखली? एक लाख डॉलर्स तुझ्या खात्यात भरण्याची जोखीम त्यांनी का पत्करली?''

''तुला नक्की काय म्हणायचे आहे, रीचर?''

''मला एवढेच म्हणायचे आहे की वीक्स आणि एडवर्ड्स यांनी तुला काहीतरी सांगितले आहे. मला म्हणायचे आहे की तुझ्याकडे अशी माहिती आहे की तुला ती त्या वेळी खूप महत्त्वाची वाटली नाही आणि आता तर तुला ती आठवतदेखील नाही. वीक्स आणि एडवर्ड्स यांनी इतकी महत्त्वाची अशी बातमी तुला दिली होती की कुणाच्या तरी मनात भयंकर धास्ती निर्माण झाली.''

३५

आपले पाय वर घेऊन टर्नर बिछान्यावर उशीला टेकून बसली. "मला काही चळ वगैरे लागलेला नाही, रीचर," ती म्हणाली. "त्यांनी मला काय सांगितले ते माझ्या बरोबर लक्षात आहे. आमच्यासाठी काम करणाऱ्या एका पश्तूनला आम्ही पैसे देत होतो. त्याची भेट घेतल्यावर त्याने त्यांना सांगितले की एक अज्ञात अमेरिकन अधिकारी एका जमातीच्या वडीलधाऱ्या प्रमुखाला भेटण्यासाठी उत्तर दिशेला जाताना दिसला होता; पण त्या वेळी त्या अमेरिकनची निश्चित ओळख पटलेली नव्हती आणि तो त्याला का भेटायला निघाला होता तेही माहीत नव्हते."

रीचरने विचारले, "त्याचे काही वर्णन?"

"नाही. तो अमेरिकन आहे एवढेच."

"पुरुष का स्त्री?"

"पुरुषच असणार. वडीलधारे पश्तून स्त्रियांची भेट घेणारच नाहीत."

"काळा का गोरा?"

"ते सांगितले नव्हते."

"सैन्य दल? मरीन्स? विमान दल?"

"त्यांना तसा फरक कळत नाही."

"पद? वय?"

"काहीही तपशील नाही. एक अमेरिकन अधिकारी. आम्हाला तेवढेच माहीत होते."

"याहून दुसरे काहीतरी असायलाच पाहिजे."

"मला काय माहीत आहे आणि काय माहीत नाही ते कळते, रीचर."

"खात्री आहे तशी?"

"आता याचा नक्की अर्थ काय घ्यायचा? तू आणि कोरियामधली ती स्त्री

असाच प्रकार आहे हा. विसरण्याची आठवण राहत नाही. पण मी काहीही विसरलेले नाही हे मला माहीत आहे. त्यांनी जे सांगितले होते ते माझ्या पूर्ण ध्यानात आहे.''

''आधीचे किंवा नंतरचे काही तपशील?''

''आत्ता तुला सांगितले तेवढेच. एक अफवा आणि तिचा खरेखोटेपणा शोधून काढण्याच्या मी दिलेल्या आज्ञा. बस्. एवढेच. तिकडून एक सन्देश आणि उत्तर म्हणून इकडून एक सन्देश.''

''त्यांचा रेडिओवरचा शेवटचा सन्देश तू बघितला होतास?''

''ते मला पकडायला येण्यापूर्वी मी बघितलेली तीच शेवटची गोष्ट. नेहमीसारखाच. काही वेगळा नाही. काही प्रगती नाही. इथे बघण्यासारखे काही नाही. तेव्हा पुढे निघू या अशा तऱ्हेचा.''

''तर मग मूळच्या अफवेमध्येच काहीतरी असले पाहिजे. तू आठवून अक्षर आणि अक्षर सांग मला.''

''एक अज्ञात अमेरिकन अधिकारी एका जमातीच्या वडीलधाऱ्या प्रमुखाला भेटण्यासाठी उत्तर दिशेला जाताना दिसला होता, बस्. अगदी अक्षर आणि अक्षर माझ्या लक्षात आहे.''

''यातल्या कुठल्या भागाची किंमत एक लक्ष डॉलर्स आहे? आणि तुझा भविष्यकाळ आणि माझा आणि मूरक्रॉफ्टचाही? आणि व्हर्जिनियामधील बेरीव्हील येथील एका मुलीच्या दंडावरचा वणही?''

''मला नाही माहीत,'' टर्नर म्हणाली.

बराच वेळ दोघेही गप्प होते. चर्चा बंद. बोलणे बंद. टर्नर बिछान्यावर आडवी होऊन छताकडे बघत होती. रीचर खिडकीच्या चौकटीवर रेलून उभा होता. टर्नरने सांगितलेल्या सन्देशावर विचार करत होता. चौदा शब्द. पूर्ण वाक्य. कर्ता, कर्म, क्रियापद. वाक्य बोलतानासुद्धा त्याला एक ताल होता, एक लय होती. *एक अज्ञात अमेरिकन अधिकारी एका जमातीच्या वडीलधाऱ्या प्रमुखाला भेटण्यासाठी उत्तर दिशेला जाताना दिसला होता.* पुनःपुन्हा त्या शब्दांचा विचार करत त्याने वाक्याचे तीन भाग पाडले.

एक अज्ञात अमेरिकन अधिकारी.

एका जमातीच्या वडीलधाऱ्या प्रमुखाला भेटण्यासाठी.

उत्तर दिशेला जाताना दिसला होता.

अर्थ?

अनिश्चित. पण एक छोटी विसंगती वाटत होती. उत्कृष्ट यंत्रामध्ये वाळूचा

एकच कण असावा तशी.

एक अज्ञात अमेरिकन अधिकारी.

एक वडीलधारा जमातप्रमुख.

अर्थ?

त्याला माहीत नव्हता.

"मी निघतो आता," तो म्हणाला. "उद्या याबद्दल पुन्हा विचार करू. रात्री एखादे वेळी नकळत, हळूहळू काहीतरी लक्षात येईल. होते तसे कधी कधी. झोपेमध्ये मेंदू बहुधा वेगळ्याच तऱ्हेने काम करतो. आठवणींची मालिका बदलते. नाहीतर सुप्त मनाचे एखादे दार उघडते. असंच काहीतरी. त्याबद्दलचा एक लेख मी एकदा वाचला आहे. बसमध्ये सापडलेल्या मासिकात होता."

"नाही," ती म्हणाली. "नकोच."

"नको काय?"

"निघू नकोस," ती म्हणाली. "इथेच थांब."

रीचर क्षणभर थबकला.

"खरं?"

"तुझी इच्छा आहे?"

"हा काय प्रश्न झाला?"

"तर मग शर्ट काढ तुझा."

"खरंच?"

"शर्ट काढ तुझा, रीचर."

तेव्हा त्याने खांद्यावरून, डोक्यावरून ओढत आपला शर्ट काढला आणि जमिनीवर टाकला.

"आभारी आहे," ती म्हणाली.

मग तो थांबला. नेहमी थांबायचा तसा. तिने आपल्या शरीरावरचे व्रण मोजावेत म्हणून.

"चूकच झाली माझी," ती म्हणाली. "तू एखाद्या वन्य श्वापदासारखा नाहीस. तू एक वन्य श्वापदच आहेस."

"आपण सर्व जनावरेच आहोत. म्हणून तर आयुष्यात मजा येते."

"व्यायाम किती करतोस?"

"व्यायाम करतच नाही," त्याने उत्तर दिले. "आनुवंशिक देणगी आहे ही." खरे होते ते. प्रौढ होताना त्याला अनेक गोष्टींची देणगीच मिळाली होती. चांगली उंची, चांगले वजन. त्याची छाती रग्बी खेळणाऱ्याच्या कवचासारखी होती आणि पोटाचे स्नायू जुन्या काळातील रस्त्यावरच्या दगडांप्रमाणे. दंड बास्केटबॉलसारखे

रुंद आणि त्वचेखालची चरबी क्लीनेक्ससारखी. व्यायाम, नियंत्रित आहार, जिम यांच्याशिवायच त्याचे शरीर जसेच्या तसे राहिले होते. अगदी नैसर्गिकपणे. काही बिघडलेच नसेल तर ते सुधारण्याचा प्रयत्न करू नये असे त्याचे ठाम मत होते.

"आता पॅन्ट," ती म्हणाली.

"पण आतमध्ये मी काहीही घातलेले नाही."

ती हसली.

"मी देखील," ती म्हणाली.

त्याने बटण काढले, चेन खेचली, पॅन्ट काढत तो एक पाऊल बिछान्याजवळ सरकला.

"आता तुझी पाळी," तो म्हणाला.

ती बसली.

आणि हसली.

तिने तिचा शर्ट काढला.

त्याच्या कल्पनेत ती जशी असेल असे त्याला वाटले होते तशीच ती होती. अगदी पूर्णतः त्याला हवी होती तशीच.

दुसऱ्या दिवशी सकाळी ते खूप उशिरा उठले. ऊबदार, थोडे गुंगीतही. पण मनाने अगदी तृप्त होते. खिडकीखालच्या पार्किंग लॉटमधल्या मोटरगाड्यांच्या इंजिनांच्या आवाजानेच त्यांना जाग आली होती. त्यांनी आळस दिला, एकदा हात-पाय ताठ केले आणि पुन्हा ओठांवर ओठ टेकले. हळुवारपणे, खूप काळपर्यंत.

"दोन खोल्या घेऊन आपण उगीचच बिली बॉबचे पैसे वाया घालवले," टर्नर म्हणाली. "पूर्णतः माझाच दोष."

"तुझा विचार कशामुळे बदलला?"

"तीव्र लालसा बहुतेक. तुरुंगात फार विचार येतात मनामध्ये."

"खरं बोल."

"तुझ्या टी-शर्टमुळे. इतका पातळ टी-शर्ट मी कधी बघितलाच नव्हता. तो एक तर खूप महाग असणार, किंवा खूप स्वस्त तरी."

"खरं बोल."

"आपण फोनवर बोलल्यापासून हे माझ्या यादीवर होते. मला तुझा आवाज आवडला होता. तुझा फोटो मी बघितला होता."

"माझा विश्वास नाही तुझ्या बोलण्यावर."

"तू बेरीव्हीलमधल्या मुलीचा उल्लेख केलास, त्यामुळे माझा विचार बदलला. दंडावर वण उठलेली मुलगी. तू फार दुखावला गेला होतास. तू माझ्याच प्रश्नाचा

विचार करत राहिला आहेस. बिग डॉगबद्दलचा तुझा स्वतःचा प्रश्न तेवढाच गंभीर असूनही. तू इतरांची काळजी आधी करतोस. म्हणजे तू वन्य श्वापद असू शकत नाहीस. शिवाय तुला चूक काय आणि बरोबर काय याचीही स्पष्ट जाणीव असते. तेव्हा तू ठीक आहेस आणि माझे भवितव्यही. काहीही वाईट घडण्याची शक्यता नाही.''

''तुझी इच्छा असेल तर तू दोन स्टार लावणारी जनरल बनू शकशील.''

''फक्त दोनच स्टार?''

''त्याच्याहून जास्ती म्हणजे कार्यालय चालविण्यासारखे होईल. जगण्यात मजाच राहणार नाही.''

तिने उत्तर दिले नाही. पार्किंग लॉटमध्ये अजूनही गाड्यांचा आवाज येत होता. अनेक गाड्या एका मोठ्या वर्तुळात गोल गोल फिरत असल्याप्रमाणे. तीन किंवा चार असाव्यात. एका मागोमाग एक. इमारतीच्या एका बाजूने जात होत्या आणि इमारतीला फेरी घालून दुसऱ्या बाजूने परत येत होत्या. न संपणाऱ्या फेऱ्या.

टर्नरने विचारले, ''किती वाजले?''

''दुपारचे बारा वाजायला नऊ मिनिटे कमी आहेत.''

''तुला कसे कळले.''

''किती वाजले ते मला नेहमीच कळते.''

''मोटेल सोडण्याची वेळ काय आहे?''

बाहेर पावलांचा आवाज आला आणि दाराखालून एक पाकीट आत सरकवले गेले. पावले दूर दूर जात आवाज नाहीसा झाला.

''बहुधा दुपारचीच असणार असा माझा तर्क आहे,'' रीचर म्हणाला. ''आणि माझी समजूत आहे की या पाकिटात आपले बिल असणार. पूर्ण पैसे मिळाल्याचे.''

''हे तर फारच शिष्टाचाराने वागणे झाले.''

''त्यांच्याकडे संगणक आहे.''

गाड्यांचा आवाज अजूनही येतच होता आणि मेंदूमधल्या सरड्यासारख्या विचार करणाऱ्या भागाने आधीच धोक्याची चाचपणी सुरू केली होती. सैन्य दलाच्या गाड्या? पोलिसांच्या? एफ.बी.आय. उत्तर मिळत नव्हते. तेही बरोबरच होते म्हणा. कारण बाहेरच्या गाड्या सामान्य नागरिकांच्या होत्या. सर्व पेट्रोलची इंजिन्स. त्यातले एक व्ही-८ इंजिन. ट्यूनिंग न केलेले. सायलेन्सरला भोक पडलेले स्वस्तात मिळवलेला एक चार सिलेंडरचा ट्रक. लष्करी ट्रक्स नाहीत. निमलष्करीही नाहीत, खरं तर कोणत्याच ट्रक्सची कधीच देखभाल केलेली नसल्याने आवाज करू शकणारे प्रत्येक भाग खडखड करत होते.

आवाज वाढायलाच लागले.

“काय चालले आहे?” टर्नरने विचारले.

“नजर टाकून बघ,” रीचरने उत्तर दिले.

काहीही कपडे नसलेल्या स्थितीत ती खिडकीजवळ पोहोचली. पडदा हळूच थोडासा बाजूला करून तिने बाहेर बघितले आणि मग ती तशीच बघत बसली.

“चार पिक-अप् ट्रक्स” ती म्हणाली, “वेगवेगळ्या काळातले, वेगवेगळ्या आकारातले आणि वेगवेगळ्या दुरुस्त्यांची गरज असणारे. प्रत्येक ट्रकमध्ये दोन दोन माणसे. पुनःपुन्हा फेऱ्या मारत बसले आहेत.”

“का?”

“आपण कुठल्या शहरात आहोत?”

“पिटर्सबर्ग, पश्चिम व्हर्जिनिया.”

“पश्चिम व्हर्जिनियातील लोकांची एखादी परंपरा असेल. या ऋतूतला धार्मिक विधी किंवा तसेच काहीतरी असणार. पम्पलोनामध्ये बैल पळवतात तसा एखादा उत्सव. पिटर्सबर्गमध्ये त्यांच्याऐवजी पिक-अप् ट्रक्स वापरत असतील.”

“पण त्यांच्या चेहऱ्यावरचे भाव शत्रुत्वाचे वाटतात. फारच अनैसर्गिक शांतता वाटते आहे, असे कुणीतरी म्हणणाऱ्या ज्या चित्रपटांबद्दल तू बोलत होतास तसे. चाक तुटलेल्या वॅगनच्या भोवती रेड इन्डियन्स गोल गोल फिरत असताना वाटेल त्याप्रमाणे.”

रीचरने तिच्यावरची नजर दाराकडे वळवली.

“थांब,” तो म्हणाला.

बिछान्यावरून उठून त्याने दाराखालून सरकवलेले पाकिट उचलले. ते चिकटवलेले नव्हते. आतमध्ये एक कागद होता. फार भयानक असे काही नाही. अपेक्षेप्रमाणेच ते घड्या घातलेले, शून्य देणे दाखविणारे बिल होते. बिल बरोबर होते. खोली क्रमांक अकरा, तीस डॉलर्स. आगाऊ भरलेले तीस डॉलर्स कमी केलेले.

पण.

बिलाच्या अगदी खाली आमच्याबरोबर राहिल्याबद्दल आभार मानणारा आनंदी सन्देश. त्याच्याखाली सही केल्याप्रमाणे छापलेले मोटेल मालकाचे नाव आणि त्याच्याही खाली काही कारण नसताना दिलेली वेगळीच माहिती.

रीचरने एक शिवी हासडली.

“काय?”

त्याने बिछान्याजवळ येऊन तिला तो कागद दाखविला.

तुम्ही आमच्याबरोबर राहिल्याबद्दल मनापासून आभार.

जॉन क्लॉटन, मालक.

ग्रॅन्ट काऊन्टीमध्ये गेली तीनशे वर्षे क्लॉटन्स वस्ती करून आहेत.

३६

रीचर म्हणाला, "त्या कॉर्व्हेटबद्दल ते खरोखरच गंभीर दिसतात. रात्री सर्व क्लॉटन्सनी एकमेकांना फोन केले असणार. युद्धावर निघण्याचेच आवाहन. लढाईची योजनाही आखलेली दिसते. हॅम्पशायर काऊन्टी क्लॉटन्स, ग्रॅन्ट काऊन्टी क्लॉटन्स आणि इतर काऊन्टींमधले क्लॉटन्ससुद्धा. संपूर्ण पर्वतराजीच्या पट्ट्यातले क्लॉटन्स. खात्री आहे माझी तशी. बहुधा डझनावारी काऊन्टींमधले. आणि रात्री कार्यालयात असणारा माणूस कुणाचा तरी मुलगा किंवा पुतण्याच नाही तर त्यांचाच दूरचा भाऊबंदही होता. आपल्याबद्दल त्यांना कळवल्याने तो शूर वीरच बनणार आहे."

"ती कॉर्व्हेट आपल्याला जरा महागातच पडली. चुकीचीच निवड."

"पण चालवत होतो तोपर्यंत किती मजा आली."

"काही चमकदार कल्पना मनात येत आहेत?"

"त्यांना समजवावे लागणार आहे."

"तू गंभीरपणे बोलतो आहेस ना?"

"प्रेम आणि ज्ञान यांचा प्रसार करावा," रीचर म्हणाला. "गरज पडली तरच ताकद वापरावी."

"कोण म्हणाले होते असे?"

"लिऑन ट्रॉटस्की, बहुधा."

"आणि बर्फ फोडण्याच्या अणकुचीदार हातोड्याने त्याचा खून पडला होता. मेक्सिकोमध्ये."

"पण तो सांगत होता ते अगदी बरोबर होते."

"काय सांगत होता तो?"

"तो सांगत होता की समंजसपणे सांगूनही विरोधक त्यांचे मत बदलत नसतील तर त्यांच्या डोक्यांची गाठ फुटपाथबरोबर घालून द्यावी. त्याची अंतःप्रेरणा

अगदी योग्य होती. म्हणजे त्याच्या स्वतःच्या खासगी आयुष्यात तरी. आता मेक्सिकोमध्ये बर्फ फोडण्याचा हातोडा त्याच्या डोक्यात हाणल्याने त्याचा खून झाला होता ती बाब वेगळी.''

''आपण काय करायचे आता?''

''कपडे घालण्यापासून सुरुवात करायला पाहिजे, बहुधा. पण माझे बहुतेक सर्व कपडे दुसऱ्या खोलीत अडकले आहेत.''

''माझीच चूक,'' टर्नर म्हणाली. ''सॉरी.''

''उगीचच छोट्या गोष्टीला मोठे स्वरूप देऊ नकोस. आपण यातून जिवंत बाहेर पडणार आहोत. तू कपडे चढव. मग आपण दोघेही माझ्या खोलीत जाऊ आणि मी कपडे चढवेन. सुरक्षित आहे ते. आपण फक्त दोन एक सेकंद बाहेर असू. पण प्रथम तू स्नान करून घे. आपल्याला मुळीच घाई नाही. ते बाहेर थांबणार आहेत. आत येणार नाहीत. त्यांच्या लांबच्या नात्यातल्या मूर्ख भावाचे दार ते तोडणार नाहीत. क्लॉटन कुटुंबीयांचा अलिखित नियम असणार तो. पूर्ण खात्री आहे माझी तशी.''

रीचरच्याच दररोजच्या सवयीच्या वेळात टर्नरने स्नान उरकले. अकरा मिनिटे. नळ सोडण्यासाठी हात पुढे केल्यापासून दारातून बाहेर पाऊल टाकेपर्यंत. बाहेर फिरत असणाऱ्या ट्रक्सचे लक्ष न वेधता दोघांनी एकाच वेळी बाहेर पडायचे म्हणून क्षणभर थांबणे, दुसऱ्या खोलीपर्यंत पोहोचणे या वेळेचाही त्यात समावेश होता. लागोपाठ चार ट्रक्स जवळजवळ तीस मैल वेगाने इमारतीला फेऱ्या मारत असताना कोणाच्या नजरेत न येता बाहेर पडणे हा पर्याय त्यांना उपलब्ध नव्हताच. तेव्हा दणकून बाहेर पडण्यावाचून तर गत्यंतरच नव्हते. वीस फुटांपैकी पहिले दहा फूट अंतर त्यांनी पार केले असेल नसेल, तोच एका ट्रक ड्रायव्हरच्या नजरेत ते आलेच. अचानक ते दिसताच त्याची प्रतिक्रियाही क्षणार्धात, विचारही न होता झाली. ट्रक थांबवून त्यातले दोघे दार उघडत बाहेर पडत असतानाच रीचरने त्याच्या खोलीचे दार उघडले आणि ते आत घुसले. ''आधी माहीत नव्हते असे नसले तरी आपण इथेच आहोत याची त्यांना आता खात्री पटली आहे,'' रीचर म्हणाला. ''तो सायबर बॉय नक्कीच त्यांना तपशील पुरवत राहिलेला आहे.''

त्याच्या खोलीत कुणी येऊन गेल्याचे चिन्ह नव्हते. बूट आणि शेजारी ठेवलेले मोजे खिडकीखाली होते, टी-शर्ट खुर्चीवर होता आणि जाकीट हुकवर टांगलेले होते. ''मला वाटते, मीदेखील स्नान उरकून घेतो. ते तसेच फेऱ्या मारत राहणार असतील तर आपण बाहेर पडेपर्यंत त्यांची डोकी गरगरायला लागतील.''

रीचर अकरा मिनिटात तयार झाला. बिछान्यावर बसून त्याने बुटांच्या लेसेस बांधल्या, कोट घातला, चेन वरपर्यंत सरकविली. "तुला चालत असेल तर मी एकटाच बघून घेतो त्यांना," रीचरने सांगितले.

"आणि रस्त्यापलीकडच्या पोलिसांचे काय?" टर्नरने विचारले. "त्यांनी इथे येणे आपल्याला परवडणारे नाही."

"मला वाटते पोलीस क्लॉटन्सना काय हवे ते करू देत असणार, कारण त्यांच्यापैकीही अनेक जण क्लॉटन्सच असणार. पण माझ्या मते, सर्व काही त्यांच्या नजरेत न येता होणार आहे. बहुधा तसेच असते."

"मी येते तुझ्याबरोबर."

"तू यापूर्वी असे काही केले आहेस?"

"हो," ती म्हणाली. "पण खूप वेळा नाही."

"सगळे एकदम मारामारी करायला येणार नाहीत. झुंबडच होईल. पहिल्या काही जणांना आपण अस्मान दाखविले तर बाकीच्यांचा उत्साह जरा कमी होईल. महत्त्वाची गोष्ट म्हणजे एकाच माणसावर जास्त वेळ घालवायचा नाही. अगदी कमीत कमी वेळ घालवायला लागला पाहिजे. एकच दणदणीत ठोसा हाणायचा आणि पुढच्याकडे वळायचे. हातांपेक्षा कोपरांचा वापर परिणामकारक ठरतो आणि लाथा घालणे दोन्हीपेक्षा चांगले."

"ठीक आहे."

"पण तरीही मी प्रथम बोलतो त्यांच्याशी. त्यांच्या मुद्द्यात अजिबात तथ्य नाही, असे खरं तर म्हणता येत नाही."

त्यांनी दार उघडून कॉरिडॉरमध्ये पाऊल टाकले आणि ते बाहेर निघाले. स्वच्छ सूर्यप्रकाश होता. रीचरची अपेक्षा होती त्याप्रमाणे काँक्रीटच्या पायऱ्यांखालीच चारही ट्रक्स जवळजवळ उभे केले होते. आठ जण ट्रक्सच्या दारांवर, फेन्डर्सवर, लोडबेड्सवर रेलून उभे होते. त्यांना वेळच वेळ असल्याप्रमाणे. आणि त्यांना तसा वेळ होताही. दुसऱ्या मजल्यावरच्या कॉरिडॉरमधून खाली उतरायचे तर काँक्रीटच्या पायऱ्या उतरण्यावाचून गत्यंतर नव्हते. दुसरा पर्यायच नव्हता. आदल्या रात्री भेटलेल्या तिघा जणांना त्याने ओळखले. लहान, मध्यम आणि मोठ्या आकारातले. लहान माणसाची परिस्थिती आज बरी वाटत होती. ज्या कारणांनी अपघात झाला होता असा रीचरचा तर्क होता, त्याचा परिणाम कमी झाला असावा. इतर पाच जण तसेच होते. उघड्या आकाशाखाली खूप कष्ट करून जीवन जगणारी माणसे. सर्वांत लहान म्हणता येणारा माणूसही पिळदार शरीरयष्टीचा होता. सर्वांत मोठ्या माणसाने मात्र फास्ट फूड खाण्यावर आणि बिअर पिण्यावर नियंत्रण न राखल्याने त्याचे पोट

सुटले होते. तो जाडजूडच दिसत होता. पण कुणाच्याही हातामध्ये कुठलेही शस्त्र नव्हते. रीचरला आठ जणांचे सोळा हात दिसत होते. कुठल्याही हातात काहीही नाही. पिस्तूल नाही, चाकू नाही, पान्हा नाही, साखळदंड नाही.

नवशिकी माणसेच.

खाली नेणाऱ्या पायऱ्यांच्या बाजूच्या कठड्यावर हात ठेवून रीचर खालचे दृश्य बघत होता. जुन्या चित्रपटांच्या दिग्दर्शकासारखा. खालच्या गर्दीला सूचना देण्याच्या तयारीत असलेला.

''तुमच्यापैकी कुणालाही कुठलीही दुखापत होण्यापूर्वी घरी जाण्याचा मार्ग आपल्याला शोधावा लागणार आहे,'' रीचर म्हणाला. ''त्यासाठी माझ्याबरोबर काम करेल कुणी?''

एकदा कधीतरी सूट चढविलेला एक माणूस सेलफोनवर पुनःपुन्हा तसेच विचारत असताना त्याने ऐकले होते. *त्यासाठी माझ्याबरोबर काम करायला आवडेल तुला?* गचाळ हॉटेल्सच्या बॉलरूम्समध्ये खर्चीक अशा सेमिनार्समध्ये अशा तऱ्हेचे बोलायचे तंत्र शिकविले जात असाव, असा त्याचा तर्क होता. अशा प्रश्नांना स्पष्ट असे उत्तर देणेच भाग पडते. तसा पर्याय समोर ठेवला, तर सुसंस्कृत लोकांना *एकमेकांबरोबर काम करणे हे त्यांचे कर्तव्यच आहे, असे नेहमी वाटते. नाही, मला नाही आवडणार, असे उत्तर कुणी देत नाही.*

पण अर्धा टनी ट्रकमधल्या माणसाने तसेच उत्तर दिले.

''इथे कुणीही तुझ्याबरोबर काम करायला आलेले नाही,'' तो म्हणाला. ''आम्ही तुला लाथा घालून आमची गाडी आणि आमचे पैसे परत घेण्यासाठी आलो आहोत.''

''ठीक आहे,'' रीचर म्हणाला. ''तुझी इच्छा असेल तर आपण तोच मार्ग स्वीकारू या, पण त्यासाठी तुम्हा सर्वांनाच रुग्णालयात भरती करण्याची आवश्यकता आहे असे मला वाटत नाही. गॅलपबद्दल ऐकले आहे तुम्ही?''

''कोण?''

''ती एक निवडणूक संघटना आहे. निवडणुकींच्या वेळीच काम करते. सांगते तुम्हाला की अमुक अमुक उमेदवाराला एक्कावन्न टक्के मते मिळणार आहेत आणि दुसऱ्याला एकूणपन्नास टक्के वगैरे.''

''त्यांच्याबद्दल ऐकले आहे मी.''

''ते काय करतात माहीत आहे? अमेरिकेमधल्या सर्वांशी काही बोलत नाहीत. फार वेळ जाईल त्याच्यात. तेव्हा ते थोड्या जणांना फोन करतात आणि आपला निर्णय ठरवतात.''

''मग?''

“आपणही तेच करू या, आमच्यापैकी एकाविरुद्ध तुमच्यापैकी कुणीही एक जण आणि जो निर्णय होईल त्याचा आदर करायचा. सगळ्यांनीच भाग घेण्यात अर्थ नाही. निवडणूक संघटनेप्रमाणेच.”

उत्तर नाही.

“तुमचा माणूस जिंकला तर तुम्हाला कॉर्व्हेट मिळेल आणि तुमचा सर्वांत वाईट असा ट्रक आम्ही घेऊ. आणि बिली बॉबच्या पैशांपैकी अर्धे पैसेही मिळतील.”

उत्तर नाही.

“आमची बाजू जिंकली तर तुम्हाला कॉर्व्हेट मिळेल आणि तुमचा सर्वांत चांगला ट्रक आम्ही घेऊ आणि बिली बॉबचे सर्व पैसेही आम्हीच ठेवू.”

उत्तर नाही.

“मी जास्तीत जास्त एवढेच करू शकतो मित्रांनो. ही अमेरिका आहे. आम्हाला गाडीची गरज आहे आणि पैशांचीही. ते तुमच्या लक्षात येते आहे याची खात्री आहे मला.”

उत्तर नाही.

रीचर म्हणाला, “माझी मैत्रीण तयार आहे. काय आवडेल तुम्हाला? स्त्रीशी लढायला आवडेल?”

अर्धा टनी ट्रकमधला माणूस म्हणाला, “ते योग्य नाही.”

“मग तुम्हाला माझ्याशी लढणे भाग आहे. मी थोडी आणखी सवलत देतो. तुमच्यापैकी कुणाही दोघांविरुद्ध मी एकटा. याप्रमाणे तरी माझ्याविरुद्ध लढायला आवडेल तुम्हाला?”

उत्तर नाही.

“आणि मी माझे दोन्ही हात पाठीशी ठेवून लढेन.”

“काय?”

“तू ऐकलेस मी काय बोललो ते.”

“दोन्ही हात पाठीशी ठेवून?”

“मी सांगितलेल्या अटींप्रमाणे. आणि त्या खूप चांगल्या आहेत. काहीही झाले तरी कॉर्व्हेट तुम्हाला मिळणारच आहे. मी खूप समंजसपणे वागतो आहे.”

“आमच्यापैकी दोघे जण आणि तुझे हात तुझ्या पाठीशी?”

“जवळ बॅग असती तर तीसुद्धा मी माझ्या डोक्यावर ठेवली असती.”

“ठीक आहे.”

“छान,“ रीचर म्हणाला. “तुमच्यापैकी कुणाकडे आरोग्य विमा आहे? निवड करताना ते ध्यानात घेणे योग्य ठरेल.”

आणि अचानक शेजारी उभी असलेली टर्नर कुजबुजली, “मी काय विसरले

होते ते आता आठवले मला. रात्री बोललो होतो त्याप्रमाणे. मूळ रिपोर्टमधले काहीतरी.''

''जमातीतल्या माणसाबद्दल?'' रीचरनेही कुजबुजतच विचारले. *एक अज्ञात अमेरिकन. जमातीचा वडीलधारा प्रमुख.* वाळूचा एक कण. *अमेरिकनच्या बाबतीत अज्ञात असा शब्द वापरला होता, पण वडीलधाऱ्या प्रमुखाबद्दल नाही.* ''त्यांनी नाव सांगितले होते त्याचे?''

''त्याचे नाव नाही सांगितले. आणि त्यांची नावे लक्षात ठेवायला कठीणही जातात. फार गुंतागुंतीची असतात. त्या ऐवजी आम्ही क्रमांक वापरतो. अधिकृतपणे अमेरिकन्सना ते जेव्हा माहीत होतात त्याप्रमाणे. तो क्रमांक रिपोर्टमध्ये होता म्हणजे तो आधीपासूनच आपल्या रेकॉर्डवर आहे, कुणीतरी त्याला ओळखते.''

''त्याचा क्रमांक काय होता?''

''आठवत नाही. काहीतरी ए.एम.''

''ए. एम. म्हणजे काय?''

''अफगाण मेल... अफगाण पुरुष.''

''कुठून तरी सुरुवात करता येईल त्याप्रमाणे.''

आणि खालून अर्धा टनी ट्रकमधल्या माणसाने आवाज दिला, ''ठीक आहे, आम्ही तयार आहोत इथे.''

रीचरने खाली नजर टाकली. छोटीशी गर्दी पांगली होती. सहा जण एका बाजूला आणि दोघे जण दुसऱ्या बाजूला. स्वतः अर्धा टनी ट्रकमधला माणूस आणि मॅकडोनल्डचे खाणे आणि मिलरची बिअर पिऊन फुगलेला माणूस.

''तू खरंच हे करू शकशील?'' टर्नरने विचारले.

''एकच मार्ग आहे ते कळण्याचा,'' रीचर म्हणाला आणि तो पायऱ्या उतरायला लागला.

३७

सहा प्रेक्षक मागे झाले आणि रीचर आणि दोघे जण मोकळ्या जागी चालत निघाले. दोघे जण पावले मागे मागे टाकत होते आणि एक जण पावले पुढे पुढे टाकत होता. प्रत्येक जण अत्यंत सावध होता. प्रत्येकाच्या मनात संशय होता. उभ्या केलेल्या ट्रक्सच्या मागे एका रुंद रस्त्याएवढी मोठी जागा होती. माती दाबून दाबून सपाट झालेली. उजव्या हाताला मोटेलच्या कुंपणाची मागची बाजू होती. कॉर्व्हेट तिथेच उभी केली होती. शेवटच्या इमारतीच्या मागे. पार्किंग लॉटच्या डाव्या बाजूचा भाग रूट २२० वर नेणारा होता. पण प्रवेश अत्यंत अरुंद होता. बघण्यासारखे काही नाही. डांबरी रस्ता आणि त्यामागे काही झाडे. पश्चिमेला दूरवर पोलीस बरॅक्स. मोकळ्या जागेमधून त्या दिसत नव्हत्या. म्हणजे पोलीस बरॅक्समधूनही कोणत्याही पोलिसाला इथे काय चालले आहे ते दिसू शकणार नव्हते.

तसे सुरक्षित.

सुरुवात करायला हरकत नव्हती.

इतर कोणत्या वेळी या मठ्ठ विरोधकांशी सामना करायचा असता तर रीचरने पहिल्या क्षणापासून फसवाफसवी सुरू केली असती. दोन्ही हात मागे ठेवून? शेवटची पायरी उतरता क्षणी त्याने आपली दोन कोपरे दोन हनुवट्यांवर हाणली असती. पण त्यांची जागा घ्यायला सहा जण तयार असताना नाही. तो वेडेपणा ठरला असता. विश्वासघात झाल्याप्रमाणे सहाही जण संतापाने तुटून पडले असते. नैतिकदृष्ट्या त्यांची बाजू वरचढ असल्याने त्यांच्या क्षमतेपेक्षा जास्तीच जोमाने लढले असते. तेव्हा प्रत्येक जण गोल गोल फिरत जमिनीवर पाय आपटत, तयार होईपर्यंत रीचर शांतपणे थांबला. मग त्याने आपले हात पॅन्टच्या मागच्या खिशात घातले.

''करा सुरू,'' तो उद्गारला.

त्या दोघांनी युद्धाचा पवित्रा वगैरे काहीतरी घेतल्यासारखे त्याला वाटले. मग त्यांच्यात एकदम बदल झाला. एखाद्याला सांगितले की तो त्याच्याशी हात पाठीशी ठेवून लढणार आहे तर त्याच्या फक्त तेच आणि तेवढेच लक्षात राहते. तो विचार करतो, *हा माणूस त्याचे हात पाठीशी ठेवून माझ्याशी लढणार आहे!* आणि मग पहिल्या काही सेकंदात मनातल्या मनात काय होईल, याचा विचार करायला लागतो. त्याच्यासमोर इतक्या चमत्कारिक प्रतिमा उभ्या राहायला लागतात की त्याचे लक्ष त्या प्रतिमांवरच खिळते. *हात नाहीत. सर्व शरीरच हल्ला चढविण्यासाठी उघडे आहे! व्यायामशाळेतल्या वजनदार बॅगेसारखे.*

मग अशा मनःस्थितीतल्या माणसांना फक्त शरीराचा वरचा भाग– वरचा भाग – वरचाच भाग, डोके आणि चेहरा यांच्याशिवाय दुसरे काही दिसतच नाही. संधी उपलब्ध असणारी लक्ष्ये, विध्वंस करून घेण्यासाठीच थांबलेली, हाणायला उद्युक्त करणारी. आणि ते पवित्रा घेतात. त्यांच्या हातांच्या वळलेल्या मुठी वर येतात, हनुवट्या पुढे येतात, त्यांचे डोळे बारीक होतात आणि विरोधकाच्या बरगड्या, नाक किंवा ज्या ठिकाणी ते आनंदाने हल्ला चढविण्याचा विचार करत असतात त्याच ठिकाणी बघत राहतात. त्यांना दुसरे काहीही दिसत नाही.

पायांकडे लक्षच जात नाही.

रीचरने एक पाऊल पुढे टाकले आणि आपल्या उजव्या पायाने जाड्याच्या दोन पायांमध्ये सणसणीत अशी लाथ हाणली. चेंडू मैदानाच्या एका टोकापासून दुसऱ्या टोकाला मारावा अशा ताकदीची लाथ. आपले थोबाड मातीच्या जमिनीवर आपटून तिथे खड्डा पाडू शकणार नाही अशी कुणाशी तरी दशलक्ष डॉलर्सची पैज लावल्याप्रमाणे तो दाणकन तोंडावर खाली आपटला. एखादी बॅग जमिनीवर आदळावी त्याप्रमाणे त्याची हालचाल थंडावली.

रीचर एक पाऊल मागे सरकला.

"चुकीची निवड," तो उद्‍गारला. "त्याला सामन्याच्या वेळी बाकावरच बसवून ठेवायला हवे होते. आता फक्त तू आणि मीच आहोत."

अर्धा टनी ट्रकमधला माणूसही मागे सरकला होता. रीचरने त्याच्या चेहऱ्याकडे बघितले. त्याच्या मनात आधी जे विचार घोळत होते ते सर्व घाईघाईने बदलायला लागले होते. ते अपरिहार्यच होते. *अरे हो, पाय.* तो विचार करायला लागला होता. *मी पायांबद्दल विचारच केला नव्हता.* तो खाली, खाली वाकायला लागला. आता त्याच्या मनात एकच विचार होता. पाय, पाय, पाय आणि फक्त पायच. त्याचे हात पोटाच्या खाली सरकले. खांदे पाडून, खाली वाकून, एक पाय दुसऱ्या पायाच्या पुढे ठेवून तो उभा राहिला. पोटात कळ आलेल्या छोट्या पोरासारखा.

रीचर म्हणाला, "तू या क्षणी मैदान सोडून जाऊ शकतोस. आपण सर्व इथेच

थांबवू या. आम्हाला एक ट्रक दे, तुम्ही कॉर्व्हेट घ्या आणि निघून जा.''

अर्धा टनी ट्रकमधला माणूस म्हणाला, ''नाही.''

''मी पुन्हा एकदा विचारतो,'' रीचर म्हणाला. ''पण मी तिसऱ्यांदा विचारणार नाही.''

''नाही,'' तो माणूस पुन्हा म्हणाला.

''तर मग ये पुढे. बघू या तुझ्यात किती धमक आहे ते. तुला चांगले लढता येते का फक्त गोल गोल ट्रक फिरवता येतो?''

काय घडणार आहे याची रीचरला पूर्ण कल्पना होती. तो डावरा वाटत नव्हता. तो नक्की उजव्या हातानेच ठोसा मारायचा प्रयत्न करणार होता. पण तो ठोसा खालपासून वरपर्यंत येऊच शकणार नव्हता. तो पाय घासत होता, कधी हल्ला करायचा, कुठून करायचा ते ठरवत होता.

रीचर वळला आणि निघाला. त्याने आपल्या खांद्याने त्याच्या छातीवरच दणका दिल्यावर त्या माणसाची मूठ रीचरच्या पाठीवर आली. तिच्यात काही दम उरला नव्हता. तो माणूस मागे कोलमडला आणि त्याने तोल सांभाळण्यासाठी हात बाजूला केले. त्याची बाकी हालचालच थंडावली. तो उघडा पडला. एखाद्या स्टारफिशसारखा. त्याच्या ते तत्काळ ध्यानात आले आणि त्याची नजर भीतीनेच रीचरच्या पायांकडे वळली.

ताजी बातमी आहे दोस्त.

पायांकडे बघू नकोस.

या वेळी डोक्याकडे बघायला हवे होते.

रीचरचे पाय एखाद्या मुष्टियोद्ध्याच्या चपळतेने मागे पुढे होत असताना रीचर नेम धरत होता. त्याच्या कमरेचा वरचा भाग पुढे होता होता मानही पुढे झाली आणि कपाळाने त्या माणसाच्या नाकावर घणासारखा घाव घातला. रीचर मागे सरकला. खेळ खलास. दोन छोटी पावले मागे टाकत तो माणूस उभाच्या उभा खाली कोसळला. फुगीर पोशाख घातलेल्या व्हिक्टोरियन काळातल्या बेशुद्ध पडणाऱ्या स्त्रीसारखाच.

रीचरने पायऱ्यांच्या वर उभ्या असणाऱ्या टर्नरकडे नजर टाकली. ''कुठला ट्रक सर्वांत चांगला आहे असे वाटते तुला?'' त्याने विचारले.

३८

क्लॉटन्सचे वर्तणुकीचे नियम मात्र कुणालाही थक्क करून सोडतील असे सन्माननीय होते. सहा जणांपैकी एकानेही कुठल्याही तऱ्हेचा अडथळा आणण्याचा प्रयत्न केला नाही. किंवा रीचरचे हात खिशामधून बाहेर आले असल्याने तो काय करेल, याचीही त्यांना धास्ती वाटली असू शकेल म्हणा.

टर्नरला शेवटी तो जाड्या माणसाचाच ट्रक पसंत पडला. व्ही-८ इंजिन होते आणि गाडीचा सायलेन्सर फाटका नव्हता. दुसरे म्हणजे या ट्रकपेक्षा फक्त दुसऱ्या एका ट्रकच्याच टाकीत जास्त पेट्रोल होते. ट्रक्सचे टायर्स चांगल्या स्थितीत होते. आरामशीरही वाटत होता. ती मोटेलमागे दडवलेल्या कॉर्व्हेटजवळ तो ट्रक चालवत घेऊन गेली. कॉर्व्हेटमधले बिली बॉबचे पैसे तिने ट्रकच्या ग्लोव्ह कम्पार्टमेन्टमध्ये ठेवले. कॉर्व्हेटमधली वस्तू ठेवायची संपूर्ण जागा ट्रकच्या फक्त ग्लोव्ह कम्पार्टमेन्टएवढीच मोठी होती. खूप चिडलेल्या पण काही करण्याची हिंमत गमावलेल्या सहा जणांशेजारून जाताना रीचरने खिडकीमधून कॉर्व्हेटच्या किल्ल्या त्यांच्या दिशेने उडविल्या. टर्नरने ट्रक वळवला आणि पोलीस बरॅक्स, कढई असणारा कॅफे यांच्याशेजारून वेगानेच ते मध्यवर्ती चौकाकडे निघाले.

तीस मिनिटांनी पिटर्सबर्ग वीस मैल मागे राहिले. जंगलाजवळून जाणाऱ्या छोट्या रस्त्याने ते पश्चिमेला निघाले होते. टोयोटाचा ट्रक नवीन नसला तरी चांगला होता. एखाद्या वाचनालयात जशी शांतता असते तसा थोडाही आवाज न करता चालत होता. त्याच्यामध्ये सॅटलाइट नॅव्हिगेशन सिस्टिमसुद्धा बसविलेली होती. इतका वजनदार होता की रस्त्यावरच्या छोट्या-मोठ्या खड्ड्यांचे दणके जाणवतच नव्हते. बसण्यासाठी उशांसारख्या चामड्याच्या सीट्स आणि जागाही भरपूर. त्या जागेत टर्नर अगदी छोटीशी भासत होती; पण आनंदात होती. काहीतरी काम मिळाले होते

तिला. तिलाही सर्व परिस्थितीचा हळूहळू उलगडा होत होता.

"ते का काळजीत आहेत ते आता माझ्या लक्षात येते आहे," ती म्हणाली. "ए.एम. क्रमांकाने सर्वच बदलते. तो माणूस आपल्याला माहीत असण्याचे काहीतरी विशेष कारण असणार. त्याचे भलभलते उद्योग तरी किंवा त्याची मते तरी. पण त्यामुळे आपल्या शोधाला निश्चित अशी दिशा मिळू शकते."

"आपण हा डेटाबेस उघडणार कसा?" रीचरने विचारले.

"विचार बदलू या आपण. पिट्सबर्गला जाऊ."

"हा डेटाबेस पिट्सबर्गमध्ये आहे का?"

"नाही, पण तिथे मोठा विमानतळ आहे."

"आत्ताच तर मी पिट्सबर्गमध्ये होतो."

"विमानतळावर?"

"रस्त्यांवर."

"सारखा बदल हवा आयुष्यात. तरच ते जगण्यात मजा असते ती म्हणाली."

पिट्सबर्गला जायचे म्हणजे राज्याच्या उत्तर पश्चिम दिशेने जाऊन क्लार्क्सबर्ग आणि मॉर्गनटाऊन यांच्यामध्ये कुठेतरी आय-७९ महामार्गावर पोहोचायला लागणार होते. मग सरळ उत्तर दिशा पकडायची. सुरक्षित असेल, रीचरच्या मनात विचार आला. टोयोटाचे वजन तीन टन तरी होते. एखाद्या घरासारखा मोठा ट्रक होता तो. म्हणूनच तो कुणाच्या नजरेत भरला नसता. वाळूचा कण लपवायला सर्वांत सुरक्षित जागा कुठली? कुठला तरी किनाराच. आणि टोयोटा जर वाळूचा कण असेल तर पश्चिम व्हर्जिनियामधले रस्ते म्हणजे किनारेच होते. दिसणारे प्रत्येक वाहन म्हणजे एक पिक-अप् ट्रक होता. पश्चिम पेन्सिल्व्हानियामध्येही यात फरक पडला नसता. अंतराळामधून आलेल्या एखाद्या प्रवाशाची कल्पना होईल की प्रचंड संख्येने ८फूट x ४फूटच्या फळ्या इकडून तिकडे वाहून नेण्याच्या कर्तृत्वातच अमेरिकेचे सामर्थ्य अवलंबून आहे.

ते खूप उशिरा निघाले होते ही गोष्ट चांगली ठरली होती. ते बरेच आहे, अजिबात वाईट नाही असेच टर्नरही म्हणाली असती. महामार्गावरचा त्यांचा सर्व प्रवास त्यामुळे रात्रीच होणार होता. दिवसापेक्षा खूपच बरे. पोलिसांची महामार्गांवर खूप गस्त असते. पण त्यांना जे दिसणार नाही ते लक्षातच येणार नाही. रात्रीच्या वेळी कायदेशीर वेगमर्यादेत महामार्गावर प्रवास करणाऱ्या ट्रक्सच्या हेडलाइट्सच्या प्रकाशांपेक्षा काही ध्यानात येत नाही.

रीचरने विचारले, "ए.एम. क्रमांक आपण कसा काय मिळवणार आहोत?"

''आपण एक दीर्घ श्वास घ्यायचा आहे आणि मोठीच जोखीम पत्करायची आहे. कुणाला तरी कटकारस्थानात गुंतायला, गुन्हेगाराला मदत करायला सांगायचे आहे.''

''कोण?''

''सार्जन्ट लीच. मनाने कणखर आहे, दयाळू आहे, योग्य तऱ्हेने विचार करू शकते.''

''मान्य आहे,'' रीचर म्हणाला. ''मलाही ती आवडली होती.''

''फाइल रूममध्ये रेकॉर्ड असते आणि सांकेतिक भाषेतील कुठल्याही मजकुराच्या साध्या भाषेत नकलाही करून ठेवलेल्या असतात. तिला ते रेकॉर्ड फक्त बघायला सांगायचे.''

''आणि मग?''

''पुढचा भाग जरा कठीण आहे. आपल्याकडे फक्त एक क्रमांक आहे. नाव नाही आणि पूर्ण माहितीही नाही. सार्जन्ट डेटाबेस उघडू शकत नाही. रॉक क्रीकला फक्त मीच तो उघडू शकते. आता मला वाटते मॉर्गनही उघडू शकत असेल. त्याला तर आपण विचारू शकत नाही.''

''ते माझ्यावर सोड.''

''पण तू तो उघडू शकत नाहीस.''

''उघडू शकेल असा कुणीतरी मला माहीत आहे.''

''कोण?''

''जज ॲडव्होकेट जनरल.''

''तू ओळखतोस त्याला?''

''व्यक्तिशः नाही. पण एकूण कार्यपद्धतीमधील त्याचे स्थान मला माहीत आहे. माझ्यावर केलेल्या निरर्थक आरोपांचे खंडण करायला तो मला भाग पाडतो आहे. स्वतःच्या बचावासाठी मी खूप दूरवर जाळे टाकू शकतो. मी मला हवी ती कोणतीही गोष्ट विचारू शकतो. मेजर सलीव्हन माझ्यासाठी ते करू शकेल.''

''तसे असेल तर माझ्या वकिलालाच ते करू दे. माझ्यावर केलेले आरोप तुझ्यावर केलेल्या आरोपांपेक्षाही मूर्खपणाचे आहेत.''

''पण ते त्याला धोकादायक ठरू शकते. तुला तुरुंगातून सोडवायचा प्रयत्न केला म्हणून मूरक्रॉफ्टला त्यांनी इतकी बेदम मारहाण केली होती की त्याचा जीवच जायची पाळी आली आहे. तुझ्या काऊन्सेलला ते कोणत्याही माहितीच्या जवळपासही फिरकू देणार नाहीत.''

''तर मग ते सलीव्हनलाही धोकादायक ठरू शकते.''

''त्यांचे अजून तिच्याकडे लक्ष गेले आहे असे मला वाटत नाही. नंतर ते

त्यांच्या ध्यानात येईलच, पण तोपर्यंत फार उशीर झालेला असेल. घोडा पळून गेल्यावर बार्नचा दरवाजा बंद करण्यात काही अर्थ नसतो.''

''पण तुझ्यासाठी ती काही करेल का?''

''करायलाच पाहिजे. कायदेशीरदृष्ट्या ते तिच्यावर बंधनकारक आहे.''

टर्नर शांतपणे आणि आरामात रस्ता कापत होती. मेरिलॅन्ड राज्याची एक छोटीशी पट्टी दक्षिणेला पश्चिम व्हर्जिनियात घुसलेली होती. त्या भागाला वळसा घालून पश्चिम व्हर्जिनियामधूनच गाडी चालवत तिने ग्रॅफ्टन या शहराचा मार्ग पकडला. टोयोटाच्या इलेक्ट्रॉनिक साधनांप्रमाणे तिथून उत्तर-पश्चिम दिशेला जाणारा रस्ता आय. ७९ महामार्गाला फेअरमॉन्टच्या दक्षिण दिशेला मिळत होता.

टर्नर म्हणाली, ''तुला काळजी वाटत होती?''

''कशाबद्दल?'' रीचरने विचारले.

''त्या आठ जणांबद्दल.''

''खूप नाही.''

''मग सहाव्या वर्षापासून तुझ्याबाबतचा त्यांनी केलेला अभ्यास अगदी बरोबर होता.''

''तुझा निष्कर्ष योग्य आहे,'' रीचर म्हणाला. ''पण कारणमीमांसा चुकते आहे.''

''कशी काय?''

''त्यांना वाटत होते की माझे डोके उलटेच चालते. त्यांना युद्धखोरांची नवीन जमात निर्माण करायची आहे, अशा तऱ्हेने त्यांना माझ्या डी.एन.ए. बद्दल खूप कुतूहल निर्माण झाले. पेन्टॅगॉन त्या काळात कशातऱ्हेने विचार करत असे ते माहीत आहे तुला. पण मी खूप लहान होतो. मला विशेष काही वाटत नव्हते. आणि त्यांचेही चूकच होते म्हणा. भीतीच्या बाबतीत माझा डी.एन.ए. आणि इतरांचा डी.एन.ए. यांच्यात काही फरक नव्हता. पण मी भीतीचे रूपांतर आपोआप प्रतिहल्ल्यात होईल अशी स्वतःला शिकवण दिली होती, एवढेच.''

''वयाच्या सहाव्या वर्षी?''

''छे! चौथ्या-पाचव्या वर्षीच. मी फोनवर सांगितले होते तुला. एक तर भीतीच्या दडपणाखाली वावरायचे, नाहीतर कशालाही तोंड द्यायची तयारी ठेवायची. मी निवड केली.''

''हात न वापरता मारामारी करताना मी कुणालाही कधी बघितले नव्हते.''

''आणि त्यांनीही बघितले नव्हते. आणि तोच तर मुख्य मुद्दा होता.''

मॅकोम्बर नावाच्या ठिकाणी त्यांनी गाडीत पेट्रोल भरले आणि जेवणही घेतले. मग

ग्रॅफ्टनमधून पुढे जाऊन मॅकगी या गावामधून त्यांनी उजवीकडचा रस्ता पकडला आणि शेवटी ते आय-७९ महामार्गावर नेणाऱ्या रॅम्पजवळ पोहोचले. टोयोटाच्या इलेक्ट्रॉनिक्स साधनांप्रमाणे पिट्सबर्ग आंतरराष्ट्रीय विमानतळापासून ते एक तास दक्षिणेला होते. म्हणजे संध्याकाळी आठच्या सुमाराला ते तिथे पोहोचले असते. अंधार पडायला सुरुवात झाली होती. त्यांना लपविणारा आणि सुरक्षित ठेवणारा अंधार.

"पण तुला असे जगायला का आवडते?" टर्नरने विचारले.

"कारण माझे डोके उलटेच चालते," रीचरने उत्तर दिले. "कित्येक वर्षांपूर्वी हीच गोष्ट त्यांच्या लक्षात आली नाही. सर्वसामान्य माणसांना आवडणाऱ्या गोष्टी मला आवडत नाहीत. घरावर धुरांडे, आजूबाजूला हिरवळ, टोकदार लाकडी खांबांचे कुंपण असलेले छोटेसे घर? लोकांना आवडतात तशी घरे. तीस वर्षे गहाण ठेवून त्याची किंमत चुकविण्यासाठी ते आयुष्यभर काम करतात. ठीक आहे. ते आनंदात असले तर मलाही आनंदच आहे. पण असे राहण्याची पाळी आली तर मी बहुतेक फास लावून घेईन."

"का?"

"माझे एक स्वतःचे असे खासगी तत्त्व आहे. डी.एन.ए.शी संबंध असणारे. बोलण्याचाही कंटाळा येईल मला."

"तरी सांग मला."

"परत कधीतरी."

"रीचर, आपण एक रात्र एकाच बिछान्यात काढली आहे. मला कॉकटेल मिळालेले नसताना आणि चित्रपट बघितलेला नसताना. तुझे खासगी तत्त्वज्ञान तरी ऐकव मला."

"तू तुझे तसेच एखादे तत्त्व सांगणार आहेस का मला?"

"सांगेनही एखादे वेळी, पण प्रथम तू बोल."

"ठीक आहे. अमेरिकेबद्दलचा विचार कर. खूप खूप वर्षांपूर्वीची. एकोणिसावे शतक. ते संपत येण्याचाच काळ, खरं तर. सर्व लोंढे पश्चिमेकडे जात होते. त्या लोकांनी नानातऱ्हेचे धोके पत्करले होते. जणूकाही त्यांना ते पत्करणे भाग पडले होते."

"भाग पडलेच होते," टर्नर म्हणाली. "अर्थशास्त्रानुसार त्यांना जमिनीची, शेतीची गरज होती. हातांना काम हवे होते."

"काही जणांच्या बाबतीत तरी फक्त तेवढेच नव्हते. कारण एकदा निघाल्यानंतर ते मध्ये कुठे थांबलेच नाहीत. त्यांच्याही शंभर वर्षे आधीच्या ब्रिटिशांचा विचार कर. ते जगामध्ये सगळीकडे गेले. पाच पाच वर्षांच्या सागर सफरींवर गेले."

"संबंध पुन्हा अर्थशास्त्राशीच आहे. त्यांना कच्चा माल विकत हवा होता आणि तयार माल विकण्यासाठी बाजारपेठा हव्या होत्या."

"पण त्यांच्यापैकी काही जण कधी थांबूच शकले नाहीत. त्यांच्याही आधी व्हायकिंग्ज होते आणि पॉलिनोशिअन्स. मला वाटते याचा संबंध खरोखर डी.एन.ए.शीच आहे. लाखो वर्षांपूर्वी आपण छोट्या छोट्या टोळ्या बनवून राहत होतो. सारखे आपापसात विवाह करत राहिल्याने वाईट प्रजा निर्माण होण्याची भीती होती. म्हणून निसर्गानेच प्रत्येक पिढीमध्ये अशी एक जीन असणारा माणूस बनवला की जो भटकत राहून नात्यांबाहेर लग्न करेल आणि उत्तम शरीरारोग्य असणारी संतती जन्माला घालेल."

"आणि तू तसा माणूस आहेस?"

"आपल्यापैकी शंभरातल्या नव्याण्णव जणांना शेकोटीभोवती वेळ घालवायला आवडतो. एकाला शेकोटी आवडतच नाही. लांडगा ओरडायला लागला की शंभरपैकी नव्वद जणांना भीती वाटते. एकाला त्याच्याबद्दलच असूया निर्माण होते. तो जो एकटा माणूस असतो तो मी आहे."

"प्रजोत्पत्तीच्या भल्यासाठी स्वतःचे गुणसूत्र जगभर पसरवणे भाग पडलेला माणूस. मानवाच्या व्यापक हितासाठी म्हणूनच."

"तो मजेचा भाग आहे."

"तुझ्या पितृत्वाचा प्रश्न निर्माण झालेला असताना तू हा मुद्दा वाद घालताना वापरला नाहीस तर बहुधा बरे पडेल."

पश्चिम व्हर्जिनियामधून पेन्सिल्व्हानियात शिरल्यावर पाच एक मैलांनंतर त्यांना शॉपिंग मॉलची दिव्यांनी झगमगणारी पाटी दिसली. मॉल बहुधा उघडा असणार असा त्यांनी तर्क केला. त्यांना एक डिपार्टमेन्ट स्टोअर सापडले. हातात पैसे घेऊन टर्नर स्त्रियांसाठींच्या वस्तू विकणाऱ्या भागाकडे निघाली. रीचरही तिच्यामागून निघाल्यावर तिने त्याला पुरुषांसाठींच्या वस्तूंच्या भागात जायला सांगितले.

"पण मला कशाची गरज नाही."

"मला वाटते तशी गरज आहे."

"कशाची?"

"शर्ट," ती म्हणाली. "आणि व्हीच्या आकाराचा गळा असणारा स्वेटरही. निदान या दोन गोष्टींची तरी."

"तू काही विकत घेतलेस तर मला माझा जुना शर्ट परत दे म्हणजे झालं."

"तो मी फेकून देणार आहे. त्याहून चांगल्या शर्टची आवश्यकता आहे तुला."

"का?"

"तू खूप छान दिसावास अशी माझी इच्छा आहे."

तेव्हा तो एकटाच फिरत बसला. त्याने एक शर्ट पसंत केला. निळा, फ्लॅनेलचा, पांढऱ्या बटणांचा. पंधरा डॉलर्स. व्हीच्या आकाराचा गळा असलेला स्वेटर, गडद निळ्या रंगाचा, सुती. तोदेखील पंधरा डॉलर्सचाच. त्याने छोट्याशा खोलीत कपडे बदलले. जुने कपडे फेकून देऊन, नवीन कपडे घालून तो आरशासमोर उभा राहिला. पॅन्ट ठीक वाटत होती. कोटदेखील. कोटाखालचा नवीन शर्ट आणि स्वेटरही ठीक दिसत होते. छान? त्याची त्याला खात्री नव्हती. आधीच्यापेक्षा छान एवढेच म्हणायची त्याची तयारी होती. त्यापेक्षा जास्त काही नाही.

वीस मिनिटांनी टर्नर आली तेव्हा तिच्यात नखशिखान्त फरक पडला होता. नवीन काळे झिप बूट, नवीन निळी जीन्स, घट्ट क्रू नेक स्वेटर, सुती जाकीट. पण हातात खरेदी केलेल्या इतर वस्तूंच्या पिशव्या वगैरे नाहीत; कारण तिने जादा कपडे विकतच घेतले नव्हते आणि जुने सर्व टाकून दिले होते. त्याच्या लक्षात ते आलेले दिसल्यावर तिने विचारले, "आश्चर्य वाटले?"

"थोडेसे," तो म्हणाला.

"मला वाटते सध्या आपल्याला जलद हालचाली करण्याची गरज आहे."

"नेहमीच असते."

मॉलबाहेरच्या छोट्या दुकानांकडे बघत जाताना त्यांना एक फार्मसी दिसली. तिथून त्यांनी घडी घालता येण्यासारखा टूथब्रश आणि टूथपेस्टची छोटी ट्यूब विकत घेतली. मग ते परत ट्रकच्या दिशेने निघाले.

पिट्सबर्गचा आंतरराष्ट्रीय विमानतळ शहरापासून फारच दूर होता. महामार्गावरून ते सरळ विमानतळावर पोहोचले. मोठा आणि प्रशस्त विमानतळ. अनेक हॉटेल्सपैकी टर्नरने एक निवडले. पार्किंग लॉटमध्ये गाडी उभी केली. बिली बॉबच्या पैशांचे नऊ भाग करून त्यांनी दोघांच्या मिळून नऊ खिशात कोंबले. सामान नव्हते तरी अडचण उद्भवली नाही. विमानतळांवरील हॉटेल्स सामान नसणाऱ्या पाहुण्यांनीच भरलेली असतात. आधुनिक युगामधल्या प्रवासाच्या आनंदाचा एक भाग. न्यू यॉर्कमध्ये न्याहारी, पॅरिसमध्ये संध्याकाळचे जेवण आणि सामान इस्तंबूलमध्ये वगैरे वगैरे.

"नाव?" क्लार्कने टर्नरला विचारले.

"हेलन सलीव्हन."

"सर?"

"जॉन टेम्पल."

“मी फोटो असणारी ओळखपत्रे बघू शकतो?”

टर्नरने सैन्य दलाची दोन ओळखपत्रे पुढे सरकवल्यावर त्याने बराच वेळ त्यांच्याकडे बघत ती फोटो असलेली ओळखपत्रेच आहेत याची खात्री केली. सलीव्हन आणि टेम्पल अशीच नावे आहेत हेदेखील त्याला मान्य झाले. ते फोटो त्यांचेच आहेत याची खात्री पटवून घेण्यासाठी त्याने मानही वर केली नाही. ती बहुधा त्यांची जबाबदारीच नसते किंवा त्यांच्याकडे तेवढी उपजत बुद्धीच नसते.

“क्रेडिट कार्ड?” त्याने विचारले.

“आम्ही रोख पैसेच देतो.” रीचर म्हणाला.

विमानतळावरच्या हॉटेल्समध्ये रोख पैसे स्वीकारतात. क्रेडिट कार्ड्स आणि ट्रॅव्हेलिंग चेक्स हरवतात. बॅगांची हाताळणी कितीही वाईट तऱ्हेने होत असली तरी खिसेकापू त्यांच्या कामात तरबेज असतात. रीचरने दोन खोल्यांचे भाड्याचे पैसे आणि प्रासंगिक खर्चासाठी, त्याने विनंती केल्याप्रमाणे, शंभर डॉलर्स अनामत रक्कम भरल्यावर क्लार्कचे समाधान झाले. त्याने दोन किल्ल्या त्याच्या हातात ठेवून एलिव्हेटर्सच्या दिशेने जाण्यासाठी सूचना दिल्या.

डायर गार्डहाऊसच्या कोठडीपेक्षा खोली आमूलाग्र वेगळी नसली तरी चांगलीच होती. इतर नेहमीच्या वस्तूंबरोबर खोलीमध्ये एक मिनिबार रेफ्रिजरेटर होता, पाण्याच्या बाटल्या होत्या. स्लिपर्स होत्या. स्नानगृहात वापरण्याचा झगा होता आणि उशीवर चॉकोलेट्स होती.

आणि टेलिफोन होता. टर्नरने तो उचलला आणि फोन नंबर फिरवला.

३९

रीचरला टर्नरने फिरविलेल्या फोन नंबरचा रिंग टोन ऐकू आला. टर्नरने फोन तिचा खांदा आणि मान यांच्यामध्ये पकडून धरला होता. "लीचचा सेलफोन," ती त्याच्याकडे बघत म्हणाली. उत्तर आल्यावर तिची नजर त्याच्यावरून ढळली. ती म्हणाली, "सार्जन्ट, मी सूझन टर्नर बोलते आहे. तुझी कमान्डिंग ऑफिसर म्हणून माझा तुला अधिकृत सल्ला आहे की तू तुझा फोन बंद कर आणि माझा फोन आला होता असे ताबडतोब कर्नल मॉर्गनला कळव. तू ते करणार आहेस का?"

रीचरला लीचचे उत्तर ऐकू आले नाही. पण ते नक्कीच नाही असे होते, कारण संभाषण चालूच राहिले. "आभारी आहे, सार्जन्ट. माझ्यासाठी तू दोन गोष्टी कराव्यास अशी माझी इच्छा आहे. पहिली म्हणजे वीक्स आणि एडवर्ड्स यांच्या मूळ सिग्नलमधला ए. एम. क्रमांक मला हवा आहे. त्याची नक्कल फाइलरूममध्ये असणार. कर्नल मॉर्गन अजून डायर हेल्सिंग्टन हाऊसमध्येच आहे का?"

रीचरला उत्तर ऐकू आले नाही, पण ते नक्कीच हो असे होते कारण टर्नर म्हणाली, "ठीक आहे. तू आत्ता उगीच धोका पत्करू नकोस. मी दर तासाने तुला फोन करत राहीन." सार्जन्ट लीचकडून तिला जी दुसरी गोष्ट करून हवी होती ती रीचरने ऐकली नाही. कारण ती बोलायला सुरुवात करण्याच्या आधीच दारावर टकटक झाली. त्याने खोली पार करून दार उघडले. सूट घातलेला आणि हातात वॉकीटॉकी घेतलेला एक माणूस दारात उभा होता. कोटाच्या घडीवर एक कॉर्पोरेट बटण. हॉटेल मॅनेजर वगैरे कुणीतरी असावा असा रीचरचा समज झाला.

तो म्हणाला, "माफ करा, सर, पण एक चूक झाली आहे."

"कशा तऱ्हेची?" रीचरने विचारले.

"रोख पैसे भरले जातात तेव्हा प्रासंगिक खर्चाची अनामत रक्कम पन्नास डॉलर्स आहे, शंभर नाही. फोन आणि मिनिबारसाठी. तुम्ही तुमच्या खोलीमधूनच

काही खायला प्यायला मागविले तर रूम सर्व्हिसलाच– वेटर्सनाच– पैसे द्या असे आम्ही सांगतो.''

''ठीक आहे,'' रीचर म्हणाला.

त्याने खिशात हात घातला आणि पन्नास डॉलर्स बाहेर काढले. वीसच्या दोन नोटा आणि दहाची एक. रीचरने जणू काही टी. व्ही. वरच्या कार्यक्रमात बक्षीस मिळविले आहे अशा थाटात त्याने रीचरसमोर नोटा पसरून धरल्या. जास्त पैसे घेतल्याबद्दल पुन्हा एकदा रीचरची माफी मागितली.

रीचरने पैसे घेतले. अमेरिकन चलन. पन्नास डॉलर्स. ''ठीक आहे,'' तो म्हणाला. तो माणूस निघून गेला. रीचरने दार बंद केले. टर्नरने फोन खाली ठेवत विचारले, ''कोण होता तो?''

''स्वागतकक्षात काम करणाऱ्या क्लार्कला बहुधा मेमो मिळालेला दिसत नाही. इतर खर्चासाठी आपण फक्त पन्नास डॉलर्स जादा द्यायचे होते. शंभर नाही. कारण रूम सर्व्हिससाठी रोख पैसे त्या वेटर्सनाच द्यायचे असतात.''

''काय असेल ते ठीक आहे.''

''लीच काय म्हणाली?''

''ती बेडर आहे खरीच.''

''आणि तिचा फोन नंबर पाठ आहे तुला? तू कमान्डर बनल्यावरच तर ती भेटली आहे तुला.''

''सगळ्यांचेच फोन नंबर पाठ आहेत मला.''

''तू खरोखरच चांगली कमान्डर आहेस.''

''आभारी आहे.''

''आणि दुसरी कुठली गोष्ट तू तिला करायला सांगितली आहेस?''

''कळेलच तुला,'' टर्नर म्हणाली. ''निदान माझी आशा आहे तशी.''

रोमिओने फोन केल्यावर ज्यूलिएटला उत्तर द्यायला उशीरच झाला. रोमिओने खुर्चीत बसून त्या खुर्चीच्या चामड्याचे आवरण असलेल्या हातावर आपला तळहात घासला. तळहात कोरडा पडला होता. चामडे चकचकीत होते आणि गुळगुळीतही. पन्नास वर्षे त्या खुर्चीच्या हातावर सूट चढविलेल्या माणसांची कोपरे घासली गेली होती.

मग त्याच्या कानावर ज्यूलिएटचा आवाज पडला.

''पेन्सिल्व्हानियामधील पिट्सबर्ग विमानतळावरील हॉटेलमध्ये आताच सलीव्हन आणि टेम्पल ही नावे दिसली आहेत. आपल्या नशिबानेच हॉटेलचे रजिस्टर होमलॅन्ड सिक्युरिटीला संलग्न आहे; कारण ते विमानतळाजवळचे हॉटेल आहे.''

"ते तेच दोघे असणार वाटते तुला?"

"त्यांचे वर्णन लवकरच कळेल आपल्याला. हॉटेलचा मॅनेजर स्वतःच त्यांना भेटायला जातो आहे. पण मला वाटते तेच दोघे असावेत. दोन्ही नावे एकत्रितपणे येण्याची शक्यता किती असणार? आपल्या माहितीप्रमाणे तरी तेवढी दोनच ओळखपत्रे त्यांच्याकडे आहेत."

"पण पिट्सबर्ग विमानतळावर का गेले आहेत ते?"

"कारणे महत्त्वाची नाहीत. आपली माणसे कुठे आहेत?"

"लॉस एन्जलीसला जायला निघाली आहेत."

"परत बोलाव त्यांना. लवकरात लवकर."

खोली गरम होती तेव्हा रीचरने आपला आश्चर्यकारक पॅडिंग असणारा कोट काढून ठेवला. टर्नरनेही तिचे नवीन जाकीट काढून ठेवले. "काही मागवायचे आहे?" तिने विचारले.

"नक्कीच."

"आधी का नंतर?"

"काय आधी का नंतर?"

तिने नुसते त्याच्याकडे बघितले.

रीचर हसला. त्याच्या अनुभवाप्रमाणे दुसरी वेळ नेहमीच जास्त चांगली असे. नावीन्य असतेच; पण थोडेसे कमी. सवय पडलेली नसली तरी पहिल्यापेक्षा नक्कीच मजेशीर. टर्नरच्या बाबतीत तर पहिल्याच वेळी त्याला मनसोक्त सुखाचा अनुभव आला होता.

"नंतर," तो म्हणाला.

"मग कपडे उतरव तुझे," ती म्हणाली.

"नाही, या वेळी प्रथम तू."

"का?"

"सारखा बदल हवा आयुष्यात. तरच ते जगण्यात मजा असते."

ती हसली. तिने तिचा नवीन स्वेटर काढला तर आत दुसरे काही म्हणजे काहीच घातलेले नव्हते. मुद्दाम काही घालण्याची तिला गरजच नव्हती. त्यामुळे ती त्याला जास्तच आवडली. अर्थात, कुठलेच कारण काढायची त्याला आवश्यकता नव्हतीच म्हणा. ती त्याला खरंच आवडत होती. मनाने कणखर. शरीरानेही. नाव ठेवायला जागाच नव्हती. सडपातळ, कणखर, पण तरी नाजूक आणि लहानसर. त्याने तिच्या सर्वांगावर एकदा नजर फिरवली. ती त्याच्याकडे बघून हळूच हसली. खोडकर आणि अवखळ हास्य. इतर सर्व गोष्टींचा विसर पडायला लावणारे हास्य.

या वेळी रोमिओने फोन करताच ज्यूलिएटने तो तत्काळ उचलला. "तेच दोघे," रोमिओ म्हणाला. "उंच, दणकट असा माणूस आणि तरुण काळ्याभोर केसांची स्त्री. खूप लहान चणीची. हॉटेल मॅनेजरला असेच दिसले."

"किती काळ तिथे राहण्याचा त्यांचा विचार आहे? काही कल्पना?"

"एक रात्र काढण्यासाठी त्यांनी रोख पैसे दिले आहेत."

"सकाळी उठवायला सांगितले आहे?"

"नाही. त्या ओळखपत्रांवर आणि रोख पैसे देऊन ते विमान पकडू शकणार नाहीत. रीचर अजिबात टेम्पलसारखा दिसत नाही. टी. एस. ए. च्या – ट्रान्स्पोर्टेशन सिक्युरिटी अॅडमिनिस्ट्रेशनच्यासुद्धा ते ध्यानात येईल. मला वाटते ते हॉटेलमध्ये दडून बसले आहेत. विमानतळांवरील हॉटेल्स तशी नाव घेण्यासारखी नसतात, आणि पिट्सबर्ग काही ज्ञात जगाच्या केन्द्रस्थानी वगैरे नाही. पण त्यांना एवढे पैसे मिळाले तरी कुठून ते कळून घ्यायला आवडेल मला."

"आपली माणसे लवकरच तिथे पोहोचतील."

"हॉटेल मॅनेजर म्हणाला की टर्नर फोनवर बोलत होती म्हणून."

"कुणाशी?"

"मी तपास करायला सांगितले आहे."

बऱ्याच वेळानंतर टर्नर एका कोपरावर टेकून रीचरच्या चेहऱ्याकडे बघत होती. तिने आपल्या बोटांची टोके त्याच्या कपाळावरून फिरवली. अगदी हळुवारपणे, शोधकपणे. "खरचटलेलेसुद्धा दिसत नाही," ती म्हणाली.

"आतपर्यंत हाडाशिवाय काही नाहीच," त्याने सांगितले.

तिने त्याच्या नाकाला स्पर्श केला.

"नाकाबद्दल नाही तसे म्हणता येणार. नक्कीच शेवटपर्यंत हाड नाही. हल्लीच काहीतरी झालेले होते, बरोबर?"

"नेब्रास्का. एक जण उगीचच कशाने तरी संतापला होता."

तिने नाकावरच्या जखमेवरून हळुवारपणे बोटे फिरवली. जखम भरत आली होती. पण नाक जरा उजवीकडे कलले होते. त्याला आश्चर्य वाटले असले तरी तिला विशेष वेगळे असे काही वाटले नाही. मग कान, गळा, छाती. तिने तिची करंगळी गोळी बसलेल्या ठिकाणी पडलेल्या छोट्याशा खळग्यात घुसवली.

"पॉइंट ३८," तो म्हणाला. "वजनदार नाही."

"नशीबवान दिसतोस."

"तसा तर आहेच मी. आतासुद्धा बघ ना माझ्याकडे."

तिची बोटे कंबरेपर्यंत पोहोचली. श्रॅपनेलचा जुना व्रण.

"बैरूट," ती म्हणाली. "फाइल वाचली आहे तुझी. सिल्व्हर स्टार आणि पर्पल हार्ट. पण एकूण विचार केला तर छातीवर लटकणाऱ्या धातूच्या तुकड्यांपेक्षा आतड्यामध्येच जास्ती तुकडे घुसले आहेत."

"तुकडे हाडांचे होते," रीचर म्हणाला. "जवळ उभ्या असणाऱ्या कोणाच्या तरी डोक्याच्या हाडांचे तुकडे."

"फाइलमध्ये श्रॅपनेल लिहिले आहे."

"किती वेळा तू ती फाइल वाचली होतीस?"

"पुनःपुन्हा."

"श्रॅपनेल शब्द कुठून आला ठाऊक आहे?"

"कुठून?"

"अठराव्या शतकामधला ब्रिटिश माणूस हेन्री श्रॅपनेलपासून."

"खरंच?"

"तो त्यांच्या तोफखान्यामध्ये आठ वर्षे कॅप्टन या पदावर होता. मग त्याने एका स्फोट होणाऱ्या तोफेच्या गोळ्याचा शोध लावला. त्यांनी त्याला मेजर या पदावर बढती दिली. ड्यूक ऑफ वेलिंग्टनने पेनिन्सुलर युद्धांमध्ये आणि वॉटर्लूच्या लढाईत तसे गोळे वापरले होते."

"कमाल आहे."

"पण फाइल वाचल्याबद्दल आभार. खूपच बरे वाटले."

"का?"

"जुन्या भलभलत्या गोष्टी सांगण्यात मला वेळ दवडावा लागणार नाही म्हणून. तुला त्या आधीच माहीत आहेत."

"पण जुन्या कथा एकमेकांना सांगताना खूप छान वाटते."

"तू मला कुठल्याच गोष्टी सांगितलेल्या नाहीत."

"सांगणार आहे," टर्नर म्हणाली. "तुला जितक्या गोष्टी ऐकायला आवडेल तेवढ्या मी सांगणार आहे."

रोमिओने ज्यूलिएटला फोन करून म्हटले, "तिने वॉलमार्टमधून घेतलेल्या एका प्रीपेड सेलफोनवर फोन केला होता. तो जर रोख पैसे देऊन घेतला असेल तर त्याचा माग लावता येणे शक्य नाही. माझी खात्री आहे की तो तसाच घेतला होता."

"ठीक आहे," ज्यूलिएट म्हणाला. "प्रयत्न करून बघितला एवढेच."

"प्रीपेड सेल फोन्ससाठी सर्वांत मोठे मार्केट आहे सैन्य दल. सैन्यातल्या काही

जणांना मासिक करारावर फोन घेणे परवडेल इतका पगारही मिळत नाही. सत्यच बोलायचे तर ही फार लाजिरवाणी गोष्ट आहे. त्यांच्यापैकी काही जणांना अव्यवस्थितपणे आयुष्य जगण भाग पडते आणि म्हणूनच प्रीपेड फोन्स घेणे त्यांना व्यावहारिक वाटते.''

"खरं आहे तू म्हणतोस ते.''

"पेन्टॅगॉनच्या उत्तरेच्या आणि पश्चिमेच्या तीन सेल टॉवर्सवर तो फोन दिसतो आहे.''

"पुढे बोल.''

"आणि रॉक क्रीक पेन्टॅगॉनच्या उत्तर आणि पश्चिमेलाच आहे.''

"बरोबर.''

"मला वाटते ती तिच्याच मुख्य तळावर कुणाला तरी फोन करत होती आणि कुणीतरी तो फोन उचललाही होता.''

"आपली माणसे पिट्सबर्गला जायला निघाली आहेत.''

"ठीक आहे. पण रॉक क्रीकवरचे कुणीही तिला आता मदत करू शकणार नाही.''

४०

टर्नरने स्नान केले, पण रीचरला तशी इच्छाच नव्हती. तो पायघोळ झगा स्वतःभोवती गुंडाळून एका खुर्चीमध्ये आरामात बसला होता. उबदार, खुशीत इतक्या शांतपणे आणि सुखासमाधानाने बसल्याचे त्याला कधीच आठवत नव्हते. टर्नर दुसरा एक झगा चढवून बाहेर आली आणि तिने विचारले, "किती वाजले?"

"लीचला पुन्हा फोन करायला तुला चार मिनिटे वेळ आहे," तो म्हणाला. "मी तुझ्याबरोबर आहे हे तिला ठाऊक आहे का?"

टर्नरने मान डोलावली. "आत्तापर्यंत सर्व जगाला कळले असेल ते. आणि मी सांगितलेही आहे तिला."

"तिला त्याचे काही वाटले नाही?"

"अमेरिकन सैन्य दलात सार्जन्ट आहे ती. जादाच सभ्य वगैरे असणार असे वाटत नाही मला."

"महत्त्वाची गोष्ट ती नाही. तू यामधून सहीसलामत सुटलीस तर तुला मदत केल्याबद्दल तिला कुणी बोट लावू शकणार नाही. सगळ्यांकडून नंतर तिचे खूप कौतुकच होईल. पण मी तुझ्याप्रमाणे बाहेर पडू शकलो नाही तर मला मदत केली म्हणून ती अडचणीत येईल. उलटे झाले तरी तेच होईल. ती तिचा धोका दुप्पट वाढवते आहे, सुटण्याची संधी निम्म्यावर आणते आहे."

"तिने विरोध दर्शविला नाही."

"मग कायम तिच्यामागे उभी राहा. सोडू नकोस तिला."

"नक्कीच राहीन," टर्नर म्हणाली. "मी कधी परत जाऊ शकले तरच अर्थात."

तिने फोन उचलला आणि नंबर फिरवला.

केवळ चौदा मैलांवर असणाऱ्या पिट्सबर्गमधील डाऊनटाऊन विभागाच्या थोड्या दक्षिणेला आणि पश्चिमेला असणाऱ्या ईस्ट कार्सन स्ट्रीटवरच्या एफ. बी. आय. फिल्ड ऑफिसमध्ये फोन वाजताच ड्यूटी एजन्टने तो उचलला. तो वॉशिंग्टन डी. सी.च्या हूव्हर बिल्डिंगमधून आला होता. त्याला सांगण्यात आले की होमलॅन्ड सिक्युरिटीच्या संगणकांवर दिसते आहे की जवळच्याच विमानतळानजीकच्या हॉटेलमध्ये सलीव्हन आणि टेम्पल हे पाहुणे म्हणून राहत आहेत. ड्यूटी सार्जन्टने आपली बुलेटिन्स आणि बोलोज बघितल्यावर त्याला कळले की डी. सी. मेट्रोचे पोलीस आणि मिलिटरी पोलीस या नावांनी प्रवास करणाऱ्या दोन फरार गुन्हेगारांच्या शोधात आहेत.

ड्यूटी एजन्टने आपल्या स्पेशल एजन्ट-इनचार्जला फोन करून विचारले की वॉशिंग्टन आणि सैन्य दलाला कळवायचे का म्हणून.

क्षणभर विचार करून स्पेशल एजन्ट-इनचार्ज म्हणाला की गुंतागुंत वाढविण्यात काही अर्थ नाही.

श्रेय विभागायला नको आहे याला, ड्यूटी एजन्टच्या मनात विचार आला.

"आपल्यापैकी कुणाला तरी तपास करायला पाठवून दे," स्पेशल एजन्ट-इनचार्जने सांगितले.

"आत्ता?"

"तुला जमेल तेव्हा. काही घाई नाही. सकाळपर्यंत वेळ आहे आपल्याला. ते कुठेही जाणार नाहीत, याची खात्री आहे मला."

टर्नरने पुन्हा एकदा फोन तिचा खांदा आणि मान यांच्यामध्ये धरला होता. पलीकडच्या फोनचा रिंग टोन वाजत असलेला रीचरला ऐकू येत होता. मग त्याने लीचचा आवाज ऐकला. तिचे शब्द त्याला कळत नसले तरी तिची मनःस्थिती त्याच्या लक्षात आली. बिघडलेली होती. ती भराभरा बोलत होती. आवाजात निराशा होती आणि रागही. टर्नर म्हणाली, "पण तरी मी आभारी आहे तुझी." तिने फोन ठेवून दिला. ती अचानक थकलेली आणि जबरदस्त निराश झालेली वाटली.

"काय झाले?"

"तर्क करून बघ."

"ए. एम. नंबर नव्हताच."

"नक्कल जाग्यावर नाही. फाइलरूममधून कुणीतरी ती काढून घेतली आहे."

"मॉर्गन?"

"तोच असू शकतो. दुसरे कुणी तसे करणार नाही. करू शकणार नाही."

"तेव्हा तो त्यांच्यापैकीच एक जण तरी आहे नाही तर आंधळेपणाने आज्ञा

पाळतो आहे.''

टर्नरने मान डोलावली. ''त्यांनी साफसफाईच चालवली आहे. कुठलाही पुरावा त्यांना मागे ठेवायचा नाहीये. मी कल्पना केली होती त्यापेक्षा हुशार निघाले ते. त्यामुळे मीच फार अडकत चालले आहे. आता माझ्यापुढे सुटकेचा मार्गच शिल्लक राहिलेला नाही; ए. एम. नंबरशिवाय नाही.''

''तो अजूनही संगणकात कुठेतरी असेल ना?''

''आमचा अजून संगणकांवर विश्वास नाही. त्यापेक्षा सरळ न्यू यॉर्क टाइम्स किंवा चीनलाच माहिती पाठवली तर काय वाईट, असाच विचार मनात येतो.''

''तेव्हा ती नक्कल हाच एकमेव पुरावा आहे का?''

तिने पुन्हा मान डोलावली. ''मला माहीत असणारा तरी तोच. बगराम एखादी प्रत ठेवत असेलही. पण तू का विचारतो आहेस? तुझ्या मनात जे.ए.जी. ला कोर्टाचे समन्स बजावण्याचा विचार येत असेल तर तो सोडून दे. भलतीच आशा बाळगण्यात अर्थ नाही.''

''चुकीच्या फाइलमध्ये ठेवली गेली असेल?''

''नाही, आणि लीचने सगळीकडे शोध घेतला आहे. हुशार आहे ती.''

''तरीही नक्कल मिळविण्याचा दुसरा काहीतरी मार्ग असायलाच पाहिजे.''

''तसा तो सापडला तर उठव मला,'' ती म्हणाली. ''मला आता काहीही विचार करता येईनासा झाला आहे. मला थोडी झोपच घ्यायला पाहिजे.''

तिने खोलीत फिरत उगीचच पडदे नीट केले, दिवे बंद केले आणि ती पांघरूणाखाली शिरली आणि कुशीवर झोपली. दमल्याप्रमाणे तिने एकदा मोठा श्वास घेतला आणि मग तिची हालचाल बंद झाली. क्षणभर तिच्याकडे बघून रीचर परत आपल्या खुर्चीत बसला. अंधारात बसूनच विचार करायला लागला. त्याने मनासमोर रॉक क्रीकमधली फाइलरूम आणली. वरचा मजला. डावीकडची पहिली केबिन. क्रमांक २०१. ड्यूटी कॅप्टनने खालच्या मजल्यावर १०३ क्रमांकाच्या केबिनमध्ये वीक्स आणि एडवर्डस यांच्याकडून आलेला फोन घेतला, सन्देश लिहिला. महत्त्वाचा सन्देश. जुन्या दगडी पायऱ्या चढून वर जाऊन तो टर्नरला दाखविला. तिच्याकडून काय उत्तर द्यायचे हे कळल्यावर तो सन्देश पाठवून दिला. या सन्देशाची प्रत घेऊनही तो पुन्हा वर गेला. आलेला आणि पाठविलेला असे दोन्ही सन्देश योग्य त्या ड्रॉवरमधल्या फाइलमध्ये ठेवले. अगदी योग्य तऱ्हेने, एकावर एक.

मग दोन केबिन्स पलीकडे बसणारा मॉर्गन आपल्या कार्यालयामधून बाहेर पडल्याचे दृश्य त्याच्या डोळ्यांसमोर आले. कॉरिडॉरमधून चालत येताना त्याने मागेपुढे नजर टाकली. एका क्षणात काम उरकले. दोन कागद. काढून जाळले

असतील. त्यांचे तुकडे केले असतील किंवा घडी घालून खिशात ठेवून नंतर अज्ञात माणसांच्या हातात ठेवले असतील. चांगले काम केल्याबद्दल भविष्यकाळात त्याचा फायदा होणार असल्याचे ध्वनित झाले असेल.

तरीही नक्कल मिळविण्याचा दुसरा काहीतरी मार्ग असायलाच पाहिजे. रीचरच्या लक्षात राहिला असता तो आकडा. त्याला आकड्यांशी खेळायला आवडायचे. या आकड्यात काहीतरी महत्त्वाची मांडणी असू शकली असती. संख्या, तिचे काही महत्त्वाचे घटक, तसलेच काही. पण त्याने तो आकडा बघितलेला नव्हता. पण अशक्य असे काहीही नसते. कोणतीही कार्यपद्धती अगदी परिपूर्ण नसते. सुरक्षा शंभर टक्के बिनधोक नसते. कुठेतरी लक्षात न आलेली त्रुटी असते.

तरीही नक्कल मिळविण्याचा दुसरा काहीतरी मार्ग असायलाच पाहिजे.

विचार करकरूनही रीचरच्या तो लक्षात येत नव्हता. त्या वेळी तरी नाही. उभे राहून त्याने आळस दिला. हातपाय ताठ केले. आणि तोही टर्नरशेजारी आडवा झाला. ती गाढ झोपली होती. तिची विचार करण्याची नैसर्गिक शक्तीच संपुष्टात आली होती. थकूनभागून तिने मनाचे सर्व दरवाजे बंद करून टाकले होते. जुन्या चित्रपटांमधल्या प्रसंगांप्रमाणे तिने निर्णय घेऊन टाकला होता. *त्याचा विचार उद्या करू या.* तो छताकडे बघत बसला. डोळे मिटले. एक दीर्घ श्वास आत घेतला आणि हळूहळू बाहेर सोडला. त्याला झोप लागली.

त्याने चांगली सलग पाच तास झोप काढली.

त्याला सकाळी चार वाजता जाग आली.

कारण कुणीतरी दार ठोठावत होते.

४१

टर्नरही तत्काळ खाडकन जागी झाली. रीचर हळूच तिच्या खांद्यावर हात ठेवत कुजबुजला, “मी बघतो.” त्याने एकदा डोळ्यांची उघडझाप केली. दारावरची ठोकाठोक थांबतच नव्हती. रात्रीच्या वेळी नाइलाजाने त्रास द्यावा लागतो आहे, अशा तऱ्हेने हॉटेलच्या खोलीच्या दारावर सभ्यपणे केलेली टकटक नव्हती. खूप तातडीचे काम असल्याप्रमाणे केलेली बूम बूम अशी दणकेबाज ठोकाठोक होती. उद्धटपणाने, घुसखोरी करायची आहे अशा थाटात केलेली. पोलीस करतील तशी चर्चा नको आहे, दार उघड. किंवा पोलीस असल्याची बतावणी करणारी.

रीचरने दाराच्या भोकातून बघितलेही नाही. त्याला ती आवडत नसत. कधीच आवडली नव्हती. एखादा खुनी त्या भोकामधून येणारा प्रकाश बंद होण्याचीच वाट बघून सरळ तिथून गोळी घालू शकला असता. नेम धरायची गरज नाही. त्यापेक्षा झटक्यात दार उघडून एक दणदणीत ठोसा हाणला तर काय वाईट? अर्थात, बरे वाईट हे बाहेर कोण आहे, किती जण आहेत यावर अवलंबून राहिले असते म्हणा.

टर्नर उभी राहिल्यावर त्याने स्नानगृहाच्या दिशेने बोट दाखविले. त्याच्या मागेच ती असली तर बाहेरच्यांना एका लक्ष्यावरच नेम धरायला लागला असता. ती जाऊ शकेल अशी दुसरी कुठली जागा नव्हतीच. खोलीमधून बाहेर पडायचे तर या एका दारानेच बाहेर पडता येणार होते. ते उंचावर होते. खिडक्या उघडता येतच नव्हत्या. धडपडणाऱ्या मुलांच्या बाबतीत कायदेशीर बाबीत अडकायला नको म्हणून खबरदारी घेतली होती. शेवटी विमानतळाशेजारचे हॉटेल होते ते. दिवसरात्र जेट्सचा आवाज आणि धूर.

टर्नरने स्नानगृहामध्ये पाऊल टाकले. रीचरने दाराच्या मुठीला हात घातला. एकदा मोठ्याने श्वास घेतला. मिलिटरी पोलीस किंवा फेडरल एजन्ट्स असतील तर पिस्तुले रोखलेलीच असायची. अगदी खात्रीने. पण ते गोळ्या झाडणार नाहीत.

तत्काळ तरी नाहीत. त्यांना खास शिक्षण दिलेले असते. नियम पाळावे लागतात. नंतरही खूप कागदपत्रे बनवावी लागतात. अर्थात, दारावर पोचे आणलेल्या गाडीमधले चौघे जण आले असतील तर ते दार उघडता क्षणी खाड खाड गोळ्या झाडतील म्हणा. त्यांना शिक्षण मिळाले असले तरी नियम पाळायचे नव्हते. कागदपत्रेही बनवायची नव्हती.

तेव्हा सर्वांत सुरक्षित गोष्ट कुठली असेल तर दार उघडायचे पण दारामागेच राहायचे. आपोआप उघडणारे दार दिसले की मान आत घालून पटकन बघायचा मोह होतो. आणि तसे झाले तर उजव्या हाताची वज्रमुष्टी कानशिलावर हाणता येते. पुन्हा लाथ हाणूनच दार बंद करायचे. एका बाजूला ओलीस जमिनीवर आडवा पडलेला राहतो आणि दुसऱ्या बाजूला त्याचे दोस्त राहतात. वाटाघाटींना वाव राहतो.

रीचरने दाराची मूठ खाली वळवली. दहा अंशांनी, वीस, तीसही. कुठली प्रतिक्रिया नाही. चाळीस अंश, पन्नास, साठ. प्रतिक्रिया नाही. नव्वद अंश. त्याने पटकन दोन तृतीयांश दार उघडले आणि मूठ वळवून तो सज्ज झाला.

खूप वेळ सज्जच राहिला.

दुसऱ्या बाजूने बूट टेकवूनच कुणीतरी दार बंद होणार नाही याची काळजी घेऊन विचार करायला सवड दिली होती. पण विचार फारच वेळ चालू राहिले.

एक मिनिट उलटले.

आणि एक वस्तू आत उडत आली.

रीचरने त्या वस्तूकडे नजर वळवली नाही. ती कुठे पडते याकडेही लक्ष दिले नाही. तो असा फसणार नव्हता. पण डोळ्यांच्या कोपऱ्यामधून त्याला दिसले की ती वस्तू म्हणजे एक पाकीट होते. तपकिरी रंगाचे. पत्र राहील अशा आकाराचे. बारीक तारेने सील केलेले. कुठल्या तरी कार्यालयामधून धाडलेले. जाड नव्हते. वजनदारही नसावे. ते उडत उडत गालिच्यावर पडल्यावर तर त्याची तशी खात्रीच पटली. जाड कागद. आवाज करणारा. ते कडेवर आपटले आणि काहीतरी सरकल्याचे आवाज आले. वेगवेगळे आणि हलके असे अनेक कागद असावेत.

रीचर थांबला.

मग एक डोके दारापुढे आले.

चेहरा समोर आला.

सार्जन्ट लीचचा चेहरा.

लीच तिच्या ए. सी. यु. पोशाखात होती. खूप थकलेली दिसत होती. तिने खोलीत पाऊल टाकताच टर्नरही स्नानगृहामधून बाहेर आली. रीचरने दार बंद केले. टर्नरचे

गालिच्यावर पडलेल्या पाकिटाकडे लक्ष गेल्यावर तिने विचारले. ''सर्व काही आहे त्याच्यात?''

''हो,'' लीच म्हणाली.

''मला वाटले की तू ते फेडेक्सने पाठविणार आहेस म्हणून.''

''फेडेक्सने पोहोचवले असते त्यापेक्षा लवकर ते तुम्हाला मिळण्याची गरज आहे, असे वाटले मला.''

''म्हणून तू गाडी चालवत इथपर्यंत आलीस?''

''मी चालत किंवा विमानाने नक्कीच आलेली नाही.''

''यायला किती वेळ लागला तुला?''

''साधारण चार तास.''

''आभारी आहे, सार्जन्ट.''

''आभार मानायची खरंच गरज नाही.''

''उद्या सकाळी किती वाजता तुला कामावर हजर राहायचे आहे?''

''लवकरच. खरं तर माझी परत निघायची वेळ झाली आहे.''

''पण?''

''मी नको त्या परिस्थितीत सापडले आहे.''

''कुठली परिस्थिती?''

''मला आपल्याच टीममधल्या सदस्यावर टीका करावी लागणार आहे. वरिष्ठ अधिकारी आहे.''

''एकच सदस्य का दोन?''

''एकच, मॅडम.''

''मीच?''

''नाही, मॅडम.''

''मॉर्गन?''

''नाही. दुसरेच कुणीतरी. पण तू कमान्डिंग ऑफिसर आहेस. मी विश्वासघात करणाऱ्यांमधली नाही आणि कुणाची खबरी नाही.''

''मग रीचरला सांग, तो कुणाचा कमान्डिंग ऑफिसर नाही.''

लीच थांबली. तिने विचार केला. तिला बहुधा सूचना मान्य झाली असावी. कारण रीचरकडे वळून ती म्हणाली, ''मला बराच काळ ड्यूटी कॅप्टनबद्दल काळजी वाटते आहे.''

''किती काळ?''

''तशी नेहमीच.''

''मग त्याबद्दल तू काही केले का नाहीस?''

“कसे करायचे ते कळत नाही मला. तो कॅप्टन आहे आणि मी सार्जन्ट आहे.”

“नक्की प्रश्न तरी काय आहे?”

“तो फोनवर बोलत असताना सारखा कागदावर रेघोट्या मारत असतो, भूमितीमधल्या आकृत्या गिरवत असतो.”

रीचरने मान डोलावली.

“बघितले आहे मी,” तो म्हणाला. “त्याच्या टेबलावर. एका जुन्या लीगल पॅडवर.”

“तो तसे का करतो माहीत आहे तुला?”

“कंटाळा येत असेल त्याला.”

“पण कधी कधी तो कंटाळलेला नसतो. मोठी बातमी मिळाली तर खूश असतो तो.”

“रेघोट्या मारण्याविरुद्ध काही कायदा नाही.”

“पण तरी पेन त्याच्या हातात असते. मोठी बातमी मिळाली की त्याच्या मनःस्थितीत फरक पडतो. कधी कधी ती चित्रं नसतात. तो काहीबाही लिहितो. महत्त्वाचे शब्द.”

रीचर काही बोलला नाही.

लीचने विचारले, “लक्षात येत नाही का? त्यांचा संबंध गुप्त माहितीशी असतो. ती लिखित स्वरूपात फक्त एकाच ठिकाणी असायला हवी. रॉक क्रीक येथील फाइलरूममध्ये. ती माहिती किंवा तिचा थोडासा भाग इतरत्र कुठे लिखित स्वरूपात ठेवणे, हेच नियमाविरुद्ध आहे.”

“कृपा करून सांग मला,” टर्नर म्हणाली.

“त्याने नंबर लिहून ठेवला होता?” रीचरने विचारले.

“होय मॅडम,” लीच म्हणाली. “होय, सर. त्याने तो नंबर लिहून ठेवला आहे.”

लीचने आपल्या खिशामधून एक चुरगळलेला कागद बाहेर काढला. रीचरने बघितलेल्या पिवळ्या रंगाच्या लीगल पॅडमधला कागद. पुनःपुन्हा उलटला गेल्याने वरच्या भागाची गुंडाळी झाली होती. बॉलपॉइंट पेनमधल्या काळ्या शाईने कागद भरून गेला होता. निरनिराळे आकार, चक्रे, वेटोळी, चौकोन, यंत्रांसारखी चित्रे यांच्यामध्ये नावे, शब्द वगैरे दिसत होते. काही पुनःपुन्हा अधोरेखित केले होते. काही चौकटीत बंदिस्त केले होते. काहीवर इतक्या वेळा रेघा मारल्या होत्या की ते जवळजवळ कळतच नव्हते.

कागदाच्या साधारण वरून एक तृतीयांश खाली असणाऱ्या भागातल्या एका

वाचता येण्यासारख्या शब्दावर लीचने बोट ठेवले. कंदाहार. एक नाव. जागेचे नाव. त्या शब्दासमोर एक ठळक असा बाण काढला होता. स्पष्टपणे. शब्दापासून दूर दिशेला जाणारा. ''हा सापडत नसणाऱ्या सिग्नलच्या आधीचा सिग्नल,'' लीच म्हणाली. वीक्स आणि एडवर्ड्स कंदाहारमधून बाहेर पडून आज्ञेप्रमाणे बगरामला गेल्याचा. तिथे त्यांनी नवीन आज्ञा मिळेपर्यंत थांबायचे होते. हा सिग्नल अजूनही फाइलरूममध्ये आहे. जिथे असायला पाहिजे तिथेच.''

मग तिचे बोट कागदाच्या खालच्या भागावर आले. खालून साधारण एक तृतीयांश उंचीवर. तिथे दोन शब्द लिहिलेले होते. दोन शब्दांमध्ये एक छोटी आडवी रेघ मारलेली. हूड-डेज. पहिले अक्षर खास वेगळ्या तऱ्हेने पुनःपुन्हा गिरवले होते. फोनवर बोलत असणारा, कंटाळलेला माणूस. लीच म्हणाली, ''हा सिग्नल हरवलेल्या सिग्नलच्या नंतरचा सिग्नल आहे. तोदेखील अजून फाइलरूममध्ये आहे. कंदाहारच्या सिग्नलनंतर. आपली माणसे सांगत आहेत की ती फोर्ट हूड, टेक्सासमधून आली आहेत. काही दिवसांत सर्व काम आटोपतील.''

नंतर तिने आपले बोट वरती, कागदाच्या मध्यावर सरकवले. ''तेव्हा रेकॉर्डमध्ये न सापडणारा सिग्नल इथे कुठेतरी सापडायला हवा.''

कागदाचा मधला एक तृतीयांश भाग वेटोळ्यावेटोळ्यांनी, पुनःपुन्हा काढलेल्या भूमितीमधल्या आकृत्यांनी पार भरून गेला होता. पण त्या सर्व गिरवागिरवीच्या मध्ये दोन अक्षरे होती. ए आणि एम. त्या अक्षरांनंतर एक चार आकडी आकडा होता. त्या अक्षरांवर आणि आकड्यांवर प्रथम रेघा मारल्या होत्या, अक्षरे आणि शब्द अधोरेखित केले होते, मग त्यांच्याभोवती चौकट आखली होती आणि शेवटी सर्व तसेच सोडून दिले होते.

ए. एम. ३४३५.

''तांत्रिकदृष्ट्या विचार केला तर त्याने चूकच केली आहे, सार्जन्ट,'' टर्नर हसून म्हणाली. ''पण या एका वेळेला आपण त्याच्या चुकीकडे दुर्लक्ष करणार आहोत.''

ए. एम. ३४३५.

हा आकडा तसा नक्कीच रीचरच्या लक्षात राहिला असता. थोडासा लक्ष वेधून घेणारा. ३ आणि ४ आणि ३ आणि ५, तीनचा तिसरा घातांक म्हणजे २७ व चारचा चौथा घातांक म्हणजे २५६. या दोन आकड्यांची बेरीज आहे २७ + २५६ = २८३. तीनचा तिसरा घातांक म्हणजे २७ व पाचचा पाचवा घातांक म्हणजे ३१२५. बेरीज २७ + ३१२५ = ३१५२ आणि २८३ + ३१५२ = ३४३५. मूळचाच आकडा. मजेशीर संख्या. जोसेफ मडाकी हा गृहस्थ एके काळी *रिक्रिएशनल मॅथेमॅटिक्स* या मासिकाचा मालक, प्रकाशक, संपादक सर्व काही होता. आकड्यांच्या

अशा अनेक गमतीजमती त्या मासिकात असत. लहानपणी पॅसिफिकमधल्या मरीन तळांवर असताना रीचरने या जुन्या अंकांची थप्पी वाचून काढली होती. तो म्हणाला, "सार्जन्ट, मला जे. ए. जी. मधल्या मेजर सलीव्हनशी संपर्क साधायचा असेल तर सर्वांत चांगला मार्ग कुठला?"

"परस्पर तिच्याशीच?"

"बरोबर."

"कधी, सर?"

"आत्ताच्या आत्ता."

"इतक्या रात्री?"

"अगदी या मिनिटाला."

लीचने आपल्या खिशातून आणखी एक कागद काढला. छोट्या आकाराचा अर्धा फाडलेला, स्क्रॅच पॅडचा कागद. "हा मेजर सलीव्हनचा स्वतःच्या सेलफोनचा नंबर. मला खात्री आहे की तो आत्ता तिच्या बिछान्याशेजारच्या टेबलवर असेल म्हणून."

"मला तिच्या सेलफोनचा नंबर लागेल हे तुला कसे कळले?"

"तुला तसेच काहीतरी करावे लागणार आहे हे मला दिसतच होते. स्वतःचा बचाव करण्यासाठी खूप स्वातंत्र्य असते. पण ..... मला स्पष्ट बोलण्याची परवानगी आहे, सर?"

"अर्थातच."

लीचने तशाच तऱ्हेचा, अर्धा फाडलेला, स्क्रॅच पॅडचा दुसरा एक कागद खिशातून बाहेर काढला. ती म्हणाली, "हा मेजर एडमन्ड्सचा स्वतःच्या सेलफोनचा नंबर. तुझी दुसरी वकील. तू तिच्याशी संपर्क साधलास तर बरे पडेल अशी माझी स्वतःची समजूत आहे. ती जास्त जोमाने काम करेल. योग्य असेल तीच गोष्ट करायला तिला आवडते."

"मी तुरुंगामधून पळालेलो असलो तरी?"

"हो. तसेच वाटते मला."

"ध्येयवादी मुलगी?"

"शक्य आहे तोपर्यंत काम करून घे. नंतर एखादे वेळी जमणार नाही. मेजर सलीव्हनच्या बाबतीत तसेच झाले होते."

रीचरने विचारले, "एफ. बी. आय. ने शोध घ्यायला सुरुवात केली आहे?"

"त्यांना कळवलेले आहे."

"आणि सैन्य दलाने आमच्या शोधाचे काम कुणावर सोपवले आहे?"

"पंचाहत्तरावे एम. पी. युनिट. वॉरन्ट ऑफिसर एस्पिन शोधपथकाचा प्रमुख

आहे. तुझी त्याच्याशी भेट झालेली आहे. त्याने तुला डायरला आणले होते. इतर काही लोकांच्या म्हणण्याप्रमाणे तो फार रागावलेला आहे. त्याच्या मते तू त्याच्या सभ्यपणाचा गैरफायदा घेतला आहेस. त्याच्या म्हणण्याप्रमाणे त्याने तुझ्यावर मेहरबानी केली आणि त्यातूनच पुढचे सगळे घटनाचक्र सुरू झाले.''

''त्याने माझ्यासाठी काय केले?''

''तुला डायरमध्ये ठेवून घेतले. डिटेक्टिव्ह पोडोल्स्कि तुला त्याच्याबरोबर घेऊन जाणार होता. पण एस्पिनने त्याला नकार दिला. त्यानंतर एम. पी. ड्यूटी कॅप्टनला तू घेऊन यायला सांगितल्यावर त्याने तेदेखील केले होते. दुसऱ्या वेळी केलेली मेहरबानी.''

''ड्यूटी कॅप्टन तसा आलाच असता.''

''पण इतक्या तातडीने आला नसता. दुपार उलटण्याआधी सर्व काही करण्याचीच तुझी योजना होती आणि अपघाताने का होईना त्यात त्यानेच तुला मदत केली, असा एस्पिनचा ग्रह झालेला आहे.''

''त्याला आमचा काही माग लागला आहे का?''

''अजून नाही. पण याचा अर्थ त्याने प्रयत्नांत कसूर ठेवली आहे, असा नक्कीच नाही.''

''तू त्याला निरोप देऊ शकशील?''

''बहुतेक देऊ शकेन.''

''त्याला सांग, क्षणभर माझ्यावरचा राग विसर. तो आमच्यासारख्या परिस्थितीत अडकला असता तर त्याने काय केले असते, हे त्याला विचार.''

''नक्की, सर. मला शक्य झाले तर नक्की विचारेन.''

''तुझे नाव काय आहे, सार्जन्ट?''

''लीच, सर.''

''पहिले नाव.''

''क्रिस आहे, सर.''

''क्रिस्तिन किंवा क्रिस्तिना किंवा तसेच काहीतरी?''

''फक्त क्रिसच, सर. माझ्या जन्माच्या दाखल्यावर तेच नाव आहे.''

''तर मग क्रिस, मी जर ११० व्या युनिटचा कमान्डर असतो तर तुला माझ्याच युनिटमध्ये ठेवण्यासाठी आकाशपाताळ एक केले असते. त्या युनिटला खूप उच्च दर्जाचे एन. सी. ओ.ज आजपर्यंत लाभलेले आहेत आणि तुझा समावेश मी त्यांच्यातच केला असता.''

''आभारी आहे, सर.''

''आभार तर मीच तुझे मानायला पाहिजेत, सार्जन्ट.''

लीच नंतर घाईघाईनेच परत निघाली. चार तास गाडी चालवत जाऊन तिला पुन्हा संपूर्ण दिवसभर काम करावे लागणार होते. रीचरने टर्नरकडे वळून म्हटले, "तू खरोखरच उत्कृष्ट कमान्डर असणार, नाहीतर अशी निष्ठा निर्माणच झाली नसती."

"तुझ्यापेक्षा उत्कृष्ट नाही," टर्नरने उत्तर दिले. "तुला फ्रॅन्सिस नेग्ले लाभली होती."

"तू तिची फाइलही वाचली होतीस?"

"मी सर्वच फाईल्स वाचते. युनिटचा इतिहासही. मला ११० व्या युनिटबद्दल खडान्खडा जाणून घ्यायची इच्छा होती."

"गी प्रथमच्च म्हटल्याप्रमाणे तू खरोखरच एक उत्कृष्ट कमान्डर आहेस," रीचर म्हणाला. रीचरने लीगल पॅडचा कागद हॉटेलच्या टेबलावर ठेवून तो जास्तीत जास्त ताठ करायचा प्रयत्न केला. मग स्क्रॅच पॅडचा अर्धा फाडलेला एक तुकडा त्याच्या शेजारी ठेवून त्याच्यावरही हात फिरवून तो सरळ केला. नंतर फोन उचलला आणि कॅप्टन ट्रेसी एडमन्ड्सचा खासगी सेलफोन नंबर फिरवला.

४२

रीचरला बराच वेळ रिंग टोन ऐकू येत होता. सेलफोन्सची नेटवर्क्स फोन जोडून द्यायला आठ एक सेकंद लावतात. आणि फार थोडे जण चित्रपटात दाखवतात त्याप्रमाणे झोपेमधून खाड्कन जागे होऊन फोन उचलतात. बहुतेक सर्व हळूच जागे होतात, कष्टांनीच डोळे उघडण्याचा प्रयत्न करतात आणि धडपडत फोन शोधतात.

शेवटी एकदा एडमन्ड्सचा आवाज रीचरच्या कानावर पडला. ''हॅलो,'' ती उद्गारली. आवाजात थोडीशी चिंता होती आणि तो जीभ जड झाल्यासारखा किंवा तिच्या तोंडात काहीतरी कोंबले असल्यासारखा येत होता.

रीचरने विचारले, ''कॅप्टन एडमन्ड्स?''

''कोण बोलते आहे?''

''तुझा अशील, जॅक रीचर. मेजर, अमेरिकन सैन्य दलाच्या ११०व्या एम. पी. युनिटमध्ये हल्लीच परत कामावर रुजू करून घेतलेला. तू एकटीच आहेस?''

''कशा तऱ्हेचा प्रश्न आहे हा?''

''काऊन्सेलर, आपण काही विशेष अधिकार प्राप्त झालेले संभाषण करणार आहोत. आपल्याला काही कायदेशीर बाबींबद्दल चर्चा करायची आहे.''

''त्याच्याबद्दल तर माझ्या मनात थोडीही शंका नाही.''

''शांत हो, कॅप्टन.''

''तू तुरुंगामधून पळाला आहेस.''

''हल्ली तसे करायची परवानगी नाही का?''

''बोलायचे आहे आपल्याला.''

''ते तर करतोच आहोत आपण.''

''म्हणजे खरीखुरी चर्चा करायची आहे, असा अर्थ आहे माझ्या बोलण्याचा.''

''तू एकटीच आहेस?''

"हो, आहे एकटीच. मग?"

"पेन आहे जवळ?"

क्षणभर शांतता. "आता आहे."

"कागद?"

"मिळाला."

"ठीक आहे. लक्ष देऊन ऐक. चांगल्या तऱ्हेने बचाव करण्यासाठी आपल्याला फक्त ए. एम. ३४३५ या नावाने माहीत असलेल्या एका अफगाणिस्तानच्या नागरिकाची संपूर्ण माहिती लागणार आहे. कुणाकडेही असणाऱ्या याबाबतच्या माहितीच्या सर्व छापील प्रतींची मला गरज आहे."

"ती बहुतेक गुप्त या सदराखाली मोडणारी असू शकेल."

"कायद्याप्रमाणे ती माहिती मला मिळणे हा माझा हक्क आहे. आरोपींच्या हक्कांबद्दल कोर्ट्स खूप जागरूक असतात."

"काहीही असले तरी ही माहिती विचारणे म्हणजे सामान्य गोष्ट नाही."

"त्यांनी ॲफिडेव्हिटच्या बाबतीत जो प्रकार केला आहे तो लक्षात घेता त्याला माझा इलाज नाही."

"रीचर, मी पितृत्वाच्या दाव्यामध्ये तुझे प्रतिनिधित्व करते आहे. हुआन रॉड्रिगेझच्या दाव्यामध्ये नाही. त्या बाबतीत मेजर सलीव्हन तुझी वकील आहे. अगदी फौजदारी खटला असला तरी अफगाणिस्तानमधल्या लष्करी गुपितांची माहिती विचारणे, ही फारच मोठी गोष्ट आहे. पितृत्वाच्या दाव्यामध्ये ती तुला मिळणार नाही. कशासाठी गरज भासणार तिची?"

रीचर म्हणाला, "तू मला म्हणाली होतीस की युनिफॉर्म कोड ऑफ मिलिटरी जस्टिसप्रमाणे व्यभिचार हा अजूनही एक गुन्हाच आहे. त्यासाठी किती मोठी सजा होऊ शकते?"

"बरीच मोठी."

"तेव्हा हा केवळ पितृत्वाचा दावा नाही. फौजदारी खटलाच आहे."

"तू ही गोष्ट फारच ताणतो आहेस."

"हा दुटप्पीपणा झाला. व्यभिचार हा गुन्हा आहे असे त्यात म्हटलेले आहे. त्याला काही अर्थ आहे का नाही?"

"रीचर, आपल्याला बोलणे खूप जरुरीचे आहे."

"तेव्हा तू परत येणे ही सर्वांत चांगली गोष्ट ठरेल असे तू म्हणण्याची वेळ आली आहे का?"

"बरोबर."

"खरं असू शकेल ते. पण मी माझी पर्यायी योजनाच अमलात आणणार आहे.

तेव्हा मला त्या माहितीची गरज आहे.''

''पण त्या माहितीचा संबंध येतो कुठे ते मला कळत नाही. तू कोरियात असताना अफगाणिस्तानमधले युद्ध सुरूदेखील झालेले नव्हते. किंवा तू बिग डॉगला भेटलास तेव्हादेखील.''

रीचर गप्प बसला.

''ओ!'' एडमन्ड्स म्हणाली.

''बरोबर. पटकन लक्षात आले तुझ्या. वकील असूनसुद्धा. हे सर्व मेजर टर्नरशी संबंधित आहे, माझ्याशी नाही. किंवा मेजर टर्नर आणि मी दोघांशीही संबंधित असू शकेल, कारण कुणीतरी ११० व्या स्पेशल युनिटच्या दोन कमान्डिंग ऑफिसर्सनाच सरळसरळ आव्हान दिले आहे. तेव्हा कुणीतरी जिंकणार आहे आणि कुणीतरी हरणार आहे. तेव्हा पैसेच लावायचे तर ते जिंकणाऱ्यांच्या बाजूनेच लावायला पाहिजेत. बिकट परिस्थितीत तू न्याय्य बाजूने उभी राहिलीस अशी इतिहासाने दखल घेतली, तर पुरुषांचा वरचश्मा असणाऱ्या सैन्य दलात तुला कल्पनातीत लाभ होऊ शकतो.''

''तुम्ही जिंकणार आहात असे वाटते तुला?''

''त्याबद्दल माझ्या मनात तिळमात्र शंका नाही. आम्ही त्यांना पार हाणून काढणार आहोत. काढायलाच पाहिजे. कॅप्टन, त्यांनी अफगाणिस्तानमध्ये आमच्या दोन माणसांना ठार मारले आहे आणि तुझ्याच एका सहकाऱ्याला इतकी बेदम मारहाण केली आहे की त्याचाही जीवच जाणार होता.''

''बघते मला काय करता येते ते,'' एडमन्ड्स म्हणाली.

टर्नर अजूनही तिचा झगा घालूनच वावरत होती. तिचा झोपायला जाण्याचा विचारच दिसत नव्हता. रीचरने विचारले, ''त्या पाकिटात काय होते?''

''मी सार्जन्ट लीचला मिळवायला सांगितलेली दुसरी गोष्ट.''

''अर्थातच. पण काय होती ती?''

''आपण आता लॉस एन्जलीसला जाणार आहोत.''

''*आपण* लॉस एन्जलीसला जाणार आहोत?''

तिने मान डोलावली. ''तू समॅन्था प्रकरणाचा शोध घेणार आहेस.''

''ते मला जमेल तेव्हा करेन मी.''

''आपण इथंच राहिलो तर वाइटात वाईट होणारी गोष्ट म्हणजे ते आपल्याला कोठडीत टाकतील आणि कोठडीच्या किल्ल्या फेकून देतील. मी तुझ्याबाबतीत अजिबात तसे घडू देणार नाही. तुझी तुझ्या मुलीशी गाठ होईपर्यंत नाही. उरलेल्या आयुष्यात मग तू फक्त तिचाच विचार करत राहशील. तेव्हा सध्या माझे प्रश्न

आपण मागे ठेवू या आणि तुझ्या प्रश्नांचा विचार करू या.''

''हे कधी ठरवलेस तू?''

''काही वेळापूर्वी. आणि ते ठरविण्याचा मला अधिकारही आहे. तू माझ्या युनिटमध्ये आहेस आणि मी तुझी कमान्डिंग ऑफिसर आहे. तेव्हा आपण आता लॉस एन्जलीसला जाणार आहोत.''

''त्या पाकिटात काय होते?''

तिने पाकीट बिछान्यावर उलटे केले.

दोन क्रेडिट कार्ड्स.

दोन ड्रायव्हिंग लायसन्सेस.

तिने एक क्रेडिट कार्ड आणि एक ड्रायव्हिंग लायसन्स उचलले आणि स्वतःजवळ ठेवले. दुसरी दोन रीचरकडे दिली. न्यू यॉर्क राज्यामधील ड्रायव्हिंग लायसन्स आणि व्हिसा क्रेडिट कार्ड. लायसन्स मायकेल डेनिस केहो या नावाच्या माणसाचे होते. वय वर्षे पंचेचाळीस. क्वीन्समधला राहण्याचा पत्ता. पुरुष, निळे डोळे, सहा फूट सहा इंच उंच. अवयव दान केलेली व्यक्ती. भरदार गर्दन आणि ठोकळ्यासारखा चेहरा. व्हिसा कार्डही त्याच नावाचे होते. मायकेल डेनिस केहो.

''खरी आहेत ती?''

''माझी आहेत.''

''आणि माझी नाहीत?''

''तशी तीदेखील खरीच म्हणायला हवीत. गुप्त खणामधली आहेत.''

रीचरने मान डोलावली. ११० वे युनिट लपून छपून माणसे शत्रुप्रदेशात घुसवत असे. त्यांना कागदपत्रांची गरज असे. ती कागदपत्रे सरकार पुरवत असे. ती सर्वथा अस्सल कागदपत्रे असली तरी खऱ्याखुऱ्या माणसांना कधीच दिली गेलेली नसत.

''तुझी कुठून मिळविली आहेत?'' त्याने विचारले.

''लीचच्या एका मैत्रिणीकडून. ती म्हणाली की माझ्यासारख्या दिसणाऱ्या कुणाला तरी ती ओळखते म्हणून.''

''मग आता तुझे नाव काय आहे?''

टर्नरने मांडीवर ठेवलेले लायसन्स पत्त्याची जादू करत असल्याप्रमाणे त्याच्याकडे उडविले. इलिनॉय. मार्गरिट वेगा. उंची पाच फूट सात इंच, डोळे तपकिरी, वय वर्षे एकतीस. अवयव दान केलेली व्यक्ती नाही. फोटोग्राफमधली व्यक्ती हिस्पॅनिक वाटत होती. नजर टाकली तर टर्नरचाच भास होत होता. निरखून बघितले तर तो टर्नरचा फोटो नव्हताच.

रीचरने ते लायसन्स पुन्हा तिच्याकडे उडविले. ''आणि ही मिस् वेगा तिचे

ड्रायव्हिंग लायसन्स द्यायला आनंदाने तयार झाली? अगदी सहजपणे? आणि क्रेडिट कार्डदेखील?''

''ती आपल्याला परत करायची आहेत आणि केलेला खर्चही भरून द्यायचा आहे. ते तर मला कबूल करणे भाग आहे. पण बिली बॉबच्या पैशांमधून जमेल ते.''

''प्रश्न वेगळा आहे. मिस् वेगा एकटी आहे. धोकादायक परिस्थितीत आहे.''

''मला वाटते लीच कुणाचेही मन वळवण्यात तरबेज आहे.''

''त्याचे कारण म्हणजे तिची खात्री आहे की तुझी तेवढी योग्यता आहे.''

''तुझ्यासारखे दिसणारे तिचे कुणीच मित्र नव्हते. थोडेफार तुझ्यासारखे दिसणारेसुद्धा. म्हणून तिला गुप्त खण उघडावा लागला. प्रशिक्षणाच्या काळात केहोचा उपयोग लक्ष्य म्हणून केला असेल. एखाद्या भयपटामधल्या यांत्रिक करवत घेऊन मागे लागणाऱ्या माणसासारखा दिसतो.''

''ती कागदपत्रे ठीक राहतील माझ्यासाठी. आपण कधी निघायचे आहे?''

''लवकरात लवकर,'' टर्नरने उत्तर दिले. ''आपण सकाळचे विमान पकडू.''

पाण्याच्या फवाऱ्याखाली उभे राहून दोघांनी स्नान उरकले आणि कपडे चढविले. सामान आवरण्याचा प्रश्नच नव्हता. त्यांच्याकडे काही नव्हतेच. आपापले टूथब्रश त्यांनी खिशात घातले आणि कोट चढविले. पडदे ओढून घेऊन दिवे बंद केले. दाराच्या बाहेरच्या मुठीवर *त्रास देऊ नये* हे कार्ड अडकवून ते कॉरिडॉरमधून एलिव्हेटर्सच्या दिशेने निघाले. सकाळचे पाच वाजून गेले होते आणि टर्नरची कल्पना होती की थेट पश्चिम किनाऱ्यांवरच्या शहरात घेऊन जाणारी उड्डाणे सहा वाजल्यानंतर सुरू होतील. पिट्सबर्ग आंतरराष्ट्रीय विमानतळावरून अनेक विमान वाहतूक कंपन्यांची उड्डाणे असतील आणि त्यांना निवड करायला मोठाच वाव असेल असे काही तिला वाटत नसले तरीही बरीच उड्डाणे असतील असे तिला वाटत होते. वाइटात वाईट काय घडले असते? त्यांना सान्फ्रान्सिस्को, फिनिक्स किंवा लास वेगासपर्यंत जाऊन दुसरे उड्डाण पकडावे लागले असते, एवढेच.

एलिव्हेटरमधून ते लॉबीमध्ये आले तर तिथे कुणीही नव्हते. स्वागतकक्षही रिकामाच होता. तेव्हा रीचरने त्यांची की- कार्ड्स कचऱ्याच्या डब्यात टाकली आणि ते बाहेरच्या दाराकडे निघाले. बाहेरच्या अंधाऱ्या फुटपाथवरून थोडेसे घुटमळतच आत शिरणाऱ्या एका माणसाशी त्यांची दारातच गाठ पडली. नेव्ही सूट, पांढरा शर्ट, नेव्ही टाय या पोशाखातला माणूस. केस नुकतेच कापलेले, छोटे. दाढी केलेली. गुलाबी झाक पडलेला चेहरा. प्रथम तू - नाही प्रथम तूच - असे करतानाच शेवटी त्या माणसाने टर्नरसाठी दार उघडून धरले. ती बाहेर पडल्यावर रीचर थांबला आणि तो माणूस आत शिरल्यानंतर बाहेर पडला.

फुटपाथच्या कडेला टॅक्सी उभ्या नव्हत्या. पण हॉटेलची शटल बस उभी होती. तिचे इंजिन चालू होते आणि दरवाजा उघडा होता. ड्रायव्हर नव्हता. बहुतेक हॉटेलमधल्या स्वच्छतागृहात गेला असावा.

पुढे दहा यार्ड अंतरावर फायरलेनमध्ये एक क्राऊन व्हिक उभी होती. निळ्या रंगाची, स्वच्छ आणि चमकदारही. डिकीच्या टपवर ॲन्टिनाज. रीचरने वळून हॉटेलच्या प्रवेशद्वाराकडे नजर टाकली. त्यांना दिसलेला माणूस लॉबीमध्ये आतवर, स्वागतकक्षामध्ये उभा होता. नेव्ही सूट, पांढरा शर्ट, नेव्ही टाय, छोटे कापलेले केस, गुलाबी चेहरा आणि गुळगुळीत दाढी.

रीचर म्हणाला, ''एफ. बी. आय.''

टर्नर म्हणाली, ''ते त्या नावांचा तपास घेत होते. सलीव्हन आणि टेम्पल.''

''आपल्या शेजारून आत गेला तो. त्याच्या डोक्यात प्रकाश पडायला किती वेळ लागेल?''

''तो एफ. बी. आय. मध्ये आहे. तेव्हा तत्काळ ध्यानात नाही येणार.''

''आपण ट्रकपाशी जाऊन तोच घेऊन निघू शकतो.''

''नाही. तो इथेच सोडायला हवा. कुठेतरी साखळी तोडायला हवी. बसमध्ये चढ. ड्रायव्हर येईलच एवढ्यात. नक्कीच येणार. इंजिन सुरू ठेवून गेला आहे.''

''पण बसमध्ये आपल्याला कुठलीही हालचाल करणेही अशक्य होईल,'' रीचर कुरकुरला.

''आपले अस्तित्व कुणाच्या ध्यानातच येणार नाही,'' टर्नर म्हणाली. ''बसमध्ये चढलेली साधी माणसे.''

रीचरने पुन्हा मागे वळून बघितले. तो माणूस अजूनही स्वागतकक्षाच्या काऊन्टरजवळ उभा होता आणि काऊन्टरमागे माणूस नव्हता. शटल बस चकचकीत दिसत होती; कारण तिचा संपूर्ण सांगाडा क्रोमप्लेटेड पत्रे वापरून बनविलेला होता. काळ्या खिडक्या. एखाद्या सिनेस्टारच्या लिमोझीनसारखी. प्रवाशांना मोहात पाडेल अशी.

काळ्या काचा. बसमध्ये चढलेली साधी माणसे. शिकारी आणि सावज. हालचाल आणि स्तब्धता. पूर्वजांपासून चालत आलेला वारसा. ''ठीक आहे,'' रीचर म्हणाला. ''बसमध्ये चढू या.''

ते बसमध्ये चढल्यावर त्यांच्या वजनानेच बसचे सस्पेन्शन वरखाली झाले. अरुंद अशा मधल्या वाटेने पुढे जात त्यांनी बसच्या मागच्या अर्ध्या भागात, हॉटेलच्या विरुद्ध बाजूच्या जागा पकडल्या.

शांतपणे बसून ते वाट बघत राहिले.

अशा स्थितीत मनामध्ये खूप चांगल्या भावना नाही निर्माण होत.

अंतर, एकावर एक बसविलेल्या काचा, त्यांना असणारी काळी झाक यांच्यामुळे बाहेरचे दृश्य खूप चांगले दिसत नसले तरी तो माणूस अजूनही रीचरला दिसत होता. टेबलापासून थोडे दूर उभे राहून तो वळून लॉबीकडे बघत होता. त्याच्या चेहऱ्यावर थोडा राग दिसायला लागला असला तरी टेबलाशी असलेला त्याचा पहिला नंबर त्याला सोडायचा नव्हता. खरं तर तिथे दुसरे कुणीच नव्हते. अजून तासभर तरी कुणी येईल अशी शक्यताही नव्हती. रात्रभर जागरण करून तारवटलेल्या डोळ्यांनी येणारी माणसे सहा वाजल्यानंतरच यायला लागली असती.

आणि अचानक उत्सुकतेनेच त्या माणसाने एक पाऊल पुढे टाकले. कुणाचे तरी स्वागत केल्याप्रमाणे किंवा कुणाला तरी हटकल्याप्रमाणे. दुसरी एक आकृती त्याच्या उजव्या बाजूला दिसायला लागली. काळा गणवेश आणि छोटे जाकीट घातलेली. बेल-बॉय असू शकला असता. एफ. बी. आय.च्या माणसाने सगळीकडे हात फिरवत प्रश्न विचारला. तो जणू विचारत होता की *सर्व माणसे गेली तरी कुठे?* छोट्या जाकिटातला माणूस थांबला. त्याला नेमून दिलेल्या कामाच्या आखीवरेखीव चौकटीबाहेरचा प्रश्न असल्याप्रमाणे तो अस्वस्थ बनला. मग तो काऊन्टरमागे गेला आणि तिथल्या दारावर त्याने टकटक केली. उत्तर मिळाले नाही तेव्हा ते दार हळूच थोडेसे उघडून त्याने काहीतरी विचारल्यावर पंधरा सेकंदांनी एक स्त्री केसांमधून हात फिरवत बाहेर आली. एफ. बी. आय.चा माणूस तिच्यासमोर उभा राहत असताना छोटे जाकीट घातलेला माणूस लॉबीमधून बाहेर पडला.

तो बेल-बॉय नव्हता.

बस ड्रायव्हर होता.

तो बसमध्ये चढला. प्रवासी दिसल्यावर त्याने लॉबीच्या दिशेने एक नजर टाकली आणि आणखी कुणी येत आहेत का ते बघितले. येणारे कुणीही नाही याची खात्री पटल्यावर त्याने विचारले, "आंतरराष्ट्रीय विमानतळ का आंतर्देशीय?"

"आंतर्देशीय," टर्नरने उत्तर दिले.

आपल्या जागेवर बसून त्याने पट्टा ओढून बाहेर काढला, घट्ट बांधून टाकला. दार बंद झाले आणि त्याने बस सुरू केली.

आणि मग तो थांबला. थांबणे भागच पडले त्याला. येणारी एक गाडी उभ्या असणाऱ्या क्राऊन व्हिकला वळसा घालत होती. त्याला बाहेर पडता येणेच शक्य नव्हते.

ती दारावर पोचे आलेली गाडी होती.

४३

पोचे आलेली गाडी उभ्या असणाऱ्या क्राऊन व्हिकला वळसा घेत हॉटेलच्या प्रवेशद्वाराजवळ उभी राहता राहताच बस हळूहळू तिच्या शेजारून पुढे निघाली. रीचरने उभे राहून खिडकीतून बाहेर बघायला सुरुवात केली. गाडीत चौघेही जण होते. पहिल्याच रात्री त्याची भेट झालेले दोघे जण, तिसरा एक जण आणि छोट्या कानांचा फारच दणकट माणूस. सगळी टोळीच होती.

"जागेवर बस तू," टर्नर म्हणाली.

"त्यांना आपल्या मार्गामधून दूर करायलाच पाहिजे," रीचर म्हणाला.

"इथे नाही, आत्ता नाही. नंतर. त्यांना आपण मागे ठेवायचे ठरविले आहे. आठवते ना?"

"पण अशी संधी पुन्हा मिळणार नाही."

"हॉटेलच्या लॉबीमध्ये? एफ. बी. आय. च्या एजन्टसमोर?"

ते चौघे जण गाडीमधून उतरत असताना रीचर मान वळवून बघत होता. एकदा डावीकडे आणि एकदा उजवीकडे बघून ते भराभरा हॉटेलच्या दिशेने निघाले. एका मागोमाग एक असे चार जण. महत्त्वाच्या कामाला निघाल्याप्रमाणे.

टर्नर आज्ञा दिल्याप्रमाणे म्हणाली, "आराम, मेजर. दुसऱ्या वेळी, दुसऱ्या जागी. आता आपण लॉस एन्जलीसला जाणार आहोत."

बसने वेग घेतला आणि हॉटेल मागे पडले. जोपर्यंत हॉटेल नजरेच्या टप्प्यात होते, तोपर्यंत रीचर बघत होता आणि मगच तो वळला. "एफ. बी. आय. ने आपल्या नावांवरून कसा माग काढला याबद्दल तुला जे माहीत असेल ते सांग मला."

"आधुनिक युग," टर्नर म्हणाली. "होमलॅन्ड सिक्युरिटी. माहितीवर अवलंबून असणारी कामगिरी. अनेक तऱ्हांनी, अनेक ठिकाणांहून मिळालेल्या माहितीची

सांगड. विमान वाहतूक आणि हॉटेल्स तर नक्कीच. दोन विशिष्ट नावे एकाच वेळी आणि एकाच ठिकाणी दिसली तर सावध राहण्याची सूचना जारी करणे खूप सोपे आहे.''

''त्यांना मिळालेली माहिती एफ. बी. आय. दुसऱ्यांना देईल?''

''वेड लागले आहे का?''

''मग आपण वरिष्ठ पदांवरील माणसांबद्दल जे बोललो होतो त्याबद्दल पुन्हा विचार करायला हवा. ते काही फक्त वरिष्ठ स्टाफ ऑफिसर्स नाहीत. *ते फारच उच्च पदांवरचे स्टाफ ऑफिसर्स आहेत.* मान्य आहे? होमलॅन्ड सिक्युरिटी डेटाबेसमध्ये, स्वतंत्रपणे, तत्काळ, दुसरे कोण बघू शकणार?''

''अगदी तत्काळ घडले असेल असे नाही. इथे एफ. बी. आय. आधी पोहोचली एवढेच.''

''पिट्सबर्गच्या फिल्ड ऑफिसमधून. आपल्या चार जणांना तर फार दूर अंतरावरून यायला लागलेले आहे. ते खूप आधी निघालेले असणार. त्यांना एफ. बी. आय.च्या आधी कळले होते. त्यांची स्वतःचीच धोक्याची सूचना.''

हॉटेल बसमधून ते टर्मिनलवर पोहोचले. जाणाऱ्या विमानांचे वेळापत्रक बघण्यासाठी ते पटकन आत शिरले. एका मिनिटाच्या फरकाने दोन उड्डाणे होती. लॉन्ग बीचला जाणारे यु. एस. एअरवेजचे उड्डाण आणि ऑरेन्ज काऊन्टीला जाणारे अमेरिकन एअरलाइन्सचे उड्डाण.

टर्नरने विचारले, ''कुठल्या विमानाने जाऊ या?''

''लॉन्ग बीचला जाणाऱ्या,'' रीचरने उत्तर दिले. ''तिथे भाड्याने गाडी मिळू शकेल. मग प्रथम ७१० महामार्ग आणि नंतर १०१. आईचे ॲफिडेव्हिट उत्तर हॉलिवुडमधल्या एका वकिलाच्या कार्यालयात बनविलेले आहे. माझा तर्क आहे की ती तिथेच कुठे तरी असणार.''

''पण तू तिचा शोध कसा लावणार?''

''तिच्या वकिलाच्या पार्किंग लॉटपासूनच सुरुवात करू या. त्या एका जागेमधून तिला कुणी हुसकावणार नाही.''

''तिच्या वकिलाच्या कार्यालयावर नक्कीच सर्वांची नजर असणार, ७५ व्या युनिटची असणार, एफ. बी. आय.ची असणार. आणि आपण आपल्या हॉटेलमध्ये नाही हे लक्षात आल्यावर सहा तासांनी आपले चार अनधिकृत मित्रही पोहोचतील तिथे.''

''तेव्हा आपल्याला खूप काळजी घ्यावी लागणार आहे.''

यु. एस. एअरवेजचा तिकीट काऊन्टर उघडतच होता. पन्नास एक वयाच्या आनंदी दिसणाऱ्या स्त्रीने संगणक सुरू करण्यात, लेबल्स वेगवेगळी करण्यात, पेन्स आणि कागदपत्रे योग्य त्या जागी ठेवण्यात मिनिटभर वेळ घालवला. मग ती हसऱ्या चेहऱ्याने त्यांच्याकडे वळली. टर्नरने लॉन्ग बीचला जाणाऱ्या सकाळच्या उड्डाणाची चौकशी केली. आपल्या नखांची काळजी घेत, बोटे आडवी धरूनच की-बोर्डवरची बटणे दाबत तिने सांगितले की खूप जागा शिल्लक नाहीत, पण दोन तिकिटे मिळण्यात काही अडचण नाही. तेव्हा प्रथम टर्नरने आणि नंतर रीचरने आपापली ड्रायव्हिंग लायसन्सेस आणि क्रेडिट कार्ड्स सहजपणे तिच्या हातात ठेवली. जशी काही अनेक कागदपत्रांमधून हाताला आली ती दोन त्यांनी बाहेर काढली होती. त्या स्त्रीने ती तिच्यासमोर मांडून ठेवली. लायसन्सवरची नावे बघत संगणकाच्या की-बोर्डवरची बटणे दाबली आणि क्रेडिट कार्ड्सचा वापर केला. पुन्हा काहीतरी बघत की-बोर्डवर क्लिक-क्लिक केले. एक मशिन सुरू झाले आणि त्यांचे बोर्डिंग पासेस छापून बाहेर आले. मिस् वेगा, मिस्टर केहो म्हणत योग्य त्या ड्रायव्हिंग लायसन्स आणि क्रेडिट कार्डबरोबर एक एक बोर्डिंग पास घेऊन तिने तो समारंभपूर्वक त्यांच्या हातात ठेवला. तिचे आभार मानत ते काऊन्टरजवळून बाजूला झाले.

''म्हणून तू मला स्वेटर विकत घ्यायला लावलास तर, बरोबर?'' रीचर म्हणाला.

''तू तुझ्या मुलीला भेटणार आहेस,'' टर्नर म्हणाली. ''प्रथमदर्शनी होणारे मत खूप महत्त्वाचे आहे.''

रोमिओ आणि ज्यूलिएट यांच्यात कामाची विभागणी झाली होती आणि काही बाबतीत जबाबदारी ज्यूलिएटची होती. तेव्हा या वेळी ज्यूलिएटने रोमिओला फोन केला, अगदी उत्साहाने. ''आपली माणसे या क्षणी कॉरिडॉरमध्ये आहेत. त्यांच्या खोलीबाहेरच.''

''कॉरिडॉरमध्ये?''

''हॉटेलमधला कॉरिडॉर आणि हॉटेलमधली खोली. आपल्या माणसांनी कळविले आहे की खोलीत अंधार आहे, शांतता आहे, दाराच्या बाहेरच्या मुठीवर त्रास देऊ नये असे कार्ड अडकविले आहे आणि त्यांनी अजून हॉटेल सोडलेले नाही.''

''म्हणजे ते अजून खोलीतच आहेत?''

''असायला पाहिजेत.''

''मग आपली माणसे कॉरिडॉरमध्ये काय करत आहेत?''

"एक प्रश्न निर्माण झाला आहे."

"कशा तऱ्हेचा?"

"एफ. बी. आय."

"कुठे?"

"आपल्या माणसांबरोबरच. अगदी अक्षरशः कॉरिडॉरमध्येच. इकडेतिकडे उभा राहून वेळ काढतो आहे. तो काही करू शकत नाही कारण त्याला वाटते आहे की चार नागरिक साक्षीदार म्हणून हजर आहेत. आपण काही करू शकत नाही कारण आपल्याला माहीत आहे की एफ. बी. आय. चा माणूस साक्षीदार असेल. आपण सर्व नुसतेच वेळ काढतो आहोत."

"कॉरिडॉरमध्ये?"

"अगदी त्यांच्या खोलीबाहेरच."

"पण ते आतच आहेत हे आपल्याला माहीत आहे? अगदी खात्रीपूर्वक?"

"दुसरीकडे कुठे असणार ते?"

"दोघेही आतमध्ये आहेत?"

"तू असे का म्हणतो आहेस?"

"मी काहीतरी चाळा करत बसलो होतो."

"कशाबद्दल?"

"माहिती. तिच्या मुख्य तळावर फोन केला गेला होता, हे कळल्यावर मला वाटले सावधगिरी बाळगण्यासाठी काही पावले उचलावीत. इतर गोष्टींबरोबर मी ११०व्या युनिटच्या गुप्त खणावर नजर ठेवली. तसे काही विशिष्ट कारण नसतानाही. करण्यासारखी प्रत्येक गोष्ट करतो आहे अशा समाधानासाठी. आणि आता काहीतरी कळले आहे. त्यातल्या एका ओळखपत्रावर पिट्सबर्ग ते लॉन्ग बीच, कॅलिफोर्नियासाठी यु. एस्. एअरवेजच्या उड्डाणाचे एक तिकीट काढले गेले आहे."

"कधीचे?"

"सकाळचे पहिले उड्डाण. आत्तापासून अर्ध्या तासानंतरचे."

"एकच?"

"इतर कुठलेही ओळखपत्र वापरले गेलेले नाही."

"कुठले ओळखपत्र वापरले गेले आहे?"

"मायकेल डेनिस केहो. पुरुष. ते दोघे माझ्या मते वेगळे झाले आहेत. तसे करणे त्यांना भागच होते. त्या स्त्रीजवळ फक्त हेलन सलीव्हनचे ओळखपत्र आहे. आत्तापर्यंत त्यांच्या लक्षात आले असणार की हेलन सलीव्हन या नावाचे कुणीही विमानात चढू शकणार नाही. ते खूप कष्टदायक ठरेल. नाना संकटांना तोंड द्यावे

लागेल. जास्त लक्ष वेधून घेणे टर्नरला परवडणारे नाही. तेव्हा एकटा रीचरच कॅलिफोर्नियाला निघाला आहे. एका तऱ्हेने ते योग्यही आहे. त्याला तिथे जाणे भाग आहे; तिला नाही."

ज्यूलिएट म्हणाला, "मग टर्नर एकटीच एखादे वेळी खोलीमध्ये असू शकेल."

"बरोबर. रीचर जर कॅलिफोर्नियाला जायला निघाला असेल तर तोच अंदाज करता येतो."

"तो एकटा निघाला असेल तरच तो विचार तर्कशुद्ध आहे."

"पण तो तसा निघाला नसेल तर नाही. आपल्याला शोधून काढायला पाहिजे. आत्ताच्या आत्ता. एफ. बी. आय. बरोबर समझोता करण्याची गरज आहे. आपण त्यांच्याबद्दल काही बोलायचे नाही आणि ते आपल्याबद्दल काही बोलणार नाहीत. पण आपल्या माणसांनी ताबडतोब त्यांच्या खोलीच्या दारातून आत शिरणे गरजेचे आहे. मग एफ. बी. आय.चा माणूस बरोबर असला तरी चालेल."

टर्नर कमान्डिंग ऑफिसर होती. तिला लवकरात लवकर आत जायचे होते. तिला वाटत होते की विमानतळावरील सुरक्षा हा अडसर ठरला असता. निदान त्या चौघांसाठी तरी म्हणजे ते विमानतळावर पोहोचलेच तर. ते बस ड्रायव्हरशी बोलले तर नक्कीच विमानतळावर येतील. दोन प्रवासी? हो, सर. आंतर्देशीय. एफ. बी. आय.किंवा सैन्य दलाचा संबंध असेल तर मात्र विमानतळावरील सुरक्षा व्यवस्थेला काही करता येणार नव्हते. ते सरळ आत येऊन बाजूच्या दाराने आत शिरले असते.

अडथळा उभारता आला नसता. फार तर चाळणी लावता आली असती.

सुटी नाणी सोडली तर त्यांच्या खिशात धातूच्या कुठल्याच वस्तू नव्हत्या. त्यांनी त्यांची नाणी एकत्र करून एका भांड्यात ठेवली. एका मागोमाग एक चाचणी यंत्रांना तोंड देत आत शिरल्यावर त्यांनी आपले कोट घातले, बुटांचे बंद बांधले, नाणी काढून घेतली आणि कॉफीच्या शोधार्थ ते पुढे निघाले.

ज्यूलिएटने रोमिओला फोन करून सांगितले, "त्यांच्या मित्रांची काळजी वाटते सांगून आपल्या माणसांनी हॉटेलमधल्या त्यांच्या खोलीत प्रवेश केला. एफ. बी. आय. *चा माणूस त्यांच्या मागे होताच. दार उघडणे हा मोठा समारंभच झाला."*

"आणि?"

"खोलीत कुणीही नव्हते."

"ते विमानतळाच्या टर्मिनलमध्ये आहेत."

"दोघेही?"

"त्याच उड्डाणासाठी एका स्त्रीने जे क्रेडिट कार्ड वापरले ते आर्लिंग्टन काऊन्टीमधल्या एका बँकेचे आहे. मार्गरिट वेगा नावाच्या स्त्रीचे."

"आणि?" ज्यूलिएटने विचारले.

"खूप उशिरा काढलेले तिकीट गेल्या तासाभरातच."

"आणि?"

"त्या वेळेला ज्या दोघांनी तिकिटे काढली त्यांपैकी ती एक. दुसरे तिकीट मायकेल डेनिस केहोने काढले. एका मिनिटात त्या दोघांचीच क्रेडिट कार्ड्स वापरली गेली."

"मार्गरिट वेगा या नावाचे क्रेडिट कार्ड टर्नरने कुठून मिळवले?"

"माहीत नाही मला. अजून तरी."

"गुप्त खणामधून नाही?"

"नाही. बहुधा खऱ्याखुऱ्या स्त्रीचे आहे. टर्नरच्या तळावरचीच असेल. मी तपास करतो."

"विमान कधी निघणार आहे?"

"पंधरा मिनिटांनी प्रवासी चढायला सुरुवात होईल."

"मी आपल्या माणसांना सरळ टर्मिनलवरच पाठवितो. ते बाहेर तरी तपास करू शकतील."

"मी तुझ्या पुढेच आहे," रोमिओ म्हणाला. "ते आत जाऊ शकतील. गरज असेल तर विमानातही चढू शकतील. मला दोन तिकिटे मिळाली आहेत. दोन प्रतीक्षा यादीवर आहेत. तेदेखील कठीणच पडले. विमान पूर्ण भरूनच निघणार आहे. तिकीट काऊन्टरवरून त्यांना बोर्डिंग पासेस घ्यायला सांग."

गेटजवळची जागा प्रशस्त होती. सुखद रंगात रंगविलेली होती. खाली गालिचा अंथरलेला होता. पण शांत नव्हती. शंभरहून जास्त प्रवासी तिथे वाट बघत उभे होते. पिट्सबर्ग ते लॉन्ग बीच हे उड्डाण नक्कीच लोकांच्या पसंतीचे दिसत होते. त्याचे कारण मात्र रीचरला कळत नव्हते. त्याने कुठेतरी वाचले होते की पिट्सबर्गलाही हल्ली चित्रपटनिर्मिती व्हायला लागली होती. केवळ पैशांमुळे. चित्रपटनिर्मात्यांना वेगवेगळ्या तऱ्हेची प्रलोभने दाखविली जात होती आणि त्यांचा उपयोगही होत होता. अनेक चित्रपटांचे चित्रण तिथे झाले होते. नवनवीन चित्रपटांच्या योजनाही तयार होत्या. तेव्हा ही गर्दी त्या उद्योगातल्या माणसांचीही असू शकत होती. लॉस एन्जलीसचा विमानतळ जसा बिव्हर्ली हिल्स आणि हॉलिवूडसाठी सोयीस्कर होता,

तेवढाच लॉन्ग बीचचाही होता. त्याच फ्रीवेचा उपयोग दोन्ही विमानतळांवर उतरल्यावर करायला लागत होता. कारणे काहीही असोत. विमानतळावर गर्दी होती आणि गोंधळही होता खरा. रीचर त्या गर्दीच्या मागे मागे राहायचा प्रयत्न करत असताना टर्नर पुढे पुढे जात होती. कमान्डिंग ऑफिसर होती ती. तिला लवकरात लवकर विमानात चढायची इच्छा होती. परदेशी वकिलातींप्रमाणेच जणू काही विमानाचा अरुंद सांगाडा ही सार्वभौम सत्तेची जागा होती. तिचा आजूबाजूच्या शहराशी काही संबंध नव्हता. बोर्डिंग पासवरच्या रांगेचा नंबर मोठा होता. म्हणजे त्यांची जागा विमानाच्या शेवटच्या भागात होती. अपंग, लहान मुले असणारी कुटुंबे, फर्स्ट क्लास केबिनचे प्रवासी यांच्यानंतर प्रथम तेच विमानात चढणार होते. तेव्हा टर्नरला गेटजवळच्या टेबलाशीच उभे राहायचे होते. त्याच्या शरीरयष्टीमुळे तो गर्दीतून सहज आत घुसू शकत नव्हता. पण टर्नरला तसा प्रश्न नव्हता. तरीही तो तिच्या मागोमाग आत शिरत राहिला आणि तिच्यानंतर मिनिटभराने तिने त्याच्यासाठी अडवून ठेवलेल्या जागेवर तो उभा होता.

ते तिथे पोहोचले आणि विमानात शिरायच्या सूचना द्यायला सुरुवात झाली. एका स्त्रीने अधिकृत दार उघडून मायक्रोफोन हातात धरता क्षणी लोक पुढे पुढे सरकायला लागले. व्हीलचेअर्स पुढे झाल्या. त्यांच्या मागोमाग हातात काठ्या घेऊन लंगडत चालणारे वृद्ध स्त्री-पुरुषही. छोटी मुले आणि त्यांचे आई-बाप, बसण्यासाठीची काय काय साधने घेऊन पुढे झाले. सूट्स चढवलेले स्त्री-पुरुष घुसले. आणि नंतर रीचर गर्दीबरोबरच आत जायला लागला. जेट ब्रिजवरून, थंड हवेमधून, केरोसीनचा वास घेत केबिनपर्यंत पोहोचला. खाली वाकून मधल्या वाटेने आपल्या सीटजवळ गेला. तो ताठ बसला तरच त्याचे पाय कसेबसे सीटच्या पुढच्या भागात मावत होते. टर्नर मजेत होती. सीट्स तिच्यासारख्या आकाराच्या व्यक्ती लक्षात घेऊनच बनवल्या होत्या.

आपले पट्टे पोटावरून बांधून घेऊन ते वाट बघत थांबले.

रोमिओने ज्यूलिएटला फोन करून म्हटले, ''या क्षणी मी यु. एस्. एअरवेजची प्रणाली बघतो आहे.''

''आणि?''

''बातमी वाईट आहे. केहो आणि वेगा विमानात चढले आहेत आणि प्रतीक्षा यादीवरील आपल्या दोन्ही जागा आपण गमावल्या आहेत. नेहमी उड्डाण करणारे दोन प्रवासी आल्यावर त्यांना प्रथम प्राधान्य दिले गेले.''

''यु. एस्. एअरवेजला फोन करून त्यांनी तसे करू नये असे तू सांगू शकत

नाहीस?"

"सांगू शकतो ना आणि एअरवेज तसे करेलही. नेहमी तसेच घडते. अंकल सॅमचे पैसे असले की अर्थातच या सदिच्छेची किंमत पैशांमध्ये मोजली जाते. आणि तसे झाले की कागदपत्रे बनवावी लागतात. ते आपण करू शकणार नाही. तेव्हा झाले ते स्वीकारायला पाहिजे. पण निदान आपल्या दोघा जणांना त्याच विमानाने जाता येणार आहे."

"कोणते दोघे?"

"त्यांच्या नावांच्या मुळाक्षरांच्या अनुक्रमाने तिकिटे मिळालेली दिसतात."

"योग्य नाही ते."

"विमानात आपल्याला फक्त बघायचे आहे. आणि ऐकायचे आहे. जास्त काही नाही. उरलेल्या दोघांना मी अमेरिकन एअरलाइन्सने ऑरेन्ज काऊन्टीला पाठवतो. ते साधारण त्याच वेळेला पोहोचतील. कॅलिफोर्नियात ते पुन्हा एकत्र येऊ शकतील."

रीचर सरळ बघत, पाय घासतच आत येऊन उजवीकडे वळणाऱ्या प्रवाशांवर नजर टाकत होता. ते आत येत होते, वाकून आपल्या जागा शोधत होते. आपल्या सूटकेसेस आणि कोट डोक्यावरच्या लॉकर्समध्ये ठेवत होते. आपापल्या चीजवस्तू, ओझे आणि सामान. त्याने कधीच असा प्रवास केला नव्हता. अनेकांच्या चेहऱ्यांवर मजेत असल्याचे भाव होते, तर काही दुर्मुखलेले होते. त्याला त्याच्या लहानपणी सैन्य दलाच्या खर्चाने केलेले विमानप्रवास आठवले. त्या वेळच्या ब्रेनिफ, ईस्टर्न, पॅन-अमेरिकन यांच्यासारख्या एअरलाइन्सची नावेही आता कुणाच्या स्मरणात नसतील. त्या वेळी जेट विमानांनी क्वचितच प्रवास केला जाई. वेगळाच अनुभव. विमानाने प्रवास करणारे प्रवासी छान छान कपडे घालून येत. चेहऱ्यावर उत्सुकता असे. विमानप्रवास ही नावीन्यपूर्ण बाब होती. सूट्स चढविले जात. उन्हाळी पोशाखही. काही वेळा तर हातमोजेही. चायना प्लेट्स, दुधाचे जग्ज आणि काटे-सुऱ्या-चमचे.

आणि मग त्याला एक माणूस दिसला. ज्याच्या कानशिलात त्याने डाव्या हाताची मूठ हाणली होती.

४४

त्याची चूक होणेच शक्य नव्हते. तो त्याला चांगला ओळखत होता. मोटेल. पहिलीच रात्र. अजून पोचे न आलेली गाडी. ड्रायव्हरच्या शेजारच्या सीटमधून उतरून, पुढच्या बाजूने गाडीला वळसा घालून रीचरशी बोलणे सुरू करणारा.

तुझ्यासारख्या म्हाताऱ्याची काळजी वाटत नाही आम्हाला.

डाव्या हाताच्या मुठीने त्याच्या कानशिलावर ठोसा हाणल्यावर शेजारच्या माणसावर त्याचे डोके खाडकन आदळल्याचे रीचरला आठवले. मग त्याने त्याला पुन्हा बघितले होते. मोटेलच्या पार्किंग लॉटमध्ये. दुसऱ्या दिवशी. दूर अंतरावरून. आणि तिसऱ्या वेळेला वीस मिनिटांपूर्वीच. हॉटेलच्या दारात गाडीमधून उतरताना.

तोच माणूस. प्रश्नच नाही.

आणि त्याच्या मागे होता तो रीचरच्या मनातला तिसरा माणूस. पहिल्या रात्री गाडी चालवणारा माणूस नाही. छोट्या कानांचा फार दणकट माणूसही नाही. पण दुसऱ्या दिवशी बघितलेला. दोघेही जण पुढे बघत होते, डावीकडे बघत होते, उजवीकडेही, जवळपास लक्ष देत होते आणि दूरवरही. त्यांना त्यांचे लक्ष्य दिसेपर्यंत. आणि मग त्यांनी झटक्यात नजर वळवली. अगदी निष्पाप भाव चेहऱ्यावर आणले. रीचर त्या दोघांच्या मागे बघत होता. पण पुढची प्रवासी एक स्त्री होती. तिच्यानंतरचीही स्त्रीच होती. तीच शेवटची. मग पब्लिक अॅड्रेस सिस्टिमवरून सर्व प्रवाशांना स्ट्युअर्डचा आवाज आला. तो केबिनचा दरवाजा लावून घेत होता, सर्वांनी आपली इलेक्ट्रॉनिक्सची साधने बंद करावीत वगैरे. पुढे येत ते आपापल्या जागी बसले. वेगवेगळे. एकएकट्या सीटमध्ये. एक जण डावीकडे. तीन रांगा पुढे. एक जण उजवीकडे चार रांगा पुढे.

"हे विचित्रच घडते आहे," टर्नर म्हणाली.

"शंकाच नाही," रीचर म्हणाला. "विमान लॉन्ग बीचला जायला किती वेळ

लागणार आहे?''

प्रश्नाचे उत्तर ताबडतोब मिळाले. पण टर्नरकडून नाही. पीए सिस्टिमवरून. नेहमीच्याच घोषणांपैकी एक. उड्डाणाच्या मार्गावर समोरून वारे वाहत असल्याने, संगणकाप्रमाणे उड्डाणाचा कालावधी पाच तास आणि चाळीस मिनिटे असेल.

रीचर म्हणाला, ''तुझे प्रश्न मागे ठेवण्याची कल्पना काही काम करत नाही. कारण ते आपल्याला तुझे प्रश्न मागे ठेवून देत नाहीत. आता हे नक्की काय चालले आहे? आपल्याबरोबरच विमानात चढले आहेत? का? काय करणार आहेत ते? शंभर माणसे हजर असताना आणि धातूच्या एका ट्यूबमध्ये बसलेलो असताना?''

''आपल्याला नजरेआड होऊ देणार नसतील.''

''त्यांच्या डोक्यांना मागच्या बाजूला डोळे आहेत का?''

''मग धोक्याचा इशारा असेल. आपण घाबरून जाऊ अशी त्यांची अपेक्षा असेल.''

''खरंच? आता मात्र माझी पार घाबरगुंडी उडाली आहे. त्यांनी या दोन मूर्खांना माझ्या मागे धाडले आहे.''

''आणि दुसरे दोघे कुठे आहेत?''

''विमान भरलेले आहे,'' रीचर म्हणाला. ''त्यांना दोनच तिकिटे मिळाली असतील.''

''त्यांनी दणकट माणसाला का नाही पाठवले?''

''प्रश्न का किंवा का नाही हा नाही; कसे हा आहे. ते हे कसे करू शकत आहेत? माग गमावलेला असताना अचानक ते आपल्यामागे पाचच मिनिटांनी कसे आले? आणि त्यांना माहीत आहे त्याप्रमाणे सलीव्हन आणि टेम्पल यांच्या ओळखपत्रांशिवाय दुसरी ओळखपत्रे आपल्याकडे नाहीत. त्या नावांचे दोघे जण गंभीरपणे चौकशी झाल्याशिवाय कुठल्याही विमानात चढू शकत नाहीत, हे आपल्याला माहीत आहे ते त्यांनादेखील ठाऊक आहे. मग आपण विमानतळावर आलो हे कळले कसे त्यांना? आपल्याकडे दुसरी ओळखपत्रे नसती तर आपण इथे आलोच नसतो. खरं म्हणजे पार्किंग लॉटमध्ये जाऊन पुन्हा रस्ताच पकडला असता.''

''बस ड्रायव्हरने सांगितले असेल त्यांना.''

''शक्य नाही. हे फार लवकर इथे पोहोचले आहेत. तो अजून हॉटेलवर परत गेलाही नसेल. तेव्हा ते या क्षणी एअरलाइनच्या ऑपरेटिंग सिस्टिममध्ये आहेत. आपण तिकिटे विकत घेतलेली त्यांनी बघितली, विमानात शिरलेले बघितले. त्याचा अर्थ ११०व्या युनिटच्या गुप्त खणामध्येही ते आहेत. नाही तर केहो हे नाव त्यांच्या ध्यानात का आले असते? आपण करत असलेल्या प्रत्येक गोष्टीवर,

आपल्या प्रत्येक हालचालीवर त्यांची नजर आहे. त्यांच्या दृष्टीने आपण काचेच्या भांड्यामधले गोल्डफिश आहोत.''

''तसे असेल तर आत्तापर्यंत त्यांनी वेगाचा संबंध केहोशी जोडलेला असणार, कारण आपण एकाच वेळी तिकिटे काढलेली आहेत आणि एकत्र बसलेलो आहोत. त्याचा अर्थ खरी जी कुणी वेगा आहे ती संकटात सापडणार आहे. आणि लीचदेखील. तिने ती ओळखपत्रे मिळविल्याबद्दल आणि आपल्याला दिल्याबद्दल. त्या दोघांना आपण धोक्याची सूचना देण्याची गरज आहे.''

''त्यांच्यापैकी कुणालाही आपण धोक्याची सूचना देऊ शकत नाही. काहीही करू शकत नाही. पुढचे पाच तास आणि चाळीस मिनिटे तरी.''

विमान धडधडतच हळूहळू पुढे सरकले. अमेरिकन एअरलाइन्सच्या ऑरेन्ज काऊन्टीला जाणाऱ्या विमानाने त्यांच्या विमानापाठोपाठ मिनिटभराने उड्डाण केले असते. आकाशात अजूनही अंधार दिसत होता. सकाळचा सूर्य वर आला नव्हता.

रनवेवर पोहोचल्यावर विमान वळले, निघण्यासाठी मनाची तयारी करत असल्याप्रमाणे स्थिर उभे राहिले. मग विमानाच्या इंजिनांची धडधड वाढली. विमानाने काँक्रीटच्या रनवेवर वेगाने धावायला सुरुवात केली. रीचर खिडकीतून बघत होता. एका क्षणाला त्याला जमीन खाली खाली जाताना दिसायला लागली. रुंद असे ॲल्युमिनियमचे पंखे वरखाली होताना दिसले. दूर अंतरावर पिट्सबर्गचे दिवे वळणावळणाने चमकत होते.

तीन आणि चार रांगा पुढे बसलेले दोघे ठरवून समोर बघत असावेत. दोघांच्याही जागा मधल्या सीटवर होत्या. कोणालाच न आवडणाऱ्या आणि म्हणूनच शेवटी विकल्या गेलेल्या. केबिनच्या डाव्या बाजूला पहिल्या रात्री दिसलेला माणूस होता. त्याच्या शेजारच्या खिडकीत एक तरुण स्त्री बसली होती. दुसऱ्या बाजूला, मधल्या वाटेजवळ, एक वयस्कर स्त्री बसली होती. केबिनच्या उजव्या बाजूला दुसऱ्या दिवशी त्याला भेटलेला माणूस बसलेला होता. त्याच्या शेजारच्या खिडकीत हातात काठी घेऊन चालणारा, पांढऱ्या केसांचा एक वृद्ध बसला होता. प्रथम चढलेल्या माणसांपैकी एक. मधल्या वाटेजवळच्या सीटवर एक सूट घातलेली स्त्री बसली होती. ती खरी तर फर्स्ट क्लासमध्ये शोभून दिसली असती. व्यवसायाच्या निमित्ताने कुठे तरी निघाली असावी. मालकांनी सुविधांमध्ये कपात केली असणार.

टर्नर म्हणाली, ''ते कोण आहेत ते आपल्याला कळले असते तर बरे झाले असते.''

"ते आता विमानात बसले आहेत," रीचर म्हणाला. "गाडीमध्ये नाहीत. तेव्हा दोन महत्त्वाच्या गोष्टी निश्चित घडलेल्या आहेत. त्यांच्या खिशात त्यांची ओळखपत्रे आहेत आणि त्यांच्याकडे शस्त्रे नाहीत."

"या देशातील प्रत्येक सिक्युरिटी सिस्टिम दिवसाचे चोवीस तास बघण्याचा हक्क असण्यासाठी किती उच्च पदावर माणूस असायला पाहिजे?" टर्नरने विचारले.

"मी गृहीत धरतो आहे की ११ सप्टेंबरनंतर सगळ्याच गोष्टीत बदल झाला आहे. मी त्याआधीच चार वर्षे गेलो होतो. पण माझी कल्पना आहे की इन्टेलिजन्स डिपार्टमेन्टमधला आठव्या श्रेणीचा अधिकारी ते करू शकेल. तरीही काही निर्बंध असणार, मर्यादा असणार. सुरक्षेच्या विचाराने पार झपाटलेली माणसे असतात ती. नाना तऱ्हेच्या परवानग्या घ्याव्या लागतात. तपासण्यांना तोंड द्यावे लागते. एखाद्या एअरलाइनच्या प्रवाशांची यादीच सकाळी पाच वाजता चोरून बघणे हा प्रकार फार वेगळा आहे."

"मग आहेत तरी कोण ते?"

"दुसऱ्या बाजूने विचार करून बघ. किती खालच्या पदावरचा माणूस हे काम करू शकेल? अध्यक्ष ही गोष्ट करू शकतात. किंवा नॅशनल सिक्युरिटी ॲडव्हायजर किंवा सिच्युएशन रूममध्ये– व्हाइट हॉलमधल्या कॉन्फरन्स रूममध्ये नेहमीच हजर राहू शकणारा कोणीतरी. दुसऱ्या शब्दांत चीफ ऑफ स्टाफ. फरक एकच आहे. ही जबाबदारी गेली डझनभर वर्षे तरी दिवसाचे चोवीस तास कुणावर तरी सोपविली गेली आहे. तेव्हा कुठे तरी एक वेगळे स्थान आहे. एक टेबल आहे. डेप्युटी चीफ ऑफ स्टाफसारखा सर्वच ठिकाणी कायम नजर ठेवू शकणारा माणूस आहे. तो कुठल्याही संगणक प्रणालीमध्ये त्याच्या इच्छेप्रमाणे कितीही वेळा आत घुसू शकतो आणि बाहेर पडू शकतो. त्याला कुणाच्या परवानगीची गरज नाही आणि कुठली मर्यादा आखून दिलेली नाही. कारण ते ठरवणाराही तो स्वतःच आहे."

"तेव्हा आपल्याला एखाद्या डेप्युटी चीफ ऑफ स्टाफलाच तोंड द्यायचे आहे?"

"उच्चपदांवरच्या आणि महत्त्वाच्या व्यक्तींना पराभव पचवता येत नाही. हातातली सत्ता सोडवत नाही."

"अफगाणिस्तानमधल्या कुणाबरोबर तरी कटकारस्थाने रचणारा?"

"या सर्व माणसांची प्रथमपासूनच एकमेकांशी चांगली ओळख आहे. सगळीकडे मिळून मिसळून वागतात. लहानपणी त्यांनी एकत्रच शिक्षण घेतले असण्याचीही शक्यता आहे."

"आणि विमानात बसलेली ही माणसे कोण आहेत? ती काही पेन्टॅगॉनमधली

वाटत नाहीत.''

रीचरने उत्तर दिले नाही. तो लक्ष ठेवून होता. वाट बघत होता.

आणि दहा मिनिटांनी त्याच्या चिकाटी न सोडता वाट बघण्याचे फळ त्याला मिळाले.

फॅन्सी बिझिनेस सूट घातलेली स्त्री उठली आणि स्वच्छतागृहाच्या दिशेने निघाली.

४५

सूट घातलेली स्त्री त्याच्या शेजारून मागे जाईपर्यंत रीचर थांबला. मग आपला पट्टा सोडून पुढे निघाला. एक रांग, दोन, तीन आणि चार. त्या स्त्रीच्या रिकाम्या सीटवर धाडकन बसताच, दुसऱ्या दिवशी दिसलेला माणूस स्वतःला सावरत हातात काठी घेऊन चालणाऱ्या पांढऱ्या केसांच्या माणसाच्या दिशेनेच सरकला. म्हातारा खिडकीवर डोके ठेवून गाढ झोपला होता.

रीचर म्हणाला, ''तुझे ओळखपत्र दाखव मला.''

त्या माणसाने ते दाखविले नाही. काय करायचे हे न सुचल्याप्रमाणे तो नुसता बसून राहिला. छोट्या डब्यात ठेवलेल्या सार्डिन माशासारखा. त्याचे सावज वाटत असणाऱ्या माणसानेच त्याला दाबून धरले होते. त्याने नायलॉनची कार्गो पॅन्ट घातली होती, काळा स्वेटशर्ट आणि खलाशी वापरतात तसा जाड्याभरड्या लोकरीपासून बनविलेला काळा डबल-ब्रेस्टेड ओव्हरकोटही. डाव्या हाताच्या मनगटावर हॅमिल्टनचे घड्याळ. म्हणजे बहुधा डावखुरा नव्हता.

स्त्रिया स्वच्छतागृहात किती वेळ काढतात? रीचरच्या अनुभवाप्रमाणे त्या फार झट्कन परत येतात. फार तर चार मिनिटे.

त्याला जितका अवधी हवा होता त्यापेक्षा तीन मिनिटे जास्तच.

पुढच्या सीटवर डोके ठेवत असल्याप्रमाणे रीचर वाकला, उजव्या बाजूलाच वळला आणि मागे रेलून त्याने त्याचा खांदा आणि दंड यांच्यामध्ये शेजारच्या माणसाला दाबून धरले. आपल्या उजव्या हाताने त्या माणसाचे उजवे मनगट पकडले आणि त्याचा हात पुढे खेचला मग आपल्या डाव्या हाताने त्याच्या उजव्या हाताच्या अंगठ्याजवळचे बोट पकडत रीचर उद्गारला, ''आता कसे वागायचे ते तूच ठरव. मर्द पुरुषाप्रमाणे सहन कर नाहीतर छोट्या मुलीसारखा किंचाळत बस.''

आणि त्याने अंगठ्याजवळचे बोट खाली खेचत बोटाच्या सांध्याचे पहिले हाड

मोडले, अंगठ्याने दुसऱ्या सांध्याचे. तो माणूस वेदनेने आणि धक्क्यानेच उडाला आणि चुळबुळ करायला लागला. पण छोट्या मुलीप्रमाणे किंचाळला नाही. आसपास शंभर माणसे असताना त्याला किंचाळायचे नव्हते.

मग रीचरने मधल्या बोटाची हाडे त्याच दोन ठिकाणी मोडल्यावर त्या माणसाने त्याचा डावा हात सोडवून घ्यायचा प्रयत्न सुरू केला. रीचरने सोडले त्याला आणि तत्क्षणी त्याचा डावा हात पकडून त्या हाताच्या त्याच बोटांची हाडे त्याच ठिकाणी मोडली.

मग रीचर पुन्हा म्हणाला, "ओळखपत्र?"

त्या माणसाने उत्तर दिले नाही. तो उत्तर देण्याच्या स्थितीत नव्हता. कुंथत होता, कण्हत होता आणि भलत्याच कोनात वाकलेल्या आपल्या दोन्ही हातांच्या बोटांकडे बघत होता. रीचरने त्याचे सर्व खिसे तपासले. विशेष काही नव्हते. पण पॅन्टच्या उजवीकडच्या मागच्या खिशात त्याला पैशांचे पाकीट सापडले. दोन घड्यांमुळे तीन भाग होणारे. ते घेऊन तो उभा राहिला. मधल्या वाटेपलीकडे एक रांग मागे बसलेला माणूस उठायला लागला होता. सूट चढविलेली स्त्री स्वच्छतागृहातून बाहेर पडून त्याच्याच दिशेने यायला लागली होती. तो माणूस बसेपर्यंत तिने वाट बघितली आणि मग ती पुढे झाली.

रीचरने पाकीट टर्नरच्या मांडीवर टाकले, खाली बसून आपला पट्टा बांधला. ती म्हणाली, "तू केलेस तरी काय?"

"तो एक दोन आठवडे तरी पिस्तुलाचा चाप खेचू शकणार नाही. किंवा कुणाला हाणू शकणार नाही. गाडी चालवू शकणार नाही. पॅन्टची बटणे लावू शकणार नाही. त्याचा विचार करायची आता आपल्याला गरज नाही. आधीच काळजी घेतलेली बरी असते. दुसऱ्याने काही करण्यापूर्वीच त्याला हतबल करून टाकायचे."

टर्नर काही बोलली नाही.

"माहीत आहे मला," रीचर उद्गारला. "तुझ्या मनात जे येते आहे तेच केले आहे मी. मी एखाद्या वन्य श्वापदासारखाच आहे."

"तसे नाही. चांगले काम केले आहेस."

"इथून कसे दिसत होते?"

"तो बसल्या बसल्या उडत होता. काहीतरी घडते आहे तेवढे कळत होते मला."

"काय आहे त्याच्या पाकिटात?"

टर्नरने पैशांचे पाकीट उघडले. चांगल्या चामड्याचे बनवलेले होते. आत

कोंबलेल्या गोष्टींप्रमाणे आकार बदललेला. खूप गोष्टी होत्या. मागच्या बाजूला दोन कप्प्यात पैसे होते. एका कप्प्यात पाव इंच जाडीची वीस वीस डॉलर्सची थप्पी, त्याहून मोठ्या रकमेची नोट नाही. याशिवाय एक, दहा आणि पाच डॉलर्सच्या नोटाही पुढच्या बाजूला क्रेडिट कार्ड्स ठेवण्यासाठी तीन कप्पे होते. मधल्या बाजूच्या कप्प्यात वरतीच उत्तर कॅरोलिनामधले एक ड्रायव्हिंग लायसन्स होते. त्या माणसाचा फोटो होता. आणि नाव. पीटर पॉल लोझॅनो. लायसन्सच्या मागच्या बाजूला अनेक क्रेडिट कार्ड्स होती. व्हिसा, मास्टर कार्ड, डिस्कव्हर, अमेरिकन एक्स्प्रेस. उजव्या-डाव्या बाजूच्या कप्प्यांमध्येही तशीच अनेक कार्ड्स होती. मुदत न संपलेली. वापरता येण्यासारखी. सगळ्यांवरती पीटर पॉल लोझॅनो हेच नाव होते.

सैन्य दलाचे ओळखपत्र नव्हते.

''तो सामान्य नागरिक आहे?'' टर्नरने विचारले. ''का त्याची कागदपत्रे बनावट आहेत?''

''माझ्या अंदाजाप्रमाणे कागदपत्रे बनावट आहेत. कॅप्टन एडमन्ड्स सांगू शकेल आपल्याला. मी नाव देतो तिला. ती एच. आर. सी. मध्येच काम करते.''

''तू दुसऱ्या माणसाचे नावही शोधून काढणार आहेस?''

''दोघांची नावे कळली की तपासाला चांगली दिशा लाभेल.''

''ते कसे मिळवणार आहेस तू?''

''काहीतरी विचार करेन मी.''

चार रांगा पुढे बसलेला लोझॅनो वेदना कमी करण्यासाठी दोन्ही हात दंडाखाली दाबून धरल्याप्रमाणे अंगाचे मुटकुळे करून सीटमध्ये बसून मागे पुढे डोलत होता. एक स्ट्युअर्डेस जात असताना त्याला काहीतरी बोलायचे असल्याप्रमाणे त्याची नजर तिच्याकडे वळली. पण नंतर पुन्हा तो दुसरीकडे बघायला लागला. तो काय सांगणार तिला? एक दुष्ट माणूस आला आणि त्याने मला दुखवले? एखाद्या छोट्या मुलीसारखा वागणार होता? प्रिन्सिपॉलच्या केबिनमध्ये चुगली करायला गेलेल्या खबऱ्याप्रमाणे? शक्यच नाही. ती त्यांची वागण्याची पद्धत नव्हती. इतर शंभर माणसांसमोर तर नाहीच नाही.

''सैन्य दलामधलाच आहे,'' रीचर म्हणाला. ''तुला नाही तसे वाटत? बूट कॅम्पमध्ये नव्याने लष्करात भरती झालेल्या जवानांसाठी प्रशिक्षण देणाऱ्या शिबिरामध्ये तोंड बंद ठेवायला शिकला आहे तो.''

मग वयस्कर स्त्रीच्या शेजारी बसलेला दुसरा माणूस उठला आणि अंग चोरून तिच्या पुढून बाहेर पडला. पहिल्या रात्रीचा माणूस. मोठ्या मोठ्या बाता करणारा.

एक रांग पुढे बसलेल्या आपल्या सहकाऱ्याजवळ वाकून बोलायला लागला. चर्चाच सुरू झाली. जखमा दाखविल्या गेल्या. खांद्यावरून मागे वळून रोखून बघणे झाले. सूटमधल्या स्त्रीचा चेहरा पांढराफटक पडला. तिने नजर बाजूला वळवली.

टर्नर म्हणाली, "दोन वेळेला तेच नाही जमणार. त्याला धोक्याची सूचना मिळाली आहे. तो सावध राहील. त्याला साथीदाराकडून तपशीलवार सर्व कळले आहे."

"आणि तो आशा करतो आहे की त्याला स्वच्छतागृहात जाण्याची गरज पडणार नाही म्हणून."

"तुला खरंच वाटते की एडमन्ड्स आपल्याला ३४३५ या अफगाण माणसाची फाइल मिळवून देईल?"

"देईल किंवा नाही देणार. दोन्हींची शक्यता पन्नास पन्नास टक्के आहे. छापा का काटा करण्यासाठी एखादे नाणे उडविल्याप्रमाणे."

"काहीही झाले तरी चालणार आहे तुला?"

"फाइल मिळाली तर मला बरे वाटेल."

"पण नाही मिळाली तरी तुला दुःख होणार नाही. विचारले होते एवढे खूप आहे तुझ्यासाठी. विचारल्यामुळे आम्ही तुमच्या मागे एखादेच पाऊल आहोत असे तू त्यांना कळवतो आहेस. त्यांच्या मानेवरून श्वास सोडण्याएवढेच मागे."

"फाइल मिळाली तर मला बरे वाटेल," रीचर पुन्हा म्हणाला.

"विमानामधल्या या माणसांप्रमाणेच. आघाडीवरून स्वतःच्या पायांनी चालत मागे परत जाणारे जखमी. तू सन्देश पाठवतो आहेस त्यांना. बरोबर?"

रीचरने उत्तर दिले नाही.

पहिल्या रात्री त्याला भेटलेल्या आणि तीन रांगा पुढे आणि डावीकडे बसलेल्या माणसावर रीचरचे लक्ष होते. त्याच्या शेजारच्या, खिडकीजवळ बसलेल्या स्त्रीला झोप लागलेली दिसत होती. मागून बघितल्यावर तरुण वाटत होती. बेघर स्त्रीप्रमाणे घातलेला पोशाख. उन्हाळ्यात वापरतात तसा फ्रॉक नव्हता, ग्लोव्ह्ज नव्हते. तरी स्वच्छ होती. सिनेमात छोटी छोटी कामे करत असण्याची शक्यता होती. ए लिस्टमध्ये नसणार. कुणाच्या तरी सहायकाच्या सहायकाची सहायक असेल. चित्रीकरणासाठी जागा शोधणारी असेल. किंवा कार्यालयांसाठी. मधल्या वाटेशेजारी बसलेली स्त्री एखाद्या आजीसारखी दिसत होती. नातवंडांना वगैरे भेटायला निघाली असेल. शक्यता होती की तिच्या पूर्वजांनी कार्नेजी आणि फ्रिक यांच्या मिल्समध्ये जीव तोडून कामे केली असतील आणि जेव्हा त्यांचे उद्योगधंदे बसायला लागले,

तेव्हा तिच्या मुलांनी कॅलिफोर्नियाचा रस्ता पकडला असेल आणि नेहमीच सूर्यप्रकाश असणाऱ्या दक्षिण कॅलिफोर्नियामध्ये त्यांनी फक्त स्वप्नेच पाहिली होती, अशातऱ्हेचे आयुष्य ते आता जगत असतील.

रीचर वाट बघत थांबला होता.

आणि शेवटी त्या माणसालाच स्वच्छतागृहात जाण्याची गरज भासली. सकाळी खूप कॉफी प्यायली असेल किंवा ऑरेन्ज ज्यूस किंवा पाणीही. काहीही कारण असले तरी तो माणूस उठला आणि वयोवृद्ध स्त्रीच्या पुढून कसाबसा मधल्या वाटेवर आला. आपण कुठे आहोत याचा त्याने इकडेतिकडे बघत अंदाज घेतला. त्याची नजर रीचरच्या नजरेला भिडली. तो घुटमळतच विमानाच्या मागच्या बाजूला निघाला. एक रांग, दोन, तीन आणि रीचरच्या रांगेजवळ आल्यावर तो उलटा फिरला आणि उरलेला मार्ग रीचरकडे बघतच त्याने मागे मागे पावले टाकत पार केला. *तू मला नाही तसा पकडू शकणार* असेच जणू तो रीचरला सुचवत होता. त्याने हात मागे घेतच स्वच्छतागृहाचे दार उघडले आणि शेवटच्या क्षणापर्यंत रीचरवर नजर ठेवत तसाच तो आत शिरला. दार बंद झाले. कडी लागली.

पुरुष स्वच्छतागृहात किती वेळ काढतात?

स्त्रियांएवढा नाही, सर्वसाधारणपणे.

रीचरने आपला पट्टा सोडला आणि तो उभा राहिला.

४६

रीचर स्वच्छतागृहाच्या बाहेर उभा राहिला. एखादा प्रवासी धीर धरून, शांतपणे, रांगेमध्ये उभा राहतो त्याप्रमाणे. दार नेहमीप्रमाणेच मध्ये दुमडणारे आणि उजवीकडे सरकणारे होते. पिवळटपांढऱ्या रंगाचे, खराब दिसणारे. नेहमीचाच प्रकार. आतून जोराने पाणी सोडल्याचा आवाज आला. मग शांतता. हात धूत असणार. आतून कडी उघडता क्षणी स्वच्छतागृहात कुणीतरी आहे असे दाखविणाऱ्या दारावरच्या लाल दिव्याऐवजी आत कुणी नाही असे दाखवणारा हिरवा दिवा लागला. दाराचा मधला भाग आत गेला आणि ते उजवीकडे उघडत जायला लागले. ते पूर्ण उघडायच्या आतच रीचरने दाराच्या फटीमधून आपला डावा हात आत घातला आणि त्या माणसाच्या छातीवर हाणला. तो माणूस भिंतीवर आदळला.

रीचर त्याच्या मागोमाग स्वच्छतागृहात घुसला आणि त्याने पाठीने धक्का देऊनच दार बंद करून घेतले. स्वच्छतागृह खूपच छोटे होते. रीचरला एकट्यालाच कशीबशी पुरेल एवढी जागा होती. ते दोघे जण छातीला छाती आणि तोंडाला तोंड लावूनच उभे होते. त्या माणसाने आपल्याच दोन पायांमध्ये गुडघा हाणू नये म्हणून रीचर थोडा वळून उभा राहिला आणि त्याने आपले उजवे मनगट त्या माणसाच्या गळ्यावर आडवे दाबून त्याला उभे भिंतीवर पकडून धरले. तो माणूस धडपड करायला लागला; पण त्याचा काही उपयोग नव्हता. कारण त्याला एक-दोन इंचांपलीकडे हालचाल करायलाही वाव नव्हता. रीचरने आपला डावा हात मागे आणून त्या हाताने त्या माणसाच्या उजव्या हाताचे मनगट धरून ते पिळवटायला सुरुवात केली. तो माणूस धडपड करत होता. पण रीचरने त्याला हालचाल करायला जागाच ठेवली नव्हती. त्या माणसाचे कोपर पुढे झाल्यावर त्याने त्याचा हात वर केला आणि फिरवत फिरवत बाजूच्या भिंतीपासून उंचावर असताना गळ्यावरचा हात काढून घेऊन उजव्या हाताचे कोपर त्या माणसाच्या कोपरावर

हाणले. त्याच्या कोपरामधल्या हाडाचे तुकडेच उडाले आणि तो किंचाळला. रीचरची आशा होती की बंद दारामधून तो आवाज बाहेर गेला नसेल. तो कमोडवर कोसळताच रीचरने तसाच त्याचा दुसरा हात पिरगाळत त्याच्या दुसऱ्या हाताचीही हाडे मोडली. मग एका हाताने त्याची कॉलर धरून त्याला उभे केले आणि त्याचे खिसे तपासले. तो माणूस धडपड करत होता. त्याचे पाय सायकल चालविल्यासारखे वर खाली होत होते; पण तो पूर्णतः असहाय होता.

त्याचे पाकीट त्याच्या उजवीकडच्या मागच्या खिशात सापडले. आधीच्या माणसाने ठेवले होते तसेच. रीचरने ते घेतले आणि डावीकडे वळून आपले कोपर त्या माणसाच्या छातीत हाणले. तो पुन्हा कमोडवर कोसळला. रीचरने खांद्यानेच दार उघडले आणि तो बाहेर पडला. त्याने दार पुन्हा ओढून घेतले. चालत आपल्या जागेवर जाऊन बसला.

हे पाकीटसुद्धा तसेच भरलेले होते. वीस डॉलर्सच्या नोटांची थप्पी, काही छोट्या रकमेच्या नोटा आणि क्रेडिट कार्ड्स. उत्तर कॅरोलिनाचे ड्रायव्हिंग लायसन्स, त्यावर फोटो, नाव. रोनाल्ड डेव्हिड बॉल्डाची.

सैन्य दलाचे ओळखपत्र नव्हते.

''एकासाठी जर बनावट कागदपत्रे बनवली असतील तर सर्वांसाठीही बनवली असतील.''

''किंवा सर्व जण सर्वसामान्य नागरिकच असतील.''

''आणि नसले तर?''

''त्यांच्याकडे उत्तर कॅरोलिनामधील ड्रायव्हिंग लायसन्सेस आहेत. म्हणजे ते फोर्ट ब्रॅगमध्येच राहत असणार.''

''सध्या फोर्ट ब्रॅगला कोण असतं?''

''चाळीस हजार जण आहेत. दोनशेपन्नास चौरस मैलांचा प्रदेश आहे. गेल्या जनगणनेनुसार एक वेगळेच शहर. एअरबॉर्न डिव्हिजन्स, त्यांच्यात ब्याऐंशीव्या डिव्हिजनचाही समावेश आहे. स्पेशल फोर्सेस, केनेडी स्पेशल वॉरफेअर सेन्टर, १६ वे एम. पी. युनिट आणि इतर अनेक. प्रचंड प्रमाणात सर्व तऱ्हेची रसद तिथे पुरविली जात असते. कुठे कुठे तिथून ती जात असते आणि कुठून कुठून परतही येत असते.''

''दुसऱ्या शब्दांत सांगायचे तर, अफगाणिस्तानमध्ये जाणारे आणि तिथून परत येणारे अनेक लोक.''

''सर्व तऱ्हेची रसद पुरविणारेही त्यांच्यात आलेच. त्यांनी अफाट साधनसामग्री

परत आणली आहे. आता ती दुसरीकडे पाठवत असतील. किंवा नसतीलही.''

''तुला अजूनही वाटते की बिग डॉगच्या घोटाळ्याची पुनरावृत्ती चालली आहे म्हणून?''

''त्याहूनही मोठ्या प्रमाणात आणि चांगल्या पद्धतीने. आणि ती साधनसामग्री ते इथे देशात विकत नाहीत तर तिकडल्याच स्थानिक लोकांना विकत आहेत.''

''शोधू आपण,'' रीचर म्हणाला. ''शेवटी आपण एक पाऊलच तर मागे आहोत.''

''तरीही हा प्रश्न मागेच ठेवायचा आहे,'' टर्नरने सांगितले. ''ज्यांची काळजी घ्यायची होती त्या माणसांची तू योग्य तऱ्हेने काळजी घेतली आहेस. आता तू तुझ्या मुलीला भेटणार आहेस.''

पाच एक मिनिटांनी तो माणूस जेव्हा स्वच्छतागृहातून परत आला, तेव्हा पांढराफटक पडला होता, त्याच्या अंगातून घामाच्या धारा वाहत होत्या. तो एकदम लहान झाल्यासारखा वाटत होता. त्याच्या कंबरेच्या खालच्या भागाचीच तो हालचाल करू शकतो आहे असे त्याच्याकडे बघितल्यावर वाटत होते. वरचा भाग पार ताठरला होता. अर्धीच हालचाल करणाऱ्या रोबोसारखा. मधल्या वाटेने तो धडपडतच आपल्या रांगेपर्यंत पोहोचला आणि वयस्कर स्त्रीसमोरून कसेबसे आत शिरत आपल्या जागेवर धाडकन बसला.

रीचर म्हणाला, ''त्याने स्ट्युअर्डेसकडून ॲस्पिरिनची गोळी मागून घ्यायला हवी.''

आणि मग उड्डाण नेहमीसारखे कंटाळवाणे बनले. आजपर्यंत रीचरने अनुभव घेतलेल्या उड्डाणांसारखेच. खाणे-पिणे दिले गेले नाही, पण इतर गोष्टी विकायला सुरुवात झाली. कलात्मकपणे आवरणात गुंडाळलेल्या आणि निसर्गापासून मिळविलेल्या अशी जाहिरात होणाऱ्या वस्तू म्हणजे रासायनिक गोळ्या असणार, याबद्दल तर रीचरची खात्रीच होती. रीचरने किंवा टर्नरनेही काही विकत घेतले नाही. जेवण तर कॅलिफोर्नियातच करावे लागणार होते. पोहोचेपर्यंत नक्की भूक लागणार होती. ठीक आहे, रीचरच्या मनात विचार आला. त्याला भुकेले राहण्याची सवय होती. त्याचा विश्वास होता की तशा वेळी तो जास्त सावध असतो आणि त्याच्या डोक्यात नवनवीन कल्पना जन्म घेत असतात. हादेखील प्राचीन वारसाच असेल. भूक लागलेली असली की स्वतःपेक्षा मोठे श्वापद पकडण्यासाठी नवनवीन युक्त्या सुचतात. आजच पकडण्यासाठी. उद्यासाठी नाही.

त्याची तीन तासांची झोप घ्यायची राहिली आहे असा त्याचा हिशेब होता. लीचने सकाळी चार वाजताच त्यांना उठविले होते. तेव्हा त्याने डोळे मिटून घेतले.

त्याला त्या दोन माणसांची आता चिंताच वाटत नव्हती. ते काही करू शकत नव्हते. फार तर छोट्याशा नळीतून वाटाणे फेकून मारले असते त्यांनी. पण तेवढेच. शेजारी बसलेल्या टर्नरनेही त्याच्यासारखाच विचार केला असावा. तिने तिचे डोके त्याच्या खांद्यावर टेकले. तो ताठच्या ताठ बसून झोपला.

रोमिओने ज्यूलिएटला फोन केला. "आपल्यापुढे गंभीर प्रश्नच निर्माण झाला आहे."

"कुठल्या तऱ्हेचा?" ज्यूलिएटने विचारले.

"टर्नरला नंबर आठवला बहुधा. रीचरच्या वकिलाने आत्ताच अर्ज दाखल केला आहे की त्याला ए. एम. ३४३५ची पूर्ण माहिती हवी आहे म्हणून."

"रीचरच्या वकिलाने का?"

"कुणाच्या लक्षात न येता माहिती मिळविण्याचा प्रयत्न. तिच्या वकिलावर आपले लक्ष असेल, पण एखादे वेळी त्याच्या वकिलावर नसेल असे त्यांनी गृहीत धरले असणार. ती त्याची मुख्य वकीलसुद्धा नाही. पितृत्वाच्या दाव्यात त्याचे प्रतिनिधित्व करणारी नवीन वकील आहे."

"मग आपण तो अर्ज फेकून द्यायला लावू शकतो. त्या अर्जाचा त्याच्या पितृत्वाच्या दाव्याशी काहीही संबंध नाही."

"इतर अर्जांसारखाच हा एक अर्ज आहे. पद्धत तशीच आहे. आपल्याला सबळ कारण द्यावे लागेल आणि ते आपण करू शकत नाही. इतरांसारखाच तो एक अफगाण माणूस आहे. खास असा कुणी नाही. आपल्यासाठी सोडून. लक्ष वेधून घेणे आपल्याला परवडणारे नाही. सगळ्यांना वाटेल आपलेच डोके फिरले आहे म्हणून."

"मग किती वेळ आहे आपल्याला?"

"एखादा दिवस."

"त्यांची क्रेडिट कार्ड्स तू रद्द केलीस का?"

"त्याचे केले. सोपे होते, कारण ते सैन्यदलाचे आहे. पण तिच्या क्रेडिट कार्डबद्दल मी काही करू शकत नाही. माग लावता येण्यासारखी कागदपत्रे बनतील. मार्गरिट वेगा ही खरी व्यक्ती आहे."

"मग काय करणार आहोत आपण?"

"कॅलिफोर्नियामध्ये सर्व संपवून टाकू. विमान उतरेलच आता. मग चार विरुद्ध दोन असा सामना आहे."

रीचर आणि टर्नर यांनी जवळ जवळ तीन तास झोप काढलीही. विमान लॉन्ग बीचजवळ पोहोचायला लागल्यावर स्ट्युअर्डने पुन्हा पीए सिस्टिमवरून प्रवाशांना

सूचना द्यायला सुरुवात केली. पुढच्या सीट्सच्या मागचे उघडलेले ट्रे बंद करा, मागे घेतलेल्या खुर्च्या सरळ करा, इलेक्ट्रॉनिक्सची साधने बंद करा वगैरे... आणि त्यांना जाग आली. रीचरला या सूचनांकडे लक्ष देण्याचीही गरज भासली नाही. त्याने ट्रे वापरला नव्हता, सीट मागे घेतली नव्हती, त्याच्याकडे छोटी-मोठी इलेक्ट्रॉनिक साधनेही नव्हती. खिडकीमधून त्याला वाळवंटातील तपकिरी रंगाच्या टेकड्या दिसत होत्या. कॅलिफोर्निया आवडत होते त्याला. कुठेतरी कायम राहायचेच ठरवले असते, तर तो कॅलिफोर्नियात राहू शकेल. तिथे त्याला कुणी ओळखत नव्हते, हवाही चांगली उबदार असे. तो एखादा कुत्राही पाळू शकेल. *ते* एखादा कुत्राही पाळू शकतील. त्याच्या डोळ्यांसमोर मागच्या अंगणात कुठेतरी टर्नर गुलाबाच्या झाडांची काटछाट करते आहे, रोपटे लावत आहे अशी चित्रे तरळून गेली.

ती म्हणाली, ''आपण हर्ट्झ किंवा एव्हिसच्या गाड्या वापरता कामा नयेत. म्हणजे भाड्याने गाडी घेताना म्हणते आहे मी. किंवा दुसऱ्या कुठल्याही प्रसिद्ध फ्रॅन्चाइझच्याही. त्यांचे संगणक एखादे वेळी सरकारी संगणक प्रणालीला जोडलेले असतील.''

''उतारवयात तुला सारखे कुणीतरी तुझ्या मागावर आहे, असे वाटायला लागलेले आहे बहुधा,'' रीचर उद्गारला.

''ते माझ्या मागे लागले नसतील असे नाहीच.''

तो हसला.

''मग आपण कुणाकडून गाडी घेऊ शकतो?'' तिने विचारले.

''स्थानिक लोकांकडून. जाम दणके खाल्लेल्या किंवा चार चार वर्षे जुन्या लॅम्बोर्घिनी.''

''ते रोख पैसे घेतील?''

''आपल्याकडे क्रेडिट कार्ड्स आहेत.''

''त्यांनी ती आत्तापर्यंत रद्द केलेली असणार. अशा गोष्टी ते नक्कीच करू शकतात.''

''नसतील केली. ती आपल्याकडे आहेत हे अजून तरी त्यांना कळलेले नाही.''

''आपण तिकिटे विकत घेतलेली बघितली होती त्यांनी.''

''त्यांनी वेगा आणि केहो यांनी तिकिटे विकत घेतली आहेत असे बघितले होते. पण आता आपण वेगा आणि केहो नाही आहोत. यापुढे आपण लोझॅनो आणि बॉल्डाची आहोत. निदान क्रेडिट कार्ड्सच्या बाबतीत तरी. आपण त्यांची क्रेडिट कार्ड्स वापरू. त्यांना अशा तऱ्हेने सन्देश पाठविणे कसे वाटते तुला?''

''पण ते क्रेडिट कार्ड्सवरून आपला तपास लावू शकतात.''

''माहीत आहे मला.''

"त्यांनी आपल्याला शोधावे अशीच तुझी इच्छा आहे. बरोबर?"

"आपण त्यांना शोधत बसण्यापेक्षा सोपे आहे ते. पण हर्ट्झ आणि एव्हिसबद्दल तू जे म्हणते आहेस ते मला मान्य आहे. त्यांनाही आपल्याला शोधणे खूप सोपे व्हायला नको. कष्टांनी काहीतरी मिळवल्याचे सुख लागू दे त्यांना."

"प्रथम आपण विमानतळावरून बाहेर तर पडू या. विमानतळावर मिलिटरी पोलीस हजर असू शकतात. वॉरन्ट ऑफिसर एस्पिन हुशार आहे. तू कुठे निघाला आहेस हे त्याला माहीत असणारच. आणि त्याच्याकडे शोधासाठी भरपूर माणसे आहेत. लॉस एन्जलीसपासून शंभर मैलांच्या परिघातील प्रत्येक विमानतळावर तो त्याचा माणूस पाठवू शकतो. दिवसभर आणि रात्रभरसुद्धा. एफ. बी. आय.देखील हजर असू शकेल. आपण कुठे निघालो आहोत, हे कळण्यासाठी पिट्सबर्गमधील त्यांची माणसे खूप हुशार असण्याची गरज नाही."

"मग आपण आपले डोळे उघडे ठेवू या."

खूप दूर अंतरावरून हळू हळू खाली येत विमान धक्कासुद्धा जाणवू न देता धावपट्टीवर उतरले आणि वळून पुढे निघाले. छोटीशी घंटा वाजली, दिवा बंद झाला आणि सत्त्याण्णव माणसे एकदम उभी राहिली. सहा फूट उंचीच्या छताखाली उभे राहण्यापेक्षा जागेवर बसून राहणे जास्त सुखावह असल्याने रीचर उभा राहिला नाही. तीन आणि चार रांगा पुढे असलेली दोन माणसेही तशीच बसून होती. हात किंवा दंडांचा आधार न घेता किंवा जोर न लावता विमानाच्या सीटमधून एखादा मोठा पुरुष उभा राहू शकेल, असा मार्ग विज्ञानालाही माहीत नव्हता.

आपापल्या सूटकेसेस आणि कोट डोक्यावरच्या लॉकर्समधून उचलून घेत विमानाच्या पुढच्या भागातून अवरग्लासमधून वाळूचे कण खाली पडावेत, त्याप्रमाणे माणसे भराभरा बाहेर पडत होती. एका रांगेमधली माणसे गेली की पुढच्या रांगेमधली माणसे पुढे सरकत होती. मग त्याच्या पुढच्या रांगेमधली. चालताना काठी वापरणारा पांढऱ्या केसांचा वृद्ध आणि चित्रपटाच्या निर्मितीशी संबंध असणारी तरुण स्त्री यांना मधल्या सीट्सवर बसून राहिलेल्या दोघांना ओलांडून पुढे येण्यासाठी खूप कष्ट घ्यावे लागले. मग पुढच्या रांगेमधली माणसे निघाली आणि रिकाम्या जागेत ती दोन माणसेच फक्त बसलेली राहिली. डोके वाकवून रीचरही उठला आणि वाकून पुढे जाता जाता त्याने तीन रांगा पुढे डावीकडे बसून राहिलेल्या माणसाचा शर्ट धरून त्याला उभे केले. मग पुढच्या रांगेत उजवीकडे बसून राहिलेल्या माणसाला तसेच उभे केले. त्यांच्या बाबतीत तेवढे तरी करू या, असे रीचरला वाटले होते. मग मधल्या वाटेने तो पुढे निघाला. गॅलीमधून, दारामधून, गरम हवेतून, केरोसीनच्या वासातून लॉन्ग बीच विमानतळावर पोहोचला.

४७

सर्वच विमानतळांवर इतकी एकएकटी माणसे फिरत असतात की पाळत ठेवणारे कुणी आहे का, हे शोधणे अशक्यच असते. प्रत्येक जण संशयितच असतो. काहीही न करता चुरगाळलेले वर्तमानपत्र समोर धरून बसलेला माणूस? रस्त्यावर असा माणूस दिसत नाही, पण प्रत्येक विमानतळावर तो दिसणारच. पहिल्या तीस फुटांत पन्नास मिलिटरी पोलीस आणि पन्नास एफ. बी. आय. एजन्ट्स असू शकले असते.

पण त्यांच्याकडे कुणाचेही थोडेदेखील लक्ष आहे, असे त्यांना वाटले नाही. कोणी त्यांच्याकडे बघितले नाही, त्यांच्याजवळ आले नाही की त्यांच्या मागोमाग निघाले नाही. तेव्हा ते घाईघाईने सरळ टॅक्सीच्या रांगेत उभे राहिले आणि एका दणके खाल्लेल्या सेदानमध्ये बसले. त्यांनी ड्रायव्हरला विमानतळाबाहेरच्या कुठल्या तरी भाड्याने गाड्या देणाऱ्या ठिकाणी घेऊन जायला सांगितले. हर्ट्झ, एव्हिस, एन्टरप्राईझ किंवा चमकदार दिव्यांनी जाहिरात करणाऱ्या कंपन्या मात्र त्यांना नको होत्या. ड्रायव्हरने त्यांच्या बोलण्यावर काही प्रश्न विचारले नाहीत, कुठले तपशील विचारले नाहीत. नक्की कुठे जायचे ते माहीत असल्याप्रमाणे तो गाडी चालू करून निघाला. त्याच्या मेहुण्याचाच उद्योग असेल तो. किंवा ग्राहक घेऊन येण्यासाठी सर्वांत जास्त फी देणारा असेल.

तसे असेल तर त्याच्या मेहुण्याचे किंवा ग्राहक मिळवण्यासाठी पैसे मोजणाऱ्या माणसाचे नाव नक्की अल् असणार. कारण एका रिकाम्या लॉटमध्ये वीस एक गाड्या उभ्या असणाऱ्या आणि एका लाकडी शेडवर अननुभवी हातांनी रुंद ब्रश घेऊन *कूल अल्स ऑटो रेन्टल* अश्या रंगविलेल्या शेडसमोर त्याने टॅक्सी उभी केली.

''उत्कृष्ट,'' रीचर म्हणाला.

टॅक्सी भाडे पीटर पॉल लोझॅनोने भरले. त्याच्या पाव इंच जाडीच्या वीस डॉलर्सच्या थप्पीमधील एक नोट रीचरने टॅक्सी ड्रायव्हरला दिली. मग रीचर आणि टर्नर लॉटमधल्या गाड्यांवर नजर टाकत फिरायला लागले. कूल अल्‌ची धंद्याची कल्पना म्हणजे दणके खाल्लेल्या गाड्या आणि चार वर्षे जुन्या लॅम्बोर्घिनी भाड्याने देणे अशी असावी. शक्यता आहे की सुरुवात वापरणाऱ्यांच्या लौकिकात भर घालणाऱ्या प्रतिष्ठित गाड्यांनी झाली होती आणि बराच काळ त्या गाड्या चांगल्या स्थितीत राहिल्याही असतील. पण आता त्या पार जुन्या झाल्या होत्या. लॉटमध्ये मर्सिडिज बेन्झ, बी. एम. डब्ल्यू, जॅग्वार, रेन्ज रोव्हर अशा गाड्या होत्या. त्या गाड्यांची तीन-तीन नवीन मॉडेल्स त्यानंतर बाजारात येऊन गेली होती, इतक्या त्या जुन्या झाल्या होत्या. त्यांची झीज झाली होती, त्यांनी खूप दणके खाल्ले होते, त्यांचे रंग उडाले होते.

"चालतील ना त्या?" टर्नरने विचारले.

"माहीत नाही," रीचर उद्‌गारला. "ज्याच्याकडे गाड्यांबद्दल चौकशी करावी असा मी शेवटचा माणूस आहे. याबद्दल कूल अल्‌लाच काय वाटते ते विचारू या."

त्याच्या बोलण्याचे थोडक्यात भाषांतर होते, "त्या इतकी वर्षं टिकल्या आहेत तेव्हा आता त्या का नाही धावणार?" अगदी तर्कशुद्ध आणि आशावादी दृष्टिकोन. कूल अल् स्वतः साठ-पासष्ठ वर्षांचा होता. पोट वाढलेला आणि सगळे केस पांढरे पडलेला. त्याने पिवळा शर्ट घातला होता. शेडमधली अर्धी जागा त्याच्या टेबलानेच व्यापली होती. आत खूप गरम होत होते. धुळीने माखलेल्या लाकडाचा आणि इंजिन ऑइलचा वास येत होता.

"जा, जा," तो त्यांना म्हणाला. "निवडा गाडी. कुठलीही गाडी."

"रेन्ज रोव्हर," टर्नर म्हणाली. "मी रेन्ज रोव्हरमध्ये कधी बसलेली नाही.

"आवडेल तुला ती गाडी," रीचर म्हणाला.

"आशा आहे तशीच."

वेगा आणि बॉल्डाचीचे लायसन्सेस आणि क्रेडिट कार्ड्स बाहेर काढून, बनावट सेलफोन नंबर सांगून शेडमधल्या मोठ्या टेबलासमोर बसून, रीचरने सौदा पुरा केला. कुणाचीही सही म्हणून चालली असती अशी सही पण दणकून करून टाकली. कूल अल्‌ने एक किल्ली रीचरच्या हातात ठेवून लॉटच्या उजव्या बाजूला हात केला. "ती काळ्या रंगाची रेन्ज रोव्हर," तो म्हणाला.

उन्हामुळे काळ्या रंगाच्या काचांचा रंग जांभळा बनला होता. काचांवरच्या पातळ प्लॅस्टिकसारख्या थरावर आलेले बुडबुडे वरखाली होत होते. सीट्‌सना भेगा पडल्या होत्या. त्या खाली दबल्या होत्या. १९९० मधली असणार, टर्नरच्या

मनात विचार आला. आता खूप जण मागणी करतील असे वाहन नाही. पण ती व्यवस्थित सुरू झाली, वळली आणि रस्त्याला लागली. टर्नर म्हणाली, "इतकी वर्षं टिकली आहे, तेव्हा आता ती का नाही धावणार?"

मैलभराने ती थांबली. पण टर्नरने थांबविली म्हणून. त्यांना दिसलेल्या पहिल्याच डायनरशी ते न्याहारीसाठी थांबले. लॉन्ग बीच बोलीवार्डवरचा एका कुटुंबानेच चालविलेला डायनर. खाण्यासाठी चांगले पदार्थ होते. टर्नरची कधीपासूनची ऑम्लेट खायची इच्छाही पुरी झाली. तिने पे-फोनवरून सार्जन्ट लीचला फोन करून काळजी घ्यायला सांगितले. रीचर पार्किंग लॉटवर नजर ठेवत होता. पाठलाग होत नव्हता. कुणी नजर ठेवत नव्हते. त्यांच्याकडे कुणाचेही लक्ष नव्हते. ७१० मार्गावर घेऊन जाणारा रॅम्प शोधत ते पुन्हा उत्तर-पश्चिम दिशा पकडून निघाले. रीचर प्रथमच गाडी चालवत होता. गाडीच्या खिडक्या काळ्या होत्या. आतमध्ये कोण बसले आहे, हे जवळ जवळ दिसत नव्हते. गाडीचे सर्व यांत्रिक भाग नीट काम करत होते. रस्त्याचा पृष्ठभाग खूप खाली कुठेतरी असावा, त्याप्रमाणे गाडी तरंगतच चालली होती.

"ते दिसल्यावर काय करणार आहेस तू?" टर्नरने विचारले.

"कोण?" रीचरने विचारले.

"तुझी मुलगी आणि तिची आई."

"म्हणजे मी काय बोलणार त्यांच्याशी असे विचारते आहेस का तू?"

"नाही. लांबून दिसल्यावर. अगदी प्रथम त्यांना बघशील तेव्हा."

"मी त्यांना कसे ओळखणार आहे ते कळत नाही मला."

"पण समजा ओळखलेस तर."

"तर मी तो माझ्यासाठी लावलेला सापळा आहे का, हे प्रथम बघेन."

"बरोबर. तुला पकडण्यासाठी त्यांचा उपयोग केला जाणार आहे, हे गृहीत धरून चालायला पाहिजे. निदान तसे काही नाही असे सिद्ध होईपर्यंत तरी. मिलिटरी पोलीस, एफ. बी. आय. आसपास असणारच. तू जिथे नक्कीच जाणार आहेस असे ठिकाण आहे ते. तुझ्या नजरेस पडणाऱ्या प्रत्येकाकडे संशयाने बघूनच पावले उचलायला पाहिजेत."

"हो, मॅडम."

"इथून उत्तर हॉलिवूडपर्यंत प्रत्येक मैल अंतर कापल्यावर धोका दुप्पट वाढत जाणार आहे. तुझा स्वाहाकार करायला टपलेल्या ठिकाणी आपण जातो आहोत."

"कामगिरीवर निघण्याआधीच्या सूचना आहेत का या?"

"मी तुझी कमान्डिंग ऑफिसर आहे. सर्व गोष्टींची जाणीव करून देणे माझे

कर्तव्य आहे.''

''चर्चमधल्या गायकांना प्रवचन द्यावे, तशी बोलते आहेस तू.''

''तू एखाद्या वेळी खरंच ओळखशील त्यांना.''

''मुली बापासारख्या दिसायला पाहिजेत असा काही नियम नाही.''

''नाही, तू आईला ओळखशील एखादे वेळी, असे म्हणते आहे मी.''

ज्यूलिएटने रोमिओला फोन केला कारण काही जबाबदारी त्याचीसुद्धा होतीच. ''वाईट बातमी आहे,'' त्याने सांगितले.

रोमिओने विचारले, ''गाड्या भाड्याने देणाऱ्या कूल अल्समध्ये बॉल्डाचीने आपले क्रेडिट कार्ड वापरले याच्याशी संबंधित आहे ती?''

''कशा तऱ्हेचे अल्स म्हणतो आहेस तू?''

''पश्चिम किनाऱ्यावरील. बरं, ते जाऊ दे. काय झाले?''

''रीचरने त्यांना विमानातच गाठले. त्यांना निकामी करून त्यांची पाकिटेही चोरली.''

''विमानामध्ये?''

''त्याने लोझॅनोची बोटे मोडली आणि बॉल्डाचीच्या दंडाची हाडे. कुणाच्या लक्षातही आले नाही.''

''शक्य नाही ते.''

''शक्य झालेले दिसते आहे. एक विरुद्ध दोघे जण असताना. तेही विमानात. शंभर साक्षीदार असताना. अत्यंत अपमानास्पद आणि मान खाली घालायला लावणारी गोष्ट. आणि आता आपल्याच पैशांनी गाड्या भाड्याने घेतो आहे. समजतो तरी काय तो स्वतःला?''

रीचरचे स्वतःचेच मत होते की तो काही चांगला ड्रायव्हर नाही. सुरुवातीला त्याला वाटायचे की गाडी न चालविण्यासाठी त्याने शोधलेली ही पळवाट आहे म्हणून. फार लक्ष देऊन काम करायला पाहिजे, अशी आठवण करून देणारी. पण नंतर त्याच्या लक्षात आले की त्याला जे वाटत होते ते सत्यच आहे. कुठल्याही प्रतिक्रियांना त्याला लागणारा वेळ इतर माणसांशी संबंधित होता; महामार्गांशी नाही. माणसांशी संबंध असला की सगळे कसे वैयक्तिक पातळीवर असते. मशिनचे तसे नसते. वन्य श्वापद. टर्नर खरेच बोलत असेल. तसाच असेल तो. त्याचे गाडी चालविणे फार वाईट होते असे नाही; पण सर्वसाधारण ड्रायव्हर्सपेक्षा खराब होते. पण त्या दिवशी सकाळी इन्टरस्टेट ७१० वरच्या लॉन्ग बीच फ्रीवे

म्हणून ओळखल्या जाणाऱ्या मार्गावर गाड्या चालविणाऱ्या इतर ड्रायव्हर्सपेक्षा काही तो गाडी वाईट चालवत नव्हता. लोक खात होते, पीत होते, दाढी करत होते, भांग पाडत होते, चेहरा नीटनेटका करत होते, नखे साफ करत होते, कागद फाइल करत होते, वाचत होते, इन्टरनेटवर सन्देश पाठवत होते, विविध संकेतस्थळे पाहत होते. सेलफोन्सवर खूप वेळ बोलत होते. काही संभाषणांचा शेवट किंचाळी फोडण्यात होत होता, तर काहींचा अश्रू ढाळण्यात. या सगळ्या गोष्टींत रीचर एकाच वेगात सरळ रेषेत गाडी चालविण्याचा प्रयत्न करत होता. पुढे कशाही वळणाऱ्या, इकडे तिकडे सरकणाऱ्या गाड्यांवर लक्ष देऊन आपल्याला गाडी कशी पळवावी लागणार आहे, याचा अंदाज घेत होता.

"आपण थांबून कॅप्टन एडमन्ड्सशी बोलू या," रीचर म्हणाला. "आपल्याला हवी आहे ती माहिती ती मिळवू शकते की नाही हे मला माहीत करून घ्यायचे आहे."

"ते सर्व आपण सध्या मागे ठेवू," टर्नर म्हणाली.

"शक्य असते तर ठेवले असते, पण ते आपल्याला तसे करू देणार नाहीत. त्यांच्या दुसऱ्या दोन माणसांनी ऑरेन्ज काऊन्टीला येणारे उड्डाण पकडले असण्याची दाट शक्यता आहे. किंवा नंतरचे लॉन्ग बीचला येणारे उड्डाण. कुठलेही विमान पकडून आले तरी ते फार तर एक किंवा दोन तासच आपल्या मागे आहेत."

"एडमन्ड्स काय मिळवू शकते किंवा काय मिळवू शकत नाही, याचा त्यांना तोंड देताना काहीही उपयोग होणार नाही."

"डावपेच आखण्याच्या दृष्टीने ती माहिती निर्णायक ठरू शकते," रीचर म्हणाला. "फिल्ड मॅन्युअलमध्ये सांगतात तसे. भविष्यकाळात त्यांची चौकशी करण्यासाठी त्यांची बौद्धिक क्षमता शिल्लक ठेवण्याची आपल्याला गरज आहे का, हे जाणून घ्यायला त्याचा उपयोग होईल."

"फिल्ड मॅन्युअलमध्ये तसे काहीही नाही."

"त्यांनी तो भाग नंतर कधीतरी गाळून टाकला असावा बहुतेक."

"तुझ्या म्हणण्याचा अर्थ असा आहे का की एडमन्ड्सला तिच्या प्रयत्नांत अपयश आले तर तू त्यांना जिवंत ठेवणार आहेस आणि त्यांना जबरदस्त मारहाण करून ती माहिती मिळवणार आहेस?"

"छे, छे! मारहाण करून मुळीच विचारणार नाही. बिग डॉगला जसे सभ्यपणे विचारले होते तसेच त्यांनाही विचारेन. पण त्यांना काही विचारण्याची गरजच भासणार नाही, असे जर मला आधीच कळले तर निसर्गनियमाने जे घडणार असेल तसे मी घडू देईन."

"आणि ते काय असणार आहे?"

''भविष्यकाळ आपण बघू शकत नाही. पण बहुतेक तो साधा, सरळ असेल.''

''रीचर, तू तुझ्या मुलीला भेटायला निघाला आहेस.''

''आणि तिथे पोहोचेपर्यंत तरी मी जिवंत राहावे अशी माझी इच्छा आहे. ही गोष्ट नंतर करायची, ती अग्रक्रमाने करायची असे काहीही आपण ठरवू शकत नाही. या बाबतीत नाही. आपल्याला दोन्ही गोष्टी एकाच वेळी कराव्या लागणार आहेत. मॅडम, मी त्याप्रमाणे माझा विनंतीअर्ज दाखल करतो आहे.''

''ठीक आहे,'' टर्नर म्हणाली. ''पण आपण निदान एक फोन तरी विकत घेऊ या म्हणजे फोन करण्यासाठी आपल्याला थांबावे लागणार नाही. खरं तर दोन घेऊ या. आपल्या दोघांसाठी एक एक. रोख पैसे देऊन. आणि रस्ते दाखविणारा एक नकाशा.''

मैलभर अंतर कापल्यावर ते फ्रीवे सोडून एका लागून लागून दुकाने असणाऱ्या स्ट्रिप मॉलवर आले. मध्यभागी एक फार्मसी होती. तिथे त्यांना प्री-पेड सेलफोन्स आणि नकाशे मिळाले. ज्या ज्या तऱ्हेने पैसे दिले जाऊ शकतात त्या त्या तऱ्हेने पैसे घ्यायची त्यांची तयारी होती. तेव्हा त्यांनी रोख पैसे दिले. एकमेकांच्या सेल फोन्सचे नंबर आपापल्या सेलफोनमध्ये घेतले. नकाशा गाडीमध्ये ठेवला. रीचर गाडीला टेकून उभा राहिला आणि त्याने एडमन्ड्सच्या सेलफोनवर फोन केला.

ती म्हणाली, ''मी आज सकाळी काम सुरू होण्याची वेळ होताच अर्ज दाखल केला आहे.''

''आणि?''

''अजूनपर्यंत माझी विनंती नाकारली तरी गेलेली नाही.''

''किती लवकर तुला माहिती मिळू शकेल?''

''खरं तर ताबडतोब मिळायला हवी होती; पण मिळेल लवकर.''

''चांगलं झालं.''

''तसेच म्हणायला हवे.''

''म्हणजे नक्की कधी मिळेल?''

''आज संध्याकाळपर्यंत मिळेल, नाही तर उद्या सकाळी.''

''पेन आहे?''

''आणि कागदही आहे.''

''पीटर पॉल लोझॅनो आणि रोनाल्ड डेव्हिड बॉल्डाची या नावांचा एच. आर. सी. मध्ये तपास कर.''

''कोण आहेत ते?''

''मला माहीत नाही. म्हणूनच तुला तपास करायला सांगतो आहे.''

''कशाशी तरी काही विशिष्ट संबंध आहे?''

"तू न्याय्य बाजूने उभी राहिलीस अशी इतिहासाने दखल घ्यावी म्हणून."

"मी काहीतरी ऐकले आहे. तुला माहीत हवे."

"कशाबद्दल?"

"डिटेक्टिव्ह पोडोल्स्किला भराव टाकण्यासाठी जिथे कचऱ्याच्या गाड्या रिकाम्या केल्या जातात, त्या जागी तुझे कपडे मिळाले आणि त्याने त्या कपड्यांची चाचणी केली."

"आणि?"

"रक्त जुळले नाही."

"मी श्वास रोखून धरून मेजर सलीव्हनने माफी मागण्याची वाट बघू?"

"तिचे मत बदलायला लागले आहे. तू तिचे तीस डॉलर्स देणे लागतो आहेस अशी चिठ्ठी ठेवल्यापासूनच खरं तर."

"मेट्रो पोलीस खाते आता माझ्यामागे लागणार नाही?"

"तसे घडणे शक्य नाही. चौकशी करण्यासाठी कायद्यानुसार त्यांनी तुला अडकवले असताना तू पळून गेला आहेस."

"हल्ली तसे करण्याची परवानगी नसते का?"

"मी लोझॅनो आणि बॉल्डाची याबाबतीत काही करता येते का ते बघते."

"आभारी आहे," रीचर म्हणाला.

ते पुन्हा फ्रीवेवर आले आणि उत्तर दिशेने निघाले.

रोमिओ ज्यूलिएटला फोन करून म्हणाला, "मी खोटे कारण सांगून थेट कूल अलूशीच बोललो. तो म्हणाला की वीस वर्षे जुन्या असलेल्या काळ्या रेन्ज रोव्हर गाडीमधून ते निघाले आहेत."

"कळलं ते बरं झालं," ज्यूलिएट म्हणाला.

"या ग्रहावरची सर्वांत तेज चालणारी गाडी नाही ती. तशी कुठलीच गाडी तेवढी वेगवान असू शकणार नाही. मी आपल्या माणसांना हेलिकॉप्टरनेच ऑरेन्ज काऊन्टीहून बरबॅन्कला पाठवले आहे. ते तासभर आधीच जागा पकडून त्यांची वाट बघत बसतील."

"यासाठी पैसे कुणी दिले?"

"सैन्य दलाने नाही," रोमिओ म्हणाला. "ती काळजी करू नको."

"बॉल्डाचीचे क्रेडिट कार्ड रद्द केले का? आणि लोझॅनोचेही?"

"मी तसे करू शकत नाही. ती त्यांची स्वतःची कार्ड्स आहेत. रुग्णालयामधून बाहेर पडल्यावर त्यांचे त्यांनाच हे काम करावे लागणार आहे. तोपर्यंत आपण नेहमीप्रमाणे त्यांच्या झालेल्या खर्चाची भरपाई करणार आहोत."

"हे प्रकरण आपल्याला फारच महागात पडते आहे."

"काही विशेष खर्च नाही झालेला."

"पण तसा कमीही नाही झालेला."

"सर्व संपणारच आहे आता. मग नेहमीप्रमाणेच उद्योग चालू राहील."

खाणाऱ्या, पिणाऱ्या, दाढी करणाऱ्या, भांग पाडणाऱ्या, चेहरा नीटनेटका ठेवणाऱ्या, नखे कापणाऱ्या, कागद फाइल करत असणाऱ्या, वाचणाऱ्या, सेलफोनवर एस. एम. एस. आणि इन्टरनेट सर्फिंग करणाऱ्या, किंचाळणाऱ्या आणि रडणाऱ्यांना टाळत रीचर ईस्ट लॉस एन्जलीसला पोहोचला. तिथून त्याने सान्ता ॲना फ्रीवे पकडला आणि तो एको पार्कवर पोहोचला. तिथून पुढे छोट्या छोट्या टेकड्यांमधून आणि सान्ता मोनिका बोलीवार्ड आणि सनसेट बोलीवार्ड आणि हॉलिवूड बाऊल अशा जादू घालणाऱ्या मोहक नावांच्या भागांमधून वाहतूक अगदी धीम्या गतीने चालू होती. फोन वाजल्यावर त्याने तो उचलला. "मी १०१ महामार्गावरून एका हाताने गाडी चालवितो आहे, हॉलिवूडची निशाणी माझ्या उजव्या हाताला आहे आणि हातात फोन आहे. शेवटी एकदा मला वाटायला लागले आहे की मी इथलाच एक आहे."

एडमन्ड्सने विचारले, "कागद-पेन्सिल आहे?"

"नाही."

"मग लक्षपूर्वक ऐक. पीटर पॉल लोझॅनो आणि रोनाल्ड डेव्हिड बॉल्डाची सध्या उत्तर कॅरोलिनामधील फोर्ट ब्रॅग येथील लॉजिस्टिक बटॅलिअनमध्ये आहेत. बराच काळ आहेत. अत्यंत महत्त्वाची अशी साधनसामग्री अफगाणिस्तानमध्ये घेऊन जाण्याचे आणि तिथून बाहेर काढण्याचे काम करणाऱ्या कंपनीमध्ये खास प्रशिक्षण देऊन त्यांची नेमणूक करण्यात आली आहे. सध्या अर्थातच अफगाणिस्तानमधून साधनसामग्री बाहेर काढायचे खूप मोठे काम त्यांना करावे लागत आहे. त्यांच्या वैद्यकीय तपासणीच्या अहवालांप्रमाणे ते कमालीचे धडधाकट आहेत. मला एवढेच माहीत झाले आहे."

फोन ठेवल्यावर रीचरने सगळी माहिती टर्नरला दिली. टर्नर म्हणाली, "बघितलंस? अत्यंत महत्त्वाची अशी जी सर्व साधनसामग्री परत आणली गेली पाहिजे ती तशी पोहोचत नाही."

रीचर काही बोलला नाही.

"पटत नाही तुला?"

"मी समजून घ्यायचा प्रयत्न करतो आहे. गुहांमधून किंवा आणखी कुठून आलेली साधनसामग्री फायेटव्हीलला नेण्यासाठी म्हणून मोठ्या ट्रक्समधून भरली

जाते. पण त्यामधली काही सामग्री जुन्या, भलत्याच लायसन्स प्लेट्स लावलेल्या ट्रक्समध्ये भरून पुन्हा ताबडतोब पर्वतराजींच्या दिशेने नेली जाते. शक्य आहे की येणाऱ्या ट्रक्समधून पैसा येत होता. केवळ रोख पैशांवर चालणारा हा व्यवसाय आहे. तू तसाच विचार करते आहेस?''

''थोडा फार तसाच.''

''मीदेखील. अनिश्चितता आणि मनावर पडणारा ताण. विश्वासघाताची भीती. तिथे ते कुणावर विश्वास ठेवायचा हे शिकतात. प्रत्येक गोष्ट त्यांच्या विरोधात जाऊ शकते. अगदी रस्त्यांवरचा प्रवाससुद्धा. ही साधनसामग्री नक्की किती मौल्यवान आहे? विचित्र लायसन्स प्लेट्स असणाऱ्या खडखडत्या ट्रक्समधून पाठविण्यासारखी आहे?''

''तुला नक्की काय म्हणायचे आहे, रीचर?''

''सर्व गोष्टी जर अफगाणिस्तानमध्ये घडत असतील तर ही माणसे फोर्ट ब्रॅगमध्ये काय करत आहेत?''

''ते आत्ताच अफगाणिस्तानमधून परत आले असतील.''

''मला नाही तसे वाटत,'' रीचर म्हणाला. ''त्या दोघांना बघताच पहिल्या मिनिटाला माझ्या लक्षात आले की त्यांच्यापैकी कुणीही एवढ्यातच मध्य पूर्वेला गेलेले नव्हते. त्यांचा चेहरा उन्हाने काळवंडलेला नव्हता, रोखून बघत राहिल्याने त्यांच्या डोळ्यांवर ताण पडलेला नव्हता, काळी वर्तुळे नव्हती. ते इथेच होते आणि तरी ए-टीममध्ये होते. सर्व काही अफगाणिस्तानमध्ये घडत असताना ए-टीम उत्तर कॅरोलिनात ठेवण्याची गरज काय?''

''या माणसांच्या ए-टीम्स नेहमी दोन्ही बाजूंना असतात.''

''पण बाजू एकच आहे. जुनाट आणि विचित्र लायसन्स प्लेट्स असणाऱ्या पिक अप् ट्रक्समध्ये अफगाणिस्तानमधल्या गुहांमध्ये दडवलेला माल भरला जातो. तो फोर्ट ब्रॅग किंवा उत्तर कॅरोलिनाच्या जवळपासदेखील पोहोचत नाही.''

''मग माझे म्हणणे चूकही असू शकेल. तो ते अफगाणिस्तानमध्ये नाही तर अमेरिकेत विकत असतील. त्यासाठी त्यांना फोर्ट ब्रॅग इथे ए-टीम लागत असेल.''

''पण तसे काही घडते आहे असेही मला वाटत नाही,'' रीचर म्हणाला. ''विचार केला तर छोट्या शस्त्रास्त्रांशिवाय दुसरे काही ते विकू शकत नाहीत. मोठी वजनदार शस्त्रे विकली जात असती तर ते आपल्याला कळले असते. आणि ते जितका पैसा कमावत आहेत त्याचा विचार करता त्यांना अमाप छोटी शस्त्रास्त्रे विकावी लागली असती. पण मार्केटमध्ये तशा शस्त्रास्त्रांचा महापूर लोटलेला नाही. ते लक्षात आले असते तुमच्या. कुठून तरी खबर मिळालीच असती. इथल्याच उत्पादकांकडून बहुधा, कारण त्यांचे धंदे बसले असते. तुझ्या टेबलावर शेवटी

काहीतरी आलेच असते. ११०वे युनिट त्यासाठीच आहे.''

''मग ते काय करत आहेत?''

''मला काही कल्पना नाही.''

कॅन्डिस डेटनच्या ॲफिडेव्हिटमधील तिच्या वकिलाचे नाव, त्याच्या कार्यालयाचा पत्ता यासारखी महत्त्वाची माहिती रीचरच्या डोक्यात पक्की लक्षात राहिली होती. नकाशावर योग्य तो चौक शोधून त्याच्यावर आपल्या डाव्या हाताच्या अंगठ्याचे नख ठेवूनच टर्नर बसली होती. उजव्या हाताचे बोट त्यांची गाडी जात होती तसे पुढे पुढे सरकत होते. दोन्ही बोटे जवळ जवळ येत होती. त्यांनी व्हेन्चुरा फ्रीवे ओलांडल्यावर ती म्हणाली, ''व्हिक्टरी बोलीवार्डवर जात राहा. बरबॅन्क विमानतळ अशी पाटी आली की आपण उत्तर दिशा सोडून देऊ. दक्षिणेला निघू. त्या दिशेने कुणी शोध घेत येईल अशी त्यांना कल्पना नसणार.''

पुढचा एक्झिट व्हिक्टरी बोलीवार्डसाठीच होता. पुढे उजवीकडे वळून ते दक्षिणेला निघाले. जो फ्रीवे त्यांनी काही मिनिटांपूर्वी सोडला होता त्याच फ्रीवेला समांतर रस्त्याने.

''आता गाडी बाजूला उभी कर,'' टर्नर म्हणाली. ''इथून प्रत्येक पाऊल काळजीपूर्वकच टाकायला हवे.''

४८

चौकाच्या कोपऱ्यातच गाडी उभी करून टर्नर आणि रीचर, व्हेन्चुरा बोलीवार्डच्या उत्तरेकडच्या दिशेने बघत बसले. दोन्ही बाजूंना ए पासून झेड्पर्यंत म्हणण्यासारख्या उद्योगांनी जम बसविलेला दिसत होता. मध्यम, लहान, लघु उद्योग आणि शेवटी घाऊक विक्रेते आणि किरकोळ विक्रेते, सेवासुविधा पुरविणारी दुकाने. काही व्यवसाय आहेत तसे कायम चालू राहणार होते, काहींना तशी आशा होती, काही नवीनच होते आणि काही झपाट्याने लयाला चालले होते. काही उद्योग नेहमीच कुठेही दिसणारे होते. अंतराळातला पाहुणा आला असता तर त्याचे मत झाले असते की ॲक्रिलिकची नखे ही आठ फूट × चार फूट फळ्यांएवढीच महत्त्वाची असतात.

टर्नरने अजूनही नकाशा उघडून धरला होता. "वकील फ्रीवेच्या उत्तरेकडे दोन चौकांपलीकडच्या व्हाइनलॅन्ड ॲव्हेन्यूवर आहे. डावीकडे वळल्यावर बरबॅन्क बोलीवार्ड, तिथून उजवीकडे व्हाइनलॅन्ड ॲव्हेन्यूच आणि ही गाडी कुणी ओळखू शकणार नसले तरीही दोनपेक्षा जास्त वेळा फेऱ्या घालता येणार नाहीत."

तेव्हा त्याप्रमाणे वळणे घेऊन रीचर व्हाइनलॅन्ड ॲव्हेन्यूवर पोहोचला आणि शांतपणे इकडे तिकडे बघत गाडी चालवत बसला. मुद्दाम हळू चालवत इकडेतिकडे बघत नव्हता की फार वेगानेही चालवत नव्हता. सकाळी रस्त्यांवर दिसणाऱ्या अनेक गाड्यांपैकी एक गाडी. "पुढच्या चौकात, उजवीकडे," टर्नर म्हणाली. "समोर पार्किंग लॉटही दिसतो आहे."

रीचरलाही तो दिसला होता. पण तो फक्त वकिलांकडे येणाऱ्यांच्या गाड्या उभ्या करण्यासाठी नव्हता; इतर गाड्यांसाठीही होता, कारण उजवीकडे लांबच लांब अशी एक इमारत होती. लाकडाची कौले आणि चालत जाण्यासाठी छत असलेला फूटपाथ. बाहेरच्या भिंती विशिष्ट अशा करड्या रंगाने रंगविलेल्या.

चित्रपटात शरीराची कातडी रंगवितात तसा रंग. इमारत सहा भागांत विभागली होती. केसांचे टोप विकणारे एक दुकान, काचसामानाचे एक, शेकडो ब्रॅण्ड्सचा माल विकणारे एक दुकान, कॉफी शॉप, से हाबला इस्पानिओल टॅक्स प्रीपेअरर. कॅन्डिस डेटनचा वकील इमारतीच्या मधल्याच कुठल्यातरी भागात होता. मॅजिक क्रिस्टल्स आणि इलेक्ट्रिक व्हीलचेअर्सच्या मध्ये. एका रांगेत आठ गाड्या उभ्या करता आल्या असत्या इतक्या रुंदीचा पार्किंग लॉट इमारतीसमोर होता. सगळ्याच दुकानांमध्ये येणाऱ्या ग्राहकांच्या गाड्या तिथे उभ्या करण्याची परवानगी दिसत होती. कोणत्याही दुकानाच्या ग्राहकाने कुठेही गाडी उभी करावी.

साधारण अर्धा पार्किंग लॉट भरलेला होता. बघता क्षणी तरी खरोखर तिथेच कुठेतरी आलेल्या लोकांच्या गाड्या वाटत होत्या. स्वच्छ होत्या, उन्हात चमकत होत्या. काही कशाही उभ्या केल्या होत्या. जसे काही ते ड्रायव्हर्स पटकन आत जाऊन, आपले काम उरकून, तत्काळ बाहेर पडणार होते. एखाद्या गाडीमध्येच जर दोन माणसे आयुष्य काढत असतील, तर ती गाडी कशा तऱ्हेची असेल यावर रीचरने खूप विचार केला होता. तशी गाडी एक तर जुन्या पद्धतीची वॅगन असेल किंवा आधुनिक एस. यु. व्ही. असेल, अशा निष्कर्षाला तो पोहोचला होता. बसायला फळी नाही तर बाक आणि पुढच्या सीट्स आणि मागचा कॅरिअर यांच्यामध्ये एक बिछाना टाकता येईल एवढी जागा. कमीत कमी एवढ्या गोष्टींची तर गरजच होती. जुनी ब्यूक रोडमास्टर किंवा नवीन शेव्ही सबर्बन चालू शकली असती. पण त्यापेक्षा शेवटी सबर्बन विकून जुनी रोडमास्टर विकत घेण्यात खूप फायदा झाला असता म्हणा. पैसेही शिल्लक राहिले असते. तेव्हा बराच काळ उभ्या आहेत अशा वाटणाऱ्या, टायर्समध्ये हवा नसणाऱ्या, धूळ खात पडलेल्या वॅगन्स कुठे दिसतात का यावर रीचरचे लक्ष होते.

पण अशा तऱ्हेची एकही गाडी त्याला कुठे दिसली नाही. बहुतेक सर्व गाड्या नेहमी दिसतात तशाच गाड्यांसारख्या दिसत होत्या. तीन-चार नवीन होत्या, पण डोळ्यांत न भरणाऱ्या. विमानतळावरून भाड्याने मिळतात तशा. एस्पिन आणि ७५ व्या युनिटचे मिलिटरी पोलीस वापरतील तशा. दोन-तीन एफ. बी. आय.ने जप्त केल्या होत्या वाटण्यासारख्या. जरा विचित्र भासत होत्या. गाड्यांवर काहीही चिन्हे नाहीत, अक्षरे नाहीत. कुठे पाळत ठेवायची असेल तर वापरायला देण्यासारख्या. सावल्या आणि चकचकीत सूर्यप्रकाश यांच्यामुळे आणि रंगीत छटांच्या काचांमुळे त्यात कुणी बसले आहे का नाही, हे कळणे मुश्कीलच होते.

त्याच वेगाने आणि त्याच मार्गाने ते जात राहिले, पुन्हा फ्रीवर आले. अचानक यू टर्न घेतला किंवा झटक्यात भलतीच दिशा घेतली तर पटकन लक्षात आले असते. पुन्हा एकदा त्याच चौकोनातून त्यांनी फेरी मारली आणि पहिल्याच ठिकाणी

आपली गाडी उभी केली.

"पुन्हा एकदा नजर टाकायची आहे?" टर्नरने विचारले.

"गरज नाही," रीचर म्हणाला.

"मग पुढे काय?"

"ते कुठेही असू शकतील. ते कसे दिसतात ते आपल्याला माहीत नाही किंवा कुठल्या प्रकारची गाडी वापरतात तेदेखील ठाऊक नाही. उगीचच गाडीमधून फेऱ्या घालण्यात अर्थ नाही. वकिलाकडूनच आपल्याला बरोबर पत्ता घ्यावा लागेल. म्हणजे त्याला तो माहीत असला तर."

"पण कसा मिळवायचा तो?"

"मी फोन करू शकतो किंवा माझ्यातर्फे एडमन्ड्सला फोन करायला सांगू शकतो. पण वकील म्हणणार की सर्व पत्रव्यवहार त्याच्या कार्यालयाच्या पत्त्यावरच करायला पाहिजे किंवा भेट घ्यायची असेल तर तीही तिथेच. मी या प्रकरणात किती गुंतलो आहे ते लक्षात घेता, तो मला पत्ता देणारच नाही. मी त्यांच्याशी संपर्क साधला तर तो धोकादायक ठरेल किंवा हिंसकही ठरू शकेल, अशी त्याला भीती वाटेल. त्याचीही काही जबाबदारी आहे. त्याच्यावर लाखो डॉलर्सचा दावा लागू शकतो."

"पण मग काय करणार आहेस तू?"

"दुसरे काही करण्यासारखे नसले की पुरुष जे करतात ते."

"काय?"

"एखाद्या हूकरला बोलावणार आहे."

ते पुन्हा उत्तरेला निघाले. वाटेमध्ये एक हॅम्बर्गर रेस्टॉरन्ट लागल्यावर ते कॉफीसाठी थांबले. रेस्टॉरन्टच्या मालकाकडून रीचरने *यलो पेजेस* मागून घेतली. कॉफी पिता पिता तो त्यातला काही भाग चाळत होता. ते पुन्हा निघाले. त्यांना एक मोटेल दिसले. शेजारी बराच काळ गाडी उभी ठेवण्याची परवानगी असलेला बरबॅन्क विमानतळावरचा पार्किंग लॉटही दिसला. ते मोटेलमध्ये शिरले नाहीत. गाडी उभी करून रीचरने लक्षात ठेवून दिलेला एक नंबर फिरवला. आवाजावरून तरी परकीय वाटणाऱ्या एका स्त्रीने तो उचलला. मध्यमवयीन वाटत होती. आणि झोपेमधून उठल्यासारखीही.

रीचरने विचारले, "तुझ्याकडे जास्तीत जास्ती पैसे मोजावे लागतील अशी अमेरिकन मुलगी कोण आहे?"

"एमिली," ती परकीय स्त्री उद्गारली.

"किती?"

"तासाला एक हजार डॉलर्स."

"आत्ता उपलब्ध आहे?"

"अर्थातच."

"क्रेडिट कार्डने पैसे दिले तर चालतील तिला?"

"चालतील. पण मग दर बाराशे डॉलर्स आहे."

रीचर काही बोलला नाही.

"ती तुझ्याकडे अर्ध्या तासात पोहोचेल आणि तेवढे पैसे घेण्याएवढी तिची नक्की पात्रता आहे. तिने कशा पोशाखात यावे अशी तुझी इच्छा आहे?"

"ग्रेड स्कूलमधली शिक्षिका," रीचर म्हणाला. "कॉलेजमधून बाहेर पडून वर्षभरच झाले असेल अशी वाटणारी."

"शेजारच्या घरातली आहे अशी वाटणारी मुलगी? तशी मुलगी नेहमी आवडते सर्वांना."

रीचरने पीट लोझॅनो असे स्वतःचे नाव सांगितले आणि मागच्या मोटेलचे नाव आणि पत्ता सांगितला.

"म्हणजे विमानतळावरच्या पार्किंग लॉट शेजारचेच मोटेल ना?" त्या परकीय स्त्रीने विचारले.

"हो."

"आम्ही बऱ्याच वेळा वापरतो ते. एमिलीला ते शोधायला त्रास होणार नाही."

रीचरने फोन बंद केला. ते आरामात गाडीत बसले. एकमेकांशी काहीही न बोलता, काहीही न करता, गाडीच्या विन्डशिल्डमधून समोर बघत, फक्त वाट बघत थांबले.

दहा मिनिटांनी टर्नरने विचारले, "तू ठीक आहेस ना रीचर?"

"खरं तर नाही," त्याने उत्तर दिले.

"का नाही?"

"इथे बसून मी चौदा वर्षांच्या मुलींकडे बघत बसलो आहे, मी विकृत मनोवृत्तीचा माणूस आहे असे मला वाटायला लागले आहे."

"कुणाला ओळखलेस?"

"अजून तरी नाही."

पस्तीस मिनिटांहून जास्तच वेळ वाट बघितल्यावर रीचरचा फोन वाजला. एमिलीला का उशीर झाला याबद्दल खेद व्यक्त करण्यासाठी ती परकीय स्त्री फोन वगैरे करत नव्हती. कॅप्टन एडमन्ड्सचा फोन होता. तिच्याकडे वर्तमानपत्राच्या पहिल्या पानावर झळकण्यासारखी बातमी आहे, असे ती म्हणाली. रीचरने फोन थोडा तिरका धरला

आणि टर्नर त्याच्या डोक्याला डोके लावून ऐकायला लागली. एडमन्ड्स म्हणाली, "मला एम. ३४३५ ची पूर्ण फाइल मिळाली आहे. पाच मिनिटांपूर्वीच मिळाली. मी मागेच लागले होते."

"आणि?" रीचरने विचारले.

"खरंच सांगते आहे, मेजर. जिथे जे.ए.जी. कॅप्टन्सना पाय ठेवायला भीती वाटावी अशा ठिकाणी घुसून माझी पूर्ण व्यावसायिक कारकीर्द पणाला लावण्याची माझी तयारी होती."

"आभारी आहे. मी हे आधीच म्हणायला हवे होते. माफ कर मला."

"काही काही गोष्टी तुलाही समजून घेण्याची आवश्यकता आहे. अफगाणिस्तानमध्ये जाऊन आपल्याला दहा वर्षे झाली आहेत. तसा विचार केला तर ३४३५ हा क्रमांक फारच जुना म्हणावा लागेल. आता तो आकडा लाखाच्या वर पोहोचला आहे. थोडक्यात, या माणसाबद्दलची गोळा केलेली माहिती तेवढीच जुनी आहे. मी सांगू शकते त्याप्रमाणे निदान सात वर्षांपूर्वीची. त्या माहितीत नंतर काही भरही पडलेली नाही. नेहमीचीच आणि अगदी कमी माहिती आहे. कारण तो माणूस तसा खूप महत्त्वाचा नाही. साधा शेतकरी आहे."

"नाव काय आहे त्याचे?"

"एमाल घोलम झदरान. सध्या बेचाळीस वर्षांचा. पाच भावांमधला एक. सर्वांत धाकटा. सर्व जण आजही जिवंत आहेत. कुटुंबाचा नावडता. त्यांच्या नावाला काळिमा फासणारा मुलगा. त्याची ख्याती तशीच आहे. त्यांचे पूर्वज हजारो वर्षांपासून जे करत आले आहेत तीच परंपरा चालविणारे. अफूचे उत्पादन करणारी थोडीशी शेती. खूप मोठी जमीन वगैरे नाही. सर्व कुटुंब त्या शेतीवर जगते. पण तरुण एमालची तसे काही करण्याची इच्छाच नव्हती. त्याने अनेक गोष्टी करून बघण्याचा प्रयत्न केला आणि त्याला कशातही यश लाभले नाही. तरीही मोठ्या मनाने त्याच्या भावांनी त्याला क्षमा केली आणि त्याला परत आपल्यात सामावून घेतले. सर्वांच्या माहितीप्रमाणे तो त्यांच्याच जवळ डोंगराळ भागात राहतो. काहीही करत नाही. एकटा एकटाच आयुष्य काढतो."

"सात वर्षांपूर्वी कोणत्या कारणामुळे आपले त्याच्याकडे लक्ष गेले होते?"

"जे काम करण्याचा त्याने प्रयत्न केला होता आणि ज्यामध्ये त्याला अपयशच प्राप्त झाले होते त्यामुळे."

"कोणते काम?"

"काही सिद्ध करता आले नाही. नाहीतर आपण त्याला गोळीच घातली असती."

"काय सिद्ध करता आले नाही?"

"बातमी अशी आहे की त्याने नवीनच उद्योग सुरू केला. दहाव्या माऊन्टन डिव्हिजनकडून हॅन्ड ग्रेनेड्स विकत घ्यायचे आणि ते तालिबानला विकायचे."

"असे किती ग्रेनेड्स त्याने विकले होते?"

"तसा काही आकडा लिहिलेला नाही."

"सिद्ध करता आले नाही?"

"खूप प्रयत्न करूनही सिद्ध झाले नाही."

"तरीही गोळी का नाही घातली त्याला?"

"रीचर, तू सैन्य दलामधल्या वकिलाशी बोलतो आहेस हे लक्षात घे. काहीही पुरावा मिळाला नाही. आणि आपण अमेरिकन आहोत."

"समज की मी सैन्य दलाच्या वकिलाबरोबर बोलत नाही."

"मग मी म्हणेन की काही सिद्ध करता आले नाही. त्या वेळी आपल्याला काहीही करून अफगाणिस्तानमधून बाहेर पडायचे होते. आपण त्यांच्या गळी पडत होतो की जास्त उशीर न करता लोकांनी निवडून दिलेले सरकार स्थापन करा म्हणून. आपण तीच आशा तरी करत होतो. आपली लष्करी न्यायालयीन पद्धती कायमच बंदुकीच्या चापावर बोट असणाऱ्या व्यक्तींनी चालविलेली असली तरी त्या वेळच्या अफगाणिस्तानमधल्या परिस्थितीचा विचार करता, ज्यांच्याविरुद्ध आरोप सिद्ध करता आला नव्हता, अशा स्थानिक अफगाण नागरिकावर आपण गोळ्या झाडू शकत नव्हतो. आपल्या प्रयत्नांत त्यामुळे अडथळाच आला असता. माझी खात्री आहे की परिस्थिती वेगळी असती तर त्याला नक्कीच गोळी घालून ठार मारले गेले असते."

"हुशार आहेस तू फार," रीचर उद्गारला. "सैन्य दलात वकील असूनसुद्धा."

आणि त्याने फोन बंद केला. त्याचे लक्ष टॅक्सीतून उतरून मोटेलच्या ड्राइव्हवेवरून चालत जाणाऱ्या एका मुलीकडे गेले होते. तरुण, गोरी, तपकिरी केसांची, उत्साही, ताजीतवानी भासणारी. तिच्या आयुष्यातल्या पुढच्या सर्व वर्षांमध्ये जगामध्ये जास्तीत जास्त चांगल्या गोष्टी करण्यास उत्सुक वाटत होती. ती एखाद्या ग्रेड स्कूलमधली शिक्षिकाच शोभली असती. कॉलेजमधून बाहेर पडून वर्षभरच झाले असेल अशी वाटणारी.

४१

मोटेलच्या कार्यालयासमोरून चालत जाऊन ती मुलगी आता कुठे जावे हे न कळल्याप्रमाणे थबकली. तिला नाव कळले असले तरी खोलीचा क्रमांक माहीत नव्हता. आपल्या बाजूची खिडकीची काच खाली करून टर्नरने विचारले, ''तू एमिली?''

तिने आणि रीचरने ठरविल्याप्रमाणेच टर्नरने तिला हाक मारली होती. मोटेलच्या पार्किंग लॉटमध्ये उभ्या असलेल्या गाडीमधल्या स्त्रीने हाक मारणे म्हणजे विचित्रच प्रकार होता. दोघांच्या ऐवजी तिघे जण एकत्र असणार होते. पण पुरुषाने हाक मारली असती तर ते आणखीनच चमत्कारिक ठरण्याची दाट शक्यता होती. तेव्हा टर्नरलाच प्रश्न विचारणे भाग होते आणि तिने त्याप्रमाणे प्रश्न विचारल्यावर मुलीनेही उत्तर दिले, प्रश्न विचारल्यावर ती मुलगी म्हणाली, ''हो, मी एमिली.''

टर्नर म्हणाली, ''आम्हीच तुझे अशील आहोत.''

''माफ कर मला. पण त्यांनी तसे सांगितले नव्हते. जोडपे असेल तर जास्त पैसे मोजावे लागतील.''

''मी आता तुला जे सांगणार आहे ते तू यापूर्वी एखादे वेळी ऐकले असशील किंवा नसशीलही. पण आम्हाला तुझ्याशी फक्त बोलायचे आहे. एक तासाच्या कामासाठी आम्ही तुला दोन हजार डॉलर्स देऊ. कपडे अंगावरच राहतील. तिघांच्याही.''

ती मुलगी पुढे झाली. पण खूप जवळ आली नाही. गाडीच्या उघड्या खिडकीसमोर थोडीशी दूर थांबली. वाकूनच तिने विचारले, ''हे नक्की कशाबद्दल आहे?''

''अभिनय,'' रीचरने उत्तर दिले.

तिच्या मनात थोडीशीही भीती निर्माण होऊ नये, म्हणून ते तिघे गाडीबाहेर उभे राहूनच बोलत बसले. रीचर आणि टर्नर गाडीवर रेलून उभे होते. त्यांच्यापासून चार फूट अंतरावर एमिली उभी होती. ती कधीही वळून पळ काढू शकली असती, पण ती पळून गेली नाही. तिने लोझॅनोचे अमेरिकन एक्स्प्रेस कार्ड तिच्या आयफोनला असलेल्या फटीमधून सरकवले. ज्या वेळी तिने फोनच्या पडद्यावर आलेला अधिकृत क्रमांक पाहिला, त्या क्षणी ती उद्गारली, ''मी कोणताही बीभत्सपणा करणार नाही.''

''कोणत्याही तऱ्हेचा बीभत्सपणा करावा लागणारही नाही,'' रीचरने उत्तर दिले.

''मग कुठल्या तऱ्हेचा अभिनय करण्याचे काम आहे?''

''तू नटी आहेस का?''

''मी *कॉल गर्ल* आहे. तू तुझ्या कामासाठीच बोलावून घेतले आहेस ना मला?''

''पूर्वी तू कधी नटी म्हणून काम केले आहेस का?''

''इच्छा होती पूर्वी तशी.''

''कोणत्याही तऱ्हेची भूमिका पार पाडू शकशील?''

''मला वाटते आत्ताही मी तेच करते आहे. भाबडी आणि निष्पाप अशी ध्येयवादी मुलगी. शिक्षणासाठी पैसे मिळविण्यासाठी नाइलाजाने काहीही करायला तयार झालेली. शक्यता आहे की आत्तासुद्धा मी बहुधा शिक्षक-पालक असोसिएशनमधल्या एखाद्या डॅडकडून गवत कापण्याचे यंत्र कामासाठी उसने मागणार असेन. पण बहुतेक वेळा काम मिळविण्यासाठी मी मुलाखतीला जाते. नाही तर कंपनीसाठी इमानेइतबारे काम करते आहे, हे मी कसे सिद्ध करणार?''

''दुसऱ्या शब्दात तू अभिनय करते आहेस.''

''नेहमीच. अगदी आत्तासुद्धा.''

''तू एका वकिलाच्या कार्यालयात जाऊन तिथे अशिलांचे स्वागत करणाऱ्या स्त्रीशी बोलून तिची सहानुभूती मिळवायची आहेस,'' रीचरने त्याला काय हवे आहे ते सांगायला सुरुवात केली. तिने असे का करायचे आहे याबद्दल एमिलीने थोडेही कुतूहल दाखवले नाही. ''शक्य झाले तर घर चालविण्यासाठी खूप कष्ट घेतलेली आई आहेस, अशी बतावणी केलीस तरी चालेल. ती सहानुभूती दाखवेल. मिसेस् डेटन ही तुझ्या मावशीची मैत्रीण आहे आणि कॉलेजच्या काळात अत्यंत कठीण परिस्थितीत असताना तिने तुला पैशांची मदत केली होती. आज तू तिचे पैसे परत करू शकते आहेस आणि तिला भेटण्याची तुझी इच्छा आहे, असे काहीतरी तिला सांग. काय बोलायचे, कसे बोलायचे ते तुझे तू ठरव. त्या स्त्रीने तुला तिचा पत्ता

देणे अपेक्षित नाही. खरं तर तिला तसा पत्ता देण्यास मनाईच असते. तेव्हा ऑस्कर मिळविण्यासाठी हीच संधी आहे.''

''आणि यामध्ये मार कुणाला खावा लागणार आहे?''

''कुणालाच नाही. घडले तर उलटच घडेल.''

''दोन हजार डॉलर्समध्ये? मी ऐकले नाही पूर्वी असे कधी.''

''ती स्त्री खरीच अस्तित्वात असेल तर तिला मदत मिळणार आहे. ती तशी नसेल तर मलाही मार पडणार नाही. सर्व चांगलेच असणार आहे.''

''हे करायची माझी इच्छा आहे की नाही हेच मला समजत नाही,'' एमिली म्हणाली.

''तू आगचे पैसे घेतले आहेस.''

''एका तासाच्या कामासाठी. मी इथे उभे राहून आनंदाने गप्पा मारत बसेन. किंवा आपण गाडीत बसू शकतो. तुला आवडत असेल तर मी माझे कपडे उतरवायलाही तयार आहे. बहुतेक वेळा शेवटी तसेच घडते.''

''बक्षिशी म्हणून पाचशे डॉलर्स रोख दिले तर? तू परत आल्यावर.''

''सातशे चालतील.''

''सहाशे.''

''ॲन्ड द ऑस्कर गोज टु..... एमिली,'' एमिली म्हणाली.

त्यांनी गाडीमधून सोडणे तिला पसंत नव्हते. हुशार मुलगी होती. आधीच्या लांबलचक बडबडण्याला एखादे वेळी काहीच अर्थ नसायचा. निरर्थक बडबडच ठरायची ती. आणि तीन दिवसांनी कुठल्या तरी खड्ड्यात नग्नावस्थेतला तिचा देहच सापडायचा. तेव्हा त्यांनी तिला वकिलाच्या कार्यालयाचा पत्ता दिला, वीस डॉलर्स तिच्या हातात ठेवले आणि तिने टॅक्सी पकडली. टॅक्सी दिसेनाशी होईपर्यंत ते बघत होते. मग ते रेन्ज रोव्हरमध्ये बसले आणि वाट बघत थांबले.

टर्नर म्हणाली, ''लक्षात घे रीचर. ए. एम. ३४३५ हा एमाल झदरान आहे. अमेरिकन शस्त्रास्त्रे अफगाणिस्तानमधल्या जातीजमातींच्या डोंगराळ प्रदेशात विकण्याचा त्याचा कागदोपत्री इतिहास आहे. त्याच डोंगराळ प्रदेशातून ती शस्त्रास्त्रे परत मिळविण्याचे काम ज्या कंपनीवर सोपविले आहे, त्या कंपनीमध्ये पीटर लोझॅनो आणि रोनाल्ड बॉल्डाची कामे करतात, अशी नोंद असणारी कागदपत्रे आहेत. कान किटवणारा जो आवाज माझ्या कानात येतो आहे, तो त्या कोड्याचे तुकडे योग्य जागी पडत आहेत, याचाच नाही ना?''

''सात वर्षांपूर्वी डोंगराळ भागात तो अमेरिकन्सचीच शस्त्रास्त्रे विकत घेत होता

आणि विकतही होता.''

''आणि त्यानंतर त्याचा कुठे उल्लेख नाही. रडारवरून तो नाहीसाच झाला आहे. शक्य आहे की तो त्याच्या कामात तरबेज झाल्यामुळे या कामासाठी ज्याच्याकडे जावे असा तो उच्चपदस्थ माणूस बनला. तो कुणासाठी तरी अमाप पैसे मिळवितो आहे. तसेच असणार. नाहीतर त्याला लपविण्यासाठी इतके प्रयत्न त्यांनी का केले असते?''

''एखादे वेळी तू म्हणते आहेस तेच बरोबर असेल.''

''तू गंभीरपणे तुझे मत मांड. उगाच माझ्या हो ला हो करू नकोस. तू माझा एक्झिक्युटिव्ह ऑफिसर आहेस.''

''बढती आहे का ती?''

''नवीन आज्ञा आहे समज.''

''नाही, मलाही खरोखर तसेच वाटते आहे. खबर देणाऱ्याने त्यासाठी जमातप्रमुख असा शब्द वापरला आहे. त्याचा संबंध त्याच्या समाजामधील मानाच्या स्थानाला असणार. आदरार्थी वापरलेला शब्द. कुटुंबाला काहीतरी लाभ होईल असे कुठलेही काम न करता दिवसभर नुसते बसून वेळ काढून कुटुंबाच्या नावाला काळिमा आणणाऱ्या माणसाच्या बाबतीत असा आदरार्थी प्रयोग केला जाणार नाही. तशा माणसाला समाजात मानाचे स्थान असू शकत नाही. गावामधला एक मूर्ख माणूस अशा तऱ्हेनेच त्याच्याकडे बघितले जाईल. त्याला मान नक्कीच मिळणार नाही. तेव्हा हा एमाल कुणासाठी तरी काहीतरी काम करतो आहे. माझे म्हणणे एवढेच होते की सर्व गोष्टी जर अफगाणिस्तानमध्ये घडत असतील तर उत्तर कॅरोलिनामध्ये एखादी टीम कशासाठी तयार ठेवायची? शक्य आहे की त्यांना इथे काहीतरी दुसरेच काम असेल. तुला जे वाटते आहे ते खरे असेल तर अमाप पैसा अमेरिकेमध्ये येतो आहे. गाड्या भरभरून बहुधा. खूप मोठी रक्कम. आकारमानानेही. ठीक आहे. त्यांना उत्तर कॅरोलिनामध्ये टीमची गरज भासतही असेल. फक्त शस्त्रास्त्रे हाताळायलाच नव्हे, तर पैसा हाताळायलाही.''

रोमिओने ज्यूलिएटला फोन करून म्हटले, ''परिस्थिती बिघडतच चालली आहे.''

''कशी काय?'' ज्यूलिएटने विचारले.

''त्यांनी आत्ताच लोझॅनोचे अमेरिकन एक्स्प्रेस कार्ड एका हूकरला पैसे देण्यासाठी वापरले. दोन हजार डॉलर्स. त्याचा अर्थ लक्षात येतो आहे ना तुझ्या?''

''ते कंटाळले आहेत?''

''क्रेडिट कार्ड्सवरचा तपशील वाचण्याचे कार्ड रीडर हे साधन फक्त एकाच तऱ्हेची हूकर वापरते. एक वेश्या. ते आपल्याला खिजवत आहेत. बेघर माणसांच्या

फोन्सवर कार्ड रीडर असते तर त्यांनी त्यांना पैसा वाटला असता. एखादे वेळी फक्त फोन असते तरी वाटला असता.''

''आणि त्यांच्याकडे फोन्स नसतात.''

''आणि रीचरच्या वकिलाने झदरानची पूर्ण फाइलही मिळविली आहे. तासाभरापूर्वीच. त्यांना आता माहिती मिळाली असणार.''

''तू उगीचच खूप काळजी करतोस.''

''संबंध सरळ जोडला जाऊ शकतो. त्यासाठी काही अलौकिक बुद्धिमत्तेची गरज नाही.''

''किंवा तू फार आधीपासूनच काळजी करतो आहेस,'' ज्यूलिएट म्हणाला. ''चांगली बातमी तर तू अजून ऐकलेलीच नाहीस.''

''चांगली बातमी आहे?''

''आपल्या माणसांनी आत्ताच त्यांना वकिलाच्या कार्यालयावरून गाडीतून फेरी मारताना बघितले. वीस वर्षे जुनी रेन्ज रोव्हर. काळी. पूर्ण खात्री पटविणे कठीण होते, कारण गाडीच्या काचा काळ्या होत्या. पण आत दोन व्यक्ती बसल्या होत्या असे त्यांना वाटले. एक आकारमानाने मोठी आणि दुसरी लहान.''

''कधी घडले हे?''

''एक तासही झालेला नाही.''

''फक्त एकदाच?''

''अजूनपर्यंत तरी. नक्कीच टेहळणी करत होते.''

''तिथे खूप वर्दळ असते?''

''स्ट्रिप मॉल आहे तो. चार जुलैच्या परेडसारखी गर्दी असते.''

''आणि नंतर कुठे गेले ते?''

''फ्रीवेवरून गेले. वळसा घेऊन आले असणार. उत्तरेकडे काही चौक अंतरावर ते दडून बसले असावेत.''

''आपण काही करू शकतो का?''

''हो. मला तरी तसे वाटते. ते खूप काळजी घेऊन गाडी चालवत होते. मिलिटरी पोलीस आणि एफ. बी. आय. आसपास असणार याची तर त्यांना खात्रीच आहे आणि तिथून त्यांना तरी कळण्यासारखे काहीच नाही, तिथे पहारा ठेवणे म्हणजे आपल्या माणसांचा दुरुपयोग ठरेल. ते आपल्या नजरेमधून सुटण्याचा प्रश्नच येत नाही; कारण ते पुन्हा तिथे जाणार नाहीत. आपल्या माणसांचा इतरत्र जास्त चांगल्या तऱ्हेने उपयोग करून घेता येईल. तयार राहायला सांग त्यांना. मी सुचवतो आहे फक्त.''

''मान्य आहे,'' रोमिओ म्हणाला. ''जाऊ दे तिथून त्यांना.''

अमाप पैसा मिळवून देणारी पण पिक-अप् ट्रकमध्ये भरून नेता येण्यासारखी कोणत्या प्रकारची शस्त्रास्त्रे असतात, याचा विचार करत रीचर आणि टर्नर वेळ घालवत होते. वेळ जात होता तसे ते निराश बनत होते. दोन्ही गोष्टी फारच भिन्न होत्या. एम. ओ. ए. बी. ज. – भयावह असे मॅसिव्ह ऑर्डनन्स ब्लास्ट बॉम्ब हे नास्पती या फळाच्या आकारासारखे, तीस फूट लांब आणि चार फूट रुंद असतात. एका ड्रोनची किंमत सदतीस दशलक्ष डॉलर्स असते, पण त्यांच्या पंखांची लांबी साठ फूट असते. त्यांच्यावर ताबा राखणारे जॉयस्टिक कन्ट्रोल्स नसतील तर धातूच्या तुकड्यांपेक्षा त्यांना जास्त किंमत नाही. आणि जॉयस्टिक कन्ट्रोल्स फ्लॉरिडा किंवा टेक्सासमध्ये असतात.

याउलट रायफल्स, पिस्तूल्स, हॅन्ड ग्रेनेड्स यांची किंमत तशी कमी होती. बिरेटा एम.-९ पिस्तुल दुकानात सहाशे डॉलर्सना मिळू शकत होते. वापरलेले असेल तर चारएकशे डॉलर्सना, रस्त्यांवर किंवा डोंगराळ प्रदेशात विकले गेले असते. केमन आयलन्ड्सवर फुकट जातील असे गृहीत धरून बँकेच्या खात्यात भरलेले पैसे मिळवायचे तर तीन-चारशे पिस्तुले विकत घेणे आवश्यक होते. हजारो पिस्तुले जर नाहीशी व्हायला लागली असती तर सैन्य दलाच्याही ते लक्षात आल्याशिवाय राहिले नसते.

त्यांना काही कळतच नव्हते.

आणि मग एमिली परत आली.

५०

एमिली टॅक्सीमधून खाली उतरली. अजूनही तिच्या भूमिकेमधून बाहेर न पडता. भाबडी, निष्पाप, ध्येयवादी मुलगी. पहिल्या वेळी टॅक्सीमधून उतरल्यावर जशी वाटली होती तशीच. मागच्या वेळेप्रमाणेच गाडीच्या, टर्नरच्या बाजूच्या, खिडकीसमोर पाच फूट अंतरावर उभी राहिली. टर्नरने खिडकीची काच खाली घेतली.

"मला ते करताना खूप आवडले नाही," एमिली म्हणाली.

"का?" रीचरने विचारले.

"चांगली स्त्री होती ती. गोड गोड बोलून तिला फसविल्यासारखे वाटले मला."

"काम झाले?"

"पत्ता कळला मला."

"कुठे आहे?"

"तू माझे सहाशे डॉलर्स देणे लागतोस."

"तांत्रिकदृष्ट्या देणे लागत नाही. बक्षिशी आहे ती. कराराबाहेरची, स्वखुशीने भेट देण्यात येणारी रक्कम. देणे वगैरे लागत नाही."

"आता तू ती रक्कम देण्याचे टाळायला बघतो आहेस का?"

"छे, छे! पण शब्दांचा कीस पाडायला आवडते मला."

"काहीही असले तरी मला अजूनही सहाशे डॉलर्स मिळायलाच पाहिजेत."

त्याच्या खिशातल्या रोनाल्ड बॉल्डाचीच्या पाकिटामधून वीस वीस डॉलर्सच्या थप्पीमधून रीचरने तेवढे पैसे काढून ते टर्नरच्या हातात ठेवले. टर्नरने खिडकीमधून हात बाहेर काढून ते एमिलीला दिले.

आसपास नजर टाकत एमिली म्हणाली, "मादकद्रव्यांचा व्यवहार चालला आहे असे मला वाटायला लागले आहे."

“पत्ता काय आहे?” रीचरने विचारले.

तिने रस्त्याचे नाव सांगितले आणि घराचा क्रमांकही.

“काय आहे तिथे? रिकामा प्लॉट? स्वतःचा पार्किंग लॉट असणारा उद्योग व्यवसाय?” रीचरने विचारले.

“ते माहीत नाही मला.”

“कार्यालय कसे वाटले?”

“खूप कामात असलेली माणसे. डेटन त्यांच्या दृष्टीने खूप महत्त्वाची आहे असे मला वाटले नाही.”

“ठीक आहे, एमिली,” रीचर म्हणाला. “तुझ्या भेटीमुळे खूप आनंद झाला. तुझा आजचा दिवस खूप चांगला जाऊ दे हीच शुभेच्छा.”

“झालं सगळं?”

“आता काय राहिले आहे?”

“माझ्यासारखी गोड मुलगी अशा प्रकारचे काम का करते असे विचारणार नाहीस तू? भविष्यकाळ कसा घालवावा याबद्दल सल्लाही नाही देणार?”

“नाही,” रीचरने उत्तर दिले. “आणि माझा सल्ला कुणी ऐकला नाही तरी मला चालेल. तुझे तर त्याच्याशिवायही चांगले चाललेले दिसते आहे. तासाला हजार डॉलर्स वाईट नाहीत. वीस डॉलर्समध्ये काम करणारी माणसे ठाऊक आहेत मला.”

“कोण?”

“अंगावर वर्दी चढविणारी माणसेच. बहुतेक वेळा.”

टर्नरच्या नकाशाप्रमाणे व्हेन्चुरा फ्रीवेच्या दक्षिणेला, कुठलेच नाव नसणाऱ्या भागामध्ये, एमिलीने सांगितलेले घर होते. युनिव्हर्सल सिटी नाही, पश्चिम टोलुका नाही, ग्रिफिथ पार्क नक्कीच नाही. आणि इतक्या दक्षिणेला होते की उत्तर हॉलिवूडही म्हणता येणार नाही. पण योग्य जागाच असा रीचरचा तर्क होता. कुठल्या तऱ्हेचे कुतूहल नसणाऱ्या, येणाऱ्या-जाणाऱ्या लोकांचा राबता असणारी जागा. छोटे छोटे नवीन उद्योग सुरू होणारी आणि बंद पडणारी जागा. बऱ्याच इमारती रिकाम्याच असतील. समोरच्या पार्किंग लॉट्समध्ये फक्त त्या इमारतींमधील घरघर लागलेल्या उद्योगात काम करणाऱ्या माणसांच्याच गाड्या उभ्या राहत असणार. प्रथम दक्षिणेला व्हाइनलॅन्ड आणि नंतर फ्रीवे पकडला की त्यांना हवी असणारी जागा त्यांच्या उजव्या हातालाच आली असती.

“मिलिटरी पोलीस आणि एफ. बी. आय. यांच्याकडे ही माहिती आहे, असे आपल्याला गृहीत धरायला पाहिजे,” टर्नर म्हणाली.

"त्यांना नक्कीच ती माहिती आहे," रीचर म्हणाला. "तेव्हा आपण वकिलाच्या कार्यालयाच्या बाबतीत जे केले होते तेच या घराच्या बाबतीत करू या."

"एक फेरी."

"काही जणांच्या बाबतीत ती दुसरी ठरायचीही शक्यता आहे. कारण माझी खात्री आहे की आलटून पालटून वकिलाचे कार्यालय आणि ते घर यांच्यावर नजर ठेवली जात असणार. कुठल्याच ठिकाणी दुर्लक्ष करून त्यांना चालणार नाही."

"तो रस्ता एखादा बोळ किंवा पुढे बंदच होणारा रस्ता असला तर?"

"मग काढता पाय घ्यायचा. दुसरा काहीतरी मार्ग शोधायचा."

"आणि सर्वांत चांगली गोष्ट म्हणजे आपण फक्त बघणार आहोत. भेटायचे नाही, शुभेच्छा नाहीत. तसा नुसता विचार करण्यापूर्वीसुद्धा आपल्याला त्यांच्यावर खूप काळ नजर ठेवावी लागेल."

"ठीक आहे."

"जगातील सर्वांत मोहक अशी चौदा वर्षांची मुलगी जरी घरीच बनविलेला, *डॅडी, घरी तुझे स्वागत आहे* लिहिलेला झेंडा फडकवत आली तरीही. ती चुकीची मुलगी असू शकते. वेगळ्याच डॅडीची वाट बघणारी."

"ठीक आहे," रीचर म्हणाला.

"तू काय करणार नाहीस ते तोंडाने बोल."

"भेटायचे नाही, शुभेच्छा नाहीत," रीचर म्हणाला.

"चल, निघू या मग."

या वेळी ते व्हाइनलॅन्ड ॲव्हेन्यूवरून गेले नाहीत. पुन्हा एकदा वकिलाच्या कार्यालयावरून जाण्यात काही मतलब नव्हता. त्यांनी मारलेली ही दुसरी फेरी आहे हे काही जणांच्या तरी ध्यानात आले असते. त्यातून काही निष्पन्नही होणार नव्हते, आणि ते नेमके पाळत ठेवणाऱ्यांची पाळी बदलण्याच्या वेळीच गेले तर ती तिसरी फेरीही ठरायची. त्यात काही अर्थच नव्हता. बहुतेक सर्व जणांच्या लक्षात तिसरी वेळ येतेच, असा रीचरचा अनुभव होता. त्यांच्या ती लक्षात येते आहे हे काही वेळा त्यांच्या ध्यानातही येत नाही. मित्राशी बोलता बोलता कोणीतरी अडखळतो, याच माणसाला तिसऱ्या वेळी बघितले का आपण? डोळ्याच्या कोपऱ्यातून? तीच गाडी किंवा तोच फुलांचा ट्रक? किंवा तोच कोट किंवा कुत्रा किंवा शूज?

तेव्हा ते प्रथम पूर्वेला गेले, मग दक्षिणेला आणि फ्रीवे ओलांडून त्यांनी गाडी थांबवली. त्यांना ज्या भागात जायचे होते तो पुढे उजव्या बाजूला होता. खूप उंच नसलेली अनेक घरे. कॉंक्रीटचे फुटपाथ आणि सुकलेल्या गवतावर गाडी बाजूला घ्यायला जागा. डांबर लावलेल्या खांबांवर डझनावारी वायर्सचे जाळे. काही वायर्स

तर रीचरच्या मनगटाएवढ्या जाड होत्या. खांबांच्या मागे छोट्या इमारती किंवा बंगले, छोट्या जागा असणारी अपार्टमेन्ट्स आणि छोटी छोटी दुकाने. एक नेल सलोन, एक पिक-अप् ट्रक दिसत होता. बास्केटबॉलचे हूप्स आणि आइस हॉकीचे गोल्स आणि एखाद्या टबप्रमाणे मोठ्या सॅटेलाइट डिशेस. आणि सर्व बाजूंनी उभ्या असणाऱ्या गाड्याच गाड्या.

''चांगली जागा नाही,'' टर्नर म्हणाली.

रीचरने मान डोलावली. चांगली जागा नव्हतीच. त्या रस्त्याने जायचे म्हणजे सारखी गाडी थांबवायची, सुरू करायची आणि एका अडथळ्याशेजारून पुढे जायचे. मग दुसरा अडथळा. सारखे तेच करायचे. चालणेच वेगाने झाले असते.

''तू कमान्डिंग ऑफिसर आहेस,'' तो म्हणाला.

''आणि तू एक्झिक्युटिव्ह ऑफिसर,'' ती म्हणाली.

''मग मी म्हणेन, जाऊ या तसेच. पण शेवटचा निर्णय तुझाच असेल.''

''जाऊ या, असे का म्हणतो आहेस तू?''

''वाईट भासणाऱ्या गोष्टी दुसऱ्या तऱ्हेने विचार केला तर आपल्यासाठी चांगल्याच ठरण्याची शक्यता आहे. मिलिटरी पोलीस आणि एफ. बी. आय. ला आपण कोणत्या तऱ्हेची गाडी वापरतो आहोत ते ठाऊक नाही. त्यांच्या दृष्टीने हा एक जुना ट्रक आहे, काळ्या काचा असलेला. ते या ट्रकच्या शोधात नाहीत.''

''पण पोचे आलेल्या गाडीमधले दोघे जण ती शोधत असतीलही. त्यांना चांगली माहिती मिळते आहे. सर्वांत वाईट म्हणजे क्रेडिट कार्डचा वापर त्यांच्या लक्षात आला असेल आणि ते याच ट्रकच्या शोधात असतील.''

''ते ठीक आहे,'' रीचर म्हणाला. ''ते आपल्याबाबतीत काही करू शकत नाहीत. या ठिकाणी नाही. सरकारी साक्षीदार हजर असताना नाही. मिलिटरी पोलीस आणि एफ. बी. आय. त्यांच्याप्रमाणेच नजर ठेवत आहेत, हे त्यांना माहीत आहे. काहीही घडले तरी ते काही करू शकत नाहीत. ते फक्त थांबून बघत राहतील.''

''एखादे वेळी आपला पाठलागही करतील. या भागातून दुसरी एखादी गाडी निघाली तर मिलिटरी पोलीस आणि एफ. बी. आय.ला विशेष काही वेगळे वाटणार नाही.''

''मान्य आहे. पण मी आधीच म्हटल्याप्रमाणे वाईट गोष्टीही आपल्या फायद्याच्या ठरू शकतात. आपण नजर ठेवू शकतो आणि त्या दोघांना *आपण ठरविलेल्या जागी बाहेर येणे भाग पाडू शकतो.* एका दगडात दोन पक्षी. एका दिवसाचे चांगले काम होईल. एक्झिक्युटिव्ह ऑफिसर म्हणून बोलतो आहे मी. पण शेवटचा निर्णय तुझाच असेल. त्यासाठी तर तुला हायस्कूलमधल्या काही काही शिक्षिकांएवढा पगार मिळतो आहे.''

टर्नर काही बोलली नाही.

"दोन्ही गोष्टी एकदमच कराव्या लागणार आहेत, बरोबर?"

"ठीक आहे," टर्नर म्हणाली. "जाऊ या असेच."

त्यांनी काळजीपूर्वक नकाशाचा अभ्यास केला. रीचरने वळणे लक्षात ठेवली. उजवीकडे, डावीकडे, पुन्हा उजवीकडे की तिचा रस्ता येईल. तिच्या घराचा क्रमांक त्या रस्त्याच्या मध्यभागी कुठेतरी येत असणार.

"फक्त बघायचे आहे. लक्षात ठेव," टर्नरने आठवण करून दिली. "भेटायचे नाही. शुभेच्छा द्यायच्या नाहीत."

"आलं लक्षात," रीचर म्हणाला.

"कुठलाही अपवाद नाही."

"होय, मॅडम."

त्याने फुटपाथच्या कडेवरून गाडी रस्त्यावर घेतली आणि पहिले वळण घेताच तो त्या भागात पोहोचला. पहिला रस्ता गोंधळाचाच होता. राहण्यासाठी जागा आणि दुकानांसाठीही. ग्रोसरी स्टोअरच्या समोर एक बेकरीचा ट्रक उभा होता. गटारामध्ये एक छोटी सायकल पडली होती आणि चाके नसलेली एक गाडी ठोकळ्यांवर उभी होती. दुसरा रस्ता बरा होता. जास्त रुंद नसला तरी सरळ होता. थोडा कमी गर्दीचा आणि कमी गोंधळाचा. पहिल्या पन्नास यार्डांनंतर डावीकडे आणि उजवीकडे छोटी छोटी घरे दिसायला लागली. खूप श्रीमंती थाटाची नसली तरी दणकट घरे. काही घरांवरची छपरे नवीन होती, भिंती रंगविलेल्या होत्या, काँक्रीटच्या टब्जमध्ये झाडे लावलेली होती. बहुतेक झाडे वाळून गेली होती म्हणा. मिळालेल्या पैशात घरखर्च भागवणे कठीण पडत असले तरी कष्ट करून पैसे मिळवणारे लोकच इथे राहत होते.

शेवटचे वळण, आधीच्या भागाहून चांगला भाग. सरळ रस्ता. रस्त्याच्या शेवटच्या घराचा १०१ हा क्रमांक त्याला स्पष्टपणे दिसला. दोन्ही बाजूंना जमिनीच्या सरळ पट्ट्यावर बांधलेली एकसारखी घरे. वादळाला दाद न देणारी कुंपणे. १९४० मध्ये सैनिकांसाठी म्हणून बांधलेली ही घरे साठ वर्षांनीही उभी होती. घरांची वेगवेगळ्या प्रमाणात काळजी घेतली गेली होती. काही खूप चांगल्या तऱ्हेने ठेवली गेली होती. काही बाहेरच्या बाजूने चकचकीत केलेली होती. काही घरे नंतर वाढविलेली होती. बहुतेक ड्राइव्हवेजवर गाड्या उभ्या होत्या. आणि फुटपाथच्या कडेलाही. फुटपाथच्या कडेला तशा फारच गाड्या उभ्या असल्याने गाड्या चालविण्यासाठी एका मार्गिकेएवढाच रस्ता शिल्लक राहिला होता.

तेव्हा गाडी चालवणे तसे अवघड काम होते. हळूहळू चालवावी लागत होती.

"पुढे उजव्या हाताला नक्की एफ. बी. आय. चे एजन्ट आहेत," टर्नर म्हणाली.

रीचरने मान डोलावली. काहीही बोलला नाही. साठ एक फूट पुढे फुटपाथच्या कडेला एक शेव्ही मालिबू उभी होती. सिल्व्हर रंगाची. जिथे क्रोम प्लेटेड पत्रे असायला हवेत त्या ठिकाणी प्लॅस्टिक. मागच्या काचेला दोन जाड्या आणि छोट्या ॲन्टिना चिकटविलेल्या. ड्रायव्हरच्या जागी पांढऱ्या कॉलरचा शर्ट घातलेला माणूस बसलेला होता. गाडीवर कुठल्याही तऱ्हेचे चिन्ह नव्हते, पण लक्ष वेधले जाऊ नये असा खास प्रयत्नही केलेला दिसत नव्हता. क्षणभर थांबून एजन्टची वास्तपुस्त करून, त्याला दिलासा देऊन परत निघणाऱ्या सुपरवायझरची गाडी असू शकली असती. त्याच्या गाडीच्या मागे असणाऱ्या गाडीतच एजन्ट बसलेला असावा.

"त्याच्या पुढच्या गाडीवर लक्ष दे जरा," रीचरने टर्नरला सांगितले. एच.-२ हमर गाडी होती. रुंद, उंच, प्रचंड, चकचकीत काळा रंग, सांगाडा बनविताना क्रोम प्लेटेड पत्रे वापरण्यावर जास्तीत जास्त भर दिलेला मोठी चाके, अरुंद टायर्स, काळ्या रबर बॅन्ड्ससारखे.

"आठ वर्षांपूर्वी कायदेशीरपणे जप्त केलेली असावी," टर्नर म्हणाली. "दारात कोकेन दडविलेले असेल किंवा मागच्या बाजूला चोरलेला माल सापडला असेल किंवा फसवणुकीच्या भानगडीतही वापरली असेल. तेव्हा प्रथम ती ताब्यात घेतली असणार आणि नंतर कुणावर तरी पाळत ठेवण्यासाठी तिचा उपयोग केला जात असणार."

आणि हमरच्या पुढे साठ फुटांवर दुसऱ्या फुटपाथच्या कडेला एक छोटी पांढरी गाडी उभी होती. यांच्या दिशेने तोंड असलेली. चकचकीत आणि विशेष न वापरली गेलेली. वैयक्तिक अशी एक गोष्ट नाही. नक्की विमानतळावरून भाड्याने घेतलेली असणार. ७५ वे एम. पी. युनिट. कोच क्लासमधून लॉस एन्जलीसपर्यंत प्रवास केलेला दुर्दैवी प्राणी. हर्ट्झ किंवा एव्हिस याहून चांगली गाडी सरकारने भाड्यासाठी मंजूर केलेल्या पैशात देऊच शकत नाहीत. या रस्त्यावरची सर्वांत रद्दड गाडी.

"दिसली?" रीचरने विचारले.

शेजारी बसलेल्या टर्नरने मान डोलावली. "तेव्हा पत्ता काय आहे ते आता आपल्याला कळलेले आहे. हमरचा पुढचा बम्पर आणि त्या गाडीच्या मध्यावरचे घर. फार हुशार समजतात स्वतःला. आणि कावेबाज."

"नेहमीप्रमाणेच," रीचर म्हणाला. तो घरांचे क्रमांक बघत होता. ते त्यांच्या डाव्या बाजूला असणार होते. साधारण नव्वद फूट पुढे. सरकारी गाड्या तीन

कोपऱ्यांवर अचूक उभ्या असल्या तर. "दुसरे कुणी दिसते आहे?" त्याने विचारले.

"सांगणे तसे कठीणच आहे," टर्नर म्हणाली. "या सगळ्या गाड्यांमधल्या कुठल्याही गाडीत माणसे बसलेली असू शकतील."

"तशीच आशा आहे," रीचर म्हणाला. "निदान दोन व्यक्तींच्या बाबतीत."

तो हळूहळू, काळजीपूर्वक ट्रक पुढे नेत होता. या जुन्या ट्रकचे स्टीअरिंग नीट काम करत नव्हते. पाच-सहा इंचांपर्यंत ठीक होते. सिल्व्हर मालिबूच्या पुढे जाताना त्याने खाली, उजवीकडे बघितले. पांढऱ्या कॉलरवाल्याने टायही बांधलेला होता. नक्कीच एफ. बी. आय. एक चौरस मैलाच्या या भागात टाय घातलेला फक्त हाच माणूस असणार. मग हमर. ड्रायव्हरच्या जागी एक गोरा माणूस बसलेला होता. जरा जास्तच वरपर्यंत केस कापत नेलेले. व्हाइटवॉल क्रू कट पद्धतीने. लष्करी गाडीत अशा तऱ्हेने केस कापलेला माणूस सहसा दिसत नाही.

मग डावीकडे वळून त्याने घरांचे क्रमांक बघायला सुरुवात केली. नक्की काय दिसेल अशी त्याची अपेक्षा होती हे, त्याचे त्यालाही कळत नव्हते. आधीच्या आणि नंतरच्या घरांपेक्षा थोडेसे वेगळे...? जप्ती आणलेले, फळ्या ठोकून बंद केलेले घर...? जळून गेल्यानंतर बुलडोझर लावून भुईसपाट केलेले घर? का रिकामा प्लॉट जिथे घर कधी बांधलेच नव्हते आणि समोर एक मोठी गाडी उभी असणारे? एखादी ब्यूक रोडमास्टरच.

पण एमिलीने मिळविलेल्या पत्त्याप्रमाणे इतर घरांसारखेच ते एक घर होते. आधीच्या आणि नंतरच्या घरांपेक्षा वेगळे नव्हते. बँकेने फळ्या ठोकून बंद केलेले नव्हते. जळून गेल्यामुळे बुलडोझर फिरविलेलेही नव्हते. इतरांएवढ्याच प्लॉटवर बांधलेले इतरांसारखेच घर. ड्राइव्हवेवर गाडी उभी होती. पण ब्यूक रोडमास्टर नव्हती. दोन दारे असलेली बंद गाडी. कूपे. अमेरिकन नव्हती. सूर्यप्रकाशामुळे मूळचा लाल रंग उडालेली. जुनी. मिलिटरी पोलिसांच्या भाड्याने घेतलेल्या गाडीपेक्षाही छोटी. त्या गाडीत दोन माणसे झोपणे अशक्य होते. तसा विचारही अशक्य होता. जुने घर. मजला वाढविलेले. तळमजल्यावर खाली, डावीकडे खिडकी. उजवीकडे खिडकी. निळ्या रंगाच्या पुढच्या दारावरतीच माळ्यावरची खिडकी असणारी.

आणि निळ्या दरवाजातून एक मुलगी बाहेर पडत होती.

चौदा वर्षांची असू शकली असती. किंवा पंधरा.

गुलाबी कातडी, तपकिरी केस.

आणि ती उंचही होती.

५१

"थांबू नको," टर्नर म्हणाली खरी, पण रीचरच्या गाडीचा ब्रेक लागला. अगदी नकळत. उभ्या असलेल्या कूपेला वळसा घालून ती फुटपाथवर आली. पिवळा टी-शर्ट, काळी ढगळ पॅन्ट आणि निळ्या डेनिम जीनचे जाकीट. पिवळे टेनिस शूज घातलेले. पायमोजे नाहीत. लेसेस नाहीत. उंच आणि सडपातळ. उन्हाळ्यातल्या गवताच्या रंगासारखे केस. कुरळे. पाठीच्या अर्ध्यापर्यंत लांब. मध्ये भांग पाडलेला. निळे डोळे. चेहऱ्यावर कोड्यात पडल्यासारखे भाव आणि हसूही उमटलेले. छोट्या छोट्या कटकटी असणाऱ्या आयुष्याला शांतपणे, धीराने आणि थोडीही कटुता न धरता तोंड देत असणारी मुलगी.

ती पश्चिम दिशेने चालत निघाली. त्यांच्यापासून दूर दूर.

"नजर समोर, रीचर," टर्नर म्हणाली. "ट्रक सुरू करून तिच्या शेजारून पुढे नीघ. थांबू नकोस. रस्त्याच्या शेवटपर्यंत जा. ताबडतोब. ही आज्ञा आहे. ती तीच असेल तर आपण नंतर खात्री करून घेऊ आणि पुढे काय करायचे ते ठरवू."

तेव्हा रीचरने वेग घेतला. मिलिटरी पोलिसांच्या पांढऱ्या कॉम्पॅक्ट गाडीजवळून ती चालत जात असताना रीचर पुढे निघाला. ती पांढरी गाडी बघून तिला काही विशेष वाटल्याचे दिसले नाही. तिच्यासाठीच ती गाडी तिथे आहे हे तिला माहीत नसावे. तिला कुणी काही सांगितले नव्हते का? आणि काय सांगणार म्हणा! *"मिस्, आम्ही तुझ्या वडिलांना अटक करायला आलो आहोत."* *ज्यांना तू कधी भेटलेली नाहीस. पण तो इथे आला तरच. कारण आत्ताच त्याला तुझ्याबद्दल सर्व काही सांगितलेले आहे.'*

रीचरचा एक डोळा आरशावर होता. आरशामधून त्याला ती लहान लहान होताना दिसत होती. टी जंक्शनला आल्यावर त्याने डावीकडे वळून पुन्हा एकदा तिच्याकडे नजर टाकली आणि तो पुढे निघाला. ती दिसेनाशी झाली.

त्यांच्या मागे कुणीही आले नव्हते. शंभर एक यार्डांनंतर ते थांबले. त्यांच्या मागचा रस्ता रिकामाच राहिला. दुसऱ्या कुठल्या वेळी रीचरला थोडी निराशाच वाटली असती. अर्थात, या क्षणी रीचरच्या डोक्यात पोचे आलेल्या गाडीतल्या उरलेल्या दोघा जणांचा विचारही येत नव्हता. तो त्याने पार मागे दहा मैलांवर सोडला होता.

"त्यांनी मला सांगितले होते की ती एका गाडीतच राहते म्हणून," तो म्हणाला.

"तिच्या आईला एखादेवेळी नवीन नोकरी मिळाली असेल. किंवा नवीन मित्र."

"जिथून नजर ठेवता येईल अशी एखादी जागा दिसली तुला?"

"सहजपणे तरी लक्षात आली नाही."

"तर मग इतरांबरोबर गर्दी करून आपण रस्त्यावरच गाडी उभी करू या. जोपर्यंत आपण गाडीमधून बाहेर पाऊल टाकत नाही तोपर्यंत आपण ठीक राहू."

"त्यापेक्षाही आपण चांगले नक्कीच करू शकतो," टर्नर म्हणाली. तिने एकदा नकाशा बघितला आणि रेन्ज रोव्हरच्या खिडक्यांमधून सर्व दिशांनी नजर टाकली. थोडी उंचावर कुठली जागा आहे का ते बघितले की जिथून घरावर लक्ष ठेवता येईल. दक्षिणेला धूर आणि धुके यांच्या आवरणातून वर येणाऱ्या हॉलिवूडच्या टेकड्या होत्या. तिथे तशा बऱ्याच जागा असणार. पण त्या फार दूर होत्या. तिथून घराचा पुढचा भाग दिसलाही नसता म्हणा. शेवटी तिने एका ठिकाणी बोट दाखविले. इन्टरस्टेट १३४ आणि इन्टरस्टेट १०१ फ्रीवेज मिळत होते त्या ठिकाणी. तिथे दोन्ही फ्रीवेजना जोडणारा रस्ता एका फ्रीवेवरून दुसऱ्या फ्रीवेवर जाताना मोठे वळण घेऊन जात होता आणि तसा तो जात असताना तिथून आसपासचा संपूर्ण भाग नजरेच्या टप्प्यात येत होता. "इंजिन गरम झाले आहे वगैरे कुठले तरी कारण दाखवून आपण गाडी बंद पडली असे दाखवू या. ही गाडी तशा तऱ्हेने बंद पडू शकेल असे कुणालाही पटेल. तासन्तास आपण तिथे थांबू शकू. एफ. बी. आय. रस्त्यात कुणाची गाडी बंद पडली तर मदत वगैरे करत नाही. लॉस एन्जलीस पोलीस खात्याची क्रूझर मदतीसाठी थांबली तर आपण सांगू की इंजिन आता थंड झाले आहे आणि आम्ही निघतोच आहोत."

"वॉरन्ट ऑफिसर एस्पिनच्या ही जागा लक्षात आली असेल," रीचर म्हणाला. "त्याने नक्कीच दुर्बिणीतून आसपास नजर फिरवली असणार. तिथे त्याला कुठलीही गाडी उभी दिसली तर तो चौकशी केल्याशिवाय राहणार नाही."

"ठीक आहे. लॉस एन्जलीस पोलीस खात्याच्या खुणा असलेली क्रूझर सोडून दुसरी कुठलीही गाडी मदतीला येताना दिसली तर आपण तत्काळ निघू या. आणि

एस्पिनच असला तर बरबॅन्कच्या डोंगराळ भागात नाहीसे होऊ.''

''आपण बरबॅन्कच्या आधीच त्याला गुंगारा देऊ शकतो, कारण माझी खात्री आहे की त्यांनी त्याला चार सिलिंडरचीच गाडी भाड्याने देऊ केली असणार.''

त्यांना एखादे पॉन शॉप, वस्तू गहाण ठेवून कर्जाऊ रक्कम देणाऱ्या सावकाराचे दुकान– शोधण्याची गरज होती. अगदी तातडीने. थोडा काळ वापरण्यासाठी त्यांना एक चांगली वस्तू हवी होती. चोरलेले क्रेडिट कार्ड वापरून ते पैसे देणार असल्याने आधी कुणीतरी वापरलेली वस्तूच त्यांना मिळाली असती. ते शहरामधले रस्ते वापरून पश्चिम हॉलिवूडला पोहोचले. तिथे त्यांनी एक दुकान शोधले आणि रीचर दुकानातल्या माणसाला म्हणाला, ''तुझ्याकडची सर्वोत्कृष्ट दुर्बीण दाखव मला.''

त्याच्याकडे बऱ्याच दुर्बिणी होत्या, पण सगळ्या जुन्याच होत्या. ते योग्यच होते म्हणा. त्याच्या वडिलांच्या काळात प्रत्येक कुटुंबात दुर्बीण विकत घेण्याची पद्धतच होती. आणि ज्ञानकोशसुद्धा. या दोनही गोष्टींचा उपयोग कुणीही करत नसे. आणि कुटुंब समजा कर्नलचे किंवा त्याच्या वरील पद असणाऱ्या अधिकाऱ्याचे असेल, तर वेळ दाखविणारा आठ एम. एम. कॅमेरासुद्धा घेतला जाई. कर्त्या पुरुषाने या गोष्टी पुरविणे हे कर्तव्य असे. पण आता तशी माणसे राहिली नव्हती. नवीन पिढीला सामान ठेवण्यासाठी कमी जागा उपलब्ध होती. कमी किंवा फारच कमी किमतीच्या किंवा मध्यावरच्या किमतीची लेबल्स असलेल्या आणि अजूनही चामड्याच्या वेष्टणात आणि मखमली कापडावर जशाच्या तशा ठेवलेल्या कॉलेजच्या अंगठ्या आणि अकौस्टिक गिटार्स यांच्यामध्येच कुठे तरी दुर्बिणी आणि ज्ञानकोश सापडत.

त्यांना एक दुर्बीण आवडली. खूप जड नव्हती. ताकदवान होती. दोघांच्याही डोळ्यांना लावू शकता येत होती. त्यांनी बॉल्डाचीचे पैसे दिले आणि ते दुकानाबाहेर पडून गाडीकडे निघाले.

''मला वाटते आपण अंधार पडायला लागेपर्यंत थांबू या,'' टर्नर म्हणाली. ''तिच्या मॉमला जर नवीन नोकरी मिळाली असेल तर त्याआधी काही घडेल असे मला वाटत नाही. आपल्या गाडीचा रंगही काळा आहे. एस्पिनला ती अंधारात दिसणारही नाही. पण रस्त्यावर दिव्यांचा प्रकाश असेल तर आपण दुर्बिणीने बघू शकू.''

''ठीक आहे,'' रीचर म्हणाला. ''पण मला वाटते आपण काहीतरी खाऊ या. खूप तास वेळ घालवावा लागणार आहे. तुझी तिथे किती काळ थांबायची तयारी आहे?''

“हवा तितका काळ. आणि हव्या तितक्या वेळा.”

“आभारी आहे.”

“आजपर्यंत मी अनेक जणांना भेटले आहे. पण आज मी तुझ्याबरोबर जी गोष्ट करते आहे ती किती हुशारीची आहे किंवा किती मूर्खपणाची आहे, ते मला कळत नाही.”

पीटर पॉल लोझॅनोच्या पैशांनी त्यांनी पश्चिम हॉलिवूडमध्ये जेवण घेतले. शांतपणे, चवीचवीने आणि महागड्या रेस्टॉरन्टमध्ये. दुपार उलटली. संध्याकाळ झाली. आकाशामधल्या प्रकाशापेक्षा रस्त्यावरचे दिवे प्रखर दिसायला लागल्यावर ते पुन्हा गाडीत बसले आणि सनसेट बोलीवार्डवरून पुढे निघाले. वाहतूक नेहमीप्रमाणेच धीम्या गतीने चालू होती. पण तोपर्यंत आकाशातला काळोख गडद होत चालला होता.

वळत जाणाऱ्या रॅम्पवर पोहोचेपर्यंत पूर्ण अंधार पडला होता. रॅम्पवर आपत्कालीन परिस्थितीत गाडी उभी करण्यासाठी खास जागा राखून ठेवलेली नसली तरी, उजव्या बाजूला मार्गिका रंगवल्यानंतर गाडी उभी करण्याएवढी जागा होती. टर्नरच्या हातात त्यांनी नवीनच विकत घेतलेली जुनी दुर्बीण तयारच होती. जिथून त्यांना व्यवस्थित बघता येईल अशी जागा आल्यावर तिने रीचरला गाडी थांबवायला सांगितले. घराच्या निळ्या दरवाजापासून साधारण तीनशे यार्ड अंतरावर आणि चाळीस एक फूट उंचीवर आता त्यांची गाडी उभी होती. फिल्ड मॅन्युअलमध्ये लिहिल्याप्रमाणे. थोड्या उंचीवरून खाली येणारी सरळ रेषा. अजिबात वाईट जागा नाही. खरं तर खूपच चांगली. घरात शांतता होती. निळा दरवाजा बंद होता. लाल रंगाची कूपे ड्राइव्हवेवर उभी होती. एफ. बी. आय.ची मालिबू रस्त्यावर दिसत नव्हती. हमर उभी होती आणि तिच्यापासून साठ फूट अंतरावर पांढरी कॉम्पॅक्ट गाडीही उभी होती. दिवसपाळीला काम करणारे लोक घरी निघत होते आणि रात्रपाळी करणारे कामावर जायला निघत होते.

ते आळीपाळीने दुर्बिणीतून नजर ठेवत होते. रीचर आपल्या ड्रायव्हरच्या सीटवर बसला आणि त्याने आपली पाठ दाराला टेकवली. शेजारी बसलेल्या टर्नरच्या खिडकीमधून तो लांबवर बघत होता. दुर्बिणीमधून रात्रीही स्पष्ट प्रतिमा दिसेल अशी सोय नव्हती. पण ठीक दिसत होते. काही फूट अंतरावरून त्यांच्या गाडीला मागे टाकून एका मागोमाग एक गाड्या पुढे जात होत्या. १०१ क्रमांकाच्या फ्रीवेवरून १३४ क्रमांकाच्या फ्रीवेवर वळत होत्या. कोणत्याही गाडीच्या ड्रायव्हरने थांबून काही मदत हवी का, असे त्यांना विचारले नाही. त्या वेगाने पुढे जात असताना त्यांच्या वाऱ्यांच्या झोतानेच हा जुना ट्रक थरथरत होता.

रोमिओने ज्यूलिएटला फोन केला. ''ते आत्ताच पश्चिम हॉलिवूडमध्ये होते. बॉल्डाचीचे कार्ड वापरून त्यांनी पॉन शॉपमधून काहीतरी खरेदी केली आहे आणि लोझॅनोचे कार्ड वापरून त्यांनी एका महागड्या रेस्टॉरन्टमध्ये जेवणही घेतले.''

''पॉन शॉपमधून त्यांना काय विकत घ्यायचे होते?''

''ते महत्त्वाचे नाही. ते पश्चिम हॉलिवूडमध्ये आरामात वेळ काढत होते, हे महत्त्वाचे. त्यांना काही करायचे असते, म्हणजे मिसेस डेटनचा पत्ता शोधायचा असता, तर त्यांनी असा वेळ फुकट घालविला नसता. तेव्हा त्यांना तिचा पत्ता मिळाला आहे असे आपण गृहीत धरायला हरकत नाही.''

''त्यांना तिचा पत्ता मिळालाच कसा?''

''त्याचा विचार करण्यात आता अर्थ नाही. प्रश्न असा आहे की यानंतर ते काय करणार आहेत. शक्य आहे की अंधार पडेपर्यंत त्यांनी पश्चिम हॉलिवूडमध्ये दडून वेळ काढला होता आणि ते आता परत जाऊन बराच काळ त्या घरावर नजर ठेवणार आहेत.''

''आपली माणसे आत्ता तिथे नाहीत.''

''मग ताबडतोब त्यांना तिथे परत पाठव. त्या भागाची निष्णात सैनिकाच्या दृष्टीने पाहणी करून तशा कामात तरबेज असणारी एखादी टीम त्या घरावर कुठून लक्ष ठेवेल हे शोधून काढायला सांग. तशा चांगल्या जागा हाताच्या बोटांवर मोजण्याएवढ्याच असणार. ते काही शेजाऱ्याच्याच मागच्या अंगणात दडी मारून बसणार नाहीत. खूप लांबवरूनच नजर ठेवतील. फिल्ड मॅन्युअलप्रमाणे लांबून आणि उंचावरच्या जागेवरून. रिकाम्या इमारतीचा वरचा मजला, उंचावरची पाण्याची टाकी, एखादे गराज. आपल्या माणसांना अशा जागांची यादी बनवायला सांग आणि दोघांना वेगळे होऊन त्या जागांचा शोध घ्यायला सांग म्हणजे काम लवकर होईल. आपल्याला आज रात्रीच कळले पाहिजे.''

''पॉन शॉपमध्ये पिस्तुले वगैरे मिळतात?''

''त्यांनी पिस्तुले घेतलेली नसणार. कॅलिफोर्निया आहे हे. इथे कायदे आहेत. मध्ये थोडा वेळ जावा लागतो त्यासाठी. आणि त्यांनी फक्त तीस डॉलर्सच खर्च केले आहेत.''

''क्रेडिट कार्डवर. लोझॅनो आणि बॉल्डाची यांच्याकडे रोख रक्कमही बरीच होती.''

''बेकायदा खरेदी? मग ते जेवत बसले नसते. त्याच भागात तर नक्कीच नाही. दुसरीकडे कुठे तरी गेले असते. मला तरी तसे वाटते. तेव्हा त्यांच्याकडे पिस्तुले नाहीत असेच गृहीत धरायला हरकत नाही.''

"तुझे म्हणणे बरोबर असेल, अशी आशा आहे माझी," ज्यूलिएट म्हणाला. "जरा सोपे होईल काम."

तीस मिनिटे दुर्बिणीतून बघत काढल्यावर डोळ्यांची उघडझाप करत आणि डोळे चोळत टर्नरने दुर्बीण रीचरच्या हातात ठेवली. त्याने ती आपल्या दोन्ही डोळ्यांवर बसेल अशी रुंदावली. प्रतिमा नीट दिसण्यासाठी छोटेसे चाक त्याला इतके फिरवायला लागले की आपण अर्धवट आंधळेच झालो आहोत की काय, असा त्याला संशय आला. तसे नसेल तर टर्नरला खूप कमी दिसत असणार.

ती म्हणाली, "मला पुन्हा सार्जन्ट लीचला फोन करायचा आहे. ती ठीक आहे याची खात्री करून घ्यायची आहे."

"माझ्याकडून शुभेच्छा दे तिला," तो म्हणाला. तीनशे यार्ड अंतरावर काही घडते आहे का, ते बघत असताना त्याचे तिच्या बोलण्याकडेही थोडेफार लक्ष होते. काही विशेष हालचाल दिसत नव्हती. हमर होती तिथेच होती. पांढरी कॉम्पॅक्ट गाडी आपल्या जागेवर होती. निळ्या दरवाजामधून कुणी आत गेले नाही आणि बाहेरही आले नाही. सार्जन्ट लीच ठीक दिसत होती आणि तिला मदत करणारी तिची खरीखुरी मैत्रीण मार्गरिट वेगाही. निदान आत्ता तरी, या क्षणापर्यंत तरी. टर्नर स्पष्टपणे आणि तपशीलवारपणे काही बोलत नसली तरी फासे टाकले गेले होते आणि आता दोनच शक्यता दिसत होत्या, यावर त्यांचे एकमत झालेले दिसत होते. मोठा विजय तरी मिळणार होता, नाही तर घरी जायची तयारी करायला लागणार होती.

निळा दरवाजा बंदच राहिला. बहुतेक सर्व काळ रीचरचे लक्ष त्या दरवाजावरच खिळलेले होते. पण प्रत्येक वीस सेकंदांमधले चार सेकंद त्याचे लक्ष आसपास काही हालचाल होते का यावरही होते. चाके नसलेली गाडी, गटारात पडलेली सायकल, ग्रोसरी स्टोअरच्या बाहेर उभा असलेला बेकरी ट्रक बघत त्याची नजर रस्त्यावर पुढेपर्यंत फिरत होती. मग व्हाइनलॅन्ड ॲव्हेन्यू. तो फ्रीवेच्या दक्षिणेला जितक्या अंतरावर होता, तितक्याच अंतरावर उत्तरेला वकिलाचे कार्यालय होते.

मग त्याने पुन्हा निळ्या दरवाजाकडे बघितले. तो बंदच राहिला होता.

नंतर रस्त्याच्या दुसऱ्या बाजूने उजवीकडून शेवटपर्यंत बघायचे.

कुठून चालत जायला पाहिजे, हे रीचरच्या बरोबर ध्यानात आले होते.

त्याने पुन्हा निळ्या दरवाजाकडे बघितले. तो बंदच राहिला होता.

आठ वाजायला एक मिनिट कमी असेपर्यंत तो बंदच राहिला आणि मग तो उघडला. ती मुलगी पुन्हा बाहेर आली. लांब लांब पावले टाकणारी. आकर्षक. तेच

केस. तोच शर्ट. तेच जाकीट. तेच शूज. मोजे आणि लेसेस नसणारच बहुधा. चेहऱ्यावरही तसेच कोड्यात पडल्याचे भाव असणार. पण अंधार पडला होता. दुर्बिणीतून बघायलाही मर्यादा होत्या.

सर्व काही पहिल्याप्रमाणेच.

पण या वेळी ती दुसऱ्या दिशेला वळली.

पश्चिमेऐवजी पूर्वेला निघाली. फ्रीवेपासून दूर. तिच्याबरोबर कुणी नव्हते. तिच्या मागावर कुणी नव्हते. तिची काळजी घेण्यासाठी कुणी नव्हते. रीचरने टर्नरचे लक्ष वेधले. तिने मान डोलावली.

''त्या दोघांपैकी कुणालाच त्यांनी काही सांगितलेले नसण्याची शक्यता आहे का?'' त्याने टर्नरला विचारले.

''त्यांनी मुलीला काही सांगितलेले नसणार हे तर उघडच आहे,'' टर्नर म्हणाली. ''ते तिला सांगू शकत नाहीत की आम्ही तुझ्या डॅडीला शोधले आहे आणि आम्ही त्याला अटक करणार आहोत.''

''पण आईला सांगू शकतील? मग तिला मुलीच्या पालनपोषणासाठी जे काही थोडेफार पैसे मिळत असतील तेदेखील मिळणार नाहीत.''

''तुझ्या मनात काय आहे?''

''त्यांनी तिच्या बरोबर कुणालाही पाठविलेले नाही, जे त्यांनी करायला हवे होते. मी जर तिला घरात गाठू शकलो नाही, तर मी तिला घराबाहेर गाठू शकतो. अगदी सरळ आहे हे. पण तिच्या बरोबर कुणी नाही याचे तर्कशुद्ध कारण एकच असू शकते. त्यांनी त्यांना सांगितलेले नाही. चार चार माणसे जर सगळीकडे त्यांच्यामागे फिरायला लागली तर त्याचे कारण ते देऊ शकत नाहीत. तेव्हा ते सगळीकडे त्यांच्या मागे नसतात.''

''कंजूषही आहेत ते. त्यांना सांगितले तर त्यांच्या घरात त्यांना एक स्त्री अधिकारी ठेवावी लागेल. त्यासाठी पैसे खर्च करायला लागतात.''

''ठीक आहे. थोडक्यात आई आणि मुलगी हा एक सापळा आहे. पण हे त्यांना माहीत नाही. त्या घरातून बाहेर पडतील तेव्हा एस्पिन किंवा दुसऱ्या कुणालाही दूर अंतरावरून त्यांच्यावर लक्ष ठेवण्यासाठी कुणाची तरी नेमणूक करावी लागेल. कधीतरी एखादे वाहन त्यांच्यामागून धाडावे लागेल.''

''मान्य आहे.''

''पण हालचाल तर कुठेच नाही. दोन्ही गाड्या जाग्यावर आहेत.''

''ती दिसेनाशी होईपर्यंत ते थांबले असतील.''

''बघू या काय होते ते.''

पण एकही गाडी सुरू झाली नाही. रस्त्याच्या कोपऱ्यावरून मुलगी उजवीकडे

वळली आणि दिसेनाशी झाली. घरात शांतता होती. दोन्ही गाड्या जाग्यावर उभ्या होत्या.

टर्नर म्हणाली, ''दुसरी एखादी टीम असू शकेल.''

''तू अंदाजपत्रकात तरतूद करशील तशा टीमसाठी?''

''नक्की करेन.''

''ते करतील? घरात एक स्त्री अधिकारी ठेवायचीही तयारी नाही त्यांची.''

''ठीक आहे. एकच टीम आहे आणि ती तिच्या मागावर नाही. आळशीपणा असेल किंवा जे चाललेले आहे तेवढे पुरेसे वाटले असेल त्यांना. पार्किंगसाठी जागा मिळणेही कठीण पडत असेल.''

''ते हालचाल करत नाहीत याचे कारण आहे की मी मूर्ख आहे अशी त्यांची कल्पना आहे. त्यांना वाटते आहे की मी ड्राइव्हवेवरून चालत जाऊन त्या दारावर ठोकेन म्हणून.''

पार दुसऱ्या टोकापासून, व्हाइनलॅन्डपासून, एक गाडी यायला लागली. हेडलाइट्सचा प्रकाश एकदा उजवीकडे वळत होता आणि एकदा डावीकडे. मग ती रस्त्यावरून हमरला मागे सोडून, निळ्या दरवाजाच्या घरावरून पुढे येत पांढऱ्या कॉम्पॅक्ट गाडीला समांतर उभी राहिली. मग तशीच मागे मागे जात रस्त्याच्या अगदी शेवटी जागा होती त्या ठिकाणी उभी राहिली. ड्रायव्हरच्या इच्छेपेक्षा खूप दूर. हेडलाइट्स बंद झाले. गाडीतून दोन माणसे बाहेर पडल्यासारखी वाटली. खूप लांब होती आणि स्पष्ट दिसतही नव्हती. हलत्या सावल्या केवळ. पण एक दुसरीच्या मानाने खूप मोठी वाटत होती.

मेंदूमधल्या सरड्यासारखा विचार करणाऱ्या भागाने धोक्याची चाचपणी जरा उशिराच सुरू केली, पण रीचर तत्क्षणी इंचभर पुढे वाकून बघायला लागला.

५२

अंतर खूप होते. प्रकाश कमी होता. दुर्बिणीतून त्यामुळे खात्री पटत नव्हती. तेव्हा रीचरने तत्काळ निर्णय घेतला नाही. कॅलिफोर्नियात चार कोटी माणसे होती. तिसरा माणूस लक्ष ठेवत असताना त्याच दोन व्यक्ती त्याला दिसतील याची शक्यता फार कमी होती.

पण अशा अनपेक्षित घटना नेहमी घडत असतात. रीचर त्यांच्याकडे निरखूनच बघत होता. त्या चालायला लागल्यावर जास्तीत जास्त स्वच्छ प्रतिमा दिसण्यासाठी तो दुर्बीण जुळवत होता. त्या व्यक्ती फुटपाथवरून नाही, तर रस्त्यावरून चालायला लागल्या. घाईघाईने आणि बरोबरीने जवळजवळ येत चालल्या तशी रीचरची खात्री पटायला लागली. पुन्हा हमरशेजारून पुढे येऊन रस्त्यावरच्या प्रकाशात त्या उभ्या राहिल्या आणि रीचरच्या मनातले सर्व संशय फिटले.

एक जण पहिल्या रात्रीचा ड्रायव्हर होता आणि दुसरा एक अत्यंत दणकट माणूस होता. डोके विचित्र भासत होते आणि त्याचे कान छोटे होते.

ते घरासमोरच उभे राहिले. अगदी स्तब्धपणे. मग उलटे फिरले. आलेल्या दिशेनेच लांबवर बघत बसले. मग गोल गोल फिरत चारही बाजूंनी मधून मधून बोटे दाखवत, निरीक्षण करायला लागले. त्यांची नजर नेहमीच घरापासून दूर आणि उंचावर होती.

रीचर म्हणाला, ''ते आपल्यालाच शोधत आहेत.''

गोल फिरता फिरता प्रथमच त्यांना रॅम्पचा उजवा कोपरा दिसला आणि छोट्या कानांच्या माणसाच्या तत्काळ काहीतरी लक्षात आले. डावीकडून उजवीकडे आणि नंतर उजवीकडून डावीकडे हात फिरवत त्याने तो आपल्या छातीशी नेला. तो जसा काही म्हणत होता की, *तिकडे वरती ड्रेस सर्कलची पहिली रांग आहे आणि ही रंगभूमी आहे. अगदी आपण उभे आहोत तिथेच.* मग त्याने तोच तळवा डोळ्यांच्या

वरती आडवा धरला आणि रॅम्पवर हळू हळू नजर फिरवायला लागला. कुठल्या जागी उभे राहिले तर ही जागा उत्कृष्टपणे दिसेल याचा विचार करत एका एका भागाचे, एका एका यार्डाचे निरीक्षण करता करता त्याची नजर जणू काही चुकीच्या टोकाने रीचरच्या दुर्बिणीवरच खिळली.

"त्यांना आपला शोध लागला आहे," रीचर म्हणाला.

टर्नरने नकाशावर नजर टाकली. "इथले रस्ते लक्षात घेतले तर ते इथे झपाट्याने येऊ शकणार नाहीत. त्यांना शहरातल्या रस्त्यांवरून प्रथम हॉलिवूड बाऊलमध्ये जावे लागेल, मग पुन्हा परत फिरून फ्रीवे १०१ वरून आपल्या मागे यावे लागेल. फार मोठा फेरा आहे."

"ती मुलगी एकटीच फिरते आहे."

"ते आत्ता आपल्याला शोधत आहेत."

"आणि आपण तिला. त्यांनी खरं तिच्यामागेच राहायला हवे होते. मी तसेच केले असते."

"ती कुठे गेली ते त्यांना माहीत नाही."

"हे काही रॉकेट विज्ञान नाही. तिची आई घरी नाही. तिने आठ वाजेपर्यंत टीव्ही बघितला आहे आणि आता काहीतरी खाण्यासाठी ती बाहेर पडली आहे."

"ते तिला ओलीस ठेवण्यासाठी पकडणार नाहीत."

"त्यांनी मूरक्रॉफ्टला इतकी बेदम मारहाण केली होती की त्याचा खरं तर जीवच जायचा. त्यांचा वेळ संपत चालला आहे."

"मग तुझा काय विचार आहे?"

रीचरने उत्तर दिले नाही. त्याने दुर्बीण टर्नरच्या मांडीवर टाकली आणि गाडीचे इंजिन सुरू केले. एकदा मागे नजर टाकून फ्रीवे १०१ वरून फ्रीवे १३१ वर आला आणि संथ गतीने चालू असणाऱ्या वाहतुकीत घुसला. तो पहिल्याच एक्झिटवर लक्ष ठेवून होता. त्याची खात्री होती की तो त्याला व्हाइनलॅन्ड अॅव्हेन्यूवर घेऊन जाईल. आणि तो तसाच होता. त्याला निवड करण्याची संधी होती. व्हाइनलॅन्ड अॅव्हेन्यूवरून एक तर उत्तर दिशेला जायचे किंवा दक्षिण दिशेला. गाडी इंचाइंचाने पुढे सरकत होती आणि रीचर निराश बनत होता. त्याने दक्षिणेला जायचे ठरविले. शंभर एक यार्डांनंतर तो दिव्यांनी झगमगत असणाऱ्या कोच डायनरजवळ पोहोचला.

आणि व्हाइनलॅन्ड अॅव्हेन्यू ओलांडून ती मुलगी त्याच डायनरकडे निघाली होती.

त्यानी गाडी आणखी हळू केली. त्यांच्या पुढून पन्नास यार्ड अंतरावरून तिला रस्ता ओलांडू दिला. डायनरच्या पार्किंग लॉटमध्ये ती पाऊल टाकताना त्याने बघितले. एका कोपऱ्यात आठ-दहा छोटी मुले-मुली गडबड करत होती. सावलीत,

गारव्यात, गप्पा-गोष्टी-विनोद करत नुसती वेळ काढत होती. ती मुलगी त्यांच्या दिशेने निघाली. इथे खाण्यासाठी आलेली नसणार. घरीच खाऊन आली असेल. फ्रीझरमधले काहीतरी मायक्रोवेव्हमध्ये गरम करून खाल्ले असेल. रात्रीचे जेवण झाल्यानंतर वेळ काढण्याचे हे तिचे ठिकाण असू शकेल. नेहमीच ठरावीक ठिकाणी रात्रभर मजा करण्यासाठी याच ठिकाणी येत असेल.

ठीक आहे. अनेक मुले-मुली असली की सुरक्षितता असते.

ती त्यांच्याजवळ गेली. थोडे बोलणे, हसणे, टाळ्या देणे चालू होते. रस्ता संपत आला. रीचरने पटकन निर्णय घेतला आणि पार्किंग लॉटमध्ये शिरून दुसऱ्या कोपऱ्यात गाडी उभी केली. ती मुलगी अजूनही गप्पा मारत होती. मजेत होती. ते सर्व तिचे मित्र-मैत्रिणी होते. त्यांनाही ती आवडत होती हे तर कळतच होते. सहजपणे त्यांच्यात मिसळली होती. अगदी मोकळेपणाने.

पण काही मिनिटांत ती त्यांच्यापासून दूर झाली. तिच्या हालचालींवरून तरी *मी आता आत जाते आहे* म्हणत होती ती. तिच्या मागे कुणी आले नाही याचेही तिला विशेष काही वाटल्याचे दिसत नव्हते. मजेतच होती. त्यांच्याबरोबर ती जशी खुशीत होती तशी एकटी असतानाही. तिच्या दृष्टीने काही फरक पडत नव्हता. सर्व सारखेच होते.

टर्नर म्हणाली, ''एकटीने राहण्याची सवय आहे तिला.''

''उंचही आहे,'' रीचर म्हणाला.

''तसा खास अर्थ नाही त्यात.''

''माहीत आहे मला.''

''आपण इथे थांबू शकत नाही.''

''पण मला आत जायचे आहे.''

''भेटायचे नाही आणि बोलायचेही नाही. अजून तरी.''

''मी तिच्याशी बोलणार नाही.''

''तिच्यामुळे तुझ्याकडे लक्ष वेधले जाऊ शकते.''

''त्या माणसांनी आपली गाडी डायनरसमोर उभी आहे असे बघितले तरच.''

टर्नर काही बोलली नाही. त्या मुलीने दरवाजा उघडून आत पाऊल टाकले. रीचर तिच्याकडे नुसता बघत होता. स्टेनलेस स्टीलचा सर्रास वापर करून पारंपरिक पद्धतीने डायनर बांधला होता. चौकट्यांमध्ये जुन्या रेल्वे गाड्यांमधल्या खिडक्यांसारख्या छोट्या छोट्या खिडक्या होत्या. आर्ट डेको पद्धतीने मोठी अक्षरे, आकार, निऑनमध्ये चमकत होते. त्यामानाने कमी किमतीत मिळणारे जेवण घेण्यासाठी येणाऱ्यांची गर्दी कमी होत असली तरी रात्री उशिरा कॉफी प्यायला येणाऱ्यांची संख्या वाढत होती. एकूण आत गर्दीच वाटत होती. रीचरला सर्व

तऱ्हेच्या डायनर्सचा अनुभव होता. ते कशा तऱ्हेने चालविले जातात, हे माहीत होते. आजपर्यंत शेकडो तास त्याने अशाच डायनर्समध्ये काढले होते.

टर्नर म्हणाली, ''फक्त लांबून बघायचे.''

''कबूल,'' रीचर म्हणाला.

''जवळही जायचे नाही.''

''कबूल.''

''ठीक आहे. जा तू. मी गाडी कुठेतरी दडवते आणि वाट बघते. आणि कुठल्या भानगडीत अडकू नकोस.''

''तूदेखील.''

''आणि मग फोन कर मला.''

''आभारी आहे,'' रीचर म्हणाला. गाडीमधून बाहेर पडून त्याने पार्किंग लॉट पार केला. त्याला व्हाइनलॅन्ड ॲव्हेन्यूवरून जाणाऱ्या गाड्यांचा आवाज ऐकू आला आणि आकाशामधून जाणाऱ्या विमानाचा. मुलांच्या गडबडीचा, हसण्याचा आणि बडबडण्याचाही. मागून रेन्ज रोव्हर दूर जाताना त्याने ऐकले. क्षणभर थांबून एक दीर्घ श्वास घेतला.

नंतर डायनरचा दरवाजा उघडून त्याने आत पाऊल टाकले.

अंतर्भागही पारंपरिक पद्धतीनेच बांधला होता. बाहेरच्या भागाप्रमाणेच. डावीकडे बूथ्स, उजवीकडे बूथ्स आणि समोर भिंतीपासून सहा फूट अंतरावर एका टोकापासून ते दुसऱ्या टोकापर्यंत आडवाच्या आडवा काऊन्टर. स्वयंपाकघरात जाण्यासाठी भिंतीमधून पाडलेले दार. सगळीकडे आरसेच आरसे बसवलेले. बूथ्समध्ये भक्कम आणि लवचीक प्लॅस्टिकची बाके. काऊन्टरसमोर बसण्यासाठी अनेक स्टुल्स. क्रोम आणि सौम्य रंग. जमिनीवर सर्वत्र लिनोलिअम पसरलेले. सगळीकडे असलेले आडवे पृष्ठभाग गुलाबी, पिवळ्या, निळ्या रंगात लॅमिनेट केलेले. वरती छोट्या पेन्सिलने काहीतरी लिहिल्यासारखे डिझाइन. आपण गुप्त लिपीमध्ये लिहिलेली हायड्रोजन बॉम्बची किंवा ध्वनिलहरींच्या वेगाने जाणाऱ्या विमानांची कुठली तरी समीकरणे बघतो आहोत, असे रीचरला वाटायला लागले.

पाठीमधून वाकलेला आणि केस पांढरे पडलेला एक म्हातारा माणूस काऊन्टरमागे काम करत होता. डायनरच्या डाव्या बाजूच्या ग्राहकांकडे चाळीस एक वर्षांची वेट्रेस लक्ष देत होती. गोरी, तपकिरी केसांची. उजवी बाजू पन्नास एक वर्षांची दुसरी वेट्रेस सांभाळत होती. सावळ्या रंगाची. तसेच केस आणि डोळेही. पंचाहत्तर टक्क्यांहून जास्त जागा भरलेल्या असल्याने सर्व जण खूप कामात होते. डावीकडचे सगळे बूथ्स भरलेले होते. काही जण काम संपवून खायला आलेले, काही जण रात्री कामावर जाण्यापूर्वी खायला आलेले. उजव्या बाजूला दोन रिकामे बूथ होते.

काऊन्टरजवळ चोवीस स्टूल्स होती. पाच रिकामी. उरलेल्या एकोणीस स्टुलांवर कोणी ना कोणी बसलेले होते.

ती मुलगी पार उजवीकडे शेवटच्या स्टुलावर अशा थाटात बसली होती की ते तिच्या मालकीचेच होते. हा डायनर म्हणजे जसा काही बार होता आणि गेली पन्नास वर्षे ती कायम इथे येत होती. समोर काटा, चमचा, सुरी, रुमाल, पाण्याचा पेला. अजून तरी खाण्याचे पदार्थ ठेवले गेले नव्हते. तिच्या शेजारचे स्टूल रिकामे होते. रीचरला वाटले की एखाद्या बूथमध्ये बसले तर तिच्याकडे नीट बघता येईल. पण डायनर्समध्येही काही शिष्टाचार पाळले जात. गर्दीच्या वेळी चार माणसे बसू शकतील अशा ठिकाणी एकाच माणसाने बसणे हे शिष्टसंमत नसे.

तेव्हा काय करायचे हे न सुचल्याप्रमाणे रीचर दारातच उभा राहिला. डाव्या बाजूच्या गोऱ्या वेट्रेसला त्याच्या परिस्थितीची जाणीव झाल्याप्रमाणे ती दूरवरून त्याच्याजवळ आली आणि हसून तिने त्याचे स्वागत करायचा प्रयत्न केला. पण ती खरं तर इतकी दमलेली होती की तिच्या चेहऱ्यावर हसूही उमटेना. शेवटी ती म्हणाली, ''तू तुला आवडेल तिथे बसलास तरी चालेल. कुणीतरी येईल तुझ्याकडे तुला काय हवे ते विचारायला.'' ती पुन्हा घाईघाईने निघून गेली. रीचरला वाटले की *तुला आवडेल तिथे* अशा जागेमध्ये बूथचाही समावेश असणार. तेव्हा त्याने उजवीकडे वळून एक पाऊल पुढे टाकले.

आरशामधून ती मुलगी त्याच्याचकडे बघत होती.

आणि अगदी सरळपणे बघत होती. भिंतीवरच्या आरशामधून शाळेमध्ये पदार्थविज्ञान शास्त्रात शिकवतात, त्याप्रमाणे किरणांचे परावर्तन, वक्रीकरण आणि इतरही कोन वगैरे गोष्टींमुळे त्यांची नजरानजर झाली. त्याने तिच्या नजरेला नजर देऊन बघितले तरी तिने आपली नजर वळवली नाही.

संबंध येऊ देणार नाही, असे कबूल केले होते त्याने.

तो उजव्या बाजूला जाऊन एका रिकाम्या बूथमध्ये बसला. तिच्या बरोबर मागचा एक बूथ सोडून त्याच्या पुढच्या बूथमध्ये. तिच्याकडे नीट बघता यावे म्हणून त्याने खांदा खिडकीवर टेकवला आणि डायनरकडे पाठ फिरवली. त्याला ते अजिबातच आवडत नव्हते. पण दुसरा इलाज नव्हता. सावळ्या वेट्रेसने हसण्याचा प्रयत्न केला. त्याच्यासमोर पदार्थांची यादी ठेवली. ''पाणी?'' तिने विचारले.

''कॉफी,'' त्याने उत्तर दिले.

आरशामधून ती मुलगी अजूनही त्याच्याचकडे बघत होती.

त्याला मुळीच भूक नव्हती; कारण लोझॅनोने पश्चिम हॉलिवूडमध्ये मेजवानीच दिली होती. तेव्हा त्याने पदार्थांची यादी बाजूला सारली. त्याने कुठलेच खाद्य पदार्थ

मागवले नाहीत, याचा सावळ्या वेट्रेसला बहुधा रागच आला असावा. ती काही लवकर त्याच्याकडे परत येईल असे त्याला वाटत नव्हते. त्याच्यासाठी पुन्हा कॉफी मिळण्याची शक्यता त्याला दिसत नव्हती.

मुलगी अजूनही त्याच्याकडे बघत होती.

त्याने कॉफीचा घोट घेतला. ठीक होती. काऊन्टरमागच्या माणसाने तिच्यासाठी एक प्लेट आणून ठेवली. तिने रीचरकडे बघण्याचे थांबविले. त्याच्याशी काहीतरी बोलल्यावर त्याच्या चेहऱ्यावर हसू उमटले. त्याच्या गणवेशावर कशिदा केलेला एक पॅच लावलेला होता. त्याच्यावर त्याचे नाव लिहिलेले होते. ऑर्थर. मग तो काहीतरी बोलल्यावर मुलगी हसली. तो बाजूला झाला.

त्या मुलीने तिचा काटा, चमचा, सुरी, रुमाल या गोष्टी एका हातात धरल्या, प्लेट दुसऱ्या हातात आणि ती स्टुलावरून बाजूला सरकून रीचरच्या बूथकडे येऊन म्हणाली, "मी तुझ्याबरोबर बसले तर हरकत नाही ना?"

५३

त्या मुलीने काटा-चमचा, रुमाल, प्लेट खाली ठेवली. मग परत काऊन्टरजवळ जाऊन तिने पाण्याचा ग्लास हातात घेतला. ऑर्थरला हात करून तिने रीचरच्या बूथकडे बोट दाखवले. ती जणू त्याला सांगत होती की मी तिथे जाऊन बसते आहे. पाण्याचा ग्लास तिने प्लेटशेजारी ठेवला आणि रीचरसमोरच्या बाकावर बसून ती आत सरकली. रीचरच्या बरोबर समोर. ती लांबून दिसली होती तशीच जवळून दिसत होती. पण सगळे तपशील जास्त स्वच्छ दिसत होते. मुख्यतः तिचे डोळे. चेहऱ्यावरचे कोड्यात पडल्याचे भाव डोळ्यांतही तसेच्या तसे उमटत होते.

"तू कशासाठी माझ्याबरोबर बसते आहेस?" त्याने विचारले.

"का नको?"

"तू ओळखत नाहीस मला."

"तू धोकादायक माणूस आहेस का?"

"तसा बनू शकतो."

"ऑर्थर काऊन्टरखाली कोल्ट पायथॉन ठेवतो. तू बसला आहेस त्या भागासमोरच. दुसरे दुसऱ्या बाजूला. दोघांमध्ये पॉइंट ३५७ मॅग्नम गोळ्या भरलेल्या असतात. आठ इंची नळी."

"तू बऱ्याचदा इथे खातेस का?"

"खूप वेळा. सगळीच जेवणे. बऱ्याचदा असा शब्द वापरू या. खूप शब्द वापरला की भरपूर खाणे डोळ्यांसमोर येते. मी थोडेसेच खाते."

रीचर काही बोलला नाही.

"माफ कर मला. माझा स्वभावच तसा आहे. तपशिलाला खूप महत्त्व देण्याचा."

त्याने पुन्हा विचारले, "तू कशासाठी माझ्याबरोबर बसली आहेस?"

"तुझी गाडी मी आजच्या दिवसात तीन वेळेला का बघितली?"

"तिसऱ्यांदा कधी?"

"तशी खरं तर ती पहिलीच वेळ होती. मी वकिलाच्या कार्यालयात होते."

"कशासाठी?"

"कुतूहल."

"कशाबद्दल?"

"त्याच त्याच गाड्या आम्हाला दिवसातून तीन तीन वेळा का दिसतात याचे."

"आम्हाला?"

"म्हणजे आमच्यापैकी ज्यांचे लक्ष असते त्यांना," ती म्हणाली. "स्वतःला काही कळत नाही असे दाखवू नकोस, मिस्टर. या भागामध्ये काहीतरी घडते आहे आणि ते काय आहे ते आम्हाला कळून घ्यायला खूप आवडेल. तू असा माणूस वाटतोस की जो ते आम्हाला सांगेल. म्हणजे मी सभ्यपणाने विचारले तर."

"मी तसे सांगू शकेन असे का वाटते तुला?"

"कारण तू त्यांच्याचपैकी एक आहेस. दिवसभर गाडीमधून फेऱ्या मारणारा."

"काय घडते आहे अशी कल्पना आहे तुझी?" रीचरने विचारले.

"तुम्ही सर्व जण त्या वकिलाच्या कार्यालयाच्या आसपास फिरत असता. आम्हाला माहीत आहे की तुम्ही आमच्या रस्त्यावरही फिरत असता. तेव्हा आमची कल्पना आहे की माझ्या रस्त्यावरचे कुणीतरी त्या वकिलाचे अशील आहे. ते दोघेही मिळून कुठल्या तरी संशय येण्यासारख्या भानगडीत गुंतले आहेत."

"तुझ्या रस्त्यावरचे कोण त्यात गुंतले आहे?"

"तोच तर मोठा प्रश्न आहे ना! तुम्ही गाड्या उभ्या करण्यासाठी जे करता ना, त्यावर सर्व अवलंबून आहे. तुम्हाला तुमच्या लक्ष्याजवळ असावे असे वाटते; पण अशिलाच्या घरासमोरच गाडी उभी करायची इच्छा नसते. मग सर्व फार उघडपणे लक्षात येईल. पण मग किती जवळ गाडी उभी करता? आम्हाला अगदी तेच नक्की कळत नाही. रस्त्याच्या दोनही टोकांपर्यंत, आडव्या रस्त्यांवर तुम्ही जात असाल तर तुमचे अनेक घरांवर लक्ष असू शकेल."

रीचर म्हणाला, "नाव काय तुझे?"

"कोल्ट पायथॉन लक्षात आहे ना?"

"भरलेले आहे."

"सॅम."

"सॅम काय?"

"सॅम डेटन. तुझे नाव काय?"

"तुमच्या रस्त्यावर जे काही घडते आहे त्याबद्दल खरोखर एवढीच माहिती

आहे तुम्हाला?''

''तेवढी आम्ही समजून घेतली हेदेखील खूप आहे. तुम्ही सगळे त्या बाबतीत ओठांवर ओठ दाबून बसला आहात. चांगले शब्द आहेत, नाही? ओठांवर ओठ दाबून बसणे. वकिलाचे कार्यालय आणि मी राहते ते घर यामध्ये तुम्ही तुमच्या गाड्या ज्या तऱ्हेने हलविता ना, त्यावरून छपवाछपवी कळून येते. तुम्ही ते का करता आहात ते माझ्या ध्यानात येते आहे. पण त्यामुळे संबंध उघड होतो.''

''त्याबद्दल कुणीही बोलले नाही तुझ्याशी?''

''माझ्याशी का बोलावे त्यांनी?''

''तुझी आई काही बोलली आहे?''

''ती कुठेच लक्ष देत नाही. तिची परिस्थिती बिकट आहे.''

''कुठल्या बाबतीत?''

''सगळ्याच.''

''आणि तुझा डॅडी?''

''मला डॅडी नाही. म्हणजे जीवशास्त्रानुसार असायला पाहिजे, पण मी कधी पाहिलेले नाही त्याला.''

''भाऊ? बहिणी?''

''मला दुसरे कुणी नाही.''

''आम्ही कोण आहोत असे वाटते तुला?''

''नक्कीच फेडरल एजन्ट्स. डी. इ. ए., ए. टी. एफ. किंवा एफ. बी. आय. कुणीही. हे लॉस एन्जलीस आहे. संबंध नेहमी मादक द्रव्ये, शस्त्रास्त्रे किंवा पैसे यांच्याशीच असतो.''

''तुझे वय काय आहे?''

''जवळ जवळ पंधरा. पण तू अजूनही तुझे नाव मला सांगितलेले नाहीस.''

''रीचर,'' रीचर म्हणाला. त्याचे तिच्यावर बारीक लक्ष होते. पण कुठली प्रतिक्रिया नव्हती. ओ! नाही; डोळे विस्फारणे, नाही, अरे देवा, असे शब्द नाहीत. ती बहुतेक 'अरे देवा'च म्हणाली असती, असे रीचरला वाटत होते. लहान मुले तशीच बोलतात. पण त्याचे नाव ऐकून तिला विशेष काही वाटले नव्हते. त्या नावाचा तिच्याशी जणू काहीही संबंध नव्हता. ती हजर असताना तरी त्या नावाचा कधी उल्लेख झाला नव्हता.

''तर मग काय होते आहे ते तू मला सांगणार आहेस का?''

''तुझे जेवण थंड होते आहे,'' रीचर म्हणाला. ''तेच होते आहे. तू जेवायला पाहिजेस.''

''तू पण जेवणार आहेस का?''

"माझे जेवण आधीच झाले आहे."

"मग इथे कशासाठी आला होतास?"

"डायनर फार छान दिसला म्हणून."

"ऑर्थरला खूप अभिमान आहे त्याचा. तू कुठचा?"

"मी इकडेतिकडे फिरत असतो."

"म्हणजे तू फेडरल एजन्टच आहेस." मग तिने थोडे फार खायला सुरुवात केली. पदार्थांच्या यादीत नक्की *मॉम्स अमेझिंग मीटलोफ* असे या पदार्थाचे नाव लिहिले असणार, रीचरच्या मनात विचार आला. खिमा आणि केचअप यांच्या वासात चूक होण्याचीच शक्यता नव्हती. डायनर्सबद्दल रीचरला सर्व माहिती होती. शेकडो तास त्याने डायनर्समध्ये काढले होते. डायनर्स जे पदार्थ देत असतील ते खाल्ले होते.

"मग मी म्हणते आहे ते बरोबर आहे ना?" तिने विचारले. "वकील आणि अशील?"

"अर्धे खरे आहे," रीचर म्हणाला. "पण ते कुठल्याही संशय घेण्यासारख्या भानगडीत गुंतलेले नाहीत. त्यांच्यापैकी एकाला किंवा दोघांनाही भेटायला एक माणूस येणार आहे. सर्वांचा संबंध त्याच्याशी आहे."

"तिसराच कुणीतरी? त्यांच्यापैकी कुणावर तरी किंवा दोघांवरही राग असणारा?"

"साधारण तसेच."

"दबा धरून त्याच्यावर झडप घातली जाणार आहे? तुम्ही वाट बघता आहात त्याची? माझ्या रस्त्यावर पकडणार आहात त्याला? मजाच आहे. पण वकिलाच्या कार्यालयात तसे झाले तर? कुठे झडप घालायची हे तुला ठरवता नाही येणार? तसे ठरवता येत असेल तर माझ्याच रस्त्यावर करा ते. निदान विचार कर तसा. रस्ता सुरक्षित तरी होईल. तशी रहदारी असते. तो धोकादायक माणूस आहे का?"

"कुणाला आसपास बघितले आहेस तू?"

"तुमचीच माणसे. आपापल्या गाड्यात बसून दिवसभर लक्ष ठेवत असतात. आणि गाडीतून फिरणारी तुमची माणसे. सिल्व्हर मालिबूमधला माणूस अनेकदा येतो."

"अनेकदा?"

"बऱ्याचदा म्हणायला हवे बहुधा. आणि भाड्याच्या गाडीतले दोघे जण. रेन्ज रोव्हरमधले तुम्ही दोघे. पण धोकादायक भासणारा एकटा माणूस फिरताना मी बघितलेले नाही."

"भाड्याच्या गाडीतले दोघे जण कोण?"

"एकाचे डोके विचित्रच दिसते. आणि त्याचे कानसुद्धा कापलेले आहेत."

“कापलेले?”

“प्रथम दुरून बघताना मला वाटले होते की त्याचे कान लहान आहेत म्हणून. पण जवळून बघितल्यावर ते छोट्या षटकोनांसारखे कापलेले दिसतात.”

“तू त्याच्या इतकी जवळ कधी गेली होतीस?”

“आजच दुपारी. माझ्या घरासमोरच्या फुटपाथवर होता.”

“काही म्हणाला तो?”

“काही नाही. आणि कशासाठी काही म्हणेल? मी वकील नाही की अशील नाही. आणि माझे कुणाबरोबर भांडणही झालेले नाही.”

“मी तुला जास्त काही सांगू शकत नाही. तशी मला परवानगी नाही. पण ती दोन माणसे आमच्यापैकी नाहीत. खरं तर ते आमच्या प्रश्नाचा एक भाग असू शकतात. तेव्हा त्यांच्यापासून लांब राहा. तुझ्या मित्र-मैत्रिणींनाही तसे सांगून ठेव.”

“ठीक आहे,” ती जरा नाखुशीनेच म्हणाली.

आणि रीचरचा फोन वाजला. त्याला बरोबर फोन बाळगण्याची सवयच नव्हती. तेव्हा त्याला प्रथम वाटले की दुसऱ्याच कुणाचा तरी फोन वाजतो आहे म्हणून. त्याने आवाजाकडे दुर्लक्षच केले. पण ती मुलगी त्याच्या खिशाकडे बघत बसल्यावर त्याने फोन बाहेर काढला. टर्नरचा फोन होता.

त्याने नाइलाज आहे असे दर्शवत फोनचे बटण दाबले.

टर्नरच्या श्वासोच्छ्वासाचाच आवाज त्याच्या कानावर आला.

“मी परत यायला निघते आहे आणि तू डायनरमधून आत्ताच्या आत्ता बाहेर पडण्याची गरज आहे.”

तिच्या मनात भावनांचा कल्लोळ उडाल्यासारखे दिसत होते.

रीचरने फोन बंद केला. सॅम डेटनला बूथमध्ये एकटे सोडून घाईगर्दीने पार्किंग लॉटमधून रस्त्यावर आला. मिनिटभराने डावीकडून लांबून आणि वेगाने येणाऱ्या गाडीचे हेडलाइट्स त्याला दिसले. जमिनीपासून खूप उंचावर आणि एकमेकांपासून दूर असणारे. रेन्ज रोव्हर झपाट्याने पुढे झाली आणि त्याच्यावर प्रकाश पडताच खाडकन ब्रेक दाबून त्याच्या शेजारीच उभी राहिली. दरवाजा खेचूनच तो आत शिरला.

“काय झाले?” त्याने विचारले.

“परिस्थिती जरा हाताबाहेरच गेली,” टर्नर म्हणाली.

“किती वाईट आहे?”

“मी एकाला गोळी घातली आहे.”

५४

टर्नरने पश्चिम दिशेने जाणारा व्हेन्चुरा फ्रीवे घेतला होता. ''मला वाटले की वकिलाचे कार्यालय आणि आसपासचे सर्वच आता रात्र झाल्यामुळे बंद असणार, तेव्हा कार्यालयावर पाळत ठेवून असणारेही निघून गेले असतील. तेव्हा मी एक नजर टाकायची ठरवली; कारण भविष्यकाळात काही गोष्टींची माहिती असणे आपल्याला गरजेचे आहे. त्यांतली एक म्हणजे वकिलाच्या कार्यालयाची सुरक्षा. तिथे कशा प्रकारची कुलपे आहेत, धोका दर्शवणारी यंत्रणा बसवली आहे का वगैरे. दोन्हींमध्ये दम नाही. पाच मिनिटांचा खेळ आहे आपल्यासाठी. आवश्यकता पडली तरच अर्थात. मग मी नकाशा बघितला. लक्षात आले की मलहॉलन्ड ड्राइव्हवर सहज पोहोचता येईल. चित्रपटांमधल्या स्पेशल एजन्ट्सप्रमाणे मलहॉलन्ड ड्राइव्हवर गाडी चालवण्याची सुप्त इच्छा खूप वर्षे मनात होती. मनात असेही आले की ती मुलगी तुझ्याबरोबर तिथे जेवण घेत असेल तर ती अजून निदान तीस मिनिटे तरी तिथे असणार आणि मला एक छोटीशी सफर करायला वेळ मिळेल. तेव्हा गेले मी.''

''आणि?'' रीचरने विचारले. केवळ तिचे बोलणे चालू राहावे म्हणून रीचरने हा प्रश्न विचारला होता. कुणावर गोळी घातली की मनावर खूप ताण येतो आणि मनावर पडणारा ताण ही एक फार चमत्कारिक गोष्ट आहे. प्रत्येक माणसाची प्रतिक्रिया वेगळी असू शकते. काही जण सर्व मनात दाबून टाकतात, तर काही सर्व बोलून टाकतात. ती बोलणाऱ्यांमधली आहे हे रीचरला कळत होते.

''माझा पाठलाग होत होता.''

त्याला उगीचच हो ला हो म्हणायचे नव्हते. तिलाही ते आवडले नसते. म्हणून तो म्हणाला, ''मूर्खपणाच तो.''

''माझ्या ते ताबडतोब लक्षात आले. त्याच्या मागच्या गाड्यांचे हेडलाइट्स

लागलेले असल्यामुळे तो एकटाच गाडीमध्ये आहे हे देखील मला कळले. तेव्हा मी विशेष विचारच केला नाही. मलहॉलन्ड ड्राइव्हवरून अनेक जणांना गाड्या चालवायला आवडते. तेव्हा तो माझ्याच दिशेने येतो आहे याची मला प्रथम काळजी वाटली नाही.''

''मग?''

''पण तो माझ्याच वेगाने गाडी चालवत होता ते मला खटकले. अनैसर्गिक आहे ते. वेग ही अगदी वैयक्तिक बाब आहे. मी तशी बहुधा कमी वेगानेच गाडी चालवते. त्यामुळे बऱ्याचदा माझ्या मागे गाड्यांची रांग लागते. आणि कधीकधी मला मागे टाकून इतर गाड्या पुढे निघून जातात. पण याची गाडी मात्र कायम तिथेच जागा पकडून होती. जशी काही मी दोरखंड बांधूनच त्याची गाडी ओढून नेत होते. आपण कुठली गाडी चालवत आहोत ते एफ. बी. आय. ला माहीत नाही आणि ७५ व्या एम. पी. युनिटलाही. तेव्हा ते आपले दुसरे मित्र असणार असे माझ्या ध्यानात आले. पण गाडीत एकच माणूस होता. दोघे नव्हते. तेव्हा एक तर तो कोण आहे, हे समजण्यात माझी चूक होत होती किंवा ते दोघे वेगळे होऊन आपला शोध घेत होते. चित्रपटांमध्ये मलहॉलन्ड ड्राइव्हवर बघता बघता गडबड सुरू होते. तेव्हा मी ठरविले की पहिल्याच वळणावर गाडी थांबवायची. तो माझ्या पाठलागावर आहे हे मला कळले आहे असा सन्देशच त्याला पोहोचवायचा. त्यानंतर तो पराभव स्वीकारून एक तर पुढे निघून जाईल किंवा वैतागून थांबेल आणि मला त्रास द्यायला लागेल.''

''आणि तो थांबला?''

''थांबला. पोचे आलेल्या गाडीमधला चौघांमधला तिसरा माणूस. तू ज्याला पहिल्या रात्रीचा ड्रायव्हर म्हणतोस तो. ते वेगवेगळे होऊनच आपल्या शोधात निघाले होते.''

''तो हाच होता आणि दुसरा माणूस नव्हता याचाच आनंद वाटतो आहे मला.''

''हा देखील तसाच वाईट होता.''

''किती वाईट?''

''फारच वाईट.''

''शक्यच नाही,'' रीचर म्हणाला. ''त्याचा खुराक फुकट गेला होता. मी ठोकताना त्याचा नंबर दुसरा लावला होता. पण सध्या आपल्याला जेवण देतो आहे त्याच्यापेक्षा वाईटच.''

''ठीक आहे,'' टर्नर म्हणाली. ''एखाद्या लहान मुलाकडून गोड गोळी काढून घेण्यासारखे होते.''

"कुठल्या तऱ्हेची गोळी?"

"त्याच्याकडचे पिस्तूल."

"निदान त्यामुळे सामना समान प्रतिस्पर्ध्यांमध्ये झाला असता."

"तसाच झाला. पण पाऊण सेकंदांनंतर. कारण मग पिस्तूल त्याच्याकडे नव्हते तर ते माझ्याकडे होते. आणि माझ्या डोक्यात कुणीतरी ओरडत होते *धोका - धोका - धोका - मधला भाग - बॅन्ग.* मी डोळ्यांची उघडझाप केली आणि माझ्या लक्षात आले की मी तसे केले आहे. त्याच्या हृदयातच गोळी मारली होती. जमिनीवर कोसळण्यापूर्वीच जीव गेला होता त्याचा."

"आणि तुला आता माझी गरज नक्की कशासाठी भासली आहे?"

"तू काही सल्ला वगैरे देत नाहीस असे समजायचे का मी?"

"नाही जमत मला ते."

"सुदैवाने मी व्यावसायिक सैनिक आहे. मला सल्ल्याची, धीर देण्याची, मार्गदर्शन करण्याची काही गरज नाही."

"मग मी कशा तऱ्हेने तुला मदत करू?"

"त्याचे प्रेत हलवता येत नाही मला. त्यासाठी तुझी गरज भासली आहे."

मलहॉलन्ड ड्राइव्ह खरोखरच चित्रपटात दिसतो तसाच होता. पण थोडा लहान. ते एफ. बी. आय. च्या स्पेशल एजन्ट्सप्रमाणेच काळजीपूर्वक निघाले. धोका नसेल तर गाडी थांबवायची. पण त्या जागी चमकणारे दिवे, रेडिओवरचे संभाषण चालू दिसले तर गाडी तशीच पुढे काढायची. पण पोलीस नव्हते. तेव्हा ते थांबले. रस्त्यावरची रहदारी कमी झाली होती. त्यांना बघायला वेळ नव्हता, पण रात्रीचे दृश्य त्या जागेवरून अप्रतिमच दिसत होते, असे रीचरला वाटत होते.

टर्नरच्या बहुधा ते लक्षात आले. "आत्ता नाही, रीचर," ती म्हणाली.

त्याच्या स्वतःच्या गाडीच्या पुढच्या बाजूच्या कोपऱ्यातच तो मेलेला माणूस पडलेला होता. उताणा. गुडघे दुमडलेले. पहिल्या रात्रीचा ड्रायव्हर. शंकाच नाही. छातीत भोक पडलेले.

"कुठले पिस्तूल होते?"

"ग्लॉक १७."

"आणि आत्ता कुठे आहे ते?"

"पुसून त्याच्या खिशातच ठेवलेले आहे. सध्यापुरते. काय करायचे ठरवेपर्यंत."

"शक्यता दोनच आहेत. लॉस एन्जलीस पोलिसांना तो लवकर सापडेल नाही तर उशिरा. माझ्या मते, त्याला खाली अरुंद दरीत फेकून दिले तर बरे पडेल.

आठवडाभर राहील तिथे. खाऊन टाकतील पशू-पक्षी त्याला. निदान त्याची बोटे तरी चावून टाकतील. गाडीत ठेवण्यात अर्थ नाही. आपण त्याने आत्महत्या केली आहे असा देखावा निर्माण केला किंवा त्याचा खूनच झाला आहे दाखविले तरी काही फरक पडणार नाही. पहिली गोष्ट ते त्याच्या बोटांचे ठसे घेतील. त्या ठशांवरून तो कोण आहे याचा शोध घेतला की फोर्ट ब्रॅगला प्रचंड खळबळ उडेल. दुसऱ्या बाजूने गुंता सुटायला लागेल.''

''म्हणजे आपल्या बाजूने नाही. आणि तुला तसे झालेले नको आहे.''

''तुला चालेल?''

''मला कुठून तरी गुंता सुटायला हवा आहे; मग तो कुणीही सोडवला तरी मला पर्वा नाही.''

''कमाल आहे. जंगली प्रवृत्तीचा थोडादेखील अंश नाही तुझ्यात. त्यांनी अत्यंत वाईट तऱ्हेने तुझी बदनामी केली आहे. लोणी कापायच्या सुरीनेच हाल हाल करून तू त्यांची डोकी कापायला हवीस.''

''ते तुझ्याबद्दलही तसेच बोललेले आहेत. बिग डॉगच्या बाबतीत.''

''अगदी बरोबर. आणि मी थांबून लोणी कापायची सुरी विकतही घेणार आहे. तेव्हा संधी दे मला. थोडे दिवस दरीत राहिला तर तो कुणाचे काही विशेष वाईट करू शकणार नाही. आपण स्वतः जरी सर्व भानगड उलगडली नाही, तर लॉस एन्जलीस पोलीस आणि फोर्ट ब्रॅग ते करतीलच, जेव्हा तो त्यांना सापडेल तेव्हा. कसाही विचार केला तरी उलगडा अटळ आहे.''

''ठीक आहे.''

''आणि ग्लॉक आपण ठेवून घेणार आहोत.''

त्यांनी त्याचे पिस्तूल घेतले आणि पैशांचे पाकीट आणि सेलफोनही. मग रीचरने पुढून त्याचा कोट मुठीत पकडून त्याला जमिनीवरून उचलले आणि तो टेकडीच्या जास्तीत जास्त टोकावर गेला. बहुतेक वेळा प्रेत दरीत टाकण्याचे प्रयत्न फसतात. सहा-सात फूट खालीच ते उतारावर अडकते. उंची कमी असते आणि अंतरही. तेव्हा त्याने त्या माणसाला ऑलिम्पिक्समध्ये हॅमर थ्रो करणाऱ्या स्पर्धकाप्रमाणे खाली वर असे गोल गोल फिरवत मगच अंधारात भिरकावून दिले. झाडाझुडपांवर प्रेत कोसळल्याचे, दगड घरंगळत गेल्याचे आवाज आले. मग काही आवाज नाहीत. शांतता.

मागे वळून ते परत निघाले. लॉरेल कॅनिअनमधून फ्रीवेवर. रीचर गाडी चालवत होता. टर्नरने पिस्तुलाचा प्रत्येक भाग वेगळा करून पिस्तूल तपासले. मग पुन्हा जोडले. नऊ मिलिमीटरची एक गोळी चेम्बरमध्ये, बाकी पंधरा मॅगझीनमध्ये. ते तिने आपल्या खिशात टाकले. मग तिने त्या माणसाचे पाकीट उघडले. इतरांसारखेच भरलेले. वीस डॉलर्सच्या नोटांची एक मोठी थप्पी. थोड्या इतर नोटा, क्रेडिट कार्ड्स, उत्तर कॅरोलिनामधले ड्रायव्हिंग लायसन्स, त्यावर त्या माणसाचा फोटो. नाव होते जेसन केनेथ रिकार्ड. त्याच्या एकोणतिसाव्या वाढदिवसाच्या एक महिनाभर आधी त्याचे या पृथ्वीतलावरील वास्तव्य संपुष्टात आले होते. त्याने अवयवदान केलेले नव्हते.

रीचर आणि टर्नर यांनी फार्मसीच्या चेनमधून खरेदी केलेल्या सेलफोन्ससारखाच त्याचाही फोन स्वस्तातला होता. माग न काढता येण्यासारखा. एका कामगिरीत वापर करण्याएवढा मर्यादित उपयोग. प्रीपेड. शंकाच नको. फोनच्या डिरेक्टरीत फक्त तीन फोननंबर होते. पहिले दोन होते पीट. एल आणि रॉनी बी यांचे. अर्थातच, लोझॅनो आणि बॉल्डाचीचे फोन नंबर्स. तिसरे नाव होते श्रॅगो. तेवढेच नाव. श्रॅगो. काही विशेष फोन आले नव्हते की केले नव्हते. आलेले तीन फोन श्रॅगोने केले होते.

टर्नर म्हणाली, "श्रॅगो म्हणजे तो दणकट आणि छोट्या कानांचा माणूस असणार. या स्क्वॉडचा नायक दिसतो."

"त्याचे कान लहान नाहीत," रीचर म्हणाला. "कापलेले आहेत."

"काय?"

"त्याचे कान."

"तुला कसे कळले?"

"मुलीने सांगितले. तिने जवळून बघितले आहेत."

"तू बोललास तिच्याशी?"

"तिने स्वतःहूनच डायनरमध्ये माझ्याशी बोलणे सुरू केले."

"तिने तसे का करावे?"

"तिला वाटते आहे की आपण फेडरल एजन्ट्स आहोत. तिच्या रस्त्यावर जे घडते आहे त्याबद्दल तिला कुतूहल वाटते आहे. एखाद्या वेळी आपण तिला सर्व सांगू असे तिला वाटत होते."

"तिने त्या कान कापलेल्या माणसाला कुठे बघितले?"

"तिच्या घराच्या ड्राइव्हवेच्या कोपऱ्यावर."

"काय चालू आहे ते तिला खरोखर माहीत नाही का?"

"पितृत्वाच्या दाव्याबद्दलही तिला काही माहिती नाही. मी माझे नाव सांगितल्यावर

तिच्यावर काहीही परिणाम झाला नाही. तिच्या आईने नक्कीच तिला शपथेवर दिलेल्या पत्राबद्दल सांगितलेले नाही. तिची आई वकिलाची अशील आहे, हेदेखील तिला माहीत नाही. सर्व काही त्या कुठल्या तरी शेजाऱ्याच्या संदर्भात चालू आहे, अशी तिची समजूत आहे.''

''तू तिच्याशी बोलायला नको होतेस.''

''तिने मला पर्यायच ठेवला नाही. ती येऊन माझ्यासमोरच बसली.''

''तुझ्यासारख्या अनोळखी माणसाबरोबर?''

''तिला डायनरमध्ये सुरक्षित वाटते. काऊन्टरवरच्या माणसाचे तिच्यावर लक्ष असते.''

''कशी आहे मुलगी?''

''छान आहे.''

''तुझी?''

''आत्तापर्यंत दिसलेल्या मुलींमधली माझी मुलगी असू शकेल अशी. माझ्यासारखीच विक्षिप्त. पण कोरियामधली कुठली स्त्री मला अजूनही आठवत नाही. निदान कोरियामधल्या शेवटच्या वास्तव्यामधली तरी.''

''कापलेले कान?''

''छोट्या छोट्या षट्कोनांसारखे,'' रीचर म्हणाला.

''असे कधी ऐकिवात नाही.''

''मी पण कधी ऐकलेले नाही.''

रीचरने आपला फोन काढला आणि एडमन्ड्सला फोन केला. पश्चिम किनाऱ्यावर नऊ वाजले होते. म्हणजे पूर्व किनाऱ्यावर मध्यरात्रच होती. पण एडमन्ड्स उत्तर देणार याची रीचरला पूर्ण खात्री होती. ध्येयवादी मुलगी. सात वेळा डायल टोन वाजल्यावर तिने फोन उचलला. मागच्या वेळेप्रमाणेच जीभ जड झालेली.

रीचरने विचारले, ''पेन आहे?''

एडमन्ड्स म्हणाली, ''कागदही आहे.''

''एच. आर. सी. मधून आणखी दोन नावांचा शोध घे. ते नक्कीच फोर्ट ब्रॅगमधील त्याच लॉजिस्टिक्स कंपनीमधले असणार. पण मला खात्री पटवून घ्यायची आहे. पहिले नाव आहे जेसन केनेथ रिकार्ड. दुसऱ्याला फक्त श्रॅगो या नावानेच ओळखतात. ते त्याचे पहिले नाव आहे का शेवटचे, ते मला माहीत नाही. त्याची पूर्वपीठिका तपास जरा. आणि त्याचे कान छिन्नविच्छिन्न केलेले आहेत.''

''कान?''

''डोक्याच्या बाजूला असतात त्या गोष्टी.''

''मी आज संध्याकाळी मेजर सलीव्हनशी बोलले. सेक्रेटरी ऑफ आर्मीचे

कार्यालय रॉड्रिगेझच्या प्रकरणात लवकर सोक्षमोक्ष लावण्यासाठी तिच्यावर दडपण आणते आहे.''

''आरोप काढूनच टाकले तर निर्णय लवकर लागेल.''

''तसे होणार नाही पण.''

''ठीक आहे. ते तू माझ्यावर सोड,'' रीचर म्हणाला. फोन बंद करून त्याने तो खिशात टाकला. परत दोन हात चाकावर ठेवून गाडी चालवायला लागला. रस्त्याचे नाव लॉरेल कॅनिअन बोलीवार्ड असावे, हा एक विनोदच होता. तो लॉरेल कॅनिअनमध्ये होता हे खरे होते; पण तो डोंगराळ भागामधून सृष्टीसौंदर्य न्याहाळत जाण्यासारखा वळणावळणांचा रस्ता होता. तो बोलीवार्ड कसा असू शकेल? बोलीवार्ड करा रुंद, सरळ, परेड करण्यासारखा रस्ता असतो. रस्त्यावर एका रांगेत लावलेली एकाच तऱ्हेची झाडे असतात किंवा चित्रात काढण्यासारख्या इतर गोष्टी असतात. बोलीवार्ड हा शब्द तटबंदी या अर्थाच्या बुलवेअर्क या फ्रेंच शब्दापासून तयार झालेला आहे. किल्ल्याच्या तटबंदीवरून जाणारा रुंद आणि सपाट असा रस्ता. आरामात भटकण्यासारखा.

मग ते व्हेन्चुरा बोलीवार्डवर आले. तो निदान सरळ आणि रुंद होता. पुढे असणाऱ्या व्हेन्चुरा फ्रीवेसारखा नव्हता. उजवीकडे युनिव्हर्सल सिटी आणि डावीकडे स्टुडिओ सिटी.

रीचर म्हणाला, ''थांबू या.''

टर्नरने विचारले, ''कशासाठी?''

''बिग डॉगचा वकील स्टुडिओ सिटीमध्ये होता. व्हेन्चुरा बोलीवार्डवरच. ॲफिडेव्हिटमध्ये लिहिले होते. लक्षात आहे माझ्या.''

''आणि?''

''त्याचीही कुलपे आणि धोक्याचा इशारा देणारी यंत्रणा विशेष चांगली नसेल.''

''फार पुढचे पाऊल उचलणे होते आहे, रीचर. अनेक गुन्हे ठरणार आहेत.''

''निदान जाऊन बघू या तरी.''

''मी गुन्ह्याला मदत केली असा अर्थ निघेल.''

''तू व्हेटो वापरू शकतेस. अण्वस्त्रांच्या वापरासाठी दोघांचे अंगठे बटणावर असल्याप्रमाणे. ठीक आहे?''

तो डावीकडे वळून निघाला. आणि फोन वाजला. डोके फिरलेल्या गाणाऱ्या पक्ष्यासारखा विचित्र आणि कर्णकर्कश आवाज. त्याचा फोन वाजत नव्हता. आणि टर्नरचाही. मागच्या सीटवर, त्याच्याच रिकाम्या पाकिटाशेजारी पडलेला, रिकार्डचा फोन वाजत होता.

५५

रीचरने गाडी बाजूला उभी केली आणि कसेबसे मागे वळून फोन उचलला. मोठ्यामोठ्याने आवाज करत होता. त्याच्या हातामध्ये थरथरत होता. फोनच्या पडद्यावर *फोन आला आहे* अशी अक्षरे उमटली होती. इतका वाजत आणि थरथरत असताना या माहितीची गरज नव्हती. पण त्याच्यावर दुसरा एक शब्दही उमटला होता. *श्रॅगो.* ही माहिती मात्र उपयोगाची होती. रीचरने बटण दाबून फोन कानाला लावला. आणि म्हटले, ''हॅलो?''

दुसऱ्या बाजूने आवाज आला, ''रिकार्ड?''

''नाही,'' रीचरने उत्तर दिले. ''रिकार्ड नाही.''

शांतता.

''तू असा विचार तरी कसा करू शकलास? ११० व्या एम. पी. युनिट विरुद्ध वेअरहाऊसमेनचे टोळके? आपण तीन विरुद्ध तीनच होतो. बॅटिंगच्या सरावाप्रमाणे, आता तूच काय तो शिल्लक राहिला आहेस. अगदी एकटा. आता तुझी पाळी. कसे वाटते आहे?''

शांतता.

''त्यांनी तुला अशा परिस्थितीत ढकलायला नको होते. अन्याय्य वर्तणूक. कळते मला. पेन्टॅगॉनमधल्या माणसांना चांगला ओळखून आहे मी. आणि मला तुझ्याबद्दल सहानुभूतीही वाटते आहे. मी मदत करू शकतो तुला.''

शांतता.

''तू त्यांची नावे सांग आणि सरळ फोर्ट ब्रॅगला परत जा. मी तुझ्या मागे लागणार नाही.''

शांतता.

मग बीप - बीप - बीप असा कानात आवाज. पडद्यावर *बोलणे संपले* असे

शब्द उमटले. रीचरने फोन मागच्या सीटवर उडवला. ''मी फार तर दोनदा विचारेन, तिसऱ्यांदा नाही,'' रीचर बडबडला.

पुन्हा गाडी सुरू करून ते निघाले. स्टुडिओ सिटी जवळ जवळ येत होती. बोलीवार्डच्या दोन्ही बाजूंना व्यवसाय, उद्योग चालवले जात होते. काही स्वतःच्या इमारतींमध्ये, काही दाटीवाटीने स्ट्रिप मॉल्सवर. उत्तर हॉलिवूडमधल्या जागेप्रमाणेच. काही इमारती आणि काही मॉल्सवर जाण्यासाठी एकच सर्व्हिस रोड असे. काही व्यवसाय स्वतःच्या पार्किंग लॉट्सच्या मागे चालू असत. बहुतेक दुकानांच्या पुढच्या भागात अंधारच होता. क्रमांक दिसणे कठीणच होते. दोन चुकीच्या पार्किंग लॉट्समध्ये आत बाहेर केल्यावर त्यांना योग्य ती जागा सापडली. हिरव्या रंगामधली पाच युनिट्स. बिग डॉगच्या वकिलाची जागा मधल्या युनिटमध्ये होती.

पण तो तिथे नव्हता.

मधल्या युनिटमध्ये एक टॅक्स अकाऊन्टन्ट होता. से हाबला एस्पानिओल आणि इतर शंभर भाषांत काहीतरी लिहिले होते.

टर्नर म्हणाली, ''सोळा वर्षांत बदल होतात. लोक निवृत्त होतात.''

रीचर काही बोलला नाही.

''पत्ता बरोबर आहे याची खात्री आहे तुला?'' टर्नरने विचारले.

''माझी चूक झाली आहे असे वाटते तुला?''

''क्षम्य ठरेल ती.''

''आभारी आहे. पण माझी खात्री आहे.'' रीचर नीट बघण्यासाठी जवळ गेला. अगदी अद्ययावत अशी काही जागा नव्हती ती. नावाची पाटी, सन्देश, स्वतःची जाहिरातबाजी, दिलेली वचने सर्व काही जुनाट होते. वकील काही हल्लीच निवृत्त झालेला नव्हता.

मागच्या बाजूला प्रकाश होता.

''टायमर असणार, सुरक्षेसाठी,'' टर्नर म्हणाली. ''आत कोणी नाही.''

''हिवाळा आहे. कर भरण्याची सुरुवात. आत असणार तो,'' रीचर म्हणाला.

''मग?''

''आपण बोलू शकतो त्याच्याशी.''

''कशाबद्दल? तुझी काही रक्कम परत मिळणार आहे का?''

''तो निदान वकिलाचा पत्रव्यवहार त्याच्या पत्त्यावर पाठवून देत असणार. एखादे वेळी त्याची त्याच्याशी चांगली ओळखही असेल. वकीलच अजून या जागेचा मालक असू शकतो.''

"तो दहा वर्षांपूर्वीच मेलाही असेल. किंवा वायोमिंगला गेला असेल."

"शोधून काढायचा एकच मार्ग आहे," असे म्हणत रीचरने काचेवर आवाज केला. "रात्रीची वेळ आहे. तूच त्याच्याशी बोललीस तर बरे पडेल," तो पुढे म्हणाला.

ज्यूलिएटने रोमिओला फोन केला. काही गोष्टींची जबाबदारी त्याच्यावर होती. "श्रॅगोने मला सांगितले आहे की रिकार्डचा फोन रीचरकडे आहे. म्हणजे त्याचे पिस्तूलही त्याच्याकडे असणार, असे मी समजतो आहे. ते फोर्ट ब्रॅगमधले वेअरहाऊसमेन आहेत, हेदेखील रीचरला माहीत आहे."

रोमिओ म्हणाला, "झदरानची माहिती मिळाल्यामुळे त्यांना संबंध जोडणे सोपे झाले."

"आता आपल्याकडे एकच माणूस शिल्लक आहे. आपण असहाय बनतो आहोत."

"श्रॅगो आहे अजून आपल्याजवळ."

"त्यांच्याविरुद्ध? आपण तीन माणसे गमावली आहेत."

"तू काळजीत आहेस का?"

"अर्थातच काळजीत आहे. हरतो आहोत आपण."

"काही सूचना?"

"वेळ आली आहे. रीचरचे लक्ष्य कोण आहे ते आपल्याला माहीत आहे. मला वाटते आपण श्रॅगोला परवानगी द्यावी," ज्यूलिएट म्हणाला.

काही काळ तरी वाटले की टर्नरचे म्हणणेच बरोबर होते. आतमध्ये कुणी नाही. सिक्युरिटी टायमरवरचाच दिवा असणार. पण रीचर ठोकतच बसला. शेवटी एक जण पुढे झाला. तो हातवारे करत त्यांना निघून जा, निघून जा अशी सूचना देत होता. रीचर त्याला आपला हात हलवून जवळ ये सांगायला लागला. जैसे थे परिस्थितीच निर्माण झाली. *रात्री मी कुणाला आत येऊ देत नाही,* तो माणूस सुचवत होता. मध्यरात्री डॉक्टरकडे जाऊन *सर्वांनी लवकर या, म्हातारा जेब डब्ल्यू-९ टॅक्स फॉर्म्सच्या ढिगाऱ्याखाली जिवंत पुरला गेला आहे,* असे सांगणाऱ्या चित्रपटातल्या मुलासारखी रीचरची अवस्था व्हायला लागली होती. प्रथम कुणाचा संयम सुटतो एवढाच प्रश्न होता. पण शेवटी त्याच माणसाने माघार घेतली. चिडूनच तो दुकानाच्या मधल्या वाटेवरून पुढे झाला आणि कुलूप काढून त्याने दार उघडले. तो एक तरुण आशियाई माणूस होता. फार तर तिशीतला. करड्या रंगाची पॅन्ट चढविलेली आणि लाल रंगाचा स्वेटर.

"काय पाहिजे तुम्हाला?" त्याने विचारले.

"प्रथम तुझी क्षमा मागतो," टर्नर म्हणाली.

"कशाबद्दल?"

"तुझ्या कामात अडथळा आणल्याबद्दल. तुझा वेळ खूप मोलाचा आहे हे आम्हाला माहीत आहे. पण त्यातला फक्त पाच मिनिटांचा वेळ आम्हाला हवा आहे. त्यासाठी शंभर डॉलर्स देण्याचीही आमची तयारी आहे."

"कोण आहात तुम्ही?"

"या क्षणाला तरी आम्ही सरकारसाठीच काम करतो आहोत, असे म्हणायला हरकत नाही."

"ओळखपत्र बघू शकतो मी?"

"नाही."

"आणि तुम्ही मला शंभर डॉलर्स द्यायला तयार आहात?"

"तुझ्याकडे आम्हाला हवी ती माहिती असेल तरच."

"कुठल्या विषयावर?"

"तुझ्याआधी जो वकील इथे होता त्याच्याबद्दल."

"त्याचे काय?"

"काही तऱ्हेच्या माहितीची आम्ही पाच पद्धतींनी शहानिशा करावी अशी काँग्रेसची अपेक्षा असते. त्यातल्या चार पद्धतींनी आम्ही केलीही आहे. आमची आशा आहे की तुझी भेट पाचवी ठरेल आणि आम्ही घरी जायला मोकळे होऊ."

"कुठल्या तऱ्हेची माहिती?"

"प्रथेनुसार सर्वप्रथम आम्हाला जो प्रश्न विचारणे भाग असते, तो प्रश्न मी विचारते," टर्नर म्हणाली. "तुझ्या स्वतःच्या माहितीप्रमाणे आम्ही ज्याच्याबद्दल चौकशी करतो आहोत ती व्यक्ती जिवंत आहे का मृत झाली आहे हे तुला ठाऊक आहे का?"

"ठाऊक आहे."

"आणि?"

"जिवंत आहे."

"छान. ही सुरुवात आहे. आता आम्हाला त्या व्यक्तीचे कायदेशीर पूर्ण नाव आणि त्याचा पत्ता यांच्याबद्दल सांग."

"तुम्ही पहिल्यांदा माझ्याकडेच यायला पाहिजे होते. माझा पाचवा नंबर लावायला नको होता. मी त्याची पत्रे त्याच्याकडे पाठवत असतो."

"तसे नाही. आम्ही सर्वांत कठीण भासणाऱ्या ठिकाणी प्रथम जातो म्हणजे मग दिवस चांगला जातो. प्रथम सरळ टेकडीवर चढायचे; मग हळूहळू खाली

उतरायचे.''

''मी लिहूनच देतो.''

''आभारी आहे,'' टर्नर म्हणाली.

''अगदी व्यवस्थितच लिहून हवा,'' रीचर म्हणाला. ''काँग्रेस कशी असते माहीतच आहे तुला. एखाद्याने अॅव्हेन्यू असा पूर्ण शब्द लिहिला आणि दुसऱ्याने संक्षिप्त स्वरूपात अॅव्ह असे लिहिले तर सर्व फेकून दिले जाईल.''

''काळजी नको,'' तो म्हणाला.

वकिलाचे कायदेशीर असे पूर्ण नाव होते मार्टिन मिचेल बॅलन्टाईन. आणि तो वायोमिंगला गेला नव्हता. त्याचा पत्ता अजूनही स्टुडिओ सिटी, लॉस एन्जलीस, कॅलिफोर्निया असाच होता. चालत जाण्याएवढे अंतर. कोल्डवॉटर कॅनिअन ड्राइव्हच्या व्हेन्चुराच्या टोकाला. शक्य होते की तो पहिल्यापासून तिथेच राहत होता.

तसे असेल तर तो काही चांगला वकील नसणार. पत्ता एका गार्डन अपार्टमेन्टचा निघाला. बहुधा १९३० च्या काळात बांधले गेलेले असावे. आठ दशकांहून जुने. बांधले तेव्हाच गचाळ होते. ऐंशी वर्षांनी कुजतच पडायला सुरुवात झाली होती. भयानक अवस्थेत होते. हिरव्या रंगाच्या चिकट झालेल्या भिंती. खिडक्यांमध्ये पिवळसर प्रकाश.

''जास्त आशा बाळगू नकोस,'' टर्नर म्हणाली. ''एखादे वेळी तो भेट नाकारेल. खूपच उशिरा जातो आहोत आपण. सभ्य वेळ नाही.''

''पण त्याच्याही घरात प्रकाश दिसतो आहे,'' रीचर म्हणाला.

''आणि त्याला काहीही न आठवण्याची शक्यता आहे. सोळा वर्षे उलटली आहेत ती घटना घडून.''

''मग आपली परिस्थितीही जास्त बिघडणार नाही.''

''सरकारी साक्षीदाराला फितवण्याचा प्रयत्न केला असे तो म्हणाला नाही तरच.''

''आपण साक्ष देतो आहोत असेच समजायला हवे त्याने.''

''त्याने आपल्याला बाहेर काढले तर आश्चर्य वाटून घेऊ नकोस म्हणजे झाले.''

''एकटा राहणारा म्हातारा आहे तो. कुणीतरी त्याला भेटायला आले आहे याचाच आनंद वाटेल त्याला.''

बॅलन्टाईनने त्यांना घराबाहेर काढले नाही, पण त्यांच्या भेटीने त्याला खूप आनंद

झाला होता असेही दिसले नाही. तो त्याच्या दारात उभा राहिला. लॉस एन्जलीसमध्ये रात्रीच्या वेळी घाईची कामे घेऊन येणाऱ्यांसाठी दार उघडण्यात त्याचे आयुष्य गेले असावे, अशा तऱ्हेने तो शांतपणे उभा होता. मध्यम बांध्याचा, तसा चांगल्या प्रकृतीचा भासणारा, साठी नुकतीच उलटलेला माणूस वाटत होता. पण थकलेला आणि दुःखी. जगाच्या विरोधात उभे राहून हार खाल्लेला. त्याच्या ओठावर असलेला जखमेचा व्रण कुठल्या शस्त्रक्रियेमुळे पडलेला नव्हता. त्याच्या मागे उभी असलेली स्त्री बहुधा त्याची बायको असावी, असा रीचरने तर्क केला. चेहरा दुर्मुखलेला. पण तिचा चेहरा शांत भासणारा नव्हताच. ती उघड उघड शत्रुत्वाने बघत होती.

"आम्हाला तुझ्याशी पंधरा मिनिटे बोलायचे आहे मिस्टर बॅलन्टाईन. त्यासाठी शंभर डॉलर्स दिले तर? कसे वाटेल तुला?"

"मी वकिलीची प्रॅक्टिस सोडली आहे. माझ्याकडे आता त्यासाठीचे लायसन्स नाही."

"निवृत्त झाला आहेस?"

"माझी वकिलीची सनद रद्द झाली आहे."

"कधी?"

"चार वर्षांपूर्वी."

"आम्हाला एका जुन्या केसबद्दल बोलायचे आहे."

"तुझा तिच्याशी काही संबंध आहे?"

"आम्ही एक चित्रपट बनवितो आहोत."

"किती जुनी केस आहे?"

"सोळा वर्षे."

"शंभर डॉलर्स?"

"तुझी इच्छा असेल तर तुझेच आहेत ते."

"आत या. मला ते हवे आहेत का याचा विचार करू आपण."

अरुंद हॉलमधून ते अरुंद अशा बैठकीच्या खोलीत गेले. रीचरच्या अपेक्षेपेक्षा चांगले फर्निचर तिथे होते. मोठ्या प्रशस्त जागेमधून अशा ठिकाणी राहायला येण्याची पाळी त्यांच्यावर आलेली दिसत होती. चार वर्षांपूर्वीच आलेली असू शकेल. सनद गेली असेल, दंड भरावा लागला असेल, खटलाही भरला गेला असेल आणि दिवाळेच वाजले असेल.

"आणि मला ती केस आठवली नाही तर?" बॅलन्टाईनने विचारले.

"तू प्रामाणिकपणाने ती आठवण्याचा प्रयत्न केलास तरी तुला पैसे मिळतील."

"कुठली केस?"

“सोळा वर्षांपूर्वी तू हुआन रॉड्रिगेझ किंवा ज्याला बिग डॉग या नावाने ओळखले जात होते, त्या तुझ्या अशिलासाठी एक ॲफिडेव्हिट बनविले होतेस.”

शंभर डॉलर्स मिळविण्याचा प्रामाणिक प्रयत्न करण्याची तयारी झाल्याप्रमाणे बॅलन्टाईन पुढे वाकून बसला. साधारण सव्वा डॉलर्सएवढा प्रयत्न करताच थांबला.

आणि पुन्हा मागे टेकून बसला.

तो म्हणाला, “सैन्य दलाशी संबंधित केस?”

त्याच्या लक्षात आले होते. आणि त्याला दुःखही झाले होते. नको ती गोष्ट जणू थडग्यातून वर आली होती. सैन्य दलाशी संबंध असणाऱ्या त्या केसमुळे त्याच्या आयुष्याची घडीच बहुधा पार विस्कटून गेली होती.

“बरोबर,” रीचर म्हणाला. “सैन्य दलाशी संबंधित केस.”

“आणि तुझा या केसशी नक्की कशा प्रकारचा संबंध आहे?”

“गाळलेले नाव भरण्याच्या ठिकाणी तू माझे नाव घातले होतेस.”

“तो तू आहेस?” बॅलन्टाईन म्हणाला. “माझ्या घरात? आता आणखी काय भोगायचे शिल्लक राहिले आहे?”

“आत्ताच्या आत्ता चालते व्हा इथून,” त्याची बायको ओरडली. मोठ्याने, अगदी स्वच्छपणे आणि फुत्कार टाकल्याप्रमाणे. पुनःपुन्हा तेच तेच बोलत बसली. *आत्ताच्या आत्ता* या शब्दांवर जोर देत. तिला ते नजरेसमोर नको होते. तिचा स्वर आणि शब्द यांच्यावरून रीचरला कळले की त्यांची आत येण्याची परवानगी संपुष्टात आली आहे आणि त्यांचा तिथला प्रवेश आता बेकायदा ठरणार आहे. त्याने टर्नरला वचन दिले होते की ती व्हेटो वापरू शकते. अण्वस्त्रांच्या वापरासाठी दोघांचे अंगठे बटणावर असल्याप्रमाणे. सरकारी पक्षाच्या साक्षीदाराच्या बाबतीत काय घडू शकेल, याचीही त्याला पूर्व जाणीव होती. तेव्हा तो ताबडतोब तिथून निघाला. मागोमाग फूटभर अंतरावरून टर्नरही निघाली. ते गाडीजवळ जाऊन गाडीला टेकून उभे राहिले. टर्नर म्हणाली, “सर्व शेवटी फायलिंग सिस्टिमवर आहे तर.”

रीचरने मान डोलावली.

“संकट टळले आहे,” तो म्हणाला.

“तू सलीव्हनचा उपयोग करणार आहेस?”

“तू करशील?”

“नक्की. ती वरिष्ठ पदावर आहे. जे. ए. जी. मध्येच आहे, एच. आर. सी. मध्ये अडकून बसलेली नाही.”

“मान्य आहे.”

त्याने फोन बाहेर काढला आणि एडमन्ड्सला फोन केला.

५६

एडमन्ड्‌सने फोन उचलला. थोडेसे वैतागूनच. झोपेमधून उठवले होते तिला. रीचरने विचारले, "आजच तू मला सांगितले होतेस की रॉड्रिगेझच्या प्रकरणात लवकरात लवकर सोक्षमोक्ष लावण्यासाठी सेक्रेटरी ऑफ आर्मीच्या कार्यालयामधून मेजर सलीव्हनवर दडपण आणले जाते आहे, असे तिने तुला सांगितले होते म्हणून."

"आणि त्यावर दुसरे काही विनोदी भाष्य करण्यासाठी तू मला मध्यरात्री उठविले आहेस?"

"अजिबात नाही. तसा निरोप मेजर सलीव्हनला नक्की कुणी दिला किंवा तो कशाप्रकारे तिच्यापर्यंत पोहोचला हे तू शोधून काढण्याची गरज आहे."

"यासाठी माझा विचार मनात आला त्याबद्दल मी तुझी आभारी आहे. पण हे मेजर सलीव्हनने स्वतःच करायला नको का?"

"ती दुसऱ्याच कुठल्यातरी कामात व्यग्र असणार आहे, कॅप्टन. हे खूप महत्त्वाचे आहे. आणि तातडीचेही. माझी इच्छा आहे की हे ताबडतोब शोधायला हवे. तुझी जिथे जिथे ओळख असेल तिथे तिथे लवकरात लवकर संपर्क साध. सकाळी सकाळी ते ट्रेडमिलवर चालण्याचा व्यायाम करत असताना किंवा जे काही सकाळी करत असतील ते करत असतानाच."

रीचरने खिसा चाचपला. लीचने दिलेला सलीव्हनचा स्वतःचा सेलफोन नंबर लिहिलेला स्क्रॅच पॅडचा अर्धा कागद शोधला. फोन केला. किती वेळा वाजतो यावर त्याचे लक्ष होते. सहा वेळा वाजल्यावर तिने फोन उचलला. छान. नक्कीच तिची झोप सावध असणार.

"हॅलो?" ती म्हणाली.

"मी जॅक रीचर," तो म्हणाला. "आठवतो ना?"

"कशी विसरणार मी? आपल्याला बोलण्याची गरज आहे."

"बोलतोच आहोत की."

"तुझ्या परिस्थितीबद्दल बोलायचे आहे."

"ते नंतर. ठीक आहे? या क्षणी आपल्याला बरीच कामे आहेत."

"या क्षणी? रात्रीच्या या वेळी?"

"या क्षणी. नाही तर लवकरात लवकर. तुझ्या अधिकाराप्रमाणे संगणकावरून तुला कुठली माहिती काढता येऊ शकते यावर ती अवलंबून आहेत."

"कुठल्या तऱ्हेची माहिती म्हणतो आहेस तू?"

"आत्ताच मी बिग डॉगचे ॲफिडेव्हिट ज्या वकिलाने बनविले होते त्याच्याशी बोललो."

"फोनवर?"

"समोरासमोर."

"ते अत्यंत अयोग्य होते."

"बोलणे थोडक्यातच आटोपले. त्याने निघून जाण्याची विनंती केल्यावर आम्ही निघालो.

"आम्ही?"

"मेजर टर्नर माझ्याबरोबर आहे. माझ्यासारख्याच हुद्द्यावर काम करणारी आणि तितकीच कर्तबगार अधिकारी. स्वतंत्र साक्षीदार. तिने आमचे बोलणे ऐकले आहे. दुसरे मत घेतल्यासारखेच आहे."

"काय ऐकले?"

"संगणकाचा वापर करून तुमच्या कायद्याच्या दफ्तरखान्यात काही शोध करण्याची सोय आहे का?

"अर्थातच."

"मी समजा टाइप केले की *रीचर विरुद्धची तक्रार,* तर मला काय मिळेल?"

"तुला जे मिळाले आहे तेच. बिग डॉगचे ॲफिडेव्हिट किंवा तशाच तऱ्हेचे काहीतरी."

"हा शोध झपाट्याने घेण्यासारखा आणि विश्वसनीय असतो?"

"मध्यरात्री तू मला संगणकांबद्दल बोलण्यासाठी उठवले आहेस का?"

"मला माहितीची गरज आहे."

"ती प्रणाली फार जलद आहे. अगदी उत्तम आणि अत्याधुनिक नसली तरी तुम्ही शोधत असलेला कुठलाही दस्तऐवज शोधून काढून तुमच्या संगणकाच्या पडद्यावर दाखवू शकते."

"मी वकिलाला केसबद्दल सांगताच त्याला ती आठवली. *सैन्य दलाशी संबंधित केस,* असे शब्द त्याने वापरले. मग त्याने माझा त्या केसशी नक्की कशा प्रकारचा संबंध आहे अशी विचारणा केली. मी सांगितल्यावर तो उद्‌गारला आता आणखी काही भोगायचे शिल्लक राहिले आहे का?"

"त्याला नक्की काय म्हणायचे होते?"

"तो बोलत असताना तू तिथे हजर असायला हवी होतीस. त्याच्या स्वरात सर्व काही होते. बिग डॉगचे ॲफिडेव्हिट म्हणजे साधी तक्रार नव्हती की ॲफिडेव्हिट पाठवल्यावर त्याने विसरून जावी. ती नेहमीसारखी केस नव्हती. ती एक कथा होती जिला सुरुवात होती, मध्य होता आणि शेवटही होता. आणि माझा तर्क आहे की शेवट त्याच्या दृष्टीने फार वाईट ठरला होता. तेच ऐकले आम्ही. त्याच्या आयुष्यातील त्या एका प्रकरणाकडे तो अत्यंत खेदाने बघत होता."

"रीचर, मी वकील आहे. संवाद कसे बोलायचे ते शिकवणारी शिक्षिका नाही. मला प्रत्यक्षात वस्तुस्थिती काय आहे, हे समजण्याची गरज असते. लोकांच्या बोलण्यातून काय ध्वनित होते, त्याच्याशी माझा संबंध नाही."

"आणि मी चौकशी अधिकारी आहे. इतरांचे नुसते बोलणे ऐकून मी अनेक गोष्टी जाणून घेऊ शकतो. माझा त्या केसशी कशाप्रकारचा संबंध आहे हा प्रश्न त्याने मला अशा तऱ्हेने विचारला होता की आता कुणालाही त्या केसबद्दल कुतूहल वाटण्यासारखे तरी काय शिल्लक आहे? सर्व काही फार वर्षांपूर्वी संपुष्टात आले नव्हते का?"

"रीचर, मध्यरात्रीची वेळ आहे. तुझा नेमका मुद्दा तरी काय आहे?"

"जरा धीर धर. तुला करण्यासारखे आत्ता दुसरे काहीही काम नाही आणि तू परत झोपू शकशील असे मला वाटत नाही. मुद्दा असा आहे की तो म्हणाला होता आता आणखी काही भोगायचे शिल्लक राहिले आहे का? आणि तो असे बोलल्याबरोबर त्याच्या बायकोने आरडाओरडा करायला, किंचाळून बोलायला सुरुवात करून आम्हाला घराबाहेर काढले. त्यांची परिस्थिती फार बिकट बनलेली आहे आणि त्यांना ते कधीच आवडलेले नाही. याला कारण घडले ते बिग डॉगचे ॲफिडेव्हिट. त्यांनी कित्येक वर्षांपूर्वी ते ॲफिडेव्हिट बनविले आणि तेव्हापासून त्यांच्या आयुष्याला उतरती कळा लागली. त्यांच्या बोलण्याचा, वागण्याचा हा एकच अर्थ असू शकतो. तेव्हा माझ्या मनात विचार येतो आहे की हे प्रकरण कधी कोर्टासमोर तरी आले होते का? त्या वेळी लढवले गेले होते का? आणि त्यामुळेच नैतिकतेचा भंग केल्याबद्दल त्या वकिलाला दणका बसला होता का? अधोगतीच्या दिशेने पडलेले पहिलेवहिले पाऊल, ज्याची परिणती चार वर्षांपूर्वी त्याची वकिलीची सनद रद्द होण्यात झाली. आता त्याला आणि त्याच्या बायकोला त्या केसचा नुसता

उल्लेखसुद्धा नकोसा झाला आहे. कारण त्यांच्या आजच्या स्थितीला ती केसच कारणीभूत आहे. आता आणखी काही भोगायचे शिल्लक राहिले आहे का? त्या केसमुळे मी गेली सोळा वर्षे नरकयातना भोगतो आहे आणि आता तू मला त्याच केसबद्दल विचारतो आहेस?''

''रीचर, तू भलत्याच कुठल्या सिगारेट्स ओढतो आहेस का? तू म्हणाला होतास की तुला ती केस आठवतसुद्धा नाही. तेव्हा तू या केसच्या बाबतीत कधीही कोर्टात उभा राहिलेला नाहीस, नाहीतर ती तुझ्या लक्षात राहिली असती. आणि समजा, हे प्रकरण सोळा वर्षांपूर्वी कोर्टासमोर आले असेल आणि त्या भानगडीत वकिलाला दणका बसला असेल तर ते हे प्रकरण पुन्हा कोर्टासमोर का आणत आहेत?''

''आणत आहे ते कोर्टासमोर?''

''मी फोन ठेवून देणार आहे आता.''

''संगणकावर समजा कुणी *रीचर विरुद्धची तक्रार* असा शोध घेतला आणि बिग डॉगचे ॲफिडेव्हिट मागितले तर त्याला काय मिळेल? बाब किती गंभीर आहे, हे कळणारच नाही अशा तऱ्हेने शोध केला गेला असला तर?''

उत्तर नाही.

''तो एखादा खटलाच आहे असेच वाटेल, बरोबर? एक फाइल बनवली जाईल. केस उभी करण्यासाठी योजना आखून सरकारी वकिलाची भेट मिळण्याची वाट बघितली जाईल. आणि योजना सफल होईल, अशी आशा धरली जाईल.''

उत्तर नाही.

''सरकारी वकिलाची भेट घेतली आहेस तू?'' रीचरने विचारले.

''नाही,'' सलीव्हन म्हणाली.

''एखाद्या वेळी तसा सरकारी वकील नसेलच. एका बाजूने उभा केलेला हा एक देखावा असू शकेल. एक मिनिटाच्या कामासाठी. मी ती फाइल बघताच पळ काढावा अशी अपेक्षा होती.''

''तो देखावा असू शकत नाही. माझ्यावर सेक्रेटरी ऑफ आर्मीच्या कार्यालयामधून दडपण आणले जाते आहे.''

''कोण म्हणते आहे तसे? तुला नुसते निरोप मिळत असतील, पण ते कुठून येत आहेत हे तुला खरे तर माहीतच नसेल. बिग डॉग जिवंत नाही, हे तरी तुला माहिती आहे का? त्याच्या मृत्यूचा दाखला बघितला आहेस तू?''

''हे वेडगळपणाचे बोलणे आहे.''

''असेलही. पण मला काय म्हणायचे आहे ते ऐकून तर घेशील? समज की सोळा वर्षांपूर्वी हे प्रकरण कोर्टासमोर आले होते. मला काहीही माहीत नसताना.

शेकडो खटल्यांपैकी एक नमुना म्हणून चालविलेला खटला. संबंध दुसऱ्याचाच असेल आणि माझ्या नावाचा उपयोग केला असेल. काही व्यक्तींच्या गटाच्या नावाने दावा दाखल केला असेल आणि केस मिळविण्यासाठी काहीही करायला तयार असणाऱ्या वकिलांविरुद्ध त्यांनी नवीन आघाडी उघडली असेल आणि म्हणूनच त्या वकिलाला दणका बसला असेल. पण त्या वेळी कशा तऱ्हेचे कागदपत्र बनविले गेले असतील?''

''खटला खरोखरच चालवला गेला असेल तर? असंख्य कागदपत्रे. तू विचारूच नकोस.''

''तेव्हा मी समजा *रीचर, तक्रारीविरुद्धचा बचाव* असा शोध घेतला तर काय सापडेल मला?''

''शेवटी बचावासाठी जो जो पुरावा सादर केला असेल तो सर्व मिळेल तुला. असे मला तरी वाटते. शेकडो कागदपत्रे बहुधा. मोठे प्रकरण असेल तर.''

''हे म्हणजे हल्लीच्या प्रथेप्रमाणे वेबसाइटवर शॉपिंग केल्यासारखे आहे का? एका वस्तूचा ताबडतोब तशाच दुसऱ्या वस्तूशी संबंध दाखवला जातो?''

''नाही, मी सांगितले आहे तुला. ही जुनाट प्रणाली आहे. तीस वर्षांपूर्वीच्या लोकांनी तयार केलेली. हे सैन्य दल आहे. विसरू नकोस.''

''ठीक आहे. मग मला जर रीचर नावाच्या माणसाबद्दल काळजी वाटत असली आणि त्याला घाबरवून सोडण्याची माझी इच्छा असली, तर मी कायदा विभागाच्या दफ्तरखान्यात *रीचर विरुद्धची तक्रार* असा शोध घेतला, तर मला बिग डॉगचे ॲफिडेव्हिट मिळेल आणि मी ते प्रस्तुत करेन. ते ॲफिडेव्हिट म्हणजे एका मोठ्या फाइलचा एक भाग आहे याची मला जाणीवसुद्धा होणार नाही, कारण संगणकावरचा शोध अशाच तऱ्हेने घेतला जातो. बरोबर?''

''तसे गृहीत धरायला हरकत नाही.''

''मग तेच तुझे काम आहे. या क्षणापासून. जे गृहीत धरतो आहे ते बरोबर आहे की नाही हे शोधण्याचे. कोणत्याही मोठ्या फाइलचा शोध लागतो का बघ. तुला माहीत असणाऱ्या प्रत्येक शीर्षकाखाली शोध घे.''

गाडीत बसून ते पुन्हा फ्रीवेवरून पूर्वेला निघाले. परत व्हाईनलॅन्ड अ‍ॅव्हेन्यूवर. मग दक्षिणेला मुलगी राहत होती तो भाग सोडून ते कोच डायनरवर पोहोचले. ती निघून गेली होती. गोरी वेट्रेस आणि जेवायला आलेले सर्व ग्राहकही. गर्दीची वेळ नक्कीच संपली होती. वेगवेगळ्या बूथ्समध्ये तीन माणसे कॉफी पीत बसली होती. एक स्त्री खात-पीत होती. सावळीशी वेट्रेस काऊन्टरवरच्या माणसाबरोबर बोलत होती.

रीचर आणि टर्नर दारात उभे राहिल्यावर बोलणे थांबवून ती त्यांचे स्वागत करायला पुढे झाली. रीचर म्हणाला, ''माफ कर मला, पण मला घाईने निघून जावे लागले होते. निकडीचा प्रसंग उद्‌भवला होता. मी माझे कॉफीचे पैसे दिलेच नाहीत.''

वेट्रेस म्हणाली, ''कॉफीचे पैसे मिळाले आहेत आम्हाला.''

''कोणी दिले? त्या छोट्या मुलीने दिले नसतील अशी आशा आहे. ते अजिबातच योग्य ठरणार नाही.''

''पैसे मिळाले आहेत,'' ती पुन्हा म्हणाली.

''सर्व ठीक आहे,'' काऊन्टरवरचा माणूस म्हणाला. ऑर्थर. तो काऊन्टर पुसत होता.

''कॉफीच्या एका कपाला किती पैसे पडतात?'' रीचरने त्याला विचारले.

''दोन डॉलर्स आणि एक पेनी,'' तो म्हणाला. ''कर धरून.''

''माहीत झाले ते चांगले झाले,'' रीचर म्हणाला. त्याने दोन नोटा आणि एक सेन्ट काढून काऊन्टरवर ठेवला. ''ज्याने कुणी उपकार केले होते त्याच्यासाठी. तुम्ही आज जे कराल त्याची परतफेड भविष्यकाळात कधीतरी होतेच.''

''ठीक आहे,'' काऊन्टरवरचा माणूस म्हणाला. पण त्याने रीचरने पैसे जिथे ठेवले होते तिथेच ते राहू दिले.

''ती म्हणाली की ती बऱ्याचदा इथे येते.''

''कोण म्हणाले?''

''समॅन्था. ती छोटी मुलगी.''

त्याने मान डोलावली. ''ती जवळजवळ दररोजच येते.''

''तिला सांग की मला जावे लागले याचे मला वाईट वाटते. मी उद्धटपणे वागलो अशी तिची समजूत व्हावी, अशी माझी इच्छा नाही.''

''छोटी मुलगी तर आहे. तुला का एवढी काळजी वाटावी?''

''तिची कल्पना आहे की मी सरकारसाठी काम करतो. तिचे मत वाईट बनावे असे मला वाटत नाही. हुशार आहे. तिने इतरांसाठी काहीतरी कामे करायचा विचार करायला पाहिजे.''

''तू खरोखर कुणासाठी काम करतोस?''

''सरकारसाठीच,'' रीचर म्हणाला. ''पण तिला वाटते त्यांच्यासाठी नाही.''

''देईन मी तसा निरोप.''

''तू किती काळ ओळखतोस तिला?''

''तुला ओळखतो त्यापेक्षा जास्तच काळ. तेव्हा तिचे खासगी आयुष्य आणि तुझे प्रश्न यांच्यात निवड करायची झाली तर तिचे आयुष्य खासगीच राहील याची मी काळजी घेईन.''

"अर्थातच," रीचर म्हणाला. "माझी तीच अपेक्षा राहील. आणि माझ्यातर्फे आणखी एक गोष्ट सांगशील तिला?"

"कुठली?"

"तिला मी षट्कोनांबद्दल जे सांगितले होते ते लक्षात ठेवायला सांग."

"षट्कोन?"

"छोटे छोटे षट्कोन," रीचर म्हणाला. "तिला म्हणावे ते खूप महत्त्वाचे आहे."

त्यांनी गाडीत बसून इंजिन सुरू केले; पण निघाले नाहीत. डायनरच्या पार्किंग लॉटमध्ये तसेच थांबले. कलाकुसरीने बनविलेल्या निऑनच्या प्रकाशांमध्ये त्यांचे चेहरे गुलाबी, निळा असे रंग बदलत होते. "ती सुरक्षित राहील असे वाटते तुला?" टर्नर म्हणाली.

"७५ वे एम. पी. युनिट आणि एफ. बी. आय. या क्षणाला तिच्या झोपण्याच्या खोलीकडे रात्रभर बघत बसणार आहेत. कोणी आत घुसणार नाही याची खात्री पटवून घेण्यासाठी. मीच तिच्या घरात घुसणार आहे अशी त्यांची अपेक्षा आहे. पण मी तिथे जाणार नाही. माझ्या मते, श्रॅगोही जाणार नाही. कारण जे मला माहीत आहे, तेच त्यालाही माहीत आहे. आज रात्री आमच्या दोघांपैकी कुणीही आतमध्ये शिरणार नाही. तेव्हा ती सुरक्षित राहील."

"तर मग आपण राहण्याची सोय बघितली पाहिजे. तुला कुठे राहायला आवडेल?"

"कमान्डिंग ऑफिसर तू आहेस."

"मला तर फोर सीझन्समध्ये राहायला आवडेल. पण आज रात्री आपण क्रेडिट कार्ड्सचा वापर करायचा नाही. रोख पैसे द्यायचे. आपण कुठे राहणार आहोत ते इतरांना कळावे अशी माझी इच्छा नाही. तेव्हा मला वाटते आपण बरबॅन्कला जाऊ. आपल्याला एमिली भेटली होती त्या ठिकाणी. एमिली- ती हूकर- खराखुरा अनुभव घेऊ."

"मलहॉलन्ड ड्राइव्हवर गाडी चालविण्यासारखा?"

"किंवा मलहॉलन्ड ड्राइव्हवर कुणाला तरी गोळी मारल्यासारखा. चित्रपटात तेदेखील असते."

"तू ठीक आहेस ना, टर्नर?"

"काही प्रश्न निर्माण झाला तर प्रथम मी तुलाच सांगेन," तिने उत्तर दिले.

मोटेल मात्र राहण्याचा अनुभव घ्यावा असे व्यवस्थित होते. रिसेप्शनच्या खिडकीवर जाळी होती आणि फक्त रोख पैसेच स्वीकारले जात होते. खोली थंड आणि दमट भासेल असे वाटत होते. पण ते लॉस एन्जलीसमध्ये होते, जिथे काहीच थंड नसते आणि दमटही नसते. उलट ती भाजल्यासारखी कुरकुरीत वाटत होती. खूप वेळ तापल्याप्रमाणे. सर्व साधने काम करत होती. तसे चांगलेच मोटेल होते.

गाडी पाच खोल्या पलीकडेच उभी करून ठेवली होती, कारण ती लपवून ठेवायला जागाच नव्हती. श्रॅगोने पाहिली असती तरी ते सुरक्षित राहिले असते. तिच्या पुढच्या खोलीवरच त्याने लक्ष ठेवले असते आणि आत घुसला असता तर भलतीच माणसे त्याच्या नजरेस पडली असती. मग त्याला वाटले असते की ते शेजारच्या खोलीत असणार. डावीकडे किंवा उजवीकडे. पन्नास पन्नास टक्के शक्यता. चूक झाली असती तर त्याने एकूण तीन वेगवेगळ्या ठिकाणी घरफोडी केली असती आणि तरीही लक्ष्य त्याच्या नजरेसही पडले नसते. आणि गाडी समजा दोन खोल्या पलीकडे उभी केलेली असली तर? म्हणजे किती खोल्या तपासाव्या लागणार होत्या? पाच पावले टाकल्यावर नुसत्या विचारानेच त्याचे डोके भणभणायला लागले असते.

रीचरची कल्पना होती की त्याला चार तास तरी झोप नक्कीच मिळणार आहे. पूर्व किनाऱ्यावर व्हर्जिनियामध्ये एडमन्ड्स जीव तोडून माहिती मिळवण्याचा प्रयत्न करत असणार. ती नक्कीच त्याला फोन करून उठवणार होती.

५७

एडमन्ड्सचा पहिला फोन पहाटे दोन वाजता आला. म्हणजे पूर्व किनाऱ्यावर पाच वाजले असणार. रीचर आणि टर्नर दोघांनाही जाग आली. फोन दोघांच्या उशांमध्ये ठेवून, कपाळाला कपाळ टेकवून, ते ऐकत बसले.

एडमन्ड्स म्हणाली, "तू मला जेसन केनेथ रिकार्डबद्दल विचारले होतेस. आणि श्रॅगो नावाच्या कुणाबद्दल तरी. पेन आहे?"

"नाही," रीचर म्हणाला.

"मग काळजीपूर्वक ऐक. पहिल्या दोघांप्रमाणेच हे दोघेही फोर्ट ब्रॅगमधील त्याच कंपनीत आहेत. एका स्क्वॉडमध्ये तीन टीम्स असतात. ते एकाच टीममधले आहेत. त्याचा नक्की अर्थ काय असतो, ते मला माहीत नाही. काहीतरी कौशल्याचे काम असणार, जिथे एकमेकांवर अवलंबून राहण्याची गरज असते."

"आणि एकमेकांची गुपिते राखण्याचीही," रीचर म्हणाला. "श्रॅगोबद्दल सांग मला."

"त्याचे नाव एझरा श्रॅगो आहे. मधले नाव माहीत नाही. स्टाफ सार्जन्ट आणि टीम लीडर. वय छत्तीस वर्षे. आजी-आजोबा हंगेरिअन. युद्धाच्या सुरुवातीपासून युनिटमध्ये आहे. पाच वर्षे अफगाणिस्तानमध्ये जात-येत होता आणि आता इथेच नेमणूक झाली आहे."

"त्याच्या कानांना काय झाले?"

"त्याला पकडले होते."

"उत्तर कॅरोलिनामध्ये का अफगाणिस्तानमध्ये?"

"तालिबान. तीन दिवस नाहीसा झाला होता."

"त्यांनी त्याचे डोके कसे नाही उडवले?"

"आपण बहुधा ज्या कारणाने एमाल झदरानला गोळी घातली नाही, त्याच

कारणाने. त्यांच्याकडेही राजकारणी नेते आहेत.''

''कधी झाले हे?''

''पाच वर्षांपूर्वी. तेव्हापासून त्यांनी त्याची इथेच नेमणूक केली आहे. तो नंतर अफगाणिस्तानमध्ये कधीच परत गेला नाही.''

रीचरने फोन बंद केला.

''मला हे अजिबातच आवडत नाही,'' टर्नर म्हणाली. ''ज्या माणसांनी त्याचे कान कापले त्यांनाच तो शस्त्रे का विकेल?''

''सौदे तो करत नाही. तो षड्यंत्राचा केवळ एक भाग आहे. त्याला काय वाटते याची त्यांना अजिबात पर्वा नाही. त्यांना फक्त त्याची ताकद हवी आहे. त्याची मते नको आहेत.''

''आपण त्याला कायदेशीर कारवाईमधून मुक्तता देण्याची तयारी दाखवू शकतो. क्षणात फिरेल तो.''

''त्याने मूरक्रॉफ्टचा जवळ जवळ जीवच घेतला होता.''

''मी तयारी दाखवू या म्हटले, देऊ म्हटले नाही. मग त्याच्या पाठीत सुरा खुपसता येईल.''

''मग फोन कर त्याला, रिकार्डच्या फोनवरून.''

टर्नरने उठून योग्य तो सेलफोन शोधला आणि परत बिछान्यावर बसून फोन केला. पण फोन कंपनीने सांगितले की ती जिथे फोन करत होती त्या फोनच्या मालकाने तिचा फोन येणारच नाही अशी व्यवस्था केली होती.''

''कार्यक्षम आहेत,'' ती म्हणाली. ''ते मिनिटा मिनिटाला आवराआवर करत आहेत. यापुढे रिकार्ड नाही, बॉल्डाची नाही किंवा लोझॅनोही नाही. सर्व इतिहासजमा झाले आहेत.''

''श्रॅगोशिवाय चालेल आपले,'' रीचर म्हणाला. ''त्याच्याकडूनच माहिती कळायला पाहिजे असे नाही. आपण शोधू. एखादे वेळी स्वप्नातही. आत्तापासून पाच मिनिटांनी.''

ती हसली आणि म्हणाली, ''मग पुन्हा एकदा गुड नाईट म्हणते.''

ज्यूलिएटने रोमिओला फोन केला कारण काही जबाबदाऱ्या त्याच्या होत्या. ''श्रॅगोने त्यांची गाडी शोधली आहे. बरबॅन्क विमानतळाच्या दक्षिणेला असलेल्या एका मोटेलच्या पार्किंग लॉटमध्ये आहे.''

रोमिओ म्हणाला, ''पण?''

''श्रॅगोला वाटते आहे की ती चुकीच्या खोलीसमोर उभी करून ठेवली आहे.

सुरक्षिततेच्या कारणासाठी. त्याला दहा-बारा खोल्या शोधाव्या लागतील. आणि कुणाच्या लक्षात न येता ते करणे शक्य नाही. एखाद-दुसरी खोली बघणे ठीक आहे; पण जास्त नाहीत. आणि ती गाडी नादुरुस्त करून ठेवण्यातही अर्थ नाही. ते दुसरी गाडी भाड्याने घेतील. आपलेच एखादे क्रेडिट कार्ड वापरून.''

''तो त्या मुलीला गाठू शकत नाही?''

''ती पुन्हा घरामधून बाहेर पडेपर्यंत नाही. घरावर फार जणांचे लक्ष आहे.''

रोमिओ म्हणाला, ''कायद्याच्या दफ्तरखान्यातही काहीतरी शोध चालू आहे. एकाच कुणाकडून तरी. लष्कराची वकील. रात्रीच्या या वेळी ती विचित्रच गोष्ट आहे.''

''कॅप्टन एड्मन्ड्स?''

''नाही. ती एच. आर. सी. प्रणालीमध्ये काम करते. तासाभरापूर्वीच तिने रिकार्ड आणि श्रॅगो यांची तपशीलवार माहिती काढली आहे. ते फार जवळ पोहोचत आहेत.''

''श्रॅगोच्या जवळ; आपल्या नाही. आपला आणि त्याचा थेट संबंध कुठेही नाही.''

''पण झदरान हा समान दुवा आहे. नीऑनच्या प्रकाशात चमकणारा. तेव्हा श्रॅगोला बरबॅन्कमधून बाहेर पडायला सांग. त्या मुलीलाच गाठायला सांग. त्याच्यावरच सर्व अवलंबून आहे म्हणावे. हा सर्व गोंधळ काहीही करून सकाळच्या आत निस्तरायला सांग.''

एडमन्ड्सचा दुसरा फोन स्थानिक वेळेनुसार सकाळी पाच वाजता आला. पूर्व किनाऱ्यावर आठ वाजले असणार. रीचर आणि टर्नर पुन्हा कपाळाला कपाळ टेकवून ऐकायला लागले. एडमन्ड्सचा आवाज आला. ''आत्तापर्यंतची माहिती देते. ट्रेडमिलवर चालण्याचा व्यायाम घेण्याची वेळ संपली आहे. कार्यालये सुरू व्हायला अजून वेळ आहे. तेव्हा मी फक्त अफवा आणि बाजारगप्पाच ऐकल्या आहेत. पण हे वॉशिंग्टन डी.सी. आहे. इथे अशा तऱ्हेने ऐकलेल्या बातम्याच जास्त अचूक ठरतात.''

''पुढे?''

''मी ऑफिस ऑफ द सेक्रेटरीमधल्या किंवा त्या कार्यालयाशी संबंध असणाऱ्या आठ जणांबरोबर बोलले आहे.''

''आणि?''

''रॉड्रिगेझ किंवा हुआन रॉड्रिगेझ किंवा डॉन किंवा बिग डॉग याच्याबद्दल कुणालाही काहीही आठवत नाही. ते नाव कुणाला ओळखीचे वाटत नाही. त्या

नावाचा संबंध असणारे कुठलेही प्रकरण चालू नाही आणि कुणीही मेजर सलीव्हनला कुठलाही सन्देश पाठविलेला नाही. त्यांच्या कुणी वरिष्ठ अधिकाऱ्यानेही तसा सन्देश वगैरे दिल्याचे कुणाला माहीत नाही.''

''कमाल झाली.''

''पण आठ माणसे म्हणजे खूप माणसे नाहीत. तेव्हा चित्र स्पष्ट नाही. पण सोळा वर्षांपूर्वी कुणाला अडचणीत आणणारी गोष्ट घडली असेल तर त्याला विशेष कोणी महत्त्व देणार नाही, अशी सर्वसाधारण भावना आहे. सर्व जण तासाभरात आपापल्या कार्यालयात पोहोचल्यावर आपल्याला जास्त माहिती मिळेल.''

''आभारी आहे, कॅप्टन.''

''झोप चांगली झाली?''

''तासाचे भाडे आकारणाऱ्या मोटेलमध्ये आम्ही राहतो आहोत आणि त्या पैशांची पुरेपूर वसुली होते आहे. अफगाणिस्तानमध्ये त्याच्या कानांबद्दल जे काही घडले, त्यानंतर श्रॅगोला एखाद्या मनोविकार तज्ज्ञाकडे पाठविले होते का?''

''मनोविकार तज्ज्ञांच्या टिपण्या नेहमी वरिष्ठ अधिकाऱ्यांनाच दाखविण्यात येतात.''

''पण मला खात्री आहे की तू त्या वाचल्या असणार म्हणून.''

''त्याला त्यांचा सल्ला देऊ केल्यावर त्याने मान्यता दिली हीच आश्चर्यकारक बाब होती. बहुतेक सर्व जण नेहमी सैन्य दलाच्या पद्धतीप्रमाणे वागतात. मानसिक संतुलन गमावेपर्यंत सर्व दाबून ठेवतात; पण श्रॅगो तयार झाला होता.''

''आणि?''

''त्या घटनेनंतर तीन वर्षांनीदेखील भयंकर संताप, चीड, मानखंडना, आत्यंतिक द्वेष या भावना त्याच्या मनात कायमच राहिल्या होत्या. त्याला म्हणूनच अमेरिकेत ठेवले होते. त्याला परत अफगाणिस्तानमध्ये पाठवले तर तो तिथल्या माणसांवर भयानक अत्याचार करेल, अशी भीती वाटत होती. टिप्पण्यांप्रमाणे तो तालिबानचा पराकोटीचा द्वेष करतो, त्यांनाच तो शस्त्रास्त्रे का विकेल?''

थोड्या वेळाने टर्नर म्हणाली, ''आता तर मला हे अजिबातच आवडत नाही. ज्यांचा तो एवढा द्वेष करतो.''

''तो षड्यंत्राचा केवळ एक भाग आहे,'' रीचर पुन्हा म्हणाला. ''तो उत्तर कॅरोलिनामध्ये राहतो आहे. पाच वर्षांत त्याने एकाही अफगाण माणसाला बघितलेलेही नाही. आणि त्याला भरपूर पैसे मिळत आहेत.''

''पण त्याचा सहभाग आहे सर्व गोष्टींत.''

''त्याने सर्व संबंध तोडून टाकलेले आहेत. दृष्टीआड झालेल्या गोष्टींची त्याला आठवणच येत नाही.''

रीचरने फोन होता तिथेच ठेवला. दोघांच्या उशांमध्ये. आणि ते परत झोपून गेले.

पण जास्त वेळ नाही. चाळीस मिनिटांनी एडमन्ड्सचा तिसऱ्यांदा फोन आला. सकाळचे पावणेसहा वाजले होते. स्थानिक वेळेनुसार. "सहज मजा म्हणून मी फोर्ट ब्रॅग इथल्या नेमणुकांचा काळ बघत होते," ती म्हणाली. "मला बघायचे होते की हे चौघे जण किती काळ तिथे एकत्र आहेत म्हणून. मी आधी म्हटल्याप्रमाणे श्रॅगो सर्वप्रथम तिथे होता. त्याच्यानंतर रिकार्ड आला, मग लोझॅनो आणि सर्वांत शेवटी बॉल्डाची. चार वर्षांपूर्वी. आणि तेव्हापासून ते एकत्रच आहेत. युनिटमधली ती सर्वांत जुनी टीम आहे. एकमेकांची पूर्ण ओळख पटण्यासाठी त्यांना भरपूर वेळ मिळाला होता."

"ठीक आहे," रीचर म्हणाला.

"पण मुख्य मुद्दा तो नाही. तो वेगळाच आहे. चार वर्षांपूर्वी त्यांचा कमान्डर हृदयविकाराच्या झटक्याने मरण पावला. तेव्हा दुसऱ्या एकाची कमान्डर म्हणून तात्पुरती नेमणूक झाली होती. त्यानेच श्रॅगोची ही टीम बनविली. आणि तो कमान्डर कोण असेल अशी कल्पना आहे तुझी?"

"मॉर्गन," रीचर म्हणाला.

"पहिल्या फटक्यात ओळखलेस तू. त्या वेळी तो मेजर मॉर्गन होता. त्यानंतर लवकरच त्याला बढती मिळाली. तसे काही विशेष कारण नसतानाच. त्याच्या फाइलमध्ये विशेष कागदपत्रे नाहीत. झोप येत नसेल तर त्यावर उपाय म्हणून तू वाच ती."

"लक्षात ठेवेन मी. सध्या मला छान झोप येते. मधून मधून फोन आल्यामुळे उठावे लागत असले तरीही."

"माझीही तशीच गत आहे," एडमन्ड्स म्हणाली.

रीचरने विचारले, "चार वर्षांपूर्वी मॉर्गनला फोर्ट ब्रॅग इथे कुणी पाठवले? त्याच्यासारख्या माणसाला कुठे जायचे ते कोण सांगू शकते?"

"त्याचा शोध घेते आहे मी."

रीचरने फोन होता तिथेच ठेवला आणि ते झोपी गेले.

त्यांना शेवटची अर्ध्या तासाची झोप मिळाली आणि सकाळीच त्या दिवसाचा चौथा फोन त्यांना आला. स्थानिक वेळेनुसार सव्वासहा वाजता. जे. ए. जी. मधून मेजर

सलीव्हनने फोन केला होता. ''मी तीन तास दफ्तरखान्यात शोध घेते आहे. मला वाटते तुझी कल्पना चुकीची आहे. बिग डॉगची केस सोळा वर्षांपूर्वी कोर्टासमोर आली नव्हती आणि त्यानंतरही कधी आली नाही.''

रीचर क्षणभर थांबला.

''ठीक आहे,'' तो म्हणाला. ''आले लक्षात. प्रयत्न केल्याबद्दल आभारी आहे.''

''आता चांगली बातमी हवी आहे की नाही?''

''चांगली बातमी आहे?''

''ती केस कोर्टात उभी राहिली नसली तरी त्या प्रकरणाचा पुरा तपशीलवार पाठपुरावा करण्यात आला होता.''

''आणि?''

''सर्व फसवाफसवी आहे. प्रथमपासून शेवटपर्यंत.''

५८

सलीव्हन म्हणाली, "तुझ्यासाठी खरोखर कुणीतरी बरेच कष्ट घेतले आहेत. तुझ्याबद्दल सर्वांनाच खूप आदर असणार, मेजर. कुणीही दावा दाखल केला नव्हता. काम मिळावे म्हणून अशिलांच्या मागे लागणाऱ्या वकिलांच्या बाबतीत नवीन योजना नव्हती. कोणीतरी हे सर्व फक्त तुझ्यासाठी केले होते. तुझ्या नावावरचा कलंक दूर करण्यासाठी."

"कोणी?"

"सर्वांत जास्त परिश्रम १३५ व्या एम. पी. युनिटच्या एका कॅप्टनने घेतले होते. ग्रेन्जर नावाच्या."

"पुरुष का स्त्री?"

"पुरुष. पश्चिम किनाऱ्यावर असलेला डॉन ग्रेन्जर."

"ऐकले नाही त्याच्याबद्दल कधी."

"त्याने त्याच्या सर्व टिप्पण्या दोन स्टार धारण करणाऱ्या एका एम. पी. ला पाठविल्या होत्या. नाव होते गार्बर."

"लिऑन गार्बर," रीचर म्हणाला. "तो माझ्यासाठी एखाद्या राब्बीसारखा होता. त्याचे माझ्यावर खूप उपकार आहेत. माझी कल्पना होती त्यापेक्षाही जास्तच. नक्कीच."

"मलाही तसेच वाटते. तोच या तपासामागचा कर्ताकरविता होता. त्याचे तुझ्यावर वादातीतपणे खूपच प्रेम असले पाहिजे. पण ग्रेन्जरनेही तसेच प्रचंड काम केले आहे. तू कायम त्याचेही ऋण विसरता कामा नये. इतरांच्या नजरेमधून सुटलेली एक गोष्ट फक्त त्याच्याच ध्यानात आली."

"कथा तरी काय आहे?"

"तुम्हा सर्वांविरुद्ध नेहमीच अनेक तक्रारी येत असतात. त्यांना तोंड देण्याची

एक कार्यपद्धतीही अमलात आलेली आहे. तोंड बंद ठेवायचे आणि त्या तक्रारी नाहीशा होतील, अशी आशा बाळगायची. पण त्या तशा विस्मृतीत गेल्या नाहीत, तर बचाव करायचा. इतिहास सांगतो की निर्णय संमिश्र असतात. हा प्रकार बराच काळ चालू होता. पण या अडगळीत गेलेल्या तक्रारींनीच प्रश्न निर्माण व्हायला सुरुवात झाली. तुम्हा सर्वांविरुद्धच सिद्ध न झालेल्या आरोपांच्या फाइल्स होत्या. बहुतेक सर्व आरोपांमध्ये काही तथ्य नसायचे. त्यांच्याकडे म्हणूनच दुर्लक्ष केले गेले होते. अगदी योग्य होते ते. पण काहींवरचे आरोप तरी खरे असण्याची, अगदी थोडीशी का होईना, पण शक्यता वाटत होती. प्रमोशन बोर्ड्सनी त्या फाइल्स बघितल्यावर त्यांच्या मनात विचार येई की, या आरोपांना थोडा तरी आधार असेल का म्हणून. अनेकांना बढत्याच मिळत नव्हत्या आणि असंतुष्टता पसरायला लागली होती. मोठा प्रश्नच निर्माण झाला होता. बिग डॉगची तक्रार हे सर्वांत वाईट प्रकरणच होते. जनरल गार्बरला वाटले की ते आपोआप दृष्टीआड होणार असले तरी त्याच्याकडे दुर्लक्ष करावे, असे ते नक्कीच नाही. त्याला ते कायम रेकॉर्डवर राहावे असे वाटत नव्हते. ती फाइल कायम नजरेसमोर नको होती.''

''तो सरळ सरळ मलाच विचारू शकला असता.''

''ग्रेन्जरनेही तोच प्रश्न त्याला विचारला होता.''

''आणि त्यावर त्याने काय उत्तर दिले?''

''त्याला तू खरोखर तसे केलेही असशील असे वाटत होते. आणि तुझ्याकडून तसे ऐकण्याची त्याची तयारी नव्हती.''

''खरं?''

''लॉस एन्जलीसच्या रस्त्यांवर एस. ए. डब्ल्यू. या विचारानेच तुझे डोके खरोखर फिरले असेल, असेच त्याला वाटत होते.''

''पण तो माझा प्रश्न नव्हताच. लॉस एन्जलीस पोलिसांचा होता. मला फक्त एक नाव हवे होते.''

''आणि ते तुला मिळाले होते. दुसऱ्या कुठल्या तऱ्हेने तू ते मिळवू शकला असशील, असे त्याला वाटत नव्हते.''

''पण नंतरदेखील तो कधी माझ्याशी बोलला नाही.''

''त्याला भीती वाटत होती की एक दिवस तू मुद्दाम थांबशील आणि त्या वकिलाच्या डोक्यातच गोळी घालशील.''

''घातली असतीही.''

''गार्बर हुशार होता. त्याच्या योजनेत नाव ठेवायला जागा नव्हती. त्याने पूर्ण तपास करण्यासाठी ग्रेन्जरची नेमणूक केली. त्याला प्रथमपासूनच बिग डॉग आवडला नव्हता आणि वकीलही. पण पुराव्यात कुठे काही फट म्हणून नव्हती.

कच्चा दुवा नव्हता. त्याला मारहाण होण्यापूर्वी थोडासाच वेळ आधी तू त्याच्या बरोबर होतास, हेदेखील त्याला माहीत होते. तेव्हा त्यालाही पुढे काय करायचे ते कळेना. तू म्हणालास तेच त्याच्याही मनात आले. तू गेल्यानंतर दुसऱ्याच कुणीतरी किंवा संतापलेल्या ग्राहकाने पाठवलेल्या अनेक जणांनी त्याला ठोकले असू शकेल. म्हणजे एखाद्या गॅंगने. एखाद्या लॅटिनोंच्या गॅंगने. रॉड्रिगेझ लॅटिनोच होता. किंवा काळ्या माणसांच्या गॅंगने. पण ग्रेन्जरला स्वतःहून या प्रकरणात काही प्रगती करता येईना. म्हणून तो लॉस एन्जलीस पोलिसांकडे गेला. त्यांनाही काही सांगता येत नव्हते. पण त्यांचे उत्तर नाही असेच आहे, हे ग्रेन्जरला मान्य होत नव्हते. त्या वेळी लॉस एन्जलीस पोलीस खाते स्वतःच अडचणीत होते. काळ्या-गोऱ्यांमधल्या भेदभावांच्या बाबतीत संवेदनक्षम बनले होते. परक्या माणसांबरोबर गॅंगजबद्दल बोलायला कचरत होते. तो परका माणूस एखादा पत्रकारच निघायचा आणि त्याची समजूत व्हायची की, गॅन्श हा शब्द एखाद्या विशिष्ट जातीजमातीच्या लोकांसाठी वापरण्यात येणारा सांकेतिक शब्द आहे म्हणून. तेव्हा ग्रेन्जरने सुरुवात म्हणून स्वतःच त्या वेळच्या गॅंगजचा अभ्यास सुरू केला. त्या वेळी शस्त्रास्त्रसज्ज आणि धोकादायक टोळ्या कुठल्या होत्या, यांचे रेकॉर्ड तपासायला लागला. तशा कुठल्या टोळ्या त्याला आढळल्या नाहीत. बहात्तर तासांचा एक काळ तर असा होता, की कुठल्याहीगॅंगने एखादाही गुन्हा केल्याची नोंद नव्हती. ग्रेन्जरला प्रथम वाटले की त्यांचा प्रभाव ओसरायला लागला आहे आणि नवीनच दिशेने शोध सुरू करायला पाहिजे. पण तरीही त्याला काही शोध लागेना. गार्बर तपास थांबवून त्याला परत बोलाविण्याच्याच तयारीत होता. आणि मग काय घडते आहे ते ग्रेन्जरच्या लक्षात आले.''

आपल्या उशीवर वळून टर्नर म्हणाली, ''कारण त्या बहात्तर तासांच्या कालखंडात गॅंगजनी जे गुन्हे केले होते, त्यांची सर्व माहिती लॉस एन्जलीस पोलीस खात्याने केराच्या टोपलीत टाकून दिली असणार. त्यांच्या जनसंपर्क अधिकाऱ्यानेच त्यांना बहुधा तसा सल्ला दिला होता म्हणून; गुन्हे घडत नव्हते म्हणून नाही.''

''अगदी बरोबर, मेजर,'' सलीव्हन म्हणाली. ''पण पोलिसांच्या डायऱ्यांमध्ये केलेल्या नोंदी तशाच होत्या. ग्रेन्जरने एका लेफ्टनंटला अडचणीत आणले आणि खरी कथा बाहेर आली. ती विलक्षण चमत्कारिक होती. रीचर निघून गेल्यानंतर एल. सगुन्डो इथल्या पाच काळ्या माणसांनी रॉड्रिगेझला धरले आणि त्याच्याच घरासमोर त्याला बेदम मारहाण करायला सुरुवात केली. एका शेजाऱ्याने फोन केल्यावर लॉस एन्जलीसचे पोलीस घटनास्थळी हजर झाले. त्यांनी मिनिटभर तरी त्याला होत असलेली मारहाण बघितली आणि नंतर एल. सगुन्डोहून आलेल्या गुंडांना पकडले. रॉड्रिगेझला रुग्णालयात भरती केले. पण गुंडांना अटक करताना

पाशवी बळाचा वापर केला गेला होता आणि त्यांना गंभीर दुखापती झाल्या होत्या. वरून आदेश आला की पोलिसांच्या नावाला काळिमा आणणाऱ्या नोंदी गाळून टाकण्यात याव्यात. प्रेसिंक्ट कॅप्टन्सनी नंतर कुठलाच धोका उत्पन्न व्हायला नको म्हणून सर्व प्रकरणच दाबून टाकले.''

''म्हणजे ॲफिडेव्हिटमध्ये रॉड्रिगेझला मी मारहाण केली होती, असा उल्लेख असताना खरे तर इतरांनीच त्याला मारहाण करताना लॉस एन्जलीस पोलिसांनी बघितले होते?'' रीचरने विचारले.

''ग्रेन्जरने त्यांच्या डायऱ्यांच्या फोटो कॉपीज काढल्या होत्या. त्या सर्व दफ्तरखान्याच्या रेकॉर्डमध्ये आहेत.''

''बिग डॉगने भलताच धीराचा वकील शोधला होता तर.''

''वाटते त्याहूनही वाईट. प्लॅन 'अ' होता इतरांप्रमाणेच लॉस एन्जलीस पोलिसांवर दावा दाखल करायचा. काय बिघडणार होते? प्रत्येक जण तेच करत होता. एका रात्री व्हेन्चुरा बोलीवार्डमधील वकिलाच्या कार्यालयात ग्रेन्जर शोधाशोध करत असताना त्याला अगदी तुझ्यासारखे दुसरे ॲफिडेव्हिट सापडले. त्या ॲफिडेव्हिटमध्ये तुझ्याऐवजी लॉस एन्जलीस पोलिसांचे नाव होते. पण त्या दिवशी पोलीस त्या भागातच नव्हते, असे ते सिद्ध करू शकत होते. त्यांनी सर्व नोंदीच पार बदलून टाकल्या होत्या. तेव्हा त्याच्या वकिलाने प्लॅन 'ब' अमलात आणला. सैन्य दलालाच यामध्ये गुंतवले. हीसुद्धा लबाडी होती आणि कायद्याच्या दृष्टीने गुन्हा होता. पण त्यांची कारणमीमांसा अगदी स्पष्ट होती. भक्कम होती. राजकीय सोयीसाठी गुन्ह्याच्या अहवालांनाच आपण केराची टोपली दाखवली, हे लॉस एन्जलीस पोलिसांनी नंतरही कधी कबूल केलेले नाही. तेव्हा ते कधी बोलणार नाहीत याची वकिलाला पूर्ण खात्री होती. बिग डॉगला कुठून तरी पैसे कमवायचे होते. एल. सगुन्डोच्या गुंडांकडे माग काढता येईल असे पैसेच नव्हते. तेव्हा पैसे मिळविण्याचा त्याच्याकडे एकच स्रोत शिल्लक होता- अंकल सॅम.''

''ग्रेन्जरने सर्व प्रकरण शेवटी बंद तरी कसे केले?''

''खूप काळजीपूर्वक. त्याला लॉस एन्जलीसच्या पोलीस खात्याला जाहीरपणे नको त्या पेचात टाकायचे नव्हते. पण तो जे. ए. जी. मधल्या एका माणसाला ओळखत होता, ज्याची बार असोसिएशनमधल्या कुणाशी तरी ओळख होती. तेव्हा त्याने वकिलाला अडकवले. त्याला दुसरे ॲफिडेव्हिट बनवायला लावले. त्यामध्ये त्याने शपथ घेऊन कबुलीजबाब लिहून दिला होता की त्याने लिहिलेले पहिले ॲफिडेव्हिट खोटे होते म्हणून. त्याने स्वतः त्या दुसऱ्या ॲफिडेव्हिटवर साक्षीदार म्हणून सही केली. ते ॲफिडेव्हिट आजही दफ्तरखान्यात आहे. खोट्या ॲफिडेव्हिटच्या शेजारीच. आणि नंतर ग्रेन्जरने हाणल्यामुळे त्या वकिलाचा ओठही फाटला होता.''

"त्याने तेही दफ्तरखान्यात लिहून ठेवले आहे?"

"असे दिसते आहे की त्याच्यावर वकिलाने विनाकारण हल्ला चढविला होता आणि त्याला स्वसंरक्षण करणे भागच पडले."

"होते तसे कधीकधी. कर्नल मूरक्रॉफ्ट कसा आहे?"

"धोका टळला असला तरी प्रकृती अजून खूप चांगली नाही."

"तुला संधी मिळाली तर माझ्यातर्फे शुभेच्छा दे त्याला. आणि आज रात्री तू जे श्रम घेतले आहेस त्याबद्दल धन्यवाद."

सलीव्हन म्हणाली, "मला तुझी माफी मागायला हवी, मेजर."

"अजिबात नाही," रीचर म्हणाला.

"आभारी आहे. पण तू माझे तीस डॉलर्स देणे लागतोयस."

रीचरच्या डोळ्यांसमोर टर्नरची प्रतिमा उभी राहिली. व्हर्जिनियामधील बेरीव्हील इथल्या हार्डवेअर स्टोअरला भेट दिल्यानंतरची. नवीन चढविलेली पॅन्ट, ढगळ होणारा त्याचा शर्ट, ज्याचे मागचे खालचे टोक गुडघ्यांपर्यंत पोहोचलेले होते. "त्या तीस डॉलर्सएवढे चांगले पैसे मला कधीही मिळाले नव्हते," तो म्हणाला.

त्यांनी त्यांना माहीत असलेल्या तऱ्हेने आनंद साजरा केला. तोपर्यंत परत झोपून जायला खूप उशीर झाला होता. तेव्हा ते उठले आणि त्यांनी स्नान केले.

"कसे वाटते आहे आता?" टर्नरने विचारले.

"काही वेगळे वाटत नाही," रीचरने उत्तर दिले.

"का?"

"मी ते केले नव्हते ते मला ठाऊक होते. तेव्हा मला नवीन असे काहीच कळलेले नाही. सुटका झाल्यासारखे वाटत नाही, कारण माझे मानसिक स्वास्थ्यही बिघडलेले नव्हते. लोकांना काय वाटते याबद्दल मला अजिबात पर्वा नसते."

"मला काय वाटते त्याच्याबद्दलही?"

"मी तसे काही केलेले नाही हे तुला माहीत होते. तू एक लाख डॉलर्स घेतलेले नाहीस हे जसे मला माहिती आहे, तसेच."

"तिने माफी मागितली याचा आनंद वाटतो मला. आणि माफी मागण्याची गरज नाही, असे तू सभ्यपणे म्हणालास त्याचाही."

"सभ्यपणा वगैरे काही नाही. मी सत्य तेच सांगत होतो. तिला माफी मागण्याची खरंच गरज नव्हती. तिचा जो माझ्याबद्दलचा पूर्वग्रह झाला होता, तोदेखील बरोबरच होता. मी ते केले नाही असे मीदेखील म्हणायला नको होते. कारण मी जवळजवळ ते केलेच होते. त्या ॲफिडेव्हिटमधला प्रत्येक शब्द खरा

करण्यापासून मी केवळ एक मिनिट दूर होतो. लॉस एन्जलीसच्या रस्त्यांवर एस. ए. डब्ल्यू. विकल्या जात होत्या म्हणून नाही. त्यांची मला काळजी नव्हती. ती शस्त्रास्त्रे नीट वापरण्यासाठी खूप ताकद लागते. आणि शिक्षणही. आणि देखभालही. स्क्वॉड मशिनगन तुमच्या सर्वोत्कृष्ट माणसाच्या हातात असते; सर्वांत खराब माणसाच्या हातात नाही. आणि लॉस एन्जलीसच्या रस्त्यांवर इतकी उत्कृष्ट माणसे असतील? मला नाही तसे वाटत. माझी खात्री होती की एकदा झाडल्यावर एस. ए. डब्ल्यू. बोटींचे नांगर म्हणून वापराव्या लागल्या असत्या. डोक्याला ताप होण्यासारखे काही नाही. मला काळजी क्लेमोर माइन्स, हॅन्ड ग्रेनेड्स यांचीच होती. त्या वापरायला कुणी तज्ज्ञ वगैरे लागत नाहीत. शहरात आजूबाजूने जाणाऱ्या येणाऱ्या निरपराध लोकांचा आणि मुलांचा बळीही जाऊ शकतो. आणि तो हरामखोर ती विकून अमाप पैसे मिळवत होता आणि तो पैसा मादक द्रव्ये, हूकर्स आणि दिवसाला वीस वीस बिग मॅक्सवर उधळत होता.''

टर्नर म्हणाली, ''चल आपण न्याहारी करू. आणि इथे परत यायचे नाही. इथेही राहण्यात मजा नाही राहिली.''

त्यांनी आपापले टूथब्रश खिशात टाकले, कोट घातले आणि ते पार्किंग लॉटच्या दिशेने निघाले. रस्त्यावरचे दिवे अजूनही आकाशातल्या प्रकाशापेक्षा चमकदार दिसत होते. गाडी त्यांनी ठेवली होती त्याच ठिकाणी होती. पाच खोल्या दूर.

पण गाडीवर काहीतरी लिहिलेले दिसत होते.

ड्रायव्हर शेजारच्या सीटवर बसणाऱ्या व्यक्तीच्या खिडकीवर रुंद बोटांनी तीन शब्द लिहिले होते. सात अक्षरे. मोठ्या आकारात. व्यवस्थितपणे.

मुलगी कुठे आहे?

५९

समॅन्था डेटन बऱ्याचदा उठायची त्याप्रमाणे सकाळी लवकरच उठली. अरुंद अशा पायऱ्या उतरत माळ्यावरून खाली आली आणि खिडकीजवळ गेली. हमर गाडी निघून गेली होती. मध्यरात्रीच गेली असणार. मग वकिलाच्या कार्यालयावर नजर ठेवायची तिची पाळी असे. तिच्या जागी जांभळ्या रंगाची डॉज चार्जर उभी होती. पोलिसांची गाडी नसणार असे वाटावे इतकी ती गाडी चांगली होती. पण ती गाडी पोलिसांचीच होती. किंवा तांत्रिकदृष्ट्या फेडरल एजन्टची होती, असे म्हटले तरी चालेल, असा विचार तिच्या मनात आला. डी.इ.ए. किंवा ए.टी.एफ. किंवा एफ. बी. आय. ची. तिने ड्रायव्हरला ओळखले होते. सर्व गाड्या आळीपाळीने कोणत्या वेळी उभ्या असतात याचा तिला अंदाज यायला लागला होता. पुढे छोटी पांढरी कॉम्पॅक्टही तिच्या नेहमीच्या जागेवर उभी होती. ती गाडी कुणाची असावी हे मात्र खरोखर एक रहस्य होते. ती पोलिसांची गाडी नव्हती. बहुधा भाड्याचीच होती. विमानतळावरून हर्ट्झ किंवा एव्हिस कंपनीकडून भाड्याने घेतलेली. डी.इ.ए. आणि ए.टी.एफ. आणि एफ. बी. आय. या सर्वांची लॉस एन्जलीसमध्ये फिल्ड ऑफिसेस होती. त्यांच्याकडे बरीच माणसे कामाला होती. स्वतःच्या अशा बऱ्याच गाड्याही होत्या. तेव्हा छोट्या पांढऱ्या कॉम्पॅक्टमधला माणूसही या कामात होता, म्हणजे तो कुठल्या तरी महत्त्वाच्या खात्याचाच माणूस होता. पण लहान आणि खास कामेच हातात घेणारे खाते असणार. लॉस एन्जलीसमध्ये त्यांचे स्वतःचे असे कार्यालय बहुधा नव्हते. तेव्हा तो विमानाने दुसरीकडून कुठून तरी आला असणार. बहुधा वॉशिंग्टन डी.सी. हूनच. सगळी गुपिते वॉशिंग्टन डी. सी. मध्येच असतात.

स्नान करून तिने तिची आवडती काळी पॅन्ट चढवली. नवीन निळा टी-शर्ट. त्यावर तिचे आवडते जीनचे जाकीट. निळा टी-शर्ट होता म्हणून निळे शूज घातले. केस विंचरले. मग तिने पुन्हा खिडकीमधून बाहेर नजर टाकली. तिने ज्या वेळेला

झिरो अवर असे नाव दिले होते ती वेळ होत आली होती. दिवसातून दोन वेळेला पांढरी कॉम्पॅक्ट गाडी जागा सोडत असे. त्या वेळी बहुधा ड्रायव्हर जेवत असणार. किंवा स्वच्छतागृहातही जात असेल. दिवसातून चार वेळा हमर आणि डॉज चार्जर जागांची अदलाबदल करत असत. पण या सर्व एजन्सींनी कामाच्या बाबतीत एक धोरण आखले नसावे. कारण प्रत्येक दिवशी सकाळी एकाच वेळी, साधारण वीस मिनिटांपर्यंत सर्वच गाड्या एकदम नाहीशा होत असत. *झिरो एजन्ट्स, झिरो अवर.* शून्य तास, शून्य एजन्ट. रस्ता नेहमीसारखा सामान्य बने. साधे तर्कशास्त्र, साधे गणित, वर्गात शिकवतात तसे. क्ष गाड्यांनी य ठिकाणांवर झी तास नजर ठेवायची. कुठेतरी गडबड उडत होती.

बाहेर नजर टाकल्यावर तिला दिसले की पांढरी कॉम्पॅक्ट गाडी आधीच निघून गेली होती. ती बघत असतानाच डॉज चार्जरही निघाली. तिचे इंजिन सुरू झाले, ती फुटपाथच्या कडेवरून रस्त्यावर आली आणि निघून गेली. रस्ता शांत झाला. *झिरो अवर.*

रीचर पुन्हा पहिल्यापासून विचार करायला लागला. ७५वे एम. पी. युनिट आणि एफ. बी. आय. घरावर नजर ठेवून होते. त्यांचे संपूर्ण लक्ष घरात कुणी घुसतो का यावरच खरं तर केन्द्रित झालेले होते. *तेव्हा मी तिथे जाणार नाही आणि श्रॅगोदेखील जाणार नाही, कारण आमच्यापैकी कुणीही आत शिरू शकत नाही.*

''तो फसवतो आहे आपल्याला,'' रीचर म्हणाला. ''आपल्या डोक्यात काहीतरी भलतेच भरवून आपल्याला उघड्यावर येणे भाग पाडण्याचा त्याचा प्रयत्न आहे. बाकी काही नाही. तो त्या मुलीच्या जवळपासही जाऊ शकत नाही.''

''पूर्ण खात्री आहे तुला तशी?'' टर्नरने विचारले.

''नाही.''

''आपण तिथे जाऊ शकत नाही. सलीव्हनने अधिकृतपणे सांगेपर्यंत तू गुन्हेगारच आहेस. मी तर बहुतेक कायमचीच गुन्हेगार राहणार आहे.''

''आपण एकदा जाऊ शकतो तिथे.''

''नाही जाऊ शकत. त्यांनी काल एकदा गाडी बघितलेली आहे. दोनदाही बघितलेली असू शकते. आणि आपल्याला अटक होऊन चालणार नाही.''

''आपण दुसरी गाडी मिळवू शकतो. बरबॅन्क विमानतळावरून. श्रॅगोला तासाभरात ते कळेलच. पण तो एक तासाचा वेळ आपण वापरू शकतो.''

सकाळची न्याहारी हा समॅन्थापुढे नेहमी एक मोठाच प्रश्न असायचा. घरात कधीच काही नसायचे. तिची आईही सकाळी उशिरापर्यंत झोपलेली असायची. थकून भागून. त्यांच्याच परिस्थितीचा ताणही तिच्या मनावर असायचा. स्वयंपाकघरात खणाखण आवाज झालेले तिला पसंत नसायचे. तेव्हा न्याहरी म्हणजे एक मोहीम असायची- एक्स्पिडिशन. हा शब्दच फार आवडे तिला. तिच्या मते तो जुन्या लॅटिनवरून आलेला होता. एक्स म्हणजे बाहेर. पेड म्हणजे पाय- पेडल किंवा पेडिक्युअर असे शब्द तिला आठवायचे. पेडल मारत सायकलवरून जायचे किंवा वाटसरूंप्रमाणे चालत जायचे. थोडक्यात म्हणजे चालत बाहेर पडणे. ती तेच तर नेहमी करत असे. तिला अजून गाडी चालवताच येत नव्हती. चौदाच वर्षांची तर होती. जवळजवळ पंधरा म्हणण्याएवढीच.

गाडी कधी चालवायला मिळेल याची ती वाटच बघत होती. मग ती खूप दूर दूर बरबॅन्क किंवा ग्लेनडेल किंवा पासादेनापर्यंत न्याहरी करण्यासाठी जाऊ शकली असती. बिव्हर्ली हिल्सलासुद्धा जाऊ शकली असती. चालत जाण्यावर मर्यादा येत. एक तर दक्षिणेला व्हाइनलॅन्डवर कोच डायनरमध्ये जायचे, नाहीतर व्हाइनलॅन्डच्या उत्तरेला असणाऱ्या वकिलाच्या कार्यालयाजवळच्या कॉफीशॉपमध्ये जायचे. तेवढ्याच दोन जागा. बाकी सगळी टॅकोज् किंवा टॉर्टिलाज किंवा व्हिएतनामी खाण्याची ठिकाणे होती. आणि न्याहारी करायची तर ती उघडीच नसत. फार कंटाळा यायचा.

सर्वसाधारणतः.

पण त्या दिवशी सकाळी नाही. फेडरल एजन्ट्सही फक्त त्याच जवळच्या ठिकाणी जाऊ शकत होते. तेव्हा त्यांना शोधणे सोपे होते. नाणे उडविल्याप्रमाणे. दोन जागा. कुठल्याही एका ठिकाणी सापडण्याची पन्नास पन्नास टक्के शक्यता. ती नाणेफेक जिंकेल अशी तिची आशा होती. त्या दणकट रीचरबरोबर गप्पा मारायची तिची तयारी होती. उच्चपदावर असणार. या सगळ्या भानगडींमध्ये अगदी मध्यभागी असणारा, फोन आल्याबरोबर पळ काढणारा. त्या कानवाल्या माणसाबद्दल इशारा देणारा.

छापा का काटा?

बाहेर पडून तिने निळा दरवाजा ओढून बंद केला आणि चालायला सुरुवात केली.

भाड्याने गाड्या मिळण्याच्या जागेबाहेर त्यांनी आपली जुनी लॅन्ड रोव्हर फुटपाथच्या कडेला उभी केली. तिथून ती पुन्हा आत नेली गेली असती. आत जाऊन ते टेबलासमोर रांगेत उभे राहिले. आत्ताच फिनिक्सहून आलेले, केस पांढरे पडलेले, एक म्हातारे जोडपे त्यांच्या पुढे उभे होते. आपली पाळी आल्यावर रीचरने

बॉल्डाचीचे लायसन्स आणि क्रेडिट कार्ड पुढे केले. एक मध्यम आकाराची सेदान निवडली. अनेक कागदपत्रांवर पूर्ण सह्या, आद्याक्षरांनी सह्या केल्यावर त्यांच्या हातात गाडीची चावी पडली. पांढऱ्या रंगाची फोर्ड गाडी होती. आत्ताच धुतल्याने तिच्यावरून पाणी निथळत होते. लक्ष वेधले न जाणारी गाडी. तेव्हा त्यांच्यासाठी अगदी योग्य. फक्त तिच्या खिडक्यांवर हिरव्या रंगाची झाक होती. आधुनिक. रेन्ज रोव्हरच्या काचांवर अपारदर्शक प्लॅस्टिकचे तुकडेच चिकटविले होते. फोर्ड चालवताना अगदी वेगळे वाटणार होते. आत बघणे हे सूर्यप्रकाश आणि प्रतिबिंबांवर अवलंबून राहणारे होते.

टर्नरने आपले नकाशांचे पुस्तक आणले होते. अगदी शेवटच्या चौकावर पोहोचेपर्यंत व्हाइनलॅन्ड अॅव्हेन्यूवर जाणे भाग पडणार नाही, अशा तऱ्हेने तिने मार्ग आखला.

दिवस उजाडला. स्वच्छ सूर्यप्रकाशाचा. हवाही तजेलदार, उत्साहवर्धक. रस्त्यांवर विशेष रहदारी नव्हती. लवकरची वेळ होती. छोट्या छोट्या रस्त्यांवरून गाडी नेत ते बरबॅन्कबाहेर आले. उत्तर हॉलिवूडमधून पुढे जात व्हाइनलॅन्डच्या पूर्वेला त्यांनी फ्रीवे पार केला. गाडीच्या खिडक्यांवरच्या पारदर्शक काचांमुळे त्यांना उघड्यावर पडल्यासारखे वाटत होते.

''एकच फेरी,'' टर्नर म्हणाली. ''रस्त्याच्या टोकापर्यंत हळू हळू पण एकाच वेगाने गाडी चालवायची. कोणत्याही परिस्थितीत थांबायचे नाही. इतर एजन्सींच्या गाड्या असणार हे गृहीतच धरायचे. काही वेगळे वाटले तर रस्त्याच्या टोकापर्यंत जाऊन काय करायचे ते ठरवायचे. पण घरासमोरच्या सापळ्यात अडकायचे नाही. ठीक आहे?''

''ठीक,'' रीचर म्हणाला.

त्यांनी ग्रोसरी मागे टाकली, चाके नसलेली गाडीही मागे पडली, एकदा डावीकडे वळले, एकदा उजवीकडे आणि तिच्या रस्त्यावरच पोहोचले. समोर सरळ रस्ता. दोन्ही बाजूला एका मागोमाग एक उभ्या केलेल्या गाड्या. उन्हात चमकत असणाऱ्या.

''एफ. बी. आय. ची गाडी उजवीकडे आहे,'' टर्नर म्हणाली. ''जांभळी डॉज चार्जर.''

''दिसली,'' रीचर म्हणाला.

''पुढे डावीकडे शेवटची गाडी. एम. पी. स्पेशल.''

''दिसली,'' रीचर पुन्हा म्हणाला.

''घर नेहमीसारखेच वाटते.''

तसेच होते. दणकट. स्थिरस्थावर असलेले. आत माणसे झोपलेली असावीत.

पुढचा दरवाजा बंद होता. सर्व खिडक्या बंद होत्या. जुनी लाल कूपे जाग्यावरून हललीही नव्हती.

ते पुढे जात राहिले.

"सगळ्या गाड्या रिकाम्या आहेत. श्रॅगो कुठे असल्याचे चिन्ह नाही. आपल्याला फसविलेलेच असणार."

हळूहळू, एकाच वेगाने ते पुढे जात राहिले. रस्त्याच्या टोकापर्यंत. काळजी असावी असे काही दिसले नाही.

"न्याहरी करू या," रीचरने सुचवले.

रोमिओने ज्यूलिएटला फोन केला. "त्यांनी दुसरी गाडी भाड्याने घेतली आहे. पांढऱ्या रंगाची फोर्ड. बरबॅन्क विमानतळावरून."

ज्यूलिएटने विचारले, "कशासाठी? ते आपल्यापासून दडून राहू शकत नाही हे त्यांना ठाऊक आहे."

"ते एफ. बी. आय. आणि मिलिटरी पोलिसांपासून दडून राहत आहेत. गाडी बदलणे ही चांगली युक्ती आहे."

"पांढऱ्या रंगाची फोर्ड? मी ताबडतोब श्रॅगोला कळवतो."

"तो काही प्रगती करतो आहे?"

"त्याच्याकडून अजून काही ऐकले नाही."

रोमिओ म्हणाला, "एक मिनिट थांब."

"काय झालं?"

"बॉल्डाचीचे कार्ड पुन्हा वापरले गेले आहे. लॉन्ग बीचवरच्या गृहस्थाने आत्ताच दुसऱ्या दिवसासाठी रेन्ज रोव्हर भाड्याने घेतली आहे. म्हणजे त्यांनी गाडी बदललेली नाही तर एक जास्त गाडी घेतली आहे. बहुधा दोघे वेगळे होऊन फिरत आहेत. हुशार आहेत. दोन विरुद्ध एक असा सामना राहील. ते परिस्थितीचा फायदा उठवत आहेत. श्रॅगोला कळेल याची खात्री करून घे."

ते मोठे वळण घेऊन व्हाइनलॅन्डच्या उत्तरेला कोच डायनरपर्यंत आले. पांढऱ्या फोर्डकडे कुणी दुसऱ्यांदा नजरही टाकली नव्हती. चांगली गाडी होती. हवेमधल्या एखाद्या अदृश्य विवराप्रमाणे. न दिसणारी. साधीसुधी. पारदर्शक काचा सोडल्या तर त्यांच्यासाठी योग्यच.

डायनरमध्ये गर्दी होती. लवकर कामावर निघालेली आणि दिवसभर काम

करायला तयार होणारी माणसे सकाळी सकाळीच खाण्यापिण्यासाठी आली होती. मळके टी-शर्ट्स आणि कानाला हेडफोन्स लावून बसलेली, वाया गेलेली पोरे म्हणावीत असे कुणी बसलेले नव्हते. मुलगी तिथे दिसली नाही. तसे आश्चर्य वाटण्यासारखे काही नव्हते. ती नेहमी तिथे येत असली, जवळ जवळ प्रत्येक जेवण तिथेच घेत असली, तरी वेळ फार लवकरचीच होती. चौदा वर्षांच्या मुलींबद्दल रीचरला काहीच माहिती नव्हती. पण त्यांच्या आयुष्यात सकाळी लवकर उठणे महत्त्वाचे असेल, असे त्याला वाटत नव्हते. ऑर्थर नाव असलेला माणूस काऊंटरमागे होता. सावळी वेट्रेस धावपळ करत होती. तिच्या कामाची पाळी बहुधा रात्री उशिरापर्यंत आणि सकाळी लवकर अशी असावी. गोरी वेट्रेस दिसली नाही. ती बहुतेक गर्दीच्या वेळी कामाला येत असावी. दुपारी जेवणाच्या वेळी यायचे आणि रात्रीची जेवणाची वेळ होईपर्यंत थांबायचे.

त्यांनी उजवीकडचा शेवटचा बूथ पकडला. मुलीच्या रिकाम्या स्टुलाच्या मागचा. एका मुलाने पाणी आणून ठेवले. सावळ्या वेट्रेसने कॉफी आणून दिली. टर्नरने ऑम्लेटची ऑर्डर दिली, रीचरने पॅनकेक्सची. आरामात खातपीत ते मजेत वेळ काढत होते. थांबले होते. मुलगी आली नाही. इतर माणसे बदलत होती. शारीरिक श्रम करणाऱ्यांची जागा आता कार्यालयात कामाला जाणाऱ्या माणसांनी, विक्रेत्यांनी वगैरे घेतली होती. त्यांची वागणूक भट्टीत कोळसा टाकणाऱ्यांसारखी नव्हती. रीतभात जास्त चांगली होती. खाणेपिणे थोडे वेगळे होते. रीचरने चार वेळा पुनःपुन्हा कॉफी मागवली. टर्नरने टोस्ट. मुलगी आलीच नाही.

रीचर उठला आणि त्या मुलीच्या रिकाम्या स्टुलावर जाऊन बसला. ऑर्थरचे त्याच्या हालचालींवर लक्ष होते. असायलाच पाहिजे तसेच. त्याने *आलोच मी तुझ्याकडे* अशा अर्थाने बहुधा मान डोलावली. रीचर थांबला. ऑर्थरने कॉफी, ऑरेन्ज ज्यूस, प्लेट्स देणे संपवले, कुणाची तरी ऑर्डर स्वीकारली आणि मग तो रीचरजवळ आला.

"समॅन्था इथेच न्याहारी करायला येते का?" रीचरने विचारले.

"बहुतेक दिवशी."

"किती वाजता येते?"

"तू पुन्हा चाळिशीत येणार नाहीस असे मी म्हटले तर ते चुकीचे ठरेल का?"

"तू फारच चांगल्या मनाने बोलतो आहेस. पण चूक ठरणार नाही."

"काही जण म्हणतात आजचा काळच तसा आहे. मला वाटते तो नेहमीच तसा होता. चाळीस वर्षांचा माणूस चौदा वर्षांच्या मुलीबद्दल नको तितके प्रश्न विचारायला लागला तर बहुतेकांच्या ते लक्षात येईल आणि काही जण त्या बाबतीत काहीतरी करतील. उलट प्रश्न तरी विचारतील."

"विचारायलाच पाहिजेत. पण तुला हा अधिकार कुणी दिला आहे?"

"तू मलाच प्रश्न विचारला होतास."

"मला तिच्याबरोबर गप्पा मारण्यात खूप आनंद वाटत होता. आणि मला पुन्हा तिच्याशी बोलायला आवडेल."

"खूप दिलासा देणारे बोलणे नाही."

"तिला कायद्याचे पालन करायला लावणाऱ्या निरनिराळ्या एजन्सींबद्दल कुतूहल निर्माण झाले आहे. आणि ती गोष्ट खूप चांगली नाही."

"तिच्या रस्त्यावरची परिस्थिती?"

"माझ्या मनात विचार आला होता की थोड्याफार सत्य गोष्टी सांगून यापासून दूर राहण्याचे तिच्याकडून वचन घ्यावे."

"तू त्यांच्यापैकीच एक आहेस?"

"नाही. मी इथे रजेवर आलो आहे. इथे आलो नसतो तर ताहितीला असतो."

"सत्य गोष्टी जाणून घेण्याइतकी ती वयाने मोठी नाही."

"आहे. मला तरी तसे वाटते."

"आता हा निष्कर्ष तू कसा काय काढलास?"

"अगदी सहज. मी श्वास घेऊ शकतो का विचारण्यासारखे आहे ते."

"ती लवकर उठणारी मुलगी आहे. ती आली असती तर खूप वेळापूर्वी आली असती आणि एव्हाना परतही गेली असती. मला वाटते आज ती इथे येणार नाही."

६०

रीचरने बॉल्डाचीच्या पैशाने बिल दिले. फोर्डमध्ये बसल्याक्षणी टर्नर म्हणाली, ''आज तिने बहुतेक घरीच खाणेपिणे घेतले असेल. नाहीतर, खाणेपिणे टाळलेही असेल. अल्लड मुलगी आहे ती. अशा मुलींचे विचार कधीही बदलू शकतात.''

''ती म्हणाली की ती बहुतेक वेळा इथेच खाणेपिणे करते.''

''म्हणजे प्रत्येक वेळेला नाही.''

''तो म्हणाला की बहुतेक दिवशी.''

''म्हणजे प्रत्येक दिवशीही नाही.''

''पण तिने आजच न्याहरी करण्याचे का टाळावे? तिला कुतूहल आहे आणि तिला असेही वाटते की तिला माझ्याकडून माहिती कळू शकेल.''

''तू इथे येशील अशी तिची अपेक्षा का असावी?''

''एजन्ट्सनाही खायची-प्यायची गरज असतेच.''

''मग कॉफीशॉपही तेवढेच तर्कशुद्ध ठिकाण आहे. वकिलाच्या कार्यालयाजवळच आहे. ही दोनच ठिकाणे आहेत, हे तिलाही माहीत आहे.''

''मग तिथे जाऊन बघू या आपण.''

''खूप कठीण आहे ते. रस्त्यावरून आतले काही दिसू शकणार नाही. आपण चालत आत शिरू शकत नाही. शिवाय ती लवकर उठणारी मुलगी आहे. ती तिथे जाऊन परतही गेली असेल.''

''मग तिच्या घरावरून फेरी मारू या.''

''फेरी मारून काहीच कळणार नाही. घराचे दार बंद आहे. आपली काही एक्स-रे नजर नाही.''

''श्रॅगो आसपास कुठे तरी आहे.''

''मग आपण उंचावरच्या आपल्या ठिकाणी जाऊ या,'' टर्नर म्हणाली.

"पांढऱ्या गाडीमधून? भर दिवसा?" रीचर उद्गारला.

"फक्त दहाच मिनिटे. आपल्या मनाला शांतता लाभण्यासाठी."

स्वच्छ सूर्यप्रकाश होता. दुर्बिणीमधून उत्कृष्ट दिसत होते. प्रतिमा अगदी स्पष्ट आणि हुबेहूब दिसत होत्या. रीचरला दुर्बिणीमधून सर्व तपशील कळत होता. रस्ता, पांढरी कॉम्पॅक्ट, जांभळी डॉज, निळा दरवाजा. पण कुठे काही हालचाल नव्हती. सारे कसे शांत शांत भासत होते. सूर्यप्रकाश असणारा आणखी एक स्वच्छ दिवस आणि न संपणारी टेहळणी. कंटाळवाणी, सर्वसामान्य, विशेष काही घटना न घडणारी. टेहळणी करत बसण्याचे काम नेहमी असेच असते. श्रॅगोचा तर कुठे पत्ताच नव्हता. उभ्या असणाऱ्या गाड्यांमधल्या काही गाड्यांवर गडद रंगांच्या काचा होत्या, तर काही काचांवरून चकचकीत, डोळे दिपवणारा प्रकाश परावर्तित होत होता. पण त्या भाड्याने घेतलेल्या गाड्यांएवढ्या साध्या गाड्या नव्हत्या. ज्या गाड्या भाड्याने घेतल्या असू शकल्या असत्या, त्या गाड्यांमध्ये कुणीही बसलेले नव्हते.

"तो तिथे नाही," टर्नर म्हणाली.

"ती कुठे आहे ते जरी खात्रीने कळले असते तरी खूप चांगले झाले असते," रीचर म्हणाला.

आणि त्याचा फोन वाजला. व्हर्जिनियामधून कॅप्टन एडमन्ड्सचा फोन आला होता. "मला श्रॅगोबद्दलची आणखी एक फाइल मिळाली आहे. पाच वर्षांपूर्वीची. मध्यपूर्वेमधून त्याला बाहेर ठेवण्याचा निर्णय खूप वादग्रस्त ठरला होता. आपण दोन युद्धांमध्ये अडकलो होतो आणि आपल्याला माणसे मिळत नव्हती. शेकडो जणांना पुनःपुन्हा त्यांच्या मनाविरुद्ध युद्धभूमीवर पाठवले जात होते. नॅशनल गार्ड्स वर्षानुवर्षे बाहेरच राहत होते. श्रॅगोसारख्या माणसाला इराक किंवा अफगाणिस्तानला न पाठविणे, ही हास्यास्पद गोष्ट ठरत होती. सक्तीची निवृत्ती हा पहिला पर्याय होता. पण त्याच्या परिस्थितीचा विचार करून दयाबुद्धीने वागावे, असा त्याने अर्ज दाखल केला होता. तेव्हा त्याचे म्हणणे ऐकून घेणे भाग होते. शेवटी वाद एच. आर. सी. मधल्या असिस्टन्ट डेप्युटी चीफ ऑफ स्टाफपर्यंत पोहोचला. त्याने श्रॅगोच्या बाजूने निर्णय दिला."

"आणि?" रीचर म्हणाला.

"त्याच असिस्टन्ट डेप्युटीने तात्पुरता पदभारही स्वीकारला होता. नंतर वर्षभराने त्यानेच मॉर्गनला फोर्ट ब्रॅगमध्ये नेमणूक दिली."

"विचार करण्यासारखीच गोष्ट आहे."

"मलाही तसेच वाटले. श्रॅगोवर त्याचे उपकार होते आणि मॉर्गन त्याच्या हातामधले प्यादे होते."

"नाव काय होते त्याचे?"

"क्रू स्कली."

"हे कसले नाव?"

"तो न्यू इंग्लंडमधील एका उच्च घराण्यातील आहे."

"सध्या कुठे आहे?"

"बढती मिळाली आहे त्याला. डेप्युटी चीफ ऑफ स्टाफ बनला आहे."

"त्याच्यावर कुठली जबाबदारी आहे?"

"पर्सोनेल," एडमन्ड्स म्हणाली. "ह्यूमन रिसोर्सेस कमांडकडून गफलत झाली असावी. तांत्रिकदृष्ट्या विचार केला तर तो माझाही बॉस आहे."

"आणि या आठवड्यात मॉर्गनला ११०व्या युनिटमध्ये कुणी पाठविले?"

"स्कलीच्या हाताखालच्याच माणसाने पाठविले असणार, अशी माझी कल्पना आहे. म्हणजे नियमावलीत काही बदल झाले नसले तर."

"माझ्यासाठी खात्री करून घेशील? आणि स्कलीला देशांतर्गत सुरक्षा माहिती प्रणाली वापरण्याचा अधिकार आहे किंवा नाही, हे तू तपासून पाहशील का?"

"त्याला तसा अधिकार आहे असे वाटत नाही मला."

"मलाही तसे वाटत नाही," रीचर म्हणाला आणि त्याने फोन बंद केला. पुन्हा दुर्बिणीतून रस्त्यावर नजर रोखली.

ज्यूलिएटने रोमिओला फोन केला; कारण काही जबाबदाऱ्या त्याच्या होत्या. "श्रॅगो म्हणतो आहे की ते वेगवेगळ्या गाड्यांमधून प्रवास करत नाहीत," तो म्हणाला. "भाड्याने गाड्या देणाऱ्या डेपोमध्ये चौकशी करण्यासाठी म्हणून तो जेव्हा गेला, तेव्हा रेन्ज रोव्हर दोरखंड बांधून नेली जात असतानाच त्याने बघितली."

"मूर्ख आहेत ते. एकाच गाडीच्या वापराने त्यांच्यावर मर्यादा पडतात. आपल्या फायद्याचेच आहे ते."

"मुद्दा तो नाही. रेन्ज रोव्हर बॉल्डाचीच्या क्रेडिट कार्डवर भाड्याने घेतलेली होती. तेव्हा ती ओढून नेण्याचे पैसे, दररोजच्या भाड्याचे पैसे आपल्यालाच मोजावे लागणार आहेत. आपल्याला एक चपराकच लगावली आहे त्यांनी."

"श्रॅगोने आणखी काय पाहिले?"

"तो जवळ आहे तिच्या. घराबाहेर पडून ती इकडेतिकडे फिरते आहे. तिच्यापासून मैलभर अंतरापर्यंत दुसरे कुणीही नाही. तो योग्य ती जागा शोधतो आहे."

"आणि त्यांना सन्देश कसा पोहोचवणार आहे?"

“डायनरमध्ये. ते दोन वेळेला त्या डायनरमध्ये गेले आहेत. तिथे असलेला ऑर्थर नावाचा माणूस त्यांना निरोप द्यायला तयार आहे.”

टर्नरच्या दहा मिनिटांची चाळीस मिनिटे झाली तरी कुठे काही घडत नव्हते. त्यांच्या आसपास नाही. त्यांच्या समोरच्या रस्त्यावर नाही. “आता निघायलाच पाहिजे आपल्याला,” ती म्हणाली.

“कुठे?” रीचरने विचारले.

“कुठेही. नुसते गाडी चालवत राहायचे. तिच्या घराच्या मैलभराच्या परिसरात. ती बाहेर पडली असली तर चालत असणार. तेव्हा फक्त शहरातले रस्तेच. श्रॅगो तसाच विचार करत असणार.”

तेव्हा फोर्डचे इंजिन सुरू करून त्यांनी व्हाइनलॅन्ड ॲव्हेन्यूवर उभा आडवा एक एक चौक धुंडाळायला सुरुवात केली. कसेही. मनात येईल त्याप्रमाणे. फक्त तिच्या रस्त्यावर ते जाणार नव्हते. धोका होता. प्रत्येक चौक साधारण हजार फूट अंतरावर होता आणि आडवा रस्ता दोनशे फूट लांब. म्हणजे एक चौरस मैलात साधारण एकशे वीस चौरस होते. म्हणजे दोन मैलांच्या त्रिज्येत चार एकशे चौरस होते. म्हणजे नव्वद एक मैल धुंडाळायचे होते. अगदी तेवढेच असेही म्हणता आले नसते म्हणा. काही काही चौक दुप्पट आकाराचे होते. हायवेवर जाणारे रस्ते थोडी जागा व्यापून टाकत होते. काही काही पट्ट्यांमध्ये घरे बांधलीच गेली नव्हती. साठ एक मैल बहुधा. सुरक्षित अशा वीस मैलांच्या वेगाने गाडी चालवली तर तीन तास वेळ लागला असता. आणि अशा तऱ्हेने गाडी चालवूनही सहज गाठभेट पडेल अशी शक्यता वाटत नव्हती. काळ आणि अंतराची गणिते अशी जुळत नसतात. पण गाडी चालवत राहिल्याने मनाला तरी बरे वाटत होते.

पहिल्या तासाभरात त्यांना काही दिसले नाही. फुटपाथ, झाडे, खांब, घरे, दुकाने आणि उभ्या केलेल्या शेकडो गाड्या. हाताच्या बोटांवर मोजता येण्याएवढीही माणसे दिसली नाहीत. पण तरीही त्यांनी निरखूनच त्यांच्याकडे बघितले. त्यांच्यापैकी कुणीही ती मुलगी नव्हते की श्रॅगोही नव्हता. त्यांच्या एवढ्याच वेगाने फिरणाऱ्या दुसऱ्या गाड्याही दिसल्या नाहीत. बहुतेक सर्व गाड्या सर्वसाधारण वेगाने किंवा कधीकधी थोड्या जास्त वेगाने नेहमीप्रमाणेच एकीकडून दुसरीकडे कुठेतरी निघाल्यासारख्या वाटत होत्या. एकदाच थोडीशी खळबळ माजली. त्यांच्या पुढे शंभर एक यार्डांवर एका काळ्या बी. एम. डब्ल्यू. गाडीने सिग्नल तोडला आणि आडव्या रस्त्यावरून येणाऱ्या एका पोर्शेने तिला धडक दिली. इंजिनांमधून वाफा निघायला लागल्या. आजूबाजूला थोडीशी गर्दी जमली. रीचर डावीकडे वळला

आणि सर्व गडबड दिसेनाशी झाली. पुन्हा तो असाच अचानक त्या चौकात आला तेव्हा पोलिसांची गाडी दिवे चमकवत तिथे उभी होती. एक रुग्णवाहिकाही.

एवढी एकच घटना सोडली तर कुठे काही नाही. तीस मिनिटांनी टर्नर म्हणाली, "आपण लवकर जेवण उरकून घेऊ या. तिने जर न्याहारी सकाळी लवकर उरकली असेल किंवा घेतलीच नसेल तर तीदेखील नेहमीपेक्षा आधीच जेवण घ्यायचा विचार करेल."

"डायनर?" रीचरने विचारले.

"माझ्याही मनात तोच विचार येतो आहे. जवळजवळ सर्व जेवणे याचा अर्थ ती एखाद्या वेळीच जेवायला येत नाही. लागोपाठ दोन वेळेला ती जेवायला येणार नाही, असे घडणे शक्य नाही."

तेव्हा ते फिरत फिरत पुन्हा एकदा कोच डायनरच्या दिशेने निघाले. त्यांना तो पुढे आणि डाव्या बाजूला दिसला. उन्हामध्ये चमकणारा आणि झगमगणारा.

आणि व्हाइनलॅन्ड ॲव्हेन्यू पार करत ती मुलगी डायनरच्या दिशेने निघाली होती.

६१

ज्यूलिएटने रोमिओला फोन करून म्हटले, "सांगायला वाईट वाटते की आपली योजना पार फसली आहे. केवळ दुर्दैवामुळे. त्याला अर्थातच ती त्याच्या गाडीजवळून जात असतानाच तिला पकडण्याची गरज होती. अगदी गाडीशेजारी असतानाच खरं तर. ती आरडाओरडा करत असताना तिच्याच रस्त्यावरून तो तिला खेचत नेऊ शकला नसता. ती गाडीपासून खूप दूर अंतरावर असताना तर नक्कीच नाही. तेव्हा तिला मागे सोडून तो गाडी घेऊन तिच्या खूप पुढे गेला, त्याने गाडी उभी केली आणि पुन्हा वळसा घेऊन मागे येऊन तिच्या पाठोपाठ चालायला लागला. सर्व काही ठरल्याप्रमाणे व्यवस्थित चालू होते. ती त्याच्या गाडीजवळून जात असतानाच तो तिच्याजवळ पोहोचला असता. गाडीपासून ती वीस एक यार्ड अंतरावर असतानाच कुणा मुर्खाने सिग्नल तोडून गाडी पुढे घेतली आणि दुसरी गाडी त्याच्या गाडीवर येऊन आदळली. बघता बघता लोक जमा झाले, पोलिसांची एक गाडी आली, मग दुसरीही. इतक्या लोकांसमोर आणि पोलीस हजर असताना श्रॅगोला काहीही करणे अशक्य बनले. ती मुलगी मिनिटभर सर्व गंमत बघत थांबली आणि पुढे निघाली. श्रॅगोला तिला जाऊ देणे भाग पडले; कारण त्या सर्व गोंधळात तो प्रथम त्याच्या गाडीपर्यंतही जाऊ शकला नाही आणि गाडीत बसून निघेपर्यंत ती नाहीशी झाली होती. तो नंतर तिला शोधू शकला नाही."

"तेव्हा यानंतर काय?" रोमिओने विचारले.

"तो पुन्हा ती नेहमी जात असणाऱ्या जागा धुंडाळायला लागणार आहे. तिचे घर, वकिलाचे कार्यालय, डायनर. तो पुन्हा कुठेतरी गाठेल तिला."

"हे सर्व कॅलिफोर्नियातच संपवायला पाहिजे. घरापर्यंत येऊन चालणार नाही."

रीचरने गाडीचा वेग कमी केला. त्याच्यापुढून पन्नास यार्ड अंतरावरून त्या मुलीला रस्ता ओलांडू दिला आणि मगच तिच्या मागोमाग जात गाडी वळवून डायनरच्या पार्किंग लॉटमध्ये उभी केली. ती सरळ दरवाजा उघडून डायनरमध्ये शिरली.

"मी तुझ्याबरोबर आत यायला हवे?" टर्नरने विचारले.

"हो, माझी तशीच इच्छा आहे."

तेव्हा ते आत शिरले आणि उभे राहिले. पूर्वी जिथे उभे राहिले होते तिथेच, डायनर आदल्या रात्री जसा दिसला होता तसाच दिसत होता. गोरी वेट्रेस डायनरच्या डाव्या बाजूच्या ग्राहकांकडे लक्ष पुरवत होती, तर थकली भागलेली सावळी वेट्रेस उजव्या बाजूच्या ग्राहकांकडे. ऑर्थर काऊन्टरमागे होता. मुलगी तिच्या स्टुलावर. गोरी वेट्रेस पूर्वीप्रमाणेच चेहऱ्यावर यांत्रिक हसू आणत पुढे झाली. रीचरने उजवीकडच्या बूथकडे बोट दाखवले. त्या मुलीच्या मागच्या बाजूचा बूथ सोडून त्याच्या पुढच्या बूथकडे. तिने चेहऱ्यावर थोडीदेखील नाखुशी न दर्शवता त्यांना सावळ्या वेट्रेसच्या ताब्यात दिले. ते पुढे जाऊन बूथमध्ये बसले. रीचर डायनरच्या दिशेने पाठ करून बसला. समोर टर्नर. सहा फूट अंतरावर दोघांकडेही पाठ करून बसलेली ती मुलगी.

पण ती आरशामधून त्यांच्याचकडे बघत होती.

रीचरने तिच्या आरशातल्या प्रतिबिंबाकडे बघत हात हलवला. थोडा अभिवादन केल्यासारखा, थोडा तिला तू आमच्या टेबलाशीच ये सुचविल्यासारखा. तिचा चेहरा विजेच्या माळात चमकून उठणाऱ्या एखाद्या ख्रिसमस ट्रीसारखा उजळला. स्टुलावरून सरकत ती खाली उतरली. ऑर्थरचे लक्ष वेधून तिने तिच्यामागच्या बूथकडे अंगठा दाखवला. ती जशी काही त्याला सांगत होती की मी पुन्हा जागा बदलते आहे म्हणून. ती येताना दिसल्यावर टर्नर बाकावर आत सरकून बसली आणि मुलगी तिच्या जागेवर बसली. त्रिकोणाच्या तीन टोकांवर बसल्याप्रमाणे ते तिघे जण बसले होते.

रीचरने ओळख करून दिली. "समॅन्था डेटन, ही सूझन टर्नर, सूझन टर्नर, ही समॅन्था डेटन."

त्या मुलीने वळून टर्नरशी हस्तांदोलन केले आणि विचारले, "तू त्याची सहायक आहेस का?"

टर्नर म्हणाली, "नाही, मी त्याची कमान्डिंग ऑफिसर आहे."

"कमालच झाली," ती म्हणाली. "कुठली एजन्सी?"

"मिलिटरी पोलीस."

"अरे बापरे!" ती उद्‌गारली. "आणि बाकीचे कोण आहेत?"

"फक्त आम्ही आणि एफ. बी. आय. च आहोत."

"मुख्य कोण? तुम्ही का ते?"

"अर्थातच आम्ही."

"म्हणजे पांढऱ्या कॉम्पॅक्ट गाडीमध्ये तुमचा माणूस आहे?"

"हो, आमचाच माणूस आहे तो."

"कुठून येऊन पॅराशूटने उतरला तो?"

"मी तुला सांगू शकतो, पण सांगितले तर मला ठार मारावे लागेल तुला."

ती मुलगी मोठ्याने हसली. एकदम मजेत होती. आतली बातमी, स्त्री कमान्डिंग ऑफिसर आणि विनोदी बोलणेही. "म्हणजे मिलिटरीमधल्या कुठल्या तरी गाणसाची तुम्ही वाट बघत आहात तर," ती म्हणाली. "आपल्या कुटुंबाचा निरोप घेऊन सैन्य दलाची परवानगी न घेता कायमचा नाहीसा होणारा सैनिक? पण त्याच्या कुटुंबाला वकिलाची गरज का भासली? का तो त्याचा वकील आहे? तो गुप्तहेर किंवा तसाच कुणीतरी आहे का? खूप वरिष्ठ पदावरची वृद्ध आणि मान्यवर व्यक्ती; पण दुर्दैवाने भ्रमनिरास झालेली? तो गुप्त गोष्टी वगैरे विकतो आहे का?"

रीचरने विचारले, "आज कुणाला बघितलेस तू?"

"काल बघितलेली माणसेच."

"एकटा असा कुणी माणूस?"

"कान कापलेला माणूस. आज एकटाच आहे. त्याच्या भाड्याच्या गाडीत. त्याचा सहकारी एखादे वेळी आजारी पडला असेल."

"तू कुठे बघितलेस त्याला?"

"तो व्हाइनलॅन्ड ॲव्हेन्यूवरून त्याच्या गाडीमधून आला. मी न्याहरीसाठी वकिलाच्या कार्यालयाजवळच्या कॉफीशॉपमध्ये गेले होते. आपल्याला पुन्हा विचार करायला हवा. सर्व प्रकरण त्रिकोणासारखे आहे. तसेच आहे ना? आणि त्यांच्यातल्या कुणासाठी वकील काम करतो आहे ते आपल्याला ठाऊक नाही. शेजारी असेल, सोल्जर असेल. दोघेही असतील म्हणा. पण ते कसे शक्य आहे ते कळत नाही मला. आणि खरं तर का, हेदेखील."

"तू न्याहारी कधी घेतली होतीस?"

"लवकरच. एजन्ट्स गेल्यानंतर."

"ते गेले आहेत?"

"फक्त वीस एक मिनिटे गेले होते. त्यांची पद्धत ठरलेली आहे. तू जरा ती नीट बसविण्याची व्यवस्था करायला पाहिजेस. सगळे जण एकाच वेळी जातात. मधल्या काळात कोणाचेच लक्ष राहत नाही."

“वाईटच आहे ते.”

“पण माझ्या दृष्टीने ते ठीक आहे. त्यांच्या नकळत मी बाहेर पडू शकते. मी परत आले की सर्व जण आश्चर्यानेच माझ्याकडे बघतात. त्यांना वाटत असते मी अजून घरातच आहे म्हणून.”

“आज सकाळी तेच केले होतेस तू?”

“मी दररोज सकाळी तेच करणार आहे.”

“कापलेल्या कानांच्या माणसाने तुला बाहेर पडताना बघितले होते?”

“वाटत नाही तसे.”

“दुसऱ्या कुठल्या ठिकाणी त्याने तुला बघितले होते?”

“वाटत नाही तसे. मी इतरांच्यात मिसळून जाण्याचा प्रयत्न करत होते. तुझ्या माणसांमुळे. त्याच्यामुळे नाही. मी त्याला बघितले नाही, पण मी त्याची गाडी नंतर बघितली होती.”

“तू त्याच्यापासून दूर राहायला पाहिजेस.”

“माहीत आहे मला. तू काल तसे सांगितले होतेस. पण मी दिवसभर घरात बसून राहू शकत नाही.”

क्षणभर विचार करून टर्नरने विचारले, “तू कधीपासून त्या घरात राहते आहेस?”

“नेहमीच. तसेच वाटते. मला दुसरी कुठली घरे आठवत नाहीत. त्याच घरात माझा जन्म झाला आहे याची खात्री आहे मला. इतर लोक तसेच म्हणतात. तसेच म्हणतात ना? चूकच असते त्यांचे, आणि खरं तर माझंही. माझा जन्म रुग्णालयात झाला आणि मी घरी गेले म्हणजे त्या घरात गेले. हल्ली त्या बोलण्याचा तसा अर्थ असतो. सगळ्याच मुलांचा जन्म हल्ली तसाच होतो.”

“तू कधी एखाद्या गाडीमध्येच राहिली आहेस?” टर्नरने विचारले.

“फार विचित्र प्रश्न आहे हा.”

“तू तसे सांगितलेस तरी चालेल. तशा परिस्थितीत आनंदाने राहणारी अनेक माणसे आम्हाला ठाऊक आहेत.”

“कोण?”

“खूप माणसे. पण माझ्या बोलण्याचा अर्थ आहे की आम्ही त्यावरून कुणाबद्दलही मत बनवत नाही.”

“मी अडचणीत सापडले आहे का?”

“नाही, अजिबातच नाही,” रीचर म्हणाला. “आम्ही फक्त काही माहिती मिळविण्याचा प्रयत्न करतो आहोत. तुझ्या आईचे नाव काय आहे?”

“ती अडचणीत सापडली आहे का?”

"कोणीही अडचणीत सापडलेले नाही. निदान तुझ्या रस्त्यावरचे तरी. हे दुसऱ्याच माणसाशी संबंधित आहे."

"तो माझ्या आईला ओळखतो? अरे देवा, *तुमचे आमच्यावरच लक्ष आहे का?* तो माझ्या आईची भेट घ्यायला कधी येतो याची तुम्ही वाट बघत आहात का?"

"आपण एका वेळेला एकाच गोष्टीचा विचार करू या का? तुझ्या आईचे नाव काय आहे? आणि हो, मला कोल्ट पायथॉनबद्दल माहिती आहे."

"माझ्या आईचे नाव कॅन्डिस डेटन आहे."

"तसे असेल तर मला तिला भेटायची इच्छा आहे."

"का? संशयित आहे ती?"

"नाही. हे वैयक्तिक आहे."

"ते वैयक्तिक कसे असू शकेल?"

"ते माझा शोध घेत आहेत. त्यांना वाटते की मी तुझ्या आईला ओळखतो."

"तू?"

"हो, मीच."

"तू माझ्या आईला ओळखत नाहीस."

"त्यांना वाटते की आम्ही समोरासमोर आलो तर मी एखादे वेळी तिला ओळखू शकेन, किंवा ती मला ओळखू शकेल."

"ती तुला ओळखत नाही आणि तूदेखील तिला ओळखत नाहीस."

"तसा प्रयत्न केल्याशिवाय खात्रीपूर्वक तरी कसे सांगणार?"

"माझ्यावर विश्वास ठेव."

"मला तुझ्यावर विश्वास ठेवायला खूप आवडेल."

"मिस्टर, मी तुला अगदी स्पष्टपणे सांगू शकते की तू माझ्या आईला ओळखत नाहीस आणि ती तुला ओळखत नाही."

"तू यापूर्वी मला कधीही बघितले नव्हतेस म्हणून? मी खूप वर्षांपूर्वीबद्दल बोलतो आहे. तुझा जन्मही झाला नसेल त्या काळाबद्दल."

"तू तिला किती चांगल्या तऱ्हेने ओळखत होतास असा समज आहे?"

"आम्ही एकमेकांना आजही ओळखण्याइतका."

"तर मग तू तिला ओळखत नव्हतास."

"अर्थ काय घ्यायचा तुझ्या बोलण्याचा?"

"मी नेहमी इथेच का खाणेपिणे करते असे वाटते तुला?"

"तुला ते आवडते म्हणून?"

"ते मला फुकट मिळते म्हणून. कारण माझी आई इथे काम करते म्हणून.

ती तिथे आहे. गोरी स्त्री. तू यापूर्वी दोन वेळेला तिच्या शेजारून आत आलास आणि तू वळूनही दुसऱ्यांदा तिच्याकडे बघितले नाहीस. माझ्या आईनेही तुझ्याकडे तसे बघितले नाही. तुम्ही दोघे एकमेकांना कधीही ओळखत नव्हता.''

६२

रीचरने मान मागे वळवून बघितले. गोरी वेट्रेस कामात होती. कधी उजव्या बाजूला जात होती, तर कधी डाव्या बाजूला. डोळ्यांमध्ये जाणारी केसांची बट बाजूला करत होती, हाताचा तळवा पॅन्टवर पुसत होती, हसून पदार्थांची ऑर्डर स्वीकारत होती.

तो तिला ओळखत नव्हता.

"ती कधी कोरियामध्ये गेली होती?" त्याने विचारले.

"हा आणखी एक विचित्र प्रश्न झाला," ती मुलगी म्हणाली.

"विचित्र कसा काय?"

"तू जसा काही तिला ओळखतोच आहेस तसा."

"कसा काय?"

"लॉस एन्जलीस काऊन्टीमधून ती कधी बाहेरही पडू शकलेली नाही याचे दुःख करत ती आयुष्य काढते आहे. आयुष्यात एकदाच तिचा मित्र तिला लास व्हेगासला घेऊन गेला होता, पण तो हॉटेलचे पैसेही देऊ शकला नाही. तिच्याकडे पासपोर्टदेखील नाही."

"तुझी खात्री आहे तशी?"

"म्हणून तर ती तिचे केस रंगविते. हा दक्षिण कॅलिफोर्निया आहे आणि तिच्याकडे कागदपत्रे नाहीत."

"तिला कागदपत्रांची गरजच नाही."

"तिला अमेरिकेत राहण्याचा कायदेशीरपणे हक्कच नाही. सर्वच सांगायचे तर खूप वेळ लागेल."

"ठीक राहील ना ती?"

"तिला अशा तऱ्हेने आयुष्य घालवायचे नव्हते."

"आणि तू ठीक राहशील ना?"

"माझे छान चालले आहे," ती म्हणाली. "माझी काळजी सोड."

रीचर गप्प बसला. ऑर्थर त्याच्यामागून पुढे झाला आणि वाकून हळूच त्या मुलीच्या कानात कुजबुजला. पण तो काय बोलतो आहे ते स्पष्ट कळत होते. *ही स्त्री आणि हा पुरुष यांना दुसऱ्या एका सभ्य गृहस्थाबरोबर बोलायची गरज आहे.* ती उत्साहानेच उडी मारून उठली. या सर्व नाटकात आणखी एका वरिष्ठ एजन्टचा प्रवेश होत होता. ऑर्थर नाहीसा झाला आणि ती मुलगी त्याच्या मागोमाग निघाली. त्या मुलीने रिकाम्या केलेल्या जागेवर एक दणकट पुरुष हाताची कोपरे टेबलावर ठेवत सरकून बसला. त्याच्या चेहऱ्यावर विजयाचे हास्य पसरले होते.

वॉरन्ट ऑफिसर पीट एस्पिन.

रीचरने टर्नरकडे बघितले. टर्नरने नकारार्थी मान हलविली. त्याचा अर्थ डायनर कोचमध्ये एस्पिनबरोबर आणखी कमीत कमी दोघे जण आलेले होते. शस्त्रास्त्र सज्ज होते आणि जवळपास होते. एस्पिन बाकावर आरामात बसला. पत्त्यांचा कॅट जुळवत असल्याप्रमाणे हात करत म्हणाला, "आणि तू तिचा डॅडी नाहीस."

रीचर म्हणाला, "तसेच दिसते आहे."

"मी केवळ कुतूहलाने शोध घेतला होता. स्टेट डिपार्टमेन्टच्या म्हणण्याप्रमाणे मिसेस डेटनकडे कधीच पासपोर्ट नव्हता. ती दुसऱ्या कुठल्या कागदपत्रांचा वापर करून कधीही कोरियात गेली नव्हती. मग मी जरा जास्तच तपास केला. एक वकील इन्टरनेटवरून दस्तऐवज विकतो. कुठल्याही तऱ्हेचा दस्तऐवज. तुम्हाला जे म्हणायचे असेल तसे सांगणारे. वरवर तरी पूर्ण सत्य वाटणारा, खरा भासणारा दस्तऐवज एका किमतीला विकला जातो. दुसऱ्या तऱ्हेच्या दस्तऐवजामध्ये खऱ्याखुऱ्या स्त्रिया, मुले यांची नावे लिहिली जातात. खऱ्याखुऱ्या जन्मदाखल्याची झेरॉक्स प्रत दिली जाते. तो दस्तऐवज अर्थातच फार वेगळ्या किमतीला विकला जातो. आणि अशी कामे करणारा हा एकच वकील नाही. हा भरभराटीला आलेला एक व्यवसाय बनलेला आहे. त्यांच्याकडे तपशीलवार याद्या असतात. एका विशिष्ट दिवशी जन्मलेले मूल? तुम्हीच निवड करा."

"ॲफिडेव्हिट कुणी विकत घेतले होते?"

"त्याने रोमिओ असे नाव सांगितले होते. पण पैशांबद्दल प्रश्न नव्हता. केमन आयलन्ड्सवरून आले होते."

"रोमिओने ते कधी विकत घेतले होते?"

"ज्या दिवशी मेजर टर्नरला अटक झाली त्याच दिवशी सकाळी. ही तत्काळ सेवा आहे. तुम्ही नावे, जागा, तारखा सांगायच्या. ते संगणक प्रणालीमध्ये बदल

करून हवा तो दस्तऐवज अपलोड करू शकतात. दस्तऐवज संगणकावर बनवले जातात आणि ई-मेलने पाठविले जातात. फोटो कॉपी काढल्यासारखे वाटतात. त्या मुलीच्या जन्मतारखेवरून कॅन्डिस डेटनची निवड झाली होती. तो वकील इथे खाण्यासाठी येत असे. कॅन्डिस डेटन इथे वेट्रेस म्हणून काम करते हे त्याला माहीत होते. सही करण्यासाठी त्याने तिला शंभर डॉलर्स दिले. जन्मतारीख तर अगदीच मूर्खासारखी शोधली आहे. लक्षात आले होते तुझ्या ते? ज्या काळात तुझी रेड क्लाऊडला नेमणूक झाली होती त्याच्या बरोबर मध्यावरची तारीख. मधली म्हणजे अगदी मधली तारीख. तो माणूस जसा काही कॅलेंडरवरच्या तारखाच बघत होता. जीवशास्त्राचा विचार केला तर फारच अनैसर्गिक गोष्ट.''

''चांगला मुद्दा आहे,'' रीचर म्हणाला.

''या प्रकरणातून तू सुटला आहेस.''

''पण मला प्रथम यात गोवलेच कशासाठी हा खरा तर मोठा प्रश्न आहे. त्याचे उत्तर आहे तुझ्याकडे? रोमिओने ते ॲफिडेव्हिट का विकत घेतले होते?''

एस्पिन काही बोलला नाही.

''आणि रोमिओ हा खरोखर कोण आहे?''

उत्तर नाही.

टर्नरने विचारले, ''आता या नंतर काय?''

एस्पिन म्हणाला, ''तुला अटक होणार.''

''रीचरलाही?''

''त्यालादेखील.''

''तू जे. ए. जी. मधील मेजर सलीव्हनला फोन करण्याची गरज आहे.''

''तिने मला आधीच फोन केला आहे. बिग डॉगचे प्रकरण पार पाण्यात गेले आहे. पण डायरमध्ये पाऊल टाकल्यापासून या क्षणापर्यंत रीचरने आम्हाला माहीत असलेले निदान शंभर गुन्हे तरी केलेले आहेत. त्याहूनही जास्त असू शकतील. बेकायदा कुणाला तरी डांबून ठेवण्यापासून क्रेडिट कार्ड्सच्या बाबतीत केलेल्या फसवणुकीपर्यंत. अनेक गंभीर गुन्हे.''

''सार्जन्ट लीचकडून तुला आमचा निरोप मिळाला का?''

''तू तिला सांगितले होतेस की क्षणभर मी तुझ्यावरचा राग विसरावा अशी तुझी इच्छा आहे आणि असेही विचारायला सांगितले होतेस की तुमच्यासारख्या परिस्थितीत अडकलो असतो तर मी काय केले असते म्हणून. मी न्यायपद्धतीवर विश्वास ठेवला असता.''

''नसत्या गप्पा सोड.''

''मी निरपराध असतो तर नक्कीच.''

"मी निरपराध होतो?"

"सुरुवातीला तरी," एस्पिन म्हणाला.

"तू माझ्या प्रश्नाचे उत्तर अजूनही दिलेले नाहीस. रोमिओने ते ॲफिडेव्हिट का विकत घेतले होते?"

"मला माहीत नाही."

"रोमिओनेच ते बिग डॉगचे प्रकरण उकरून काढले होते का?"

"शक्य आहे."

"त्याने असे का करावे? आणि दुसरी दोन खोटी ॲफिडेव्हिट्स्? त्याचे कारण? शक्य असू शकेल असे त्यांचे एकुलते एक कारण काय होते?"

"मला माहीत नाही."

"आहे, तुला ते नक्कीच माहीत आहे. हुशार आहेस तू."

"तू पळ काढावास अशी रोमिओची इच्छा होती."

"मी पळ काढावा अशी रोमिओची इच्छा का होती?"

"कारण तुझा मेजर टर्नरच्या प्रकरणाशी संबंध होता."

"आणि मग मेजर टर्नरच्या प्रकरणावर यामुळे काय परिणाम होतो? ती जर अपराधी असली तर रोमिओला माझी साक्षीदार म्हणून गरज होती. मी साक्षीदाराच्या पिंजऱ्यात उभे राहून सर्व भयानक तपशील ज्युरीला सांगावा अशी त्याची इच्छा होती."

एस्पिन क्षणभर थांबला. "तुम्हा दोघांनाही परत आणण्याच्या मला आज्ञा आहेत. बाकी सर्व गोष्टी माझ्या अधिकारकक्षेच्या फार वरच्या थरावरच्या आहेत."

"तुला माहीत आहे की हा निरपराध माणसांनाच गुन्ह्यात अडकविण्याचा प्रकार आहे म्हणून," रीचर म्हणाला. "केमन आयलन्ड्सवर रोमिओचे पैसे आहेत हे तूच मला आत्ता सांगितले आहेस. त्याने स्वतःच बँकेत मेजर टर्नरचे खाते उघडले होते. तुला न कळायला ही काही रॉकेट सर्जरी नाही. याहूनही मोठे फसवणुकीचे प्रकार तुला माहीत आहेत. हे तर मुर्खांचे गाईड आहे. त्यांचा बोजवारा उडणार आहे. बहुधा फार लवकर. कारण टर्नर आणि मीसुद्धा काही बालबुद्धीचे नाही. आम्ही त्यांचे घर पार बेचिराख करून टाकणार आहोत. तेव्हा तुझ्याकडे पर्याय आहे. एक तर आपल्या सर्वांत मोठ्या विजयाच्या फक्त काही दिवस आधी आमच्या हातात बेड्या ठोकून घरी घेऊन जाणारा तू एक नादान माणूस तरी ठरशील किंवा डोके वापरून विचार करशील की सगळा धुरळा खाली बसेल तेव्हा तुला कुठे असायला आवडेल."

"आणि ती जागा कुठली असेल?"

"इथे तर नक्कीच नाही."

एस्पिनने आपले डोके हलवले. "तुला माहिती आहे सर्व कसे असते ते. हातात काहीतरी असल्याशिवाय मी घरी जाऊ शकत नाही."

"आम्ही तुला काहीतरी देऊ शकतो."

"कुठल्या तऱ्हेचे काहीतरी?"

"तू स्वतः केलेली अटक. अत्यंत चिकाटीने करता येण्यासारखी प्रत्येक गोष्ट करून मिळविलेला नेत्रदीपक विजय. पदक देण्यासारखाच. मोठ्या केकवरचा सर्वांत प्रथम दिसणारा गोड पदार्थ."

"एखाद्या वस्तूचे गुणगान करणाऱ्या विक्रीच्या पुस्तिकेपेक्षा मला आणखी कशाची तरी गरज आहे."

"कुणीतरी कर्नल मूरक्रॉफ्टला बेदम मारहाण केली होती. ती मी केली नव्हती असा निष्कर्ष मला वाटते आत्तापर्यंत तुमच्यापैकी प्रत्येकाने काढलेला आहे. मग त्याला मारहाण करणारा कोण होता? तू जर त्याला पकडू शकलास तर मला वाटते बराच काळ एखाद्या मोठ्या कारस्थानात गुंतलेला प्रमुख सूत्रधारच तुझ्या हातात सापडेल. राज्यकर्ते खूश होतील तुझ्यावर."

"आणि बराच काळ कारस्थानात गुंतलेला हा सूत्रधार कुठे सापडेल मला?"

"तू अशा माणसाचा शोध घे, की जो स्वतःच्या कामाच्या जागेवर बराच काळ हजर का नव्हता याचे स्पष्टीकरण देऊ शकणार नाही."

"आणि?"

"तुझ्या लक्षात येईल की न्याहारी घेऊन मूरक्रॉफ्ट बाहेर पडल्यावर कुणीतरी त्याचा पाठलाग केला आणि गोड बोलून किंवा धमकावून त्याला गाडीत बसणे भाग पाडले. या बाबतीत दुसरे कुठलेही स्पष्टीकरण असू शकत नाही, हे तुझ्या ध्यानात येईल. तो नॉन कमिशण्ड ऑफिसर असू शकत नाही, कारण न्याहारीची जागा ऑफिसर्स क्लबमध्ये आहे. तेव्हा तुला कुठल्या तरी ऑफिसरचाच शोध घ्यावा लागेल."

"नाव आहे?"

"मॉर्गन. त्यानेच मूरक्रॉफ्टला मारहाण होईल अशी व्यवस्था केली. त्याचे धुवायला टाकलेले कपडे बघ. त्याने स्वतः मारहाणीत भाग घेतला असेल याबद्दल माझ्या मनात शंकाच आहे. पण तो जवळ उभा राहून त्याला मारहाण केली जात असताना नक्की बघत होता."

"तो त्या वेळी त्याच्या जागेवर नव्हता?"

"तो म्हणतो की तो पेन्टॅगॉनला गेला होता म्हणून. त्याची गैरहजेरी कागदपत्रांवरून सिद्ध होऊ शकते. पेन्टॅगॉनमध्येसुद्धा नोंदी होत असतात. खूप काम करावे लागेल. पण मला पूर्ण खात्री आहे की तो पेन्टगॉनला गेला नव्हता, हे तू सिद्ध करू

शकशील.''

''हे तू अगदी खात्रीपूर्वक सांगतो आहेस ना?''

''मॉर्गन एका छोट्याशा आणि वेगळ्याच गटाचा भाग आहे. आमच्या माहितीप्रमाणे एका बाजूला फोर्ट ब्रॅग्जमधील लॉजिस्टिक्स कंपनीचे चार एन. सी. ओज. आहेत आणि दुसऱ्या बाजूला दोन डेप्युटी चीफ्स ऑफ स्टाफ.''

''तुझी चूक होत असेल तर कठीण परिस्थिती उद्‌भवणार आहे.''

''माहीत आहे मला.''

''दोघे जण?''

''एक जण होमलॅन्ड सिक्युरिटीमधला आहे. दुसरा नाही.''

''तुझी चूक होत असेल तर भलतीच कठीण परिस्थिती उद्‌भवणार आहे.'' एस्पिन पुन्हा म्हणाला.

''पण माझी चूक होत असेल?''

एस्पिनने उत्तर दिले नाही.

''सर्व काही नाणेफेक केल्यासारखे असते पीट. पन्नास पन्नास टक्के शक्यता. मी एक तर चूक असेन किंवा बरोबर असेन. तू एक तर आम्हाला घरी घेऊन जाशील किंवा नाही जाणार. डेप्युटी चीफ्स ते म्हणतात तसेच असतील किंवा नसतीलही. पण नेहमीच पन्नास टक्के शक्यता. एक किंवा दुसरी गोष्ट नेहमीच खरी असते.''

''आणि तू निःपक्षपाती न्यायाधीश आहेस?''

''नाही, मी निःपक्षपाती तर अजिबातच नाही. ते झोपेत असतानाच मी त्यांचे चेहरे फाडून काढणार आहे. पण त्यांच्या बाबतीत माझे डोके फिरले आहे याचा अर्थ त्यांनी ते केलेले नाही, असा होत नाही.''

''काही नावे?''

''अद्यापपर्यंत एकच. क्रू स्कली.''

''हे कसले नाव?''

''न्यू इंग्लंडमधील उच्च घराण्यातला आहे.''

''नक्की वेस्ट पॉइंटला गेला असणार. माझी खात्री आहे तशी.''

''मीसुद्धा वेस्ट पॉइंटर आहे आणि माझे नाव मूर्खपणाचे वाटत नाही.''

''तो खूप श्रीमंत असणार याचीही खात्री आहे मला.''

''तुरुंगात अनेक श्रीमंत लोक असतात.''

''आणि दुसरा कोण आहे?''

''आम्हाला माहीत नाही.''

''क्रू स्कलीचा प्रिपॅरेटरी स्कूलमधला खास दोस्त असावा बहुधा.''

“असेलही,” रीचर म्हणाला.

“तेव्हा मला मॉर्गन मिळणार आहे आणि मेजर टर्नरला ते दोघे.”

“तुझ्या नेत्रदीपक कामगिरीची कथा जनतेच्या हृदयाला भिडणारी ठरेल.”

तेव्हा टर्नरने पहिल्या क्षणापासूनची हकिगत सांगायला सुरुवात केली. मार्केटमध्ये मिळवलेले पैसे, शस्त्रास्त्रे भरलेले कन्टेनर्स घेऊन पर्वतराजींमध्ये नाहीसे होणारे विचित्र लायसन्स प्लेट्स असणारे जुनाट पिक-अप् ट्रक्स, तिथे गुप्तपणे त्यांच्यात भरली जाणारी रोकड रक्कम, ती नंतर पुन्हा तशाच गुप्तपणे उत्तर कॅरोलिनामध्ये उतरवून घेणारे चौघे जण वगैरे. हा सर्व कारभार शस्त्रास्त्रे विकतो असे माहीत असणाऱ्या एका अफगाणीमार्फत होत असे. सर्व व्यवस्था दोन डेप्युटी चीफ्स ऑफ स्टाफ्सनी बांधून दिली होती आणि त्यात ते गडगंज पैसा कमावत होते. ते दोघे डेप्युटी चीफ्स ऑफ स्टाफ कावेबाजपणे त्यांच्या फायद्याची अशी एक बेकायदा योजना अमलात आणत आहेत.”

हे सर्व ऐकल्यावर एस्पिन उद्गारला, “आणि माझी समजूत झाली होती की तुम्ही गंभीरपणे बोलत आहात म्हणून.”

६३

''तुम्ही जे वर्णन करता आहात तसे काहीही हल्ली घडत नाही,'' एस्पिन म्हणाला. ''अमेरिकन सैन्य दलाने योग्य तो धडा घेतला आहे, मेजर. खूप पूर्वी. आता आम्ही पेपरक्लिप्स मोजतो. प्रत्येक वस्तूला बारकोड असतो. सर्व नोंदी संगणकात असतात. पूर्णतः सुरक्षित. प्रत्येक महत्त्वाच्या स्थानावर मिलिटरी पोलिसांची एक कंपनी हजर असते. कुत्र्याच्या अंगावर पिसवा नसतील एवढ्या वेळा संपूर्ण तपासणी केली जाते. आता आपण कुठलीही शस्त्रास्त्रे गमवत नाही. विश्वास ठेव माझ्यावर. जुन्या तऱ्हेचा गोंधळ आता पार इतिहासजमा झालेला आहे. एखाद्या पायमोज्याला भोक असेल तर ती जोडी घरी परत येते. बंदुकीची एक गोळी नाहीशी झाली तरी असे वादळ उठते की आकाशाचा तपकिरी बनलेला रंग इथून दिसू शकेल. तसे काहीही घडणे केवळ अशक्य आहे, मॅडम.''

टर्नर काहीच बोलली नाही.

''काहीतरी नक्कीच घडते आहे,'' रीचर म्हणाला. ''तेवढे तरी तुला माहीत आहे.''

''ऐकतो मी. सांग मला काय घडते आहे ते.''

''तू मेट्रोच्या डिटेक्टिव्ह पोडोल्स्किबरोबर बोल. अत्यंत महत्त्वाच्या क्षणी मॉर्गन त्याच्या जागेवर नव्हता.''

''अजूनही तू मला फक्त मॉर्गनचेच आमिष दाखवतो आहेस?''

''तो मिळतो आहे ते ही खूप महत्त्वाचे आहे. माझ्यावर तर फक्त दोन खोटे दावेच दाखल झाले होते.''

''कटकारस्थानांवरचा विश्वास लक्षात घेतला तर मॉर्गनची किंमत या क्षणी कमीच झाली आहे.''

''काहीतरी नक्कीच घडते आहे,'' रीचर पुन्हा म्हणाला. ''खोटी बँक खाती,

खोटे दस्ताऐवज, मारहाण, आमच्या मागे लागलेले चौघे जण. विश्वास बसावा असे काहीतरी नक्कीच घडत होते, असे नंतर आढळून येणार आहे. नेहमी तसेच असते. आणि हुशार माणसे अशा घटनांबाबत आधीच आडाखे बांधू शकतात.''

''मोठाच जुगार आहे हा,'' एस्पिन कुरकुरत म्हणाला.

''नेहमीप्रमाणेच पन्नास पन्नास टक्के शक्यता पीट. नाणेफेक केल्याप्रमाणे. मॉर्गन खूप मौल्यवान ठरेल नाहीतर त्याची किंमत खूप कमी असेल. काहीतरी घडते आहे, नाहीतर घडतच नाही. तेव्हा एक तर तू हातावर हात बांधून काहीही करणार नाहीस किंवा छातीवर नवीन फीत मिळविण्यासारखी नेत्रदीपक कामगिरी तरी करशील.''

एस्पिन काही बोलला नाही.

''नाणे उडवायची वेळ झाली आहे, पीट,'' रीचर म्हणाला. ''छापा का काटा?''

''तुझ्याकडे काही योजना आहे?''

''आम्ही वॉशिंग्टन डी. सी. ला परत जाणार आहोत. आम्हाला घरी घेऊन जाण्याची तुला गरज पडणारच नाही. आम्ही जाणारच आहोत.''

''कधी?''

''आत्ता.''

''मॉर्गन तिथे आहे म्हणून.''

''सर्वच जण तिथे आहेत म्हणून.''

एस्पिन म्हणाला, ''समजा, आपण बरोबरच विमान पकडले तर?''

''आम्हाला चालेल. पण फक्त तूच. इतर कोणी नाही,'' रीचरने सांगितले.

''का?''

''तू तुझ्या माणसांना एक दिवस इथेच सोडावेस अशी माझी इच्छा आहे. फोर्ट ब्रॅगमधल्या चौघांपैकी शेवटचा इथेच घुटमळतो आहे. त्याला वाटते आहे की त्या मुलीचा अजूनही आमिष म्हणून उपयोग केला जाऊ शकतो. तिचे संरक्षण व्हावे, अशी माझी इच्छा आहे. ती माझी मुलगी नसेलही, पण ती एक गोड मुलगी नक्कीच आहे. किंवा माझी नसल्यामुळेच ती तशी बनली असेल.''

''मला वाटते माझी माणसे एक दिवस काढू शकतील इथे.''

''मला ते तिच्या आसपासच वावरायला हवे आहेत; पण नजरेस पडायला नकोत. एक सराव म्हणून बघ याकडे. त्याला आम्ही हवे आहोत. आम्ही कोणते विमान पकडले आहे, ते त्याला कळेल; कारण रोमिओ त्याला सांगेल. त्यानंतर तो आमच्याच मागचे विमान पकडेल. एखाद्या वेळी त्याच उड्डाणातही असू शकेल.''

एस्पिन काही बोलला नाही.

रीचर म्हणाला, ''निर्णय घे, सोल्जर.''

''मला ताबडतोब निर्णय घेण्याची गरजच नाही. तू जे सुचवतो आहेस त्यावर निर्णय घेण्यासाठी माझ्याकडे सहा तास अवधी आहे.''

''पण निर्णय घेण्याची गरज आहे तुला.''

''आत्तापासून नव्वद मिनिटांनी लॉस एन्जलीसहून डेल्टाचे उड्डाण आहे,'' एस्पिन म्हणाला. रीचर त्याच्या ज्या माणसांकडे बघू शकत नव्हता त्यांना त्याने मागे जायला सांगितले. सैन्य दलातील हाताच्या खुणा वापरून तो बाकावरून उठला आणि चालत बाहेरच्या दिशेने निघाला.

मिनिटभराने रीचर आणि टर्नर बाहेर पडले. ती मुलगी डायनरच्या ज्या भागात तिची आई काम करत होती, त्याच भागातल्या स्टुलावर बसून ऑर्थरला काहीतरी सांगत होती आणि ऑर्थर तिच्या बोलण्याकडे लक्ष देत हळूच हसत होता. चालत बाहेरच्या दिशेने निघाल्यावरही रीचरचे लक्ष तिच्याकडेच होते. उंच मुलगी, लांब हात, लांब पाय आणि कोपरे आणि गुडघे. जीनचे जाकीट, पॅन्ट्स, नवीन निळा टी-शर्ट, त्याला शोभतील असे त्याच रंगाचे शूज. मोजे नाहीत, लेसेस नाहीत, उन्हाळ्यातल्या गवतासारख्या रंगाचे पाठीवर रुळणारे केस, निष्पाप नजर आणि तसेच हसू. पितृत्व? नेहमीच अशक्यातली बाब होती. नोबेल पारितोषिक मिळण्यासारखी किंवा बेसबॉलच्या वर्ल्ड सीरिजमध्ये खेळण्यासारखी. या गोष्टी त्याच्यासाठी नव्हत्या.

गाडीत बसल्यावर टर्नरने विचारले, ''कसे वाटते आहे आता?''

''वेगळे काहीच नाही,'' रीचरने उत्तर दिले. ''यापूर्वी मला मूल नव्हते आणि आताही नाही.''

''तू काय केले असतेस?''

''विचार करण्यासारखे काही नाही आता.''

''तू ठीक आहेस ना?''

''मला वाटते मी त्या कल्पनेला रुळत होतो. मला आवडली होती ती. आमच्यामध्ये काही समान गोष्टी असण्याची शक्यता होती. चमत्कारिकच गोष्ट. मला वाटते जगभरात काही जण असतात तसे. त्यांचे काहीही नाते नसले तरी.''

''लांडग्याच्या ओरडण्याला ती घाबरेल असे वाटते तुला?''

''अशक्य. तिला तर हेवाच वाटत असेल त्याचा.''

''तर मग शक्य आहे की अनादि काळापासून तुमच्यात काहीतरी नाते आहे म्हणून.''

रीचरने डायनरच्या छोट्या खिडकीतून तिच्याकडे एक शेवटची नजर टाकली. टर्नरने व्हाइनलॅन्ड ॲव्हेन्यूवरून दक्षिणेला जाण्यासाठी वळण घेतले आणि ती मुलगी दिसेनाशी झाली.

लॉस एन्जलीसच्या विमानतळावर जायचे म्हणजे प्रथम फ्रीवे १०१ धरावा लागला असता, नंतर ११० आणि शेवटी एल सगुन्डो बोलीवार्ड. सगळ्याच फ्रीवेजवर गर्दी होती. वाहतूक धीम्या गतीने चालू होती. एस्पिनने त्यांना दिलेल्या नव्वद मिनिटांच्या कालावधीमधला बहुतेक सर्व वेळ तिथे पोहोचण्यातच जाणार होता. ते हॉलिवुड बाऊलच्या उत्तरेला असताना एडमन्ड्सचा पुन्हा व्हर्जिनियाहून फोन आला. ती म्हणाली, "क्रू स्कलीने स्वतः मॉर्गनला ११०व्या युनिटला पाठविले. तात्पुरत्या पदभारांच्या वेळी तो नेहमी तिथल्याच कुणाला तरी काम बघायला सांगत असे, पण या वेळी त्याने तसे केले नाही. आणि त्याला देशांतर्गत सुरक्षा माहिती प्रणाली वापरण्याचा अधिकार नाही."

"त्याच्या एखाद्या मित्राला तसा अधिकार आहे का बघ," रीचरने सांगितले.

"ते बघायला मी आधीच सुरुवात केली आहे."

"कळव मला."

"मी न्याय्य बाजूनेच उभी राहिले होते, अशी इतिहासात अजूनही दखल घेतली जाईल ना?"

"त्याबद्दल मनात थोडीही शंका बाळगू नकोस."

वाहतूक धीम्या गतीने चालू होती. आश्चर्य म्हणजे न थांबता तशीच चालू राहत होती. जणू काही प्रत्येक ड्रायव्हर चित्रपट क्षेत्राशी संबंधित होता आणि मंद गतीने दृश्य चित्रित करत होता. टर्नर म्हणाली, "हे म्हणजे आपणच स्वतःला अटक करून घेतल्याप्रमाणे होते आहे. वॉशिंग्टन डी. सी. च्या टर्मिनलमध्ये आपण विमानातून उतरून चालायला सुरुवात केल्यावर एस्पिन आपल्याला तिथेच बेड्या घालायचा."

"विचार करू आपण. सहा तास म्हणजे खूप मोठा काळ आहे."

"काही कल्पना येते आहे मनात?"

"अजून नाही."

"ते व्यावसायिकपणे शस्त्रे हाताळतात. तेवढेच करतात."

"पन्नास पन्नास टक्के शक्यता, सूझन. ते एक तर फक्त तेवढेच करत असतील किंवा नसतीलही."

"दुसरे काय करणार ते?"

“विचार करायला सहा तास वेळ आहे आपल्याकडे.”

“आणि तेवढ्या काळात आपण शोधून काढू शकलो नाही तर?”

रीचर म्हणाला, “एस्पिनने क्रू स्कलीचे नाव ऐकले आणि त्याला तत्काळ वाटले की तो श्रीमंत असणार म्हणून आणि तो तसा असला तर? ते दोघेही तसेच असले तर?”

“ते श्रीमंत आहेत ते आपल्याला माहीत आहे.”

“पण ते श्रीमंत कसे झाले असतील याबद्दल आपण काहीतरी कल्पना मनात धरली आहे. समजा, ते आधीपासूनच श्रीमंत होते. समजा, ते नेहमीच श्रीमंत होते. समजा, ते पूर्व किनाऱ्यावरील प्राचीन, पैसेवाल्या, बड्या घराण्यातले होते.”

“ठीक आहे. रंग उडालेल्या गुलाबी पॅन्ट्समधल्या म्हाताऱ्यांवर नजर ठेवते मी.”

“मग सगळेच बदलून जाईल. आपण समजून चाललो आहोत की यामागे अफाट पैसे मिळविणे हा एकच हेतू आहे. त्यात आपण बदल करायला पाहिजे. कमी-जास्त नफ्याचे त्यांचे ते बघून घेऊ शकतात. शक्य आहे की ते एक लक्ष डॉलर्स त्यांचे स्वतःचेच पैसे होते.”

“रीचर, बँकेतील खोटी खाती, खोटे कायदेशीर दस्तऐवज, म्हाताऱ्यांना मारहाण आणि चार जणांनी आपला चालविलेला पाठलाग या गोष्टी लक्षात घेतल्या, तर हा काही छंद नाही.”

“मान्य आहे. छंदापेक्षाही जास्त काहीतरी आहे हे.”

“मग हा प्रकार आहे तरी काय?”

“मला माहीत नाही. मी फक्त मनात येणारे विचार मोठ्याने बोलत होतो. विचार करायला आपल्याला नंतर सहा तास अवधी मिळणार असला तरी मी आधीच विचार करायला सुरुवात केली आहे.”

डेल्टाच्या एका बंद पार्किंग लॉटमध्ये त्यांनी पांढरी फोर्ड उभी करून ठेवली आणि किल्ली कचऱ्याच्या डब्यामध्ये फेकून दिली. गाडीचे भाडे आणि ती परत मिळण्याची फी यांच्यामध्ये रोमिओला पैशांचा चांगला फटका बसणार होता. टर्नरने रिकार्डच्या ग्लॉक या पिस्तुलाचे भाग वेगवेगळे केले आणि चार वेगवेगळ्या कचऱ्याच्या डब्यांमध्ये फेकून दिले. मग चुकीच्या दारातून आत शिरून, मोठा वळसा घेऊन ते मागच्या बाजूने तिकिटांच्या काऊन्टरजवळ पोहोचले. एस्पिन आधीच तिथे पोहोचलेला होता. तो बहुतेक ४०५ हा फ्रीवे पकडून विमानतळावर आला होता. एकटाच आला असावा. त्याच्या शेजारी कुणी नव्हते. आसपासही कुणी दिसले नाही.

टर्मिनलच्या मुख्य प्रवेशद्वाराकडे बघत तो स्तब्ध उभा होता. ते त्याच्यामागून चालत आल्यावर तो वळला. बॉल्डाचीचे क्रेडिट कार्ड वापरून रीचरने फर्स्ट क्लासची तीन तिकिटे विकत घेतली.

६४

विमानात प्रवासी चढण्याची वेळ सुरू व्हायच्या वीस मिनिटे आधी ते गेटवर पोहोचले होते. खुर्चीत बसून सर्वत्र नजर फिरवत होते. त्यांना श्रॅगो कुठे दिसला नाही. तो दिसेल अशी रीचरची अपेक्षाही नव्हती. लॉस एन्जलीस खूप मोठे शहर आहे. एका ठिकाणाहून दुसऱ्या ठिकाणी पोहोचायला खूप वेळ लागतो. बॉल्डाचीचे क्रेडिट कार्ड विमानतळावर वापरले गेले आहे, हे लक्षात आल्यावरच श्रॅगो विमानतळावर यायला निघाला असता. त्यांचे विमान सुटण्याआधी विमानतळावर पोहोचण्याएवढा वेळ त्याला मिळणारच नव्हता. तेव्हा कॉफी पीत रीचर आरामात बसला होता. विमानात बसण्यासाठी प्रवासी निघाले आणि रीचरचा फोन वाजला. फोनवर बोलत बोलतच तो आपल्या जागेवर बसला. दुसरे सर्व प्रवासीही तेच करत होते म्हणा.

एडमन्ड्सचा फोन होता. व्हर्जिनियाहून. ''७५व्या एम. पी. युनिटकडून आत्ताच मला कॅन्डिस डेटनबद्दल कळले आहे.''

''मी सांगितले होते की मला ती आठवत नाही म्हणून.''

''माफी मागते मी. मी इतका संशय दाखवायला नको होता.''

''त्याचा विचार नको करू तू. माझाच विश्वास बसायला लागला होता की मी तसे काही केलेले असेल म्हणून.''

''मी क्रू स्कलीच्या मित्रांबद्दल इकडे तिकडे चौकशी केली.''

''आणि?''

''वेस्ट पॉइंटमधल्या एका वर्गमित्राबरोबर त्याची फारच दोस्ती होती. मी पाच वेगवेगळ्या व्यक्तींकडे चौकशी केली आणि सर्वांनी एकच नाव घेतले.''

''कोण आहे तो?''

''सध्या सैन्य दलात डेप्युटी चीफ ऑफ स्टाफ फॉर इन्टेलिजन्स आहे.''

"अगदी हेच हवे होते आपल्याला."

"त्यांची पार्श्वभूमीही समान आहे. जॉर्जटाऊनमध्ये एकमेकांच्या जवळपास राहतात. त्याच क्लबजचे सदस्य आहेत. काही काही क्लबजवर अत्यंत निवडक व्यक्तींनाच सदस्यत्व देतात."

"श्रीमंत आहेत?"

"इतर माणसांसारखी श्रीमंती नाही. गर्भश्रीमंत आहेत ते. पिढीजात श्रीमंतांसारखे आरामात आयुष्य काढतात. असे लोक कसे असतात ते ठाऊकच आहे तुला. अशा तऱ्हेने आयुष्य जगण्यासाठी काही दशलक्ष डॉलर्स लागतात."

"नाव काय आहे त्याचे?"

"गॅब्रिएल मॉन्टेग्यू."

"आणि त्यांच्या समान पार्श्वभूमीबद्दल तू बोलली होतीस, तेही बरोबर आहे. गेब आणि क्रू. हार्वर्डजवळचा एखादा बारच वाटतो. किंवा तीनशे डॉलर्स मोजून फाटक्या जीन्स विकत घेण्याचे दुकान."

"ही फार मातब्बर माणसे आहेत, रीचर. या भूतलावर असणाऱ्या असामान्य व्यक्ती आणि तुझ्याकडे त्यांच्याविरुद्ध काही पुरावा नाही."

"तू एखाद्या वकिलासारखी विचार करते आहेस आणि तशाच एका वकिलाची मला आत्ता गरज आहे. मी एक निरपराध माणूस आहे. मी न केलेल्या दोन अपराधांबद्दल मला अडकविल्यानंतर मी काय केले याबद्दल खोट्यानाट्या गोष्टी प्रसृत झालेल्या मला नको आहेत. मी तिथून पळ काढला म्हणायचे असेल तर मला तसा हक्कच होता."

"मेजर सलीव्हन त्या बाबतीत विचार करते आहे. तिला सर्व आरोप फेटाळूनच लावायचे आहेत. विषारी वृक्षांच्या फळांसारखे नाहीसे करायचे आहेत."

"मग तिला जरा घाई करायला सांग. आम्ही परत यायला निघालो आहोत. थोड्याफार अधिकृत संरक्षणाखाली असेच म्हणायला हवे. रेगन इन्टरनॅशनल विमानतळावर उतरल्यावर मला नसत्या भानगडींमध्ये अडकायची इच्छा नाही. सहा तासांचा अवधी आहे तिला."

"मी सांगते तिला तसे."

मग स्ट्युअर्डने पब्लिक ॲड्रेस सिस्टिमवर सांगायला सुरुवात केली की केबिनचा दरवाजा बंद होतो आहे आणि सर्व इलेक्ट्रॉनिक साधने बंद करावीत. आयुष्यात प्रथमच रीचरने एका विमान कर्मचाऱ्याच्या सूचनांचे पालन केले आणि फोन खिशात टाकला. विमान हळूहळू निघाले आणि समुद्राच्या दिशेने उडाले. मग उजव्या बाजूने सावकाशपणे १८० अंशांचा वळसा घेत बरोबर उलट्या दिशेने उडत सान्ता मोनिकाजवळ किनाऱ्यावरून जमिनीवर आले आणि आपली उंची

गाठायला लागले. डाव्या बाजूला खूप दूरवर आणि खूप खाली उत्तर हॉलिवूड, व्हेन्चुरा फ्रीवे, व्हाइनलॅन्ड अॅव्हेन्यू, कोच डायनर, निळा दरवाजा असणारे छोटे घर हळूहळू पार दिसेनासे झाले.

फर्स्ट क्लासमध्ये तिघांनी संभाषण करणे तसे कठीणच होते. खुर्च्या फारच रुंद होत्या. त्यामुळे एका बाजूची मधल्या वाटेजवळची खुर्ची दुसऱ्या बाजूच्या खिडकीजवळच्या खुर्चीपासून खूपच दूर होती. विमानाचा कर्मचारी वर्ग खाणेपिणे आणून देण्यासाठी सारख्या फेऱ्याही मारत होता. श्रीमंत असणे म्हणजे आरामात राहणे का म्हणतात, याची आज रीचरला थोडीशी कल्पना आली. पण या गोष्टीमुळे तिघांना आपापसात बोलताच येईना. शेवटी एस्पिन उठला आणि टर्नरच्या खुर्चीच्या दांड्यावर बसला आणि टर्नर खिडकीपाशी बसलेल्या रीचरजवळ सरकली. तेव्हा कुठे तिघेही एकमेकांना बघू शकायला लागले आणि एकमेकांचे बोलणे ऐकू शकायला लागले. एस्पिन म्हणाला, ''मला जर मॉर्गनला पकडण्यासाठी कुठल्याही तऱ्हेचे वॉरन्ट मिळवायचे झाले तर ते नक्कीच त्याने कुठल्या तऱ्हेचे कटकारस्थान रचले होते याबद्दल चौकशी करतील. तेव्हा या विमानामधून बाहेर पडण्याआधी तू एखादी कथा बनवून ठेवलीस तर बरे पडेल. नाहीतर त्याचा अर्थ तू मला काहीच दिले नाहीस असा होईल आणि तुला देऊ केलेल्या खास सवलतीचा मला पुनर्विचार करावा लागेल.''

''अशा तऱ्हेने काम होत नाही, पीट,'' रीचर म्हणाला. ''ही काही सिनेमात काम मिळविण्यासाठी दिलेली चाचणी परीक्षा नाही. तुला यात मतदानाचा अधिकारही नाही. आमच्याकडे कथा असेल किंवा नसेल, असलीच तर ती तुला आवडेल किंवा आवडणारही नाही. पण कुठल्याही परिस्थितीत रेगन नॅशनलला उतरल्यावर आपण वेगवेगळ्या मार्गांनी जाणार आहोत. तू एक तर दरवाजात उभे राहून हसऱ्या चेहऱ्याने, हात हलवत आम्हाला निरोप देशील किंवा मोडक्या पायाने व्हीलचेअरमध्ये बसून निरोप देशील. या बाबतीत मनात संशयच नको. लक्षात आले?''

''पण मिळेल ती माहिती आपण एकमेकांना नक्की देणार आहोत?'' एस्पिनने विचारले.

''शंकाच नाही. उदाहरणार्थ, कॅप्टन एडमन्ड्सने आत्ताच मला सांगितले आहे की क्रू स्कलीचा गॅब्रिएल मॉन्टेग्यू नावाचा खास मित्र आहे म्हणून.''

''असणारच. ते प्रिपरेटरी स्कूलमध्ये एकत्रच गेले होते का?''

''साधारण तसेच. वेस्ट पॉईंटला तर नक्कीच बरोबर होते.''

''कोण आहे तो?''

“चीफ ऑफ स्टाफ फॉर इन्टेलिजन्स.”

“अत्युच्च पदावर पोहोचलेला माणूस.”

“जवळजवळ तसेच.”

“तुझ्याकडे काही पुरावा आहे?”

“माझ्या वकिलाच्या मताप्रमाणे शून्य पुरावा. सर्वच माहिती एकमेकांना द्यायची असल्यानेच मी हे तुला सांगतो आहे.”

“पण तुला वाटते की ते तेच दोघे आहेत?”

“आता तरी वाटते आहे.”

“आताच का?”

“विल्यम शेक्सपिअर. त्याने *रोमिओ अँन्ड ज्यूलिएट* नावाचे एक नाटक लिहिले होते. दोन घराणी. तेवढीच मातब्बर. ज्यूलिएट ही कॅप्यूलेट घराण्यामधली आणि रोमिओ मॉन्टेग्यू घराण्यामधला. ग्रहमान अनुकूल नसलेले प्रेमिक, *वेस्ट साईड स्टोरी* या चित्रपटामधील शार्क्स आणि जेट्सप्रमाणेच, भाड्याने डी.व्ही.डी. आणून तू हा चित्रपट बघू शकशील.”

“मॉन्टेग्यूने रोमिओ असे नाव धारण केले आहे असे वाटते तुला? इतका मठ्ठ असेल तो?”

“त्याला वाटत असेल की तो फारच हुशारीने वागतो आहे. रंग उडालेल्या गुलाबी पॅन्टमधला माणूस. त्याची समजूत असणार की आपल्यासारख्या लोकांनी विल्यम शेक्सपिअर हे नावदेखील कधी ऐकले नसेल.”

“तुझ्या वकिलाचे म्हणणे बरोबर आहे. शून्य पुरावा.”

“वकील ती आहे; तू नाहीस. नाणे तुझ्याकडे आहे. मॉन्टेग्यू हा रोमिओ असेल किंवा नसेल. पन्नास पन्नास टक्के शक्यता.”

“लास वेगासला जाऊन गहाणखतच गहाण टाकून जुगार खेळल्यासारखा प्रकार आहे हा.”

“पन्नास पन्नास टक्के शक्यता ही एक आश्चर्यकारक संधीच असते.”

“हे डेप्युटी चीफ्स ऑफ स्टाफ्स आहेत, रीचर. तुझी पूर्ण खात्री पटायला हवी कारण त्यांचा जीव घेण्यासाठी गोळीच झाडावी लागणार आहे.”

रोमिओने ज्यूलिएटला फोन केला आणि म्हणाला, “ते घरी यायला निघाले आहेत. फर्स्ट क्लासची तीन तिकिटे. आपल्या पैशांवर मजा चालविली आहे. तिसरे तिकीट ७५ व्या एम. पी. युनिटच्या एस्पिनसाठी आहे. प्रथम मला वाटले होते की त्याने त्यांना अटक केली आहे म्हणून. पण मग रीचर कशासाठी तिकिटे विकत घेईल?

त्यांनी आपली एक बाजू आपल्यावरच उलटविल्यासारखी दिसते. एस्पिन फिरला आहे बहुधा.''

ज्यूलिएट म्हणाला, ''श्रॅगोला विमानतळावर पोहोचायला अजून निदान तासभर तरी लागेल.''

''घाई करायला सांग त्याला. त्याच्यासाठी पुढच्या अमेरिकन एअरलाइन्सच्या उड्डाणाचे तिकीट काढून ठेवलेले आहे.''

''रीचरनंतर किती वेळाने पोहोचेल तो?''

''दोन तास.''

''जरा जास्तच उशीर होतो आहे. आपल्याकडे एकच माणूस शिल्लक आहे आणि तोच इथे नाही. मला वाटते आपण पराभूत होतो आहोत.''

''तशी शक्यता नेहमीच होती. आपण कुठल्या तऱ्हेच्या उद्योगात गुंतलो आहोत ते आपल्याला नेहमीच माहीत होते. आपल्याला एखादे वेळी काय करावे लागेल तेदेखील आपल्याला माहीत आहे.''

''आपण खूप काळ टिकलेलो आहोत.''

''तेव्हा दोन तासांनी काही बिघडत नाही. काहीही घडणार नाही. मेजर टर्नरला स्नान करण्याची गरज पडणार आहे. स्त्रियांबरोबर प्रवास करणे कार्यक्षम ठरत नाही. त्यानंतर श्रॅगोला सर्व सोपेच जाईल. तेच आपल्याला शोधत येणार आहेत. आपल्याला त्यांचा शोध घ्यायची गरज नाही.''

एस्पिन संभाषणाच्या दिशेवर अवलंबून उठत होता, बसत होता, मधल्या वाटेत फेऱ्या घालत होता. बॉल्डाचीचे पैसे खुर्चीच्या दांड्यावर बसून प्रवास करण्यासाठी भरलेले नव्हते. बऱ्याच वेळा तो स्वतःच्या खुर्चीत बसून विचारात गढून गेलेला असे. रीचर आणि टर्नरही आपापल्या खुर्चीत बसून तेच करत होते. त्यातून विशेष काही निष्पन्न होत नव्हते. टर्नरने एस्पिनला हाक मारली आणि तो बसल्यावर ती म्हणाली, ''सध्या आपल्याकडे विचार करण्यासारखे एकच ठिकाण आहे. सर्वच मालाचा पुरवठा करणारी लॉजिस्टिक्स चेन. न थांबणाऱ्या कन्व्हेअर बेल्टप्रमाणे आहे. रिकामे पेटारे आत पाठवतो आहे आणि भरलेले पेटारे बाहेर आणतो आहे. आणि भरलेले पेटारे योग्य त्या मालानेच भरून येत आहेत. भोके पडलेल्या पण बारकोड असणाऱ्या पायमोज्यांप्रमाणे. मान्य आहे मला. तेव्हा विशेष काही घडण्यासारखे नाही. पण काहीतरी घडते आहे हे आपल्याला नक्कीच माहिती आहे. समजा, ते रिकामे वाटणारे पेटारे रिकामे नसलेच तर? जमातींचे लोक काही बारकोड्स असणारा माल घेत नाहीत. पण समजा त्यांच्यासाठीच पाठविलेला विशिष्ट मालच विकत घेत असले तर? मेल-ऑर्डरचा माल पाठविल्याप्रमाणे? म्हणून फोर्ट ब्रॅगचे

चौघे जण महत्त्वाचे आहेत. रिकाम्या समजल्या जाणाऱ्या पेटाऱ्यांमध्ये ते काही भरत असतील.''

''कामाच्या योग्य पद्धती दोन्ही टोकांना आखून दिलेल्या आहेत,'' एस्पिन म्हणाला. ''ते शक्य आहे असे मला वाटत नाही.''

''पण तसे घडू शकेल?''

''घडू शकेल.''

''पण फक्त फायदा हाच हेतू आहे असे रीचरला वाटत नाही. जे चालले आहे ते वैयक्तिक पातळीवर चालू असणे शक्य आहे. ते एका गटाला दुसऱ्या गटाविरुद्ध लढण्यासाठी शस्त्रास्त्रे पुरवत असतील. त्यांना वाटत असेल की ते अफगाणिस्तान या विषयावर मोठे तज्ज्ञ आहेत. न्यू इंग्लंडमधील श्रीमंत घराण्यातल्या मातब्बर माणसांना ते अर्धे ब्रिटिश आहेत, असेच नेहमी वाटत असते. हिन्दुस्थानच्या वायव्य सरहद्दीवरील आठवणी त्यांना येत असतील. त्यांना वाटत असेल की त्यांच्यासारखे अनुभवी कोणीच नाहीत म्हणून.''

''शक्य आहे.''

''पण कन्व्हेअर बेल्ट दोन्ही बाजूंनी काम करतो, हे विसरून आपल्याला चालणार नाही. परत येणाऱ्या मालाच्या पेटाऱ्यांमध्ये ते काहीतरी लपूनछपून भरून पाठवत असतील तर? फोर्ट ब्रॅग्जमधली त्यांची माणसे त्यामुळे खूप महत्त्वाची ठरतात. त्यांना गुप्तपणे तो माल उतरवून घ्यावा लागतो आणि दुसरीकडे पाठवावाही लागतो.''

''कुठल्या तऱ्हेचा माल?''

''फायदा हा मुख्य हेतू नसेल तर स्वतःच्या आवडीचे काहीतरी असायला पाहिजे. कलाकृती, शिल्पाकृती, कोरीव कामे वगैरे ज्या ज्या गोष्टी तालिबान उद्ध्वस्त करतात त्या. तू जर सभ्य आणि उच्च कुळात जन्माला आला असशील तर तुला तशा गोष्टी आवडतील. पण कलेशी संबंध नसावा. एखाद्या जुन्या शिल्पाकृतीसाठी कुणी कुणाला बेदम मारहाण करत नाही.''

''मग कुठल्या तऱ्हेचा माल?''

''आपल्याकडे दोन उच्च कुळातील माणसे आहेत ज्यांची वैयक्तिक आवड गुप्त ठेवली गेली आहे. कारण ती आवड लाजिरवाणी असू शकेल. गुन्हेगारी स्वरूपाचीही असेल. माझ्या मनाचा कल तरी तसाच आहे.''

''तरुण मुले? तरुण मुली? अनाथ?''

''त्याकडे एमाल झदरानच्या दृष्टिकोनामधून बघ. काहीही धडपणे करू न शकलेला अयशस्वी माणूस. पण तरी त्याच्या जमातीचा थोडाफार मान त्याने परत मिळविला. स्वतःसाठी एक स्थान निर्माण केले. कसे जमवले त्याने हे? कोणीतरी

त्याला हाताशी धरून नवीन उद्योग सुरू करून दिला. कोणाला तरी काहीतरी विकत तरी घ्यायचे होते किंवा विकायचे होते. आणि त्यासाठी फक्त झदरानच मदत करू शकत होता. तो आधीपासूनच योग्य त्या माणसांना ओळखत होता. अत्यंत महत्त्वाच्या अशा असामींना. योगायोगानेसुद्धा तसे घडून आलेले असेल.''

''काय विकत घ्यायचे किंवा विकायचे?''

''आपण वॉशिंग्टन डी. सी. मध्ये गेल्यावर त्याचा विचार करू. तू आम्हाला निरोप दिल्यावर, उभे राहून किंवा व्हीलचेअरमध्ये बसून.''

उरलेला काळ त्यांनी झोपून काढला. केबिन उबदार होती. खुर्च्या आरामशीर होत्या आणि विमानाच्या गतीची लयही डोळ्यांवर झापड आणणारी होती. रीचर त्या मुलीबद्दलची स्वप्ने बघत होता. ती खूप लहान असतानाची. तीन एक वर्षांची, गुटगुटीत. त्याच तऱ्हेच्या पण अगदी लहान आकाराच्या पोशाखातील. लेसेस नसलेले, छोटेसे, टेनिस शूज. कुठेतरी असणाऱ्या रस्त्यावरून ते दोघे चालत होते. त्याच्या मोठ्या हातात तिचा छोटासा, नाजूक हात धरलेला. त्याच्याबरोबर चालण्यासाठी तिच्या छोट्या छोट्या पायांना खूप धावपळ करावी लागत होती. तो सारखा खांद्यावरून मागे नजर टाकत होता. त्याला कसली तरी काळजी वाटत होती. तशीच वेळ आली तर लेस नसलेले छोटे शूज घालून ती छोट्या छोट्या पावलांनी कसा पळ काढणार, याची त्याला चिंता वाटत होती. मग त्याच्या ध्यानात येते की तो तिला उचलून घेऊ शकतो आणि तिच्या सुरक्षेसाठी जन्मभर पळत राहू शकतो. ती इतकी हलकी होती की तिचे वजन भासतच नव्हते. त्याची चिंताच संपते आणि स्वप्नही संपते. जसे काही स्वप्नाचे जे काही काम होते, ते झाले होते.

विमानामधल्या हवेच्या दाबात फरक पडल्यासारखा वाटला. स्ट्युअर्ड सीट्स ताठ करण्याबद्दल, खाण्याचे ट्रेज बंद करण्याबद्दल बोलायला लागली. एस्पिनची नजर दुसऱ्या बाजूने त्यांच्याकडे वळली. टर्नर आणि रीचरही त्याच्याकडे बघत होते. नाणे हवेत उडाले होते. एस्पिन निर्णय घेत होता. तो काहीच करणार नव्हता का त्याचा आधीच निर्णय झाला होता? पन्नास पन्नास टक्के शक्यता, रीचरच्या मनात विचार आला. जगामध्ये प्रत्येक बाबतीत असते तशीच.

विमान हळूहळू खाली यायला लागले. विमानाचा वेग कमी व्हायला लागला तसे विमानाचे प्रचंड वजन भासायला लागले. विमानाच्या कर्मचाऱ्यांनी आपल्या जागा पकडताच सर्वांचे फोन बाहेर आले. रीचरला एक व्हॉइस मेल मेसेज आला होता. मेजर सलीव्हनने एक तासापूर्वी पाठवला होता. त्याने त्या फोनवर फोन करतच प्रथम त्याला खरखर ऐकू आली आणि मग कानांवर शब्द आले. ''खोट्या ॲफिडेव्हिट्सबद्दल तुझ्यावर कुठलीही कारवाई करण्यात येणार नाही. या क्षणाला

तू निरपराध म्हणून सुटलेला आहेस. पण मेजर टर्नर अजूनही फरार गुन्हेगारच मानली जाते आहे. तिची परिस्थिती आधी होती तशीच आहे. तेव्हा विमानतळावर उतरता क्षणी घड्याळाची टिक् टिक् पुन्हा सुरू होणार आहे. तू तिच्याबरोबर राहिलास तर गंभीर अशा गुन्ह्यांमध्ये तू तिला साथ देतो आहेस, असा निष्कर्ष निघेल. तेव्हा तुझी वकील म्हणून माझी तुला सूचना आहे की विमानतळावर उतरताच तू तिला सोडून निघून जा.''

त्याने तो मेसेज डिलिट करून टाकला. एडमन्ड्सला फोन केला. ''सात वर्षांपूर्वी स्कली आणि मॉन्टेग्यू कुठे होते?''

''शोधायचा प्रयत्न करते,'' ती म्हणाली.

आणि विमान धावपट्टीवर उतरले. घड्याळाची टिक् टिक् सुरू झाली.

६५

विमानात प्रथम आत शिरायला मिळाले की प्रथम बाहेरही पडता येते. जेट ब्रिजच्या टोकाचे अधिकृत दार उघडायच्या आधीच ते दाराजवळ होते. टाइम झोन्स लक्षात घेता पूर्व किनाऱ्यावर रात्रच पडली होती. रीचरने दार ढकलले आणि बाहेर नजर टाकली. गेटजवळ विशेष गर्दी नव्हती. लॉन्गबीच एवढी तर नक्कीच नव्हती. पहिल्या तीस फुटांमध्येच ओळखता न येण्यासारखे दहा एक एफ. बी. आय. एजन्ट्स आणि दहा मिलिटरी पोलीस असू शकले असते. रीचरने दार उघडे धरून प्रथम एस्पिनला बाहेर पडू दिले. तो काळजीपूर्वक त्याच्यावर नजर ठेवून होता. पण एस्पिन मुद्दाम कुणाला शोधत होता असे वाटले नाही. त्याने कुणाच्या नजरेला नजर दिली नाही. गुपचूप खाणाखुणा केल्या नाहीत. नेहमी विमान प्रवास करणाऱ्या प्रवाशासारखा तो गर्दीतून पुढे निघाला. मागोमाग रीचर आणि टर्नर. मिनिटभराने बॅगा घेण्याच्या जागी नेणाऱ्या कॉरिडॉरमध्ये ते उभे होते. रीचर म्हणाला, ''तू नीघ पुढे. आम्ही इथेच थांबणार आहोत.''

''का?'' एस्पिनने विचारले.

''सुरक्षरक्षकांच्या पलीकडच्या बाजूला तू तुझी माणसे ठेवली असशील म्हणून.''

''असे कुणीही नाही.''

''तरीही आम्ही इथेच थांबणार आहोत.''

''का?''

''डावपेचाचा एक भाग.''

''मी तुम्हाला चोवीस तासांची मुदत देतो आहे.''

''तू आम्हाला शोधू शकणार नाहीस.''

''मी तुम्हाला लॉस एन्जलीसमध्ये शोधून काढले होते आणि तुमच्यासाठीचा

गळ तर इथेही आहे. कुठे शोधायचे ते कळेल मला.''

''तू मॉर्गनवर लक्ष केन्द्रित कर.''

''चोवीस तास,'' एस्पिन म्हणाला आणि तिथून चालत दूर निघाला.

रीचर आणि टर्नर तो जात असताना त्याच्याकडे बघत होते. मग रीचर म्हणाला, ''आपण कॉफी घेऊ या.''

''आपण इथेच थांबणार आहोत का?'' टर्नरने विचारले.

येणाऱ्या विमानांची माहिती देणाऱ्या संगणकाच्या पडद्याकडे बघत रीचर म्हणाला, ''त्याला तसेच कारण आहे. दोन तासांत अमेरिकन एअरवेजचे विमान इथे पोहोचेल. श्रॅगो नक्की त्याच विमानात असणार. विमानाच्या दरवाजापासून सुरक्षा कडे पार करेपर्यंत निःशस्त्र असणार. त्याला हाणायला हीच जागा योग्य आहे.''

''आपण हाणणार आहोत त्याला?''

''नाही. पण एस्पिनच्या मनात तसा संशय निर्माण व्हावा अशी माझी इच्छा होती. तासाभराने त्याची काही करायची इच्छा मावळली तर तो गृहीत धरेल की आपण इथेच आहोत. पण आपण इथे नसू. कॉफी पिऊन निघू आपण. आपण त्याच्याच मागे असू.''

रीचरच्या अनुभवाप्रमाणे वॉशिंग्टन डी. सी. मध्ये कोणतेही जोखमीचे काम यशस्वी करायचे असेल तर एक जागा असणे आवश्यक असे. आणि रोख पैसे देऊन तशी जागा मिळविता येत नाही. कोणत्याही चांगल्या हॉटेलात जागा मिळवायची तर क्रेडिट कार्ड हवेच. तेव्हा हॉटेलमध्ये जागा घेण्यासाठी मार्गारेट वेगाला पैसे भरणे आवश्यक होते. नाहीतर गॅब्रिएल मॉन्टेग्यूला ते कुठे राहत आहेत ते कळविल्यासारखे होणार होते. टर्नरचे मत होते की त्याला कळवूनच टाकावे. मग त्याने श्रॅगोला पाठविले असते आणि ते त्याचा बंदोबस्त करू शकले असते. पण रीचरला ही कल्पना मान्य नव्हती.

''का?'' तिने विचारले.

''त्यांनी जर श्रॅगोला आपण राहतो त्या ठिकाणी पाठविले आणि तो नाहीसा झाला तर त्याचे काय झाले ते त्यांच्या लक्षात येईल.''

''अर्थातच,'' ती म्हणाली.

''त्याचे काय झाले ते त्यांना समजावे, अशी माझी इच्छा नाही. जितका काळ शक्य आहे तितका काळ. त्यांच्या मनात संभ्रम निर्माण व्हायला पाहिजे. त्यांच्या मनाची शांती ढळली पाहिजे. मनात घालमेल, गोंधळ निर्माण झाला पाहिजे. काय करायचे ते त्यांना सुचेनासे झाले पाहिजे.''

"आपल्याला स्त्री अधिकाऱ्यांची याचसाठी जास्त गरज आहे. आम्हाला जिंकणे पुरेसे असते. शत्रू हरला आहे, हे त्याचे त्याला कळायला पाहिजे, अशी तुमच्या मनात इच्छा असते."

"त्यांचे सेलफोन्स चालू राहावेत एवढीच माझी इच्छा आहे. बस. खात्रीलायक पुरावा मिळविण्याचा तो एकमेव मार्ग असू शकतो. खरं तर प्रथम त्यांचा शोध लावण्यासाठीही तोच एकमेव मार्ग असू शकतो. कुणालाही सापडणार नाही अशा ठिकाणी श्रॅगोला नाहीसे करायला पाहिजे आणि त्याच्या फोनवरचे नंबर आपल्याला मिळवायला पाहिजेत. सार्जन्ट लीचला मग वेगळ्याच मित्रांना फोन करणे भाग पडेल. श्रॅगो नाहीसा झाला आहे याची खात्री पटून त्यांनी आपले फोन बंद करण्याआधी आपण त्या फोन्सबद्दलची माहिती मिळविण्याची गरज आहे."

तेव्हा एका छान हॉटेलमध्ये, बाराव्या मजल्यावरून व्हाइट हाऊस दिसत असणाऱ्या खोलीसाठी मार्गरिट वेगाने पैसे भरले. त्या खोलीमध्ये त्यांना गरज असणाऱ्या सर्व गोष्टी तर होत्याच, पण गरज नसणाऱ्याही अनेक गोष्टी होत्या. टर्नरला नवीन कपडे घ्यायचे होते. पण मध्यरात्र झाली होती. कुठलीच दुकाने उघडी नव्हती. तेव्हा त्यांनी आरामात खूप वेळ स्नान केले आणि स्नानगृहात असणारे दोन दोन इंच जाडीचे झगे अंगावर घातले. नदीपलीकडे श्रॅगोला घेऊन येणारे विमान उतरण्याआधी वीस मिनिटे इतका वेळ असेपर्यंत ते गप्पा मारत बसले. मग त्यांनी कपडे चढविले आणि ते बाहेर पडले.

रोमिओने ज्यूलिएटला फोन करून म्हटले, "टर्नर एकटीच खरेदीला गेली आणि तिने मार्गरिट वेगाचे कार्ड वापरले तर तत्काळ मला कळावे अशी व्यवस्था मी करून ठेवली होती. शहरातल्या एका हॉटेलमधल्या खोलीत रात्र काढण्यासाठी आत्ताच ते कार्ड वापरले गेले आहे."

ज्यूलिएट म्हणाला, "श्रॅगोचा फोन आता दोन मिनिटात सुरू होईल."

"त्याला म्हणावे टॅक्सीकॅब घेऊन सरळ तिथपर्यंत जाऊ नकोस."

त्यांनी श्रॅगोला टर्मिनलमधून बाहेर पडताना बघितले. वीस यार्ड अंतरावर ते एका टॅक्सी कॅबमध्ये बसले होते. ती सोळा फूट लांब आणि सहा फूट रुंद असूनही अदृश्य असल्यासारखीच होती. विमानतळावरूनच घेतलेली. श्रॅगोचे लक्षही गेले नाही. तो रांगेत उभ्या असणाऱ्या एका माणसामागे उभा राहिला आणि स्वतःच्या टॅक्सीत बसला.

"तोच माणूस," रीचर म्हणाला.

"दिसला मला," ड्रायव्हर म्हणाला. हॉटेलमधून निघाल्यापासून त्याचे मीटर चालूच होते आणि शिवाय त्याला शंभर डॉलर्सची बक्षिशीही मिळणार होती. केवळ मजेसाठी म्हणून आणखी शंभर डॉलर्सही मिळणार होते. सौदा असाच ठरला होता. नाहीतरी पैसे त्यांचे नव्हतेच.

ड्रायव्हरने हळूच गाडी सुरू केली आणि फुटपाथच्या कडेवरून तो वाहतुकीत शिरला. श्रॅगोच्या टॅक्सीकॅबच्या पन्नास यार्ड मागे. ती शहराकडेच निघाली होती. अगदी मध्यवर्ती भागात. पूल ओलांडून चौदावा रस्ता, मग मॉल, फेडरल त्रिकोण आणि शेवटी न्यू यॉर्क अॅव्हेन्यू ओलांडून ती थांबली.

श्रॅगो बाहेर पडला.

कॅब निघून गेली.

ते जवळ जवळ लफायेट स्क्वेअरला पोहोचलेले होते. अगदी व्हाइट हाऊस समोरच. पण अजूनही दोन चौक पूर्वेला चौदाव्या रस्त्यावरच होते. "इथे काय आहे?" टर्नरने विचारले.

"खरं तर काहीच नाही," रीचर म्हणाला. श्रॅगोने उत्तर दिशेने चालायला सुरुवात केली होती. एच. स्ट्रीटच्या कोपऱ्याशी.

आणि तो डावीकडे वळला.

रीचरने बिली बॉबचे तीनशे डॉलर्स ड्रायव्हरच्या हातात ठेवले, जास्तीचे पैसे ठेवून घ्यायला सांगितले आणि ते कॅबमधून बाहेर पडले आणि त्याच कोपऱ्यावरून घाईघाईने पुढे निघाले. श्रॅगो तोपर्यंत दुसऱ्या चौकात पोहोचला होता. तो भराभर चालत होता. लफायेट स्क्वेअरच्या कोपऱ्यावरून पुढे झाल्यावर डाव्या बाजूला बघण्यासारखे काहीच नव्हते. या अंधारात तरी. आणि उजवीकडे त्याने लक्ष देण्यासारखी अशी एकच गोष्ट होती.

"तो आपल्या हॉटेलकडे निघाला आहे," टर्नर म्हणाली. "कॅब ड्रायव्हरच्या लक्षात राहू नये म्हणून ती सोडून चालत निघाला आहे. मॉन्टेग्यूकडे वेगाच्या कार्डचाही तपशील आहे."

"पहिल्या उड्डाणाच्या वेळेपासूनच. हुशार आहे. तो नेहमीच आपल्या शोधात राहिला होता."

"तुझ्या डावपेचात फरक करावा लागणार बहुधा."

"शत्रू प्रथम समोर आला की आधी ठरवलेली कुठलीही योजना तशीच राहू शकत नाही."

ते थोडे मागे मागे राहत होते. पण श्रॅगो झपाट्याने पुढे गेला, सरळ हॉटेलच्या दारामधून आत घुसला. फार महत्त्वाचे काम निपटायचे असल्याप्रमाणे.

टर्नरने विचारले, ''नवीन काही ठरविले आहेस?''

''आपण आत नाही हे त्याच्या लक्षात येईल आणि तो पुन्हा बाहेर पडेल.''

''आणि मग?''

''सेलफोन्सची पहिली योजना आवडली होती तुला?''

''चांगलीच होती.''

''एखादे वेळी श्रॅगोच आपल्याला ती योजना पार पाडण्याची संधी देईल. आपण हॉटेलमध्ये नाही हे लक्षात आल्याबरोबर तो त्याच्या बॉसलाच फोन करेल. क्षणाक्षणाला काय घडते आहे ते त्याला कळविण्याची त्याच्या बॉसची आज्ञा असू शकेल. तसे झाले तर नंतर जे घडेल त्याच्याशी तुझा आणि माझा दोघांचाही संबंध असणार नाही कारण आपण तिथे नव्हतोच. तोच त्यांना तसे सांगणार आहे. ते पुन्हा अज्ञात अशा परिस्थितीत असणार आहेत.''

''त्याने फोन केला तर.''

''पन्नास पन्नास टक्के शक्यता. एक तर तो फोन करेल किंवा नाही करणार.''

''त्याने फोन केला आहे असे आपल्याला कळले तर.''

''तो बाहेर पडत असतानाच फोनवर बोलत असायचा.''

''आपल्या रिकाम्या खोलीमधूनही त्याने फोन केलेला असायचा.''

''पन्नास पन्नास टक्के शक्यता. आपल्याला तो फोन करताना दिसेल किंवा नाही दिसणार. आपल्याला नक्की कळेल किंवा तर्क लढवावा लागेल.''

पार्कबाहेरच्या अंधारामध्येच ते दडून राहिले. सकाळचे दोन वाजत आले होते. हवेत काहीच बदल नव्हता. थंडगार आणि ओलसरच भासत होती. मुलीच्या लेसेस नसलेल्या शूजचा विचार त्याच्या मनात येऊन गेला. मग हॉटेलमधल्या सुरक्षा व्यवस्थेचा, रात्रीच्या पहारेकऱ्याचा, खोट्या ओळखपत्राचा, रजिस्टर उघडल्याचा, खोलीवर फोन केल्याचा, पास की घेऊन वरती गेल्याचा विचार आला. जास्तीतजास्त दहा मिनिटे.

नऊच मिनिटे वेळ गेला.

आणि श्रॅगो दरवाजातून बाहेर पडला.

हातात फोन नव्हता.

''छापा की काटा, रीचर?'' टर्नरने विचारले.

रीचर अंधारातून पुढे झाला. आणि म्हणाला, ''सार्जन्ट श्रॅगो, मला तुझी या बाजूला गरज आहे. काही महत्त्वाची बातमी द्यायची आहे.''

६६

श्रॅगो हललाही नाही. एच. स्ट्रीटच्या फुटपाथवर स्तब्ध उभा राहिला. रीचर त्याच्या बरोबर समोर उभा होता. दुसऱ्या फुटपाथवर. रस्त्यावर शांतता होती. सकाळचे दोन वाजले होते. रीचर म्हणाला, ''सार्जन्ट श्रॅगो, बातमी अशी आहे की तुझा खेळ संपत आला आहे. तुझे दुर्दैव ओढवले आहे. आम्ही तुझ्या फारच जवळ पोहोचलो आहोत. या क्षणी, या ठिकाणी, या रस्त्यावरच तू आमचा दोघांचा काटा काढू शकला नाहीस तर आता तू जिंकू शकत नाहीस. आणि ते तुला शक्य नाही. तेवढी धमक तुझ्यात नाही. तेव्हा कुठलीही ट्रॉफी जिंकून आज रात्री तू घरी परतणार नाहीस. तुझे कमीत कमी नुकसान कसे होईल एवढाच विचार आता तू कर. आणि तो तू करू शकतोस. लेखी कबुलीजबाब दे म्हणजे झाले. तुला फक्त तेवढेच करण्याची गरज आहे.''

श्रॅगोने उत्तर दिले नाही.

''तुला लिहिणे जमत नसेल तर मोठ्याने टेपरेकॉर्डरवर बोल. तरी चालेल. पण कुठल्या तरी तऱ्हेने ते तुला तुझी कथा सांगणे भाग पाडणार आहेत. मोठीच भानगड निर्माण होणार आहे. फक्त सैन्य दलच प्रश्न विचारेल असे नाही. सिनेटच्या कमिटीही चौकशी करतील. सर्वप्रथम तूच कबुलीजबाब देणे श्रेयस्कर ठरेल; कारण ते अशा माणसाला मुक्त करतात. एखाद्या हिरोप्रमाणे वागणूक देतात. तो माणूस तूच असण्याची तुला गरज आहे.''

श्रॅगोने उत्तर दिले नाही.

''तुला आज्ञा देणारे उच्चपदस्थ कोण आहेत ते तुला माहीत नाही असे तू म्हणू शकतोस. मग तुझ्या मनावरचा ताण कमी होईल. ते तुझ्यावर विश्वासही ठेवतील. त्याऐवजी तू मॉर्गनवर लक्ष दे. त्यानेच मूरक्रॉफ्टला हाणण्यासाठी तुझ्या ताब्यात कसे दिले ते सांग. खूश होतील ते.''

प्रतिक्रिया नाही.

"तुझ्याकडे फक्त दोनच पर्याय आहेत, सार्जन्ट. तू पळ काढू शकतोस किंवा रस्ता पार करू शकतोस. पळून गेलास तर काहीही साध्य होणार नाही. आम्ही आज रात्री तुला पकडू शकलो नाही, तरी उद्या नक्कीच पकडू. तेव्हा रस्ता ओलांडून येणे हाच चांगला पर्याय ठरेल. आणि ते तुला करावेच लागणार आहे. आमच्याशी हातमिळवणी करायची असली तरी आणि आमचा काटा काढायचा असला तरीही."

श्रॅगोने रस्ता ओलांडण्याचा पर्याय स्वीकारला. फुटपाथवरून रस्त्यावर आला. गाडीमधून प्रवास करताना ज्या मार्गिका फार छोट्या वाटतात, त्या चालत पार करताना खूप मोठ्या वाटतात. रीचरचे त्याच्यावर बारीक लक्ष होते. त्याचे डोळे, त्याचे खांदे, त्याचे हात. अगदी ब्रॉडवेवरचा प्रयोग असल्याप्रमाणे, आपले कर्तव्य नक्की काय आहे याचा डोक्यात प्रकाश पडल्याप्रमाणे, तो अभिनय करत असला तरी त्याच्या मनात कुठली योजना आकार घेत होती, हे रीचरच्या ध्यानात येत होते. रीचरजवळून पुढे होऊन प्रथम टर्नरला निकामी करायचे, मग लढा एक विरुद्ध एक असा समान राहिला असता. वेडसरपणाची एक विचित्र झाक उमटलेल्या त्याच्या डोळ्यांत रीचरला ते स्पष्टपणे दिसत होते आणि त्याच्या खांद्यांमध्ये, जे ताठरायला लागले होते आणि त्याच्या हातांमध्ये, ज्यांच्या मुठी पुनःपुन्हा आवळल्या जात होत्या. कधी एकदा हाणामारीला सुरुवात करतो, असे त्याला झाले होते.

त्याने रीचर उभ्या असलेल्या फुटपाथवर पाऊल टाकले.

रीचर काही बोलला नाही. त्याने घाई केली नाही. त्याला काही करण्याची गरजच नव्हती. काहीही झाले तरी श्रॅगो एस्पिनकडे सर्व काही बोलणार होता. गाडीमधून बाहेर पडून नाहीतर कोमामधून बाहेर पडल्यावर. कधी बोलायचे ते श्रॅगोनेच ठरवायचे होते. शेवटी तो स्वतंत्र म्हणून जन्माला आला होता.

पण हुशार नव्हता. तो गाडीजवळून पुढे झाला. त्याला कोमामध्येच जायची इच्छा होती तर. ठीक आहे, रीचरच्या मनात आले. सर्वांत चांगली गोष्ट असते ती तत्काळ काहीतरी सुरू करण्याचीच. श्रॅगो जवळ पोहोचला तेव्हा त्याने रीचर त्याच्या उजव्या बाजूला आणि टर्नर रीचरच्या खांद्यामागे असेल अशी काळजी घेतली होती. रीचर विचार करत होता. श्रॅगो बहुतेक त्याच्या मानेवरच डाव्या हाताचे कोपर हाणून पुढे झेपावणार होता आणि त्या क्षणाचा उपयोग करून रीचरच्या मागे असणाऱ्या टर्नरला त्याच्या उजव्या हाताने एकच प्रचंड दणका तिच्या चेहऱ्यावर ठेवून देणार होता. तिचे नाकाड फोडण्याएवढा, गालफडांची हाडे मोडण्याइतका, मान मोडू शकणारा, डोळ्यांनाच इजा पोहोचवणारा. अत्यंत हिंस्रपणे मारलेल्या त्या दणक्याने ती बेशुद्धच व्हायला पाहिजे. एखादे वेळी तिचे डोकेही फुटू शकले असते किंवा मानही मोडली असती म्हणा.

तसे काहीही घडणार नव्हते.

"मूलभूत नियम," रीचर बडबडला. "कानांचा चावा घ्यायचा नाही."

जवळून श्रॅगोला बघितल्यावर रीचरच्या लक्षात आले की तो खरोखरच विलक्षण माणूस होता. त्याचे डोके रस्त्यावरच्या दिव्याच्या प्रकाशात चमकत होते. डोळे पार खोबणीत गेल्यासारखे वाटत होते. त्याच्या चेहऱ्यावरची हाडे इतकी टोकेरी आणि कणखर वाटत होती की कुणी त्याच्या चेहऱ्यावर हाणले तर त्याचाच हात मोडावा. त्याच्या पॅन्टचा पट्टा अगदी घट्ट बांधलेला होता. आणि पट्ट्याखाली असणाऱ्या त्याच्या मांड्यांमुळे पॅन्टसुद्धा फुगीर बनली होती. त्याची छातीदेखील जबरदस्त रुंद होती. तो रीचरपेक्षा निदान पंधरा वर्षांनी तरुण होता आणि माजलेल्या बैलासारखा शक्तिमानही. एखाद्या कातळासारखा कणखर. हवेत दर्प पसरावा तशी त्याची दांडगाईने वागण्याचीच सहजप्रवृत्ती लक्षात येत होती. त्याच्या कानांच्या मधल्या भागाला हात लावलेला नव्हता. बाजूचा चपटा भागच कापून काढला होता. बहुधा कात्री घेऊनच. तेव्हा तो भाग पास्त्याप्रमाणेच भासत होता. गोऱ्या माणसाच्या कातडीसारखा चमकत होता. कान अगदी षट्कोनात कापले होते असे म्हणता आले नसते, कारण षट्कोनाच्या सहाही बाजू सारख्या असतात. अगदी जवळ जवळ कापल्याने भूमितीप्रमाणे अगदी सारख्या बाजू नसल्या तरी पंचकोनी आकार बनले होते. ती मुलगी त्याची असती तर त्याने तिच्याशी नक्की चर्चा केली असती. तपशीलच सांगायचा झाला तर तो बिनचूकच सांगितला गेला पाहिजे, नाहीतर त्या बोलण्याला अर्थ नसतो.

रीचर म्हणाला, "शेवटची संधी, सार्जन्ट. महत्त्वाचा निर्णय घेण्याची वेळ आली आहे. आम्हाला स्कली, मॉन्टेग्यू आणि मॉर्गन यांच्याबद्दल सर्व काही कळले आहे. स्वतःला वाचवण्याचा तुझ्याकडे एकच मार्ग आहे. बोलायला सुरुवात करणे. सोल्जरचे सर्वांत उत्कृष्ट शस्त्र असते त्याची बुद्धी. तेव्हा तू तुझी बुद्धी वापरण्याची वेळ आली आहे. दुसरी एक गोष्टही लक्षात ठेव- तू काहीही केलेस तरी मी तुझा हात नक्कीच मोडून ठेवणार आहे. संपूर्ण सत्य, सार्जन्ट. कारण तू बेरीव्हील ग्रीलमधल्या मुलीला दुखवले होतेस. काही कारण नसताना. आणि गरजही नसताना. स्त्रियांच्या बाबतीत तुला काही प्रश्न आहेत का? तुझे कान स्त्रियांनीच कापले होते का?"

श्रॅगो पाय घट्ट रोवून उभा राहिला आणि कंबरेतून एका झटक्यात इतक्या उजव्या बाजूला वळला की त्याचा डावा हात कुठल्याकुठे पुढे झाला. त्याची वाकलेली पाठच प्रकाशात दिसली. तो पुन्हा तसाच दणक्यात आणखीच वेगात उलट्या दिशेने वळला असता आणि त्या वेळी त्याच्या डाव्या हाताचे कोपर रीचरच्या गळ्याच्या दिशेने प्रचंड वेगाने घुसले असते. रीचरला लोळवण्याचे

कामही झाले असते आणि त्याच आधाराने तो पुढे टर्नरच्या दिशेने झेपावला असता.

सर्व काही त्याने ठरवल्याप्रमाणे झाले असते तर.

पण काय होणार आहे याची रीचरला पूर्ण जाणीव असल्याने श्रॅंगोची हालचाल सुरू झालेली दिसताच क्षणार्धात रीचरने अगदी तशीच हालचाल सुरू केली. जशी काही दोन नर्तकांची शरीरे एकाच तऱ्हेने वळत होती. रीचरची वज्रासारखी दणकट मूठ खालून अशा ठिकाणी पोहोचत होती की जिथे श्रॅंगोचा असंरक्षित किडनीचा भाग समोर येणार होता. त्याच्या मनाच्या कोपऱ्यात कुठे तरी त्याचे कान, स्कली आणि मॉन्टेग्यूचे विचारही होते. भावनाविवशतेवरही स्वसंरक्षणाची तीव्रता अवलंबून असते. एखाद्या स्प्रिंगप्रमाणे श्रॅंगो एक क्षण स्थिर झाला आणि त्याची उलट्या दिशेने वर्तुळाकृती हालचाल सुरू झाली. त्याच्या डाव्या हाताचे कोपर इंचभर रीचरच्या चेहऱ्याच्या दिशेने सरकत असतानाच रीचरच्या मुठीचा जबरदस्त दणका श्रॅंगोच्या किडनीच्या भागावर बसला आणि तो हादरला. त्याच्या शरीरात यातनेचा आगडोंब उसळायला लागला, तो धडपडला, त्याचा तोल गेला आणि तो रीचरच्या पुढच्या हल्ल्यासाठी उघडा पडला. रीचरने स्वतःला सावरले. त्याला तेवढा वेळ मिळाला होता. त्याने त्याच्या डाव्या हाताची वज्रमुष्टी खालून वरच्या दिशेने श्रॅंगोच्या हनुवटीच्या कोपऱ्यावर हाणली आणि मग दोन्ही हातांच्या मुठींनी मान आणि किडनीच्या भागावर दणके चढवले. श्रॅंगो दुसऱ्या बाजूला कोलमडायला लागला. आठ आकडे मोजेपर्यंत तो एखादे वेळी उभा राहू शकलाही असता; पण रात्री, लफायेट स्क्वेअरच्या कोपऱ्यात चाललेली ही हाणामारी सभ्यतेचे नियम पाळून चाललेली नव्हती. रीचरने मंद प्रकाशात श्रॅंगोकडे एक नजर टाकली आणि ठरवले की श्रॅंगोच्या चेहऱ्यावरील हाडांपेक्षा त्याचा स्वतःचा आणखी एकच भाग कणखर असू शकतो. त्याने दाणकन आपले डोके श्रॅंगोच्या नाकावर आदळले आणि तो मागे झाला. तरी नंतर एक सेकंदभर वेळ तरी श्रॅंगो आपल्या पायांवर उभा होता. मग बहुधा डोक्यामधली बत्ती गुल झाली असल्याचा सन्देश त्याच्या गुडघ्यांपर्यंत पोहोचला आणि एखाद्या भिंतीवरून उडी मारल्यासारखा तो उभाच्या उभा खाली कोसळला. रीचरने आपल्या बुटाच्या तळव्यानेच त्याला उताणे केले. मग वाकून त्याने त्याचे एक मनगट पकडले आणि हात मागे ताठ होईपर्यंत पिळवटला आणि बुटाच्या त्याच तळव्याने त्याच्या कोपराचे हाड मोडले. त्याने त्याचे खिसे तपासले. पैशांचे पाकीट आणि फोन त्याला सापडला. पिस्तूल नव्हते कारण तो विमानतळावरून सरळ इथे आला होता.

उभे राहून त्याने एकदा श्वास घेतला आणि टर्नरकडे बघत म्हणाला, "एस्पिनला फोन करून त्याला या माणसाला घेऊन जायला सांग. त्याला म्हणावे त्याच्या

वॉरन्टसाठी गरज असणारी माहिती त्याला मिळेल.''

पार्कच्या दूरच्या कोपऱ्यात अंधारामध्ये ते वाट बघत थांबले. श्रॅगोचा फोनही रिकार्डच्या फोनसारखाच होता. स्वस्त आणि प्रीपेड. एका कामगिरीपुरता वापरायचा आणि फेकून द्यायचा. पण त्याच्यावर चार नंबर होते, तीन नाही. लोझॅनो, बॉल्डाची, रिकार्ड आणि घर.

आणि कॉल रजिस्टरप्रमाणे हॉटेलमधून बाहेर पडण्यापूर्वी दोन मिनिटे आधी त्याने चौथ्या नंबरवर फोन केला होता.

''आपल्या रिकाम्या खोलीमधून,'' टर्नर म्हणाली. ''तुझा तर्क बरोबर होता. शत्रू समोर आला तरी तुझी ठरवलेली योजना यशस्वी ठरली.''

रीचरने मान डोलावली. तो म्हणाला, ''त्यांनी बहुतेक त्याला दुसरीकडे शोध घ्यायला सांगितले. तेव्हा देण्यासारखी बातमी असेपर्यंत तो आता फोन करणार नाही, असे ते गृहीत धरणार आहेत आणि ते स्वतः बहुधा सकाळपर्यंत त्याला फोन करणार नाहीत. आपण अर्थातच काही उत्तर देणार नाही. त्याचा नाद ते सोडून देईपर्यंत आपल्याला निदान बारा तासांचा वेळ मिळायला हरकत नाही.''

''आपण एस्पिनला सर्व काही दाबून ठेवायला सांगू. अधिकृतपणे त्याला अटक झाली तर मॉन्टेग्यूच्या ते लक्षात येईल. ७५ व्या युनिटमध्ये काय घडते आहे यावर त्याचे नक्कीच लक्ष असणार.'' तेव्हा टर्नरने दुसऱ्यांदा एस्पिनला फोन करून त्याप्रमाणे सांगितले. मग सार्जन्ट लीचला तिच्या सेलफोनवर फोन केला. पहिल्या वेळेप्रमाणेच ती म्हणाली, ''तुझी कमान्डिंग ऑफिसर म्हणून माझा तुला अधिकृत सल्ला आहे की तू तुझा फोन ताबडतोब बंद कर आणि माझा फोन आला होता असे ताबडतोब कर्नल मॉर्गनला कळव. तू ते करणार आहेस का?'' आणि दुसऱ्या वेळेला लीचने फोन बंद केला नाही, तेव्हा टर्नरने श्रॅगो ज्या फोनवर फोन करत होता तो नंबर तिला सांगितला. तिला माहीत असणाऱ्या सिग्नल्स इन्टेलिजन्समधल्या कुठल्या तरी कार्यक्षम माणसाला फोन करून माहिती मिळवायला सांगितले. टर्नरच्या नंतरच्या बोलण्याच्या स्वरावरून लक्षात आले की लीच बहुधा काळजीपूर्वक बोलत असली तरी तिला काम निश्चित होईल अशी आशा वाटत असावी. त्या अंधारातही रीचरच्या चेहऱ्यावर हसू उमटले. अमेरिकन सैन्य दलांमधले सार्जन्ट्स. त्यांना करता येणार नाही असे काहीही असू शकत नाही.

पार्कच्या दुसऱ्या टोकाला एक गाडी येऊन उभी राहिली. रीचरला पहिल्या दिवशी मोटेलमध्ये सोडून आलेल्या सेदानसारखीच दणके खाल्लेली सेदान. आर्मी कॉम्बॅट युनिफॉर्म आणि बूट घातलेली दोन दणकट माणसे खाली उतरली. त्यांनी

श्रॅगोला झुडपांमधून बाहेर खेचून मागच्या सीटवर ठेवले. त्यांना तेवढे करण्यासाठीही बराच त्रास झाला. श्रॅगो आडदांड माणूसच होता.

मग आपल्या गाडीत बसून ते निघून गेले. रीचर आणि टर्नर सभ्यपणे थोडा वेळ थांबले. दफनविधीनंतर थांबतात तसे. मग त्यांनी पुन्हा रस्ता ओलांडला आणि ते हॉटेलमध्ये शिरले. एलिव्हेटर पकडून आपल्या खोलीवर पोहोचले.

६७

त्यांनी पुन्हा एकदा स्नान केले. उगीचच. स्वच्छतेचे प्रतीक म्हणून. आणखी काही टॉवेल्स वापरले. स्नानगृहात चाळीस तरी टॉवेल होते. बहुतेक सर्व आकाराने मोठे आणि जाडजूड. अंगावर घेऊन झोपता येण्यासारखे. मग ते पुन्हा लीचच्या फोनची वाट बघत थांबले. एक तर तो लवकरच आला असता किंवा अजिबात आलाच नसता. तिच्या मित्रांमध्ये या क्षणाला त्यांना गरज होती अशा मित्रांचा समावेश होता की नाही, यावर सर्व अवलंबून होते. पण पहिला फोन रीचरचा वाजला. एडमन्ड्सकडून आला होता. ती म्हणाली, ''सात वर्षांपूर्वी क्रू स्कली नुकताच पर्सोनेल विभागाचा असिस्टन्ट डेप्युटी चीफ ऑफ स्टाफ बनला. तेव्हापासून त्याचे राहण्याचे स्थळ बदललेले नाही. त्या वेळी तो अलेक्झांड्रियामध्ये राहत होता. आता संपूर्ण एच. आर. सी. विभाग, डेप्युटी चीफचे कार्यालय सोडून, केन्टकीमधील फोर्ट नॉक्स या ठिकाणी हलवला असला तरी त्याचे कार्यालय पेन्टॅगॉनमध्येच राहिलेले आहे. तेव्हा स्कली अजूनही जॉर्जटाऊनमध्येच राहतो आहे.''

''ज्याचा फारच कंटाळा यावा असा माणूस दिसतो आहे,'' रीचर म्हणाला.

''पण मॉन्टेग्यू तसा नाही. सात वर्षांपूर्वी तो अफगाणिस्तानमध्ये होता. फक्त सैन्य दलाचेच नाही, तर संपूर्ण देशामधले हेर खाते चालवत होता.''

''मोठेच काम.''

''वादच नाही त्याबद्दल.''

''आणि?''

''मी काहीही सिद्ध करू शकत नाही. काही रेकॉर्डच हाताला लागत नाही.''

''पण?''

''त्यानेच झदरानला सोडले असावे. नियमावली तशीच आहे. ग्रेनेड्सचा चोरटा व्यापार करतो असा संशय असणारी व्यक्ती इन्टेलिजन्स विभागाच्या

संमतीशिवाय डोंगराळ प्रदेशातील त्याच्या घरी परत जाऊ शकली नसती. तेव्हा तू आधी विचारलेला प्रश्न. त्यांनी त्याला सरळ गोळी का घातली नाही? कारण मॉन्टेग्यूने त्यांना तसे सांगितले होते म्हणून. तेव्हा झदरान मॉन्टेग्यूचा कायम ऋणी होता.''

''किंवा झदरानकडे मॉन्टेग्यूवर दडपण आणण्यासारखी काहीतरी माहिती होती.''

''काहीही असले तरी निदान गेली सात वर्षे त्यांचे आपापसात संबंध आहेत.''

''सात वर्षांपूर्वी मॉर्गन काय करत होता हेदेखील मी तुला विचारायला पाहिजे होते,'' रीचर म्हणाला.

''तू विचारले नाहीस याचे मलाही आश्चर्य वाटले होते,'' एडमन्ड्स म्हणाली. ''तेव्हा मी स्वतःहूनच शोध घेतला आहे. मॉर्गन सगळीकडे गेला होता. कुठे कुणाची गरज भासली की मॉर्गन तिथे असतो. तो अनेक लॉजिस्टिक बटॅलिअन्समध्ये होता, ही गोष्ट मात्र अपघाताने घडलेली असू शकत नाही. त्यातली कोणतीही बटॅलिअन कधीच इराकला काहीही पाठवत नव्हती. फक्त अफगाणिस्तानला पुरवठा करत होती. हेदेखील ठरवूनच झालेले आहे; आपोआप घडलेले नाही.''

''आणि दर वेळी स्कलीनेच त्याची तशी नेमणूक केली होती?''

''अगदी प्रत्येक वेळेला.''

''आभारी आहे, कॅप्टन.''

''तेव्हा इतिहासामध्ये आपण कुठल्या बाजूने आहोत, अशी आता नोंद होणार आहे?''

उत्तर न देता रीचरने फोन बंद केला; कारण दुसरा फोन वाजायला लागला होता. टर्नरचा नाही, श्रंगोचा. रिकार्डच्या फोनवर होती तशीच *क्रेझी बर्ड सॉन्ग*ची धून. नेहमीप्रमाणेच पडद्यावर अक्षरे उमटली होती. *फोन आला आहे.* निरर्थक माहिती. पण त्याच्याखाली शब्द होता, *घर.*

आठ वेळेला वाजून फोन बंद झाला.

रीचर काही बोलला नाही.

''काळजी दिसते आहे फक्त,'' टर्नर म्हणाली. ''आपण आणखी काही पैसे खर्च केलेले नाहीत, तेव्हा त्यांना नवीन कुठला माग मिळालेला नाही. ते त्याला कुठलीही वेगळी माहिती देऊ शकत नाहीत.''

''फक्त काळजी करत ते किती वेळ थांबतील? त्यांना सत्य परिस्थितीला तोंड द्यावेच लागणार आहे.''

''काहीही कबूल न करणे ही एक आश्चर्यकारक गोष्ट आहे,'' टर्नर म्हणाली आणि खिडकीजवळ जाऊन पडद्यांच्या फटींमधून बाहेर बघायला लागली. ''मी

जेव्हा परत कार्यालयात जाईन, तेव्हा वाफेच्या झोतांनी ते स्वच्छ करून घेणार आहे. मॉर्गनच्या तिथल्या अस्तित्वाचे पुसटते चिन्हही मला शिल्लक राहायला नको आहे.''

''मॉन्टेग्यूने झदरानला आपल्या डोंगराळ प्रदेशातल्या घरी का जाऊ दिले?''

''राजकीय किंवा कायदेशीर कारणांनी असे तुला म्हणायचे आहे का?''

''दोन्ही शक्यता असल्या तरी तिसरेच काही कारण असले तर?''

''असे काय कारण असू शकेल ते माझ्या ध्यानात येत नाही. तो पस्तिशीतला माणूस होता. पाच भावांमधला सर्वांत लहान. त्यांची संस्कृती आणि परंपरा लक्षात घेतली तर कुटुंबातला काहीही महत्त्व नसलेला घटक. शिवाय हातात घेतलेल्या प्रत्येक कामात अयशस्वी ठरलेला. तेव्हा त्याला कुटुंबात विशेष असे काही स्थान नव्हते की किंमतही नव्हती. त्याच्याकडे विशेष असे कुठले कौशल्यही नव्हते. तेव्हा कुणीही त्याची कोणत्याही कामासाठी स्वतः निवड केली नसती.''

आणि श्रॅंगोचा फोन पुन्हा कर्णकर्कश आवाज करायला लागला. पडद्यावर तेच शब्द उमटले. आठ वेळा वाजून बंद झाला.

ज्यूलिएट परत येऊन बिछायतीवर बसला. सहा फूट अंतरावरती दुसऱ्या बिछायतीवर बसलेल्या रोमिओने प्रश्नार्थक मुद्रेने त्याच्याकडे बघितले.

ज्यूलिएट म्हणाला, ''मी दोन वेळा प्रयत्न केला.''

''तुझा आतला आवाज काय सांगतो आहे तुला?''

''खूप कामात गढला असेल तो. त्याच्यापासून शंभर फुटांच्या आत जरी तो पोहोचला तर तो फोन बंदच ठेवेल. ते तर अगदी सरळ आहे.''

''आणि त्यांच्या जवळपास तो किती वेळ राहील?''

''तर्कच करायचा तर तास न् तासदेखील.''

''तेव्हा आपण फक्त त्याचा फोन येण्याची वाट बघायची?''

''बघायला पाहिजे असे मला तरी वाटते.''

''आणि समजा फोन आलाच नाही तर?''

''मग आपला खेळ संपला.''

रोमिओने एकदा एक भला मोठा श्वास घेतला आणि सोडला. ''जिंकू किंवा हरूदेखील, पण खेळात काय मजा होती!''

दुसऱ्यांदा आलेला श्रॅंगोचा फोन बंद झाला आणि मिनिटभराने टर्नरचा फोन वाजला. तिने स्पीकरचे बटण दाबले. लीच बोलत होती. ''बहुतेक वॉल-मार्टमधून घेतलेला प्रीपेड फोन होता तो. माझ्या बहिणीच्या आधीच्या नवऱ्याचा शोध लावणे जितके

कठीण आहे तितकेच रोख किंमत देऊन विकत घेतलेल्या फोनचा माग लावणे कठीण आहे.''

''थोडा तरी तपशील?'' टर्नरने विचारले.

''तपशील खूप आहे, पण तो फोन कुणाचा आहे हे काही कळू शकत नाही. बाकी सर्व दिसते आहे आपल्याला. त्या फोनवरून फक्त दोन नंबरांवर फोन केले गेले आहेत आणि त्याच दोन फोन्सवरून त्या फोनवर फोन आले आहेत.''

''तेवढ्याच वेळा?''

''नाही.''

''मग?''

लीचने एक फोन नंबर सांगितला. तो श्रॅगोचा नव्हता.

''तो रोमिओचा फोन नंबर असणार,'' रीचर म्हणाला. ''सार्जन्ट, तो नंबर कुणाचा आहे त्याचा शोध करण्याची तुला गरज पडणार आहे.''

''ते मी आधीच स्वतःहून केले आहे, मेजर. आधीच्या फोनसारखाच फोन. वॉल-मार्टमधून रोख पैसे देऊन घेतलेला प्रीपेड फोन. या फोनवरून फक्त एकाच नंबरवर फोन केला गेला आहे आणि त्या फोनवरून या फोनवर फोन केला गेला आहे. छोट्या छोट्या गटात कामे होतात. त्यांची शिस्त आणि कामाची पद्धत खरोखर वाखाणण्याजोगी आहे. तुझा संबंध फारच हुशार माणसांशी येतो आहे. माझ्या मनात येते आहे ते मोकळेपणाने बोलायची मुभा आहे मला?''

''अर्थातच,'' टर्नरने उत्तर दिले.

''अत्यंत सावधपणे पावले टाका, मेजर्स. या क्षणाला तुम्ही अत्यंत धोकादायक अशा परिस्थितीत आहात. प्रथम स्वतःची काळजी घ्या.''

''कशा तऱ्हेने म्हणते आहेस तू?''

''पहिल्या माणसाने ज्या दुसऱ्या फोन नंबरवर फोन केला होता तो फोन सध्या व्हाइट हाऊसपासून केवळ दोन चौक अंतरावर बंद करून ठेवलेला आहे. माझी कल्पना अशी आहे की तुम्ही त्या छान हॉटेलमध्ये मुक्काम टाकला आहे आणि एक खलनायक त्या हॉटेलवर नजर ठेवून आहे किंवा तुम्ही त्याचा फोन आधीच काढून घेतला आहे आणि आत्ता तो तुमच्या खोलीतच आहे. तसे असेल तर एक गोष्ट ध्यानात घ्या. तो फोन जर मी बघू शकत असेन तर तेही बघू शकत असणार. निदान तुम्ही तो स्विच-ऑफ करेपर्यंत तरी. तो बंद करून ठेवण्याचा विचार तुम्ही करायला पाहिजे.''

''तू तो बघू शकतेस?''

''आधुनिक तंत्रज्ञान ही फार आश्चर्यकारक गोष्ट आहे.''

''दुसरे दोन फोन्सही तू बघू शकते आहेस?''

"शंकाच नाही. या क्षणाला ते माझ्या नजरेसमोर आहेत."

"कुठे आहेत ते?"

"ते दोन्ही जॉर्जटाऊनमधल्या एका घरात एकाच ठिकाणी आहेत."

"आत्ता? या वेळेला?"

"हे सर्व चालू असताना. दर पंधरा सेकंदांनी मी बघते आहे."

"मध्यरात्रीची वेळ आहे ही. बहुतेक सर्व जण गाढ झोपेत आहेत."

"बरोबर."

"स्कलीचे घर की मॉन्टेग्यूचे?"

"कुणाचेच नाही. ती इमारत कुठली आहे ते मला कळत नाही."

६८

लीच म्हणाली की वाय-फाय, जी. पी. एस., तीन ठिकाणांहून मिळणारे सिग्नल्स, यांनी माग काढताना होणाऱ्या थोड्याफार संभाव्य चुका यांच्याबद्दल खूप चर्चा होत असतात. पण कुणीही कोटाचा डावा खिसा किंवा पॅन्टचे उजवे पाकीट असे बोलत नाहीत. तरीही बहुतेक जण कुठल्या इमारतीमध्ये एखादा सेलफोन असू शकेल, हे थोड्याफार खात्रीने नक्की सांगू शकतात. आणि इमारत जितकी मोठी तितकी खात्रीही जास्त. लीचच्या नजरेसमोर अशीच एक मोठी इमारत होती. तिने पत्ता शोधला होता. तिला तो संगणकावरही दिसला होता. रस्त्यावरचे दृश्यही दिसले होते आणि त्यावरून तिचे मत झाले होते की तो पत्ता म्हणजे एक भव्य टाऊनहाऊस होते. तिने व्हिडिओदेखील पाठवला. एक तसे जुने, विटांचे चार मजली उंच घर होते. लक्ष वेधले जाण्यासारखा, चमकदार काळ्या रंगाने रंगविलेला, पुढचा दरवाजा. दरवाजाच्या दोन्ही बाजूंना आवाज, धूर, पाऊस यांच्यापासून संरक्षण देणाऱ्या खिडक्या. वरच्या बाजूला एक पितळेचा कंदील. पत्रे टाकायला एक फट. दरवाजावर रस्त्याचा क्रमांक लिहिलेला. एका पितळी पट्टीवर घराचे नाव होते. बहुधा *डक्‌ कॉटेज.*

टर्नरचे फोनवर लीचशी बोलणे चालू असताना रीचरने स्वतःच्या फोनवरून एडमन्ड्‌सला फोन केला, तिला तो पत्ता दिला आणि त्यावर शक्य तितका शोध करायला सांगितले. टॅक्स रेकॉर्ड्‌स, मालकी हक्काबद्दलची कागदपत्रं, इमारतीच्या वापराबद्दलचा अर्ज वगैरे. प्रयत्न करेन असे तिने सांगितल्यावर त्यांनी आपापले फोन ठेवून दिले. टर्नरचेही लीचशी चालू असलेले बोलणे संपले आणि ती उद्‌गारली, ''आपल्याकडे गाडी नाही आता.''

रीचर म्हणाला, ''आपल्याला गाडीची गरज नाही. श्रॅगोने जे केले तेच आपणही करू. आपण टॅक्सीकॅब घेऊ आणि नंतर चालत जाऊ.''

"तसे केल्यामुळे श्रॅगोचे काही भले झाले नव्हते."

"आपण म्हणजे श्रॅगो नाही आणि आता त्यांना सुरक्षाच राहिली नाही. डेप्युटी चीफ्स एखाद्या पोकळीत राहिल्यासारखे राहतात. स्वतःचे कुठलेही काम त्यांनी स्वतःहून केल्याला खूप काळ लोटला आहे."

"मग लोणी कापण्याच्या सुरीने तू त्यांची डोकी उडविणार आहेस का?"

"अजून मी सुरी घेतलेली नाही. रूम सर्व्हिसला विचारू शकतो मी."

"मी अजूनही कमान्डिंग ऑफिसर आहे ना?"

"तुझ्या मनात नक्की काय आहे?"

"मला त्यांना अटक करायची आहे. डायरमधल्या कोठडीमध्येच हवे आहेत ते मला. मला त्यांना लष्करी न्यायालयासमोर उभे करायचे आहे. अगदी नियमानुसार, रीचर. मला जाहीरपणे माझे निरपराधित्व सिद्ध करायचे आहे. ज्युरीने प्रत्येक शब्द ऐकला पाहिजे आणि कोर्टाने निर्णय द्यायला पाहिजे."

"अटक हवी असली तर त्यासाठी कारणे देता यायला हवीत," रीचर म्हणाला.

"आणि लोणी कापायच्या सुरीने डोकी उडवायची झाली तरीही."

"मॉन्टेग्यूने झदरानला आपल्या डोंगराळ प्रदेशातल्या घरी का जाऊ दिले?"

"त्याची पार्श्वभूमी लक्षात घेऊन."

"त्याच्याबद्दल जास्त माहिती असती तर बरे झाले असते."

"आपल्याला जे कळण्यासारखे होते ते सर्व कळलेले आहे."

रीचरने मान डोलावली. *एक साधासुधा शेतकरी. बेचाळीस वर्षांचा. पाच भावांमधला सर्वांत धाकटा. त्यांच्या नावाला काळिमा फासणारा मुलगा. कुटुंबाचा नावडता. त्याने अनेक गोष्टी करून बघण्याचा प्रयत्न केला. त्याला कशातही यश लाभले नाही.* "लोणी कापायची सुरी वापरणेच सोपे पडेल," तो म्हणाला.

त्याचा फोन वाजला. एडमन्ड्सकडून फोन आला होता. "लवकर फोन केलास की," तो म्हणाला.

ती म्हणाली, "मनात विचार आला की, लवकर फोन केला तर निदान आज रात्री तरी झोप काढता येईल."

"तशी ती मिळेलच या भरंवशावर राहू नकोस. बोल, काय कळले आहे तुला?"

"डव्ह कॉटेज हा एक खासगी क्लब आहे. चार वर्षांपूर्वी उघडलेला. सदस्यांची यादी गुप्त आहे."

"चार वर्षांपूर्वी?"

"तसा पुरावा नाही."

"चार वर्षांपूर्वी मॉर्गन फोर्ट ब्रॅगला होता. श्रॅगोची टीम बनवत होता."

"या दोन गोष्टींमध्ये काही संबंध आहे असेही आपण सिद्ध करू शकत नाही."

"स्कली आणि मॉन्टेग्यू त्या क्लबचे सदस्य आहेत का?"

"सदस्यांची यादी गुप्त आहे असे म्हटले होते मी. त्यातला कुठला भाग कळला नाही तुला?"

"काही अफवा?"

"सदस्यत्व फक्त पुरुषांनाच दिले जाते. त्यात राजकारणी आहेत, सैन्य दलांमधले लोक आहेत, प्रसारमाध्यमांमधले आहेत आणि उद्योजकही. तिथे कुठलेही सौदे होत नाहीत. केवळ आनंदात वेळ घालविण्यासाठी सर्व जण तिथे जात असतात. काही वेळा ते रात्र रात्र तिथे राहतात."

"करतात तरी काय तिथे?"

"कुणालाही माहीत नाही."

"तुला सदस्यत्व कसे मिळेल?"

"फक्त पुरुषांसाठीचा क्लब असेल तर मला सदस्यत्व मिळणारच नाही."

"मला कसे मिळेल?"

"फक्त आमंत्रण मिळाले तरच, असा माझा तर्क आहे. तुझी कुणाशी तरी ओळख हवी, ज्याची 'तिथल्या' योग्य माणसाशी ओळख असेल."

"आणि तिथे काय चालते ते कुणालाही माहीत नाही?"

"वॉशिंग्टन डी. सी. मध्ये असे शेकडो क्लब आहेत. माग ठेवायला तसा मार्ग नाही."

"आभारी आहे, काऊन्सेलर. तू जे जे केले आहेस त्याबद्दल. तू फारच उत्कृष्ट काम केले आहेस."

"तू माझा निरोप घेतो आहेस असे का वाटायला लागले आहे मला?"

"असेन किंवा नसेनही. नाणे उडविल्याप्रमाणे आहे सर्व."

अक्षांश आणि ऋतू लक्षात घेतला तर सूर्य उगवायला अजून नव्वद मिनिटे तरी वेळ होता. तेव्हा आपल्या गरजेच्या वस्तू घेऊन ते खाली रस्त्यावर आले आणि हॅट चढविलेल्या एका माणसाने त्यांना टॅक्सीकॅब मिळवून दिली. कॅब उत्तरेला स्कॉट सर्कलपर्यंत गेली, तिथून मॅसाच्युसेट्स ॲव्हेन्यूवरून ड्युपॉन्ट, मग पी स्ट्रीटवरून पार्क ओलांडत जॉर्जटाऊनला पोहोचली. ते विस्कॉन्सिन ॲव्हेन्यूच्या कोपऱ्यावर उतरले. टॅक्सीकॅब निघून गेल्यानंतर ते आल्या रस्त्याने दोन चौक मागे चालत आले. एकदा डावीकडे वळून त्यांना हव्या असलेल्या ठिकाणी निघाले. उत्तर

दिशेला दोन चौक गेल्यावर ती इमारत त्यांच्या उजव्या बाजूला दिसली असती. अत्यंत धनाढ्य लोकांची वस्ती असणारा भाग वाटत होता. रस्त्याच्या डावीकडे आजूबाजूला आखीवरेखीव बागा असणारी राजवाड्यांसारखी प्रचंड घरे होती आणि उजवीकडे टाऊन हाऊसेस. अगदी ओळीने. चमकदार, भव्य, अभिमानाने आपापल्या जागा धरून ठेवलेली.

आणि त्यांना हवी असणारी इमारत तशीच होती.

"काय कॉटेज आहे!" टर्नर म्हणाली.

उंच आणि देखणे घर. अगदी प्रमाणबद्ध. कुठल्याही तऱ्हेचा मुद्दामच म्हणून केलेला देखावा नाही. खरं तर टाळलेलाच. पण तरीही चमकदारच. पितळेची नावाची पट्टी छोटीशीच होती. काही खिडक्यांमध्ये प्रकाश दिसत होता. बहुतेक सर्व खिडक्यांना जुन्या पद्धतीची, घर बांधले तेव्हापासून असलेली तावदाने होती. त्यामुळे प्रकाश एखाद्या मेणबत्तीसारखा सौम्य भासत होता. दरवाजा प्रत्येक निवडणुकीच्या वर्षात रंगविलेला असावा. अगदी जेम्स मॅडिसनच्या काळापासून. मोठा आणि दणकट. अत्यंत व्यवस्थित उभारलेला. स्वतःहून कुणी उघडला नाही तर उघडता न येणारा दरवाजा.

आणि आत जाण्यासाठी दुसरा मार्गच नाही.

पण त्यांनी चमत्काराची अपेक्षा धरलेलीच नव्हती. वाट बघत थांबायच्या अपेक्षेनेच ते आले होते. त्या प्रचंड प्रासादाभोवतालच्या आखीवरेखीव बागेची त्यांना मदतच होत होती. सभोवती गुडघ्याएवढ्या उंचीच्या दगडी भिंतीमध्ये लोखंडी कुंपण घातले होते. त्यामुळे छोट्या चणीच्या व्यक्तिला बसण्याएवढी भिंत रुंद होती. डोक्यावर झाडाच्या फांद्या एकमेकात अडकून जाळी बनली होती. झाडांची पाने गळून पडलेली होती. तेव्हा लपायला तशी जागा नव्हती. फांद्यांनी रस्त्यावरच्या दिव्यांचा प्रकाश नक्षीसारखा खाली पडत होता. तेव्हा थोडीफार फसवणूक करता येण्यासारखी होती.

ते अर्धवट लपल्यासारखे वाट बघत थांबले. "ते कसे दिसतात ते देखील आपल्याला माहीत नाही," टर्नर म्हणाली. "ते बाहेर येऊन आपल्या शेजारून निघून जाऊ शकतील." तेव्हा तिने पुन्हा लीचला फोन केला. फोन जागेवरून हलले तर ताबडतोब त्यांना सूचना द्यायला सांगितले. ते फोन अजून तरी हललेले नव्हते. अजूनही तीन टॉवर्सच्या त्रिकोणात अगदी सरळ रेषेत त्यांच्या समोरच्या घरातच दिसत होते. रीचर खिडक्यांकडे आणि दाराकडे बघत होता. *केवळ आनंदात वेळ काढण्यासाठी प्रत्येक जण तिथे जात असतो. काही वेळा ते रात्र रात्र तिथे राहतात.* तसे असेल तर ते लवकरच बाहेर पडायला लागतील. राजकारणी, सैन्यदलामधले अधिकारी, प्रसारमाध्यमांमधले लोक, उद्योजक सर्वांनाच कामे

असतात. ते घरी परतण्यासाठी धडपडत बाहेर पडतील आणि कामाला निघण्यापूर्वी स्नान वगैरे उरकतील.

पण बाहेर पडलेला पहिला माणूस झोकांड्या खात चालत नव्हता. पहाटेपूर्वी एक तास आधी दार उघडले आणि सुटाबुटातल्या एका माणसाने बाहेर पाऊल टाकले. स्नान केलेले, केस चापूनचोपून बसविलेले, बुटांना चकचकीत पॉलिश केलेले. अगदी सभ्य दिसणारा माणूस. डावीकडे वळून तो फुटपाथवरून चालत निघाला. घाईघाईने नाही किंवा फार सावकाशही नाही. पण आरामात. आयुष्य अगदी सुखात जात असल्याप्रमाणे. चेहरा शांत आणि प्रसन्न आणि अत्यंत समाधानी. मध्यमवयापेक्षाही मोठ्या वयाचाच होता. तो पी स्ट्रीटच्या दिशेने निघाला आणि पन्नास एक यार्डांनंतर अंधारात दिसेनासा झाला.

रीचरने तर्क केला की मनातल्या सुप्त विचारांप्रमाणे त्याच्या मनात बाहेरख्याली माणसांचेच विचार घोळत होते. केस विस्कटलेले, डोळे तारवटलेले, टायची गाठ अर्धवट सुटलेली, शर्टच्या कॉलरवर लिपस्टिकचे डाग पडलेले आणि शर्टमध्ये बाटल्या लपवलेल्या, असा माणूस बाहेर पडेल, अशी त्याची अपेक्षा होती. पण बाहेर पडलेला माणूस त्याच्या मनातल्या या प्रतिमेच्या अगदी विरुद्ध अशा तऱ्हेचा माणूस होता. ती जागा म्हणजे स्पा नसेल ना? रात्रभर गरम मसाज, कुठल्या तरी वेगळ्याच निसर्गोपचार पद्धती वगैरे वापरणारी? तसे असेल तर परिणाम फारच आश्चर्यकारक होते. तो माणूस फारच मजेत आणि आनंदात बाहेर पडला होता.

''विचित्रच प्रकार आहे,'' टर्नर म्हणाली. ''माझी अशी काही अपेक्षाच नव्हती.''

''ती लेखक आणि कवी यांची भेटण्याची जागा असू शकेल,'' रीचर म्हणाला. ''काव्यवाचन वगैरे होत असेल. मूळच्या डव्ह कॉटेजमध्ये इंग्रज कवी विल्यम वर्ड्सवर्थ राहत असे. *आय वॉन्डर्ड लोनली ॲज ए क्लाऊड* आणि *होस्ट ऑफ गोल्डन डॅफोडिल्स* वगैरे काहीतरी वाट्टेल ते खरडणारा. इंग्लंडमधले छोटे, चुनखडीपासून बनविलेल्या रंगाने रंगविलेले घर. इंग्लिश लेक डिस्ट्रिक्टमध्ये असणारे. तो भाग मात्र खूप छान आहे.''

''कविता वाचत कोण रात्रभर जागे राहत असेल?'' टर्नरने विचारले.

''अनेक जण. पण त्या माणसाहून तरुण असणारे.''

''मजेसाठी?''

''काव्यवाचन खूप आनंद देऊ शकते. त्या डॅफोडिल्सवाल्याला तरी आनंद लाभत होता. बघितलेल्या छान गोष्टींची आरामात पडून राहून आठवण करायची.''

टर्नर गप्प बसली.

''टेनिसनपेक्षा तरी नक्कीच चांगले,'' रीचर म्हणाला. ''तेवढे तरी तुला मान्य करायलाच हवे.''

ते पुन्हा कॉटेजकडे नजर लावून वाट बघत बसले. वीस मिनिटे झाली. घरामागे आकाशात प्रकाश फाकायला लागला. अगदी थोडासा. नवीन पहाट, नवीन दिवस. दुसरा माणूस बाहेर आला. पहिल्यासारखाच. वृद्ध, नीटनेटका, अंगावर सूट चढविलेला. चेहरा गुलाबी, मुद्रा प्रसन्न आणि समाधानी. त्याच्या मनावर कुठला ताण आहे असे वाटतच नव्हते. आणि त्याला घाईगर्दीने कुठेही जायचे नव्हते. पहिल्या माणसाप्रमाणेच तो पी स्ट्रीटच्या दिशेने वळला. मान सरळ करून, हसऱ्या चेहऱ्याने, अत्यंत आनंदात चालत निघाला. स्वतःच्याच विश्वात रममाण झालेला.

रीचर म्हणाला, "थांब."

टर्नरने विचारले, "काय?"

"मॉन्टेग्यू."

"तो *तो* होता? लीचने फोन नाही केला."

"तसे नाही. हा मॉन्टेग्यूचा क्लब आहे. तो मालक आहे त्याचा. किंवा तो आणि स्कली मालक आहेत त्याचे."

"तुला कसे माहीत?"

"नावामुळेच. डव्ह कॉटेज म्हणजे रोमिओ. तसाच विचार केला तर हा काही खूप चांगला इन्टेलिजन्स ऑफिसर नाही. स्वतःला जरा जादाच शहाणा समजतो. मोह आवरला नाही त्याला."

"कशाचा मोह?"

"त्याने झदरानला त्याच्या डोंगराळ प्रदेशातल्या घरी का जाऊ दिले?"

"त्याच्या पार्श्वभूमीमुळे."

"नाही. त्याच्या पार्श्वभूमीकडे दुर्लक्ष करून. तो कोण आहे ते लक्षात घेऊन. त्याचे भाऊ कोण आहेत ते लक्षात घेऊन. त्याच्या भावांनी त्याला क्षमा करून आपल्यात सामावून घेतले. झदरानने स्वतः काहीच केले नाही. त्याच्या भावांनी त्याला काम दिले. मॉन्टेग्यूबरोबरच्या त्यांच्या सौद्याचा एक भाग होता तो."

"कुठला सौदा?"

"विल्यम वर्ड्सवर्थ त्याची बहीण डोरोथी हिच्याबरोबर राहत होता, हे लोकांच्या लक्षात राहते; पण ते विसरतात की ते दोघेही त्याची पत्नी, मेव्हणी आणि मुलाबाळांबरोबर राहत होते. चार वर्षांत झालेली तीन मुले, मला वाटते."

"कधी घडले हे?"

"दोनशेहून जास्त वर्षांपूर्वी."

"पण मग आपण आत्ता का बोलतो आहोत त्याबद्दल?"

"मूळचे डव्ह कॉटेज एक छोटेसे, पांढऱ्या चुनखडीने रंगविलेले घर होते.

सात जणांनी राहण्यासाठी फार लहान. तेव्हा त्यांनी घर बदलले. त्या घरात नवीन भाडेकरू आला.''

''कोण?''

''थॉमस डी. क्विन्सी नावाचा. तोही लेखकच होता. त्या वेळी तिकडे अनेक लेखकच राहत होते. एकमेकांचे चांगले मित्र होते. पण वर्ड्‌सवर्थ फक्त सहा वर्षे तिथे राहिला होता. डी. क्विन्सी अकरा वर्षे. तेव्हा कोणी किती काळ तिथे वास्तव्य केले याचा विचार केला तर डव्ह कॉटेज त्याचेच म्हणायला हवे; वर्ड्‌सवर्थचे नाही. पण लोकांच्या लक्षात फक्त वर्ड्‌सवर्थच राहिला आहे. बहुधा तो जास्त चांगला कवी होता म्हणून.''

''आणि?''

''थांब,'' रीचर म्हणाला. ''तिकडे बघ.''

दरवाजा पुन्हा उघडत होता आणि घरातून तिसरा माणूस बाहेर पडत होता. पांढरे पडलेले केस, पण गर्द आणि फॅशनेबल पद्धतीने विंचरलेले. स्वच्छ गुलाबी चेहरा, गुळगुळीत केलेली दाढी. तीन हजार डॉलर्सचा सूट आणि नुकत्याच पडलेल्या हिमासारखा पांढरा शुभ्र शर्ट. रेशमी टायची सुरेख गाठ मारलेली. बहुधा राजकारणी माणूस. सेकंदभर उभे राहून त्याने पहाटेच्या स्वच्छ हवेत एक मोठा श्वास घेतला आणि चालायला सुरुवात केली. पहिल्या दोघांप्रमाणेच. कुठलीच चिंता नाही. आनंद. समाधान. आणि प्रसन्नता. तोदेखील पी स्ट्रीटच्या दिशेने चालत निघाला आणि दृष्टीआड झाला.

''निष्कर्ष?'' रीचरने विचारले.

''आपण आधीच म्हटल्याप्रमाणे उच्च कुळातील वृद्ध माणसांच्या आवडीचे छंद निर्भयपणे पुरवणारी जागा.''

''शस्त्रास्त्रांच्या पेटाऱ्यांमधून घरी पाठविण्यात येणाऱ्या गोष्टींबद्दलची आवड?''

''मला माहीत नाही.''

''झदरानचे भाऊबंद जगण्यासाठी काय करत होते?''

''स्वतःच्या कुटुंबाच्या शेतीवर काम करत असत.''

''आणि पिकवत काय होते?''

''पॉपीज्,'' टर्नर म्हणाली.

''अगदी बरोबर. आणि त्यांनी झदरानवर विक्रेता म्हणून काम सोपविले. कारण त्याचे आधीच योग्य त्या ठिकाणी संबंध प्रस्थापित झाले होते. तू म्हटले होतेस त्याप्रमाणेच. डी. क्विन्सी काय लिहीत असे?''

''कविता.''

''त्याच्या सर्वांत गाजलेल्या आत्मकथनपर पुस्तकाचे नाव होते, *कन्फेशन्स*

ऑफ ॲन इंग्लिश ओपिअम-इटर. डव्ह कॉटेजमध्ये सलग अकरा वर्षे तो तेच करत होता. दिवसभराचा मानसिक ताण दूर करत होता. आणि मग त्याने त्या अनुभवांवर पुस्तक लिहिले.''

''माझी इच्छा आहे की आपण त्या घरात शिरू शकू.''

रीचरने इंग्लंडमधल्या मूळच्या जुन्या डव्ह कॉटेजला भेट दिली होती. घराच्या दारात प्रवेश फी भरून छोट्याशा दारामधून वाकून तो सहज आत गेला होता. या नवीन डव्ह कॉटेजमध्ये शिरणे मात्र फार कठीण कर्म दिसत होते. कोणत्याही घरात घुसायचे असेल तर डेल्टा फोर्स किंवा सील्सची गरज असते. त्यांना त्यांच्या कारकिर्दीत त्याचेच शिक्षण मिळालेले असते. सोपे काम नसते ते.

''तुला कुठे कॅमेरे दिसत आहेत?'' रीचरने विचारले.

''नाही,'' टर्नरने उत्तर दिले. ''पण काही कॅमेरे तरी असायलाच पाहिजेत. नक्कीच असणार.''

''दरवाजावर घंटी बसविलेली दिसते आहे?''

''कुठलेही बटण तरी दिसत नाही. पण खटखट करण्यासाठी टोल्यासारखे काहीतरी दिसते आहे. घर बांधले गेले त्या काळाला शोभणारे. तसे काहीतरी कायदे असू शकतील. झोनिंग लॉज्.''

''तसे असेल तर मग कॅमेरे बसविलेले असायलाच पाहिजेत. कोणीही दरवाजावर खटखट केली म्हणून अशा ठिकाणचे दरवाजे उघडले जाणार नाहीत. कोण खटखट करते आहे ते कळल्याशिवाय तरी नाही.''

''त्याचा अर्थ कुठे तरी संगणक वगैरे असणारी कामकाजाची खोली असणार. ऑपरेशन्स रूम. दारावरचे कुलूप उघडण्यासाठी रिमोट वापरला जात असणार. एक माणूस पुरतो या कामाला. सुरक्षा दिसते आहे?''

''काळ्या सूटांमधले दक्ष असणारे नोकरचाकर असायला पाहिजेत. बटलर्स किंवा स्ट्युअर्ड्ससारखे. जे सुरक्षारक्षकांचे कामही करत असतील. कॅमेरे लहान असू शकतील. भिंतीमध्ये बसवलेल्या फायबर ऑप्टिक लेन्सेस. तशा डझनावारी बसविलेल्या असतील. अशा ठिकाणी कुठे काय चालले आहे बघायचे तर गरज असते त्यांची.''

''कोणीतरी आत कसे शिरते ते आपल्याला बघायला पाहिजे.''

पण तसे त्यांना कुणी दिसले नाही. कुणीही आत गेले नाही. बाहेरही पडले नाही. स्वसंतुष्ट असल्याप्रमाणे घर शांत होते. तेच दिवे लागलेले होते.

छपरावरून पहिले सूर्यकिरण दिसायला लागले.

टर्नर म्हणाली, ''आपण त्यांना कधीही भेटलेलो नाही.''

रीचर म्हणाला, ''पण त्यांनी मात्र आपले फोटो बघितले आहेत.''

''त्यांनी आपले फोटो ऑपरेशन्स रूममध्ये काम करणाऱ्या माणसाला दाखविले असतील?''

''अगदी प्रामाणिकपणेच बोलायचे तर माझी तशीच आशा आहे. अमेरिकन सैन्य दलाच्या इन्टेलिजन्स प्रमुखाबद्दल बोलतो आहोत आपण.''

''मग दार कुलूप लागलेलेच राहणार,'' टर्नर म्हणाली. ''दुसरे काहीच होणार नाही. आपलेही काही बिघडणार नाही.''

''ते सावध होतील का आधीच सावध बनले असतील?''

''तुला माहीत आहे की ते सावधच असणार. त्यांचा त्यांच्या माणसाशी असलेला संबंध तुटलेला आहे.''

''ते एखादे वेळी स्त्रियांना प्रवेश देत नसतील.''

''ते सांगण्यासाठीदेखील त्यांना कुणाला तरी खाली पाठवावे लागेल. ते जर आपल्याला ओळखत नसतील तर आपण कुणीही असू शकतो. शहरातलेच कुठले तरी अधिकारी वगैरे. त्यांना आपल्याशी बोलावेच लागेल.''

''ठीक आहे,'' रीचर म्हणाला. ''दारावर ठोकायचे हा एक पर्याय आहे. आता तो तुझ्या कामांच्या यादीप्रमाणे कधी अमलात आणायचा?''

''मध्यावर कधीतरी,'' टर्नर म्हणाली.

पाच मिनिटांनी रीचरने विचारले, ''यादीत कशाच्या खाली येतो तो?''

''मला वाटते आपण डी. इ. ए. ला फोन करावा किंवा ७५ व्या युनिटमधल्या एस्पिनला किंवा मेट्रो पोलिसांना. किंवा सर्वांनासुद्धा. बहुधा एफ. बी. आय.ला देखील. ते आर्थिक व्यवहारांच्या बाजूने शोध घेऊ शकतात.''

''कमान्डिंग ऑफिसर तू आहेस.''

''मला कायदेशीरपणे अटक करायची इच्छा आहे.''

''मलाही.''

''का?''

''कारण तुझी तशी इच्छा आहे.''

''फक्त तेवढे एकच कारण आहे?''

''मलाही शक्य असेल तेव्हा नियमांनुसार काम करायलाच आवडते. प्रत्येक वेळेला. मी काही रानटी माणूस नाही.''

''आणि आता आपण इथे थांबूही शकणार नाही. दिवस उजाडायला लागला आहे.''

लागला होता खराच. दूर क्षितिजावर सूर्य दिसायला लागला होता. घरामागून

सरळ येणारे प्रकाशकिरण घराचा मागचा भाग चमकवत असताना पुढच्या बाजूला लांबच लांब सावल्या पसरायला लागल्या होत्या. एका कोपऱ्यात आकाश निळे दिसायला लागले. छान सूर्यप्रकाशाचा दिवस असणार होता.

"कर फोन," रीचर म्हणाला.

"प्रथम कुणाला?"

"लीचला. तिलाच सर्वांना एकत्र आणायला सांगू या. नाही तर चार्ली चॅप्लिनच्या चित्रपटातले की-स्टोन पोलीस उडवतात तसा गोंधळ व्हायचा."

टर्नरने खिशामधून फोन बाहेर काढले. दोन फोन होते. एक तिचा होता आणि एक श्रॅगोचा. योग्य तो फोनच हातात घेतला आहे याची खात्री करून घेत ती फोन करण्यासाठी म्हणून रस्त्यापासून दूर वळली. तिच्या मागून येणाऱ्या नवीन दिवसाच्या प्रभातकिरणांमध्ये ती सोनेरी प्रकाशात चमकून उठत होती.

आणि श्रॅगोचा फोन वाजला. कुंपणाखालच्या गुडघ्याएवढ्या उंचीच्या भिंतीवर ठेवलेला होता. थरथरत होता. इकडेतिकडे हलायलाही लागला. पडद्यावर अक्षरे उमटली. *फोन आला आहे* आणि *घर.*

फोन आठ वेळा वाजला आणि बंद झाला.

"पहाट," टर्नर म्हणाली. "कुठली तरी कालमर्यादा. आधीच ठरविलेली किंवा त्यांच्या मनात आलेली. आता ते फारच काळजी करायला लागलेले असणार. ते त्याचा नाद लवकरच सोडून देणार आहेत."

आणखी एक मिनिटभर ते त्या घराकडे बघत बसले आणि वळले. वळता वळताच वरच्या एका खिडकीत प्रखर प्रकाश चमकला. क्षणभरच पडलेला, पिवळसर झाक असलेला. जुन्या तऱ्हेच्या कॅमेऱ्यांसारखा. गोळ्या झाडल्यासारखे दोन दबके आवाज आले. जवळजवळ एकाच वेळी गोळ्या झाडल्यासारखे. एकाच शस्त्रातून गोळ्या झाडल्याप्रमाणे नाहीत. पण दोन म्हातारी माणसे एक - दोन - तीन म्हणत आपापल्या हातांमधील पिस्तुलांचे चाप खेचत असल्याप्रमाणे.

६१

मिनिटभर भीतिदायक शांतता पसरली. काहीही घडले नाही. मग काळा दरवाजा धाडकन उघडला आणि अनेक माणसे बाहेर यायला लागली. काही व्यवस्थित पोशाख चढवून निघायच्याच तयारीत असलेली, काही बरीचशी तयार झालेली तर काहींच्या अंगावरचे कपडे चुरगळलेले आणि घड्या पडलेलेच असणारी. सर्व वयाने मोठी आणि गोऱ्या कातडीची. आठ-नऊ जण तरी असतील. त्यांच्याच बरोबर अर्धा डझन तरी गणवेश चढविलेले तरुणही होते. हॉटेल्समध्ये असतात तसे. एका तरुणाने काळा टर्टलनेक स्वेटरही घातला होता. तोच बहुधा ऑपरेशन्स रूममध्ये काम करत असणार, असा टर्नरच्या मनात विचार आला. फुटपाथवर पोहोचल्यावर सर्व जण जरा थांबले. त्यांनी स्वतःच्या मनावर थोडा ताबा मिळविला आणि ते शांतपणे आपापल्या मार्गाने चालायला लागले. कशाचाही त्यांच्याशी संबंध नसल्याप्रमाणे. सूट चढविलेला एक माणूस तर रीचरच्या अगदी शेजारून गेला. त्याच्या चेहऱ्यावरचे भावच विचारत होते, कोण, मी?

घरातून, काळ्या दरवाजामधून लोक बाहेर पळत असताना रीचर आणि टर्नर त्यांच्यामधून घराकडे, काळ्या दरवाजाकडे निघाले. उशिरा घरामधून बाहेर पडलेल्या एका दोघांचे धक्केही त्यांना खावे लागले. मग ते घरात पोहोचले. रुंद आणि थंड अशा हॉलवेमध्ये. कलोनिअल पद्धतीने सजविलेले घर. फिकट पिवळा रंग. पितळी मेणबत्तीची घरे. काळे महोगनी लाकूडकाम. जॉर्ज वॉशिंग्टनचे तैलचित्र.

ते रुंद अशा पायऱ्यांवरून वर निघाले. पायऱ्यांवर जाड गालिचे पसरले होते. त्यांनी एक रिकामी खोली बघितली. बसण्यासाठी दोन उत्कृष्ट बिछायती पसरल्या होत्या. शेजारी दोन अत्यंत कलाकुसरीने बनविलेली कॉफी टेबल्स. अफू ओढणाऱ्यांच्या सर्व गरजा पुऱ्या करणारी साधने त्या टेबलांवर होती. दिवे, छोटी छोटी भांडी, लांब लांब पाईप्स. सर्व अशा उंचीवर ठेवलेली की कुशीवर आरामात पहुडलेल्या

माणसाच्या हाताला हवा त्या ठिकाणीच पाईप सापडेल. इकडे तिकडे उशा ठेवलेल्या होत्या. हवेत एक वेगळाच गरमसर जडपणा भासत होता.

पुढच्या खोलीत त्यांना स्कली आणि मॉन्टेग्यू सापडले. दोघेही साधारण साठीचे होते. सडपातळही. पण मी सैन्य दलात पायदळामध्ये होतो असे अभिमानाने सांगू शकणाऱ्या दणकट जनरल्ससारखे नव्हते. कार्यालयात काम करण्यात धन्यता मानणारी माणसे. काळ्या पॅन्ट्स आणि सॅटिनची स्मोकिंग जॅकेट्स. चांदी आणि हस्तिदंत वापरून बनविलेले पाईप्स. दोघांच्याही कानशिलांवर भोके पडलेली होती. नऊ एम. एम. च्या गोळ्या असणाऱ्या सर्व्हिस बिरेटांमुळे. दोन्ही पिस्तुले खाली पडलेली होती. दोघांच्याही उजव्या कानशिलांमध्ये गोळ्या घुसलेल्या. रीचरच्या डोळ्यांसमोर चित्र उलगडत गेले. ठरविल्याप्रमाणे सकाळी केलेला फोन, उत्तर नाही, एखादे वेळी एकमेकांशी केलेली हातमिळवणी, मग कातडीवर टेकविलेल्या पिस्तुलांच्या नळ्या, कोपरे शरीरापासून दूर आणि एक-दोन-तीन.

आणि मग रस्त्यांवर अनेक सायरन्सचे आवाज घुमायला लागले आणि शंभर जणांनी तरी गाड्यांमधून बाहेर उड्या टाकल्या.

रुंद आणि थंडगार अशा हॉलवेच्या शेजारच्या, पुढच्या बाजूला असणाऱ्या एका खोलीत डी. इ. ए. च्या एका एजन्टने त्यांना कथा सांगितली. श्रॅगोने एक ते दीड सेकंदात एस्पिनजवळ तोंड उघडले होते आणि अर्ध्या तासाच्या आत मॉर्गन कस्टडीमध्ये होता. मॉर्गननेही एक ते दीड सेकंदात पोपटासारखे बोलायला सुरुवात केली. तेव्हा एस्पिनने तीन वेगवेगळ्या एजन्सींना फोन करून धाड घालायची योजना आखली आणि ती अमलातही आणली. पण त्यांना पाच मिनिटे उशीरच झाला.

"तुम्हाला उशीर वगैरे झाला नव्हता," रीचर म्हणाला. "तुम्ही काल आला असता तरी त्यांनी हेच केले असते. त्या पायऱ्यांवरून तुम्ही, आम्ही, कोणीही वर चढायला सुरुवात केली असती तरी ते खानदानी सभ्य गृहस्थांप्रमाणेच वागणार होते."

डव्ह कॉटेजसारख्या ओपिअम डेन्स सगळीकडे असतात, अगदी जगभर, त्या एजन्टने सांगितले. बिअरपेक्षा वाईनला पसंती देणाऱ्या सुसंस्कृत माणसांच्याच जागा. अफू हा खराखुरा, अस्सल आणि विश्वसनीय पदार्थ आहे. अफूची वाफ सभ्य गृहस्थ जेव्हा श्वासाबरोबर फुफ्फुसात ओढून घेतात, तेव्हा त्यांची परमानंदी टाळी लागते. पण फक्त शुद्ध स्वरूपातली अफूच. तिच्यात कोणत्याही तऱ्हेने बदल करायचा नाही. पावडर नाही, द्रवरूप नाही, भेसळ नाही. हजारो वर्षांत अफूमध्ये काहीच फरक पडलेला नाही. पुराणवस्तू संशोधक सांगतील तुम्हाला की

पाषाण युगाचे दोन अर्थ होतात.

आणि वाईनच्या बाबतीत जे घडले तेच अफूच्या बाबतीतही घडले. नाना समजुती पसरत गेल्या. अफूची लागवड केली जाणारा प्रदेश अत्यंत महत्त्वाचा ठरायला लागला. अफगाणिस्तानमधली अफू सर्वोत्कृष्ट समजली जायला लागली. एका एका टेकडीची पाहणी केली गेली. वाईनच्या बाबतीत व्हिनयार्ड्ससाठी केली जाते तशीच. मॉन्टेग्यूने झदरान बंधूंबरोबर संधान बांधले. त्यांची अफू फार उच्च दर्जाची होती. त्यांनी झी ब्रॅन्ड अशा नावाने ती प्रसिद्धीस आणली. थोड्याच काळात डव्ह कॉटेजच्या सदस्यांकडून अमाप फी मिळायला लागली. चार वर्षे सर्व काही व्यवस्थित चालू होते आणि मग त्यांचा तिथला माणूस विचारविनिमयासाठी उत्तरेला जाताना आढळला आणि त्यांनी सर्व प्रयत्न करूनसुद्धा सर्व गोष्टी उघडकीला यायला लागल्या. मग एस्पिन आला आणि त्यानेही संभाषणात भाग घेऊन म्हटले की त्यांनी त्यांच्या प्रयत्नात खरोखरच कुठलीही कसूर ठेवली नव्हती. तो म्हणाला की त्याने त्यांचे आर्थिक व्यवहार बघायला नुकतीच सुरुवात केली असली तरी एक बाब स्पष्टपणे लक्षात आली होती. एक लक्ष डॉलर्स मॉन्टेग्यूच्या स्वतःच्या खात्यामधूनच भरले गेले होते.

आणि मग त्या खोलीत इतर जणही पोहोचले. कर्नल जॉन जेम्स टेम्पल आला. तो अजूनही टर्नरचा ॲटर्नी होता. मेजर हेलन सलीव्हन आणि कॅप्टन ट्रेसी एडमन्ड्स आल्या. त्या दोघी अजूनही रीचरच्या ॲटर्नीज होत्या. टर्नरला अडकविण्याच्या आज्ञेवर टेम्पलने कायमचा तहकुबीचा आदेश मिळविला होता. तत्त्वतः तिला कुठेही जायची मोकळीक होती. तिच्यावरचे आरोप अधिकृतपणे फेटाळले जाण्याचाच प्रश्न होता. सलीव्हन आणि एडमन्ड्स यांच्यासमोर मोठेच प्रश्न उभे होते. मॉर्गनची सध्याची परिस्थिती लक्षात घेता, रीचर सैन्य दलात आहे की नाही हेच कळत नव्हते. सर्वसाधारणतः तसा प्रश्न थेट डेप्युटी चीफ ऑफ स्टाफ फॉर पर्सोनेलपर्यंत पोहोचला असता. पण तो स्वतःच वरच्या मजल्यावर मृतावस्थेत पडला होता.

टर्नरने त्या दोघांना घेऊन जाण्याची कर्नल टेम्पलला विनंती केली. रीचरने त्याचे ओळखपत्र परत केल्यामुळे त्याचा राग थोडा निवळला होता. पण वातावरण अजूनही तणावपूर्णच होते. रीचर टर्नरला घेऊन परत हॉटेलवर जाण्यास उत्सुक होता आणि चालण्यापेक्षा कर्नल टेम्पलची सेदान नक्कीच बरी होती. पण ते हॉटेलमध्ये परतलेच नाहीत. त्यांना रॉक क्रीकला जायचे आहे असे बहुधा टर्नरने कर्नल टेम्पलला सांगितले होते. जुनी दगडी इमारत. तिची अधिकाराची जागा. तिचा तळ. तिचे घर. *मी जेव्हा परत कार्यालयात जाईन तेव्हा वाफेच्या झोतांनी ते*

स्वच्छ करून घेणार आहे. मॉर्गनच्या तिथल्या अस्तित्वाचे पुसटसे चिन्हही मला शिल्लक राहायला नको आहे.

ती तसे बोलल्यावरच त्याला खात्री पटली होती. उघड्या मैदानात शेकोटीभोवती बसायला आवडायचे तिला. जसे त्यालाही आवडत होते. कोणे एके काळी. फार मर्यादित काळासाठी. ११० व्या स्पेशल युनिटमध्ये तसाच ज्वलज्जहालपणा होता. आणि ते युनिट आता तिचे होते.

ते पोहोचले तेव्हा सकाळ झाली होती. सर्वच जण तिथे हजर होते. रात्रपाळीचे कर्मचारीदेखील घरी न जाता थांबून राहिले होते. एस्पिन त्यांना माहिती देत राहिला होता आणि नाटकाचा प्रत्येक अंक बघावा त्याप्रमाणे त्यांनी सर्व कारवाई घडताना बघितली होती. दिवसपाळीचे कर्मचारी कार्यालयात पोहोचेपर्यंत सर्व काही संपले होते. आरडाओरडा सोडून. सार्जन्ट लीच हजर होती आणि ड्यूटी कॅप्टनही. रीचरच्या मनात विचार येत होता की कागदांवरच्या रेघोट्यांबद्दल टर्नर कधी ड्यूटी कॅप्टनला बोलेल का म्हणून. बहुतेक नसती बोलली. एखादे वेळी हळूच बढतीच दिली असती.

तिचा कार्यालयातला पहिला तास म्हणजे एक समारंभच ठरला. शुभेच्छा, पाठीवरच्या थापा. शेवटी ती कशीबशी तिच्या केबिनमध्ये पोहोचली. तिथेच तर सर्व गोष्टींची सुरुवात झाली होती. तिने पूर्ण माहिती मिळविली. शपथेवर दिलेल्या प्रत्येक साक्षीवर नजर टाकली. रीचरने थोडा वेळ लीचबरोबर काढला आणि मग जुन्या दगडी पायऱ्या उतरून तो बाहेर पडला. खूप लांबपर्यंत चालत जाऊन आला. तो परत आला तरी टर्नर कामातच होती. तेव्हा त्याने आणखी थोडा वेळ लीचबरोबर काढला. अंधार पडला. गाडीची चावी हातात घेऊन टर्नर पायऱ्या उतरून खाली आली.

"चल माझ्याबरोबर गाडीतून," ती रीचरला म्हणाली.

छोटी लाल स्पोर्ट्स कार काही दिवस एकाच ठिकाणी उभी असली तरी ताबडतोब सुरू झाली. इंजिनचा आवाज मोठा येत होता ती गोष्ट वेगळी. पण रीचरला मनात वाटत होते की आवाज दूरवर ऐकू जाणार नाही. किंवा अशा गाड्यांच्या बाबतीत तो तसाच जाईल, असेच डिझाइन मुद्दाम बनविले असेलही. टर्नरने हिटरची डायल लाल रंगावर नेली आणि गाडीचा टप सीट्सच्या पार मागे नेला.

"रेडिओवरच्या रॉक अॅन्ड रोल गाण्याप्रमाणे," ती म्हणाली.

तिने पार्किंग लॉटमधल्या आपल्या जागेमधून गाडी मागे घेतली आणि गेटमधून बाहेर काढली. मग बसच्या मार्गाने जात तिने मोटेल मागे टाकले आणि मॉलच्या

दिशेने जात बाहेरून पांढरा रंग फासलेल्या आणि खाद्य पदार्थांची मोठी यादी असणाऱ्या, बहुधा ग्रीक मालक असणाऱ्या, रेस्टॉरन्टसमोर उभी केली.

"आज मी जेवण देऊ तुला?" टर्नरने विचारले.

रेस्टॉरन्टमध्ये सर्व तऱ्हेचे लोक होते. जोडपी होती, कुटुंबे होती, मुले होती. मुलांमध्ये काही मुली होत्या, ज्यांच्यापैकी काही चौदा वर्षांच्या असू शकल्या असत्या. टर्नरने पुढच्या बाजूचा, खिडकीसमोरचा बूथ पकडला. त्यांनी एक बस जाताना बघितली. रीचर म्हणाला, "मी एक डिटेक्टिव्ह आहे. तू काय सांगणार आहेस ते मला माहीत आहे."

"नक्की?" तिने विचारले.

"शक्यता नेहमी पन्नास पन्नास टक्केच होती. नाणेफेक केल्यासारखी."

"इतके सोपे?"

"तू त्याचा विचार करायलाच पाहिजेस एवढेही बंधन तुझ्यावर नाही. मी जे केले ते मला करण्याची इच्छा होती म्हणून. तुझा त्यात काही संबंधच नव्हता. मी इथे आलो. तू दक्षिण डाकोटाला आली नाहीस."

"खरं आहे ते. सुरुवात तशीच झाली. मला प्रथम खात्री नव्हती. पण नंतर माझे मन पालटले होते. थोडा काळ तरी. डायर गार्डहाऊसमधल्या त्या कोठडीत असताना. तू टेम्पलला घेऊन जात होतास आणि मागे वळून माझ्याकडे बघून म्हणालास की मी तिथेच थांबायला हवे. आणि मी थांबले."

"तू दुसरे काही करूच शकत नव्हतीस. तू गार्डहाऊसमध्ये होतीस."

"आणि आता नाही."

"आले लक्षात," रीचर म्हणाला. "११० वे युनिट जास्त चांगले आहे."

"आणि ते परत आता माझ्या हातात आले आहे. ते सोडून मी निघून जाऊ शकत नाही."

"आले लक्षात," रीचर म्हणाला. "आणि मी राहू शकत नाही. इथे नाही. कुठेच नाही. तेव्हा फक्त तूच नाही म्हणते आहेस असे नाही. आपण दोघेही नाही म्हणतो आहोत."

"११० व्या युनिटची निर्मिती तू केली होतीस, हे ऐकून तरी तुला बरे वाटावे. आशा आहे माझी तशीच."

"मला फक्त तुला भेटायचे होते," रीचर म्हणाला. "तेवढेच. आणि मी तुझी भेट घेतली आहे. कामगिरी पार पडली आहे."

त्यांनी खाणेपिणे उरकून पैसे दिले. मग आपापल्या खिशातल्या वस्तू काढून त्यांनी त्या टेबलावर ठेवल्या. टर्नरने पैशांची पाकिटे, क्रेडिट कार्ड्स आणि श्रॅगोचा फोन या गोष्टी घेतल्या. भविष्यकाळात उभ्या राहणाऱ्या खटल्यांच्या कामकाजामध्ये त्या लागल्या असत्या. रीचरने पुढच्या काही आठवड्यांची बेगमी म्हणून रोख पैसे घेतले. तीस डॉलर्स कमी. टर्नरने ते सलीव्हनला परत करण्याचे कबूल केले. मग ते पार्किंग लॉटकडे परतले. हवा थंडगार होती. थोडी दमटही. संध्याकाळची वेळ. हिवाळ्याचा मध्यकाळ. व्हर्जिनियाचा उत्तर-पूर्व कोपरा. शांतपणे वाहणारी पोटोमॅक नदी जवळच होती. तिच्या पलीकडे, पूर्व दिशेला, वॉशिंग्टन डी. सी. मधला प्रकाश ढगांवर फाकला होता. नाना तऱ्हेच्या घटना कायम घडत असणारी देशाची राजधानी. त्यांनी एकदा एकमेकांना घट्ट मिठी मारली, शेवटचे असे ओठांवर ओठ टेकवले आणि परस्परांना शुभेच्छा दिल्या. टर्नर तिच्या लाल गाडीत बसली आणि निघून गेली. ती दिसेनाशी होईपर्यंत रीचर बघत उभा होता. मग त्याने आपला सेलफोन कचऱ्याच्या डब्यात फेकून दिला, रस्ता ओलांडला आणि बसथांब्याचा बाक दिसेपर्यंत चालत राहिला. दक्षिणेला नेणारी बस नाही, उत्तरेला नेणारी. वॉशिंग्टनमध्ये नेणारी बस नाही, वॉशिंग्टनपासून दूर नेणारी बस. पुढे आणि दूर दूर घेऊन जाणारी. आणि मग तो बसमध्ये चढला. एकटाच.

◆

पुराव्यांचे चक्रव्यूह भेदण्यासाठी त्याने
अखेर शत्रूला हाक मारली

वन शॉट

ली चाइल्ड

अनुवाद
बाळ भागवत

सहा शॉट्स. पाच ठार. काही तासांत बिनतोड पुराव्याच्या आधारावर गुन्हेगाराला अटक, पण तो तोंडातून अक्षर काढत नाही. शेवटी खूप प्रयत्नांनंतर तो बोलतो, 'तुम्ही चुकीच्या माणसाला पकडले आहे... माझ्यासाठी जॅक रीचरला बोलवा.'

जॅक रीचरचा इतरांना शोध घेता येत नसला तरी टी.व्ही.वरच्या बातम्या बघून तो यायला निघालेलाच असतो. त्याची खात्री असते की काही तरी घोटाळा आहे. गुन्हेगार लष्करातला नेमबाज असताना एक शॉट चुकलाच कसा? आणि शहरात पोहोचल्यावर रीचरच्या लक्षात येते की त्याचे या शहरातले अस्तित्व कुणाला तरी खुपते आहे.

रीचर तेरा वर्षे मिलिटरी पोलीस असतो. तपास करण्यात, माग काढण्यात तरबेज. त्याला भानगडीत अडकवण्यासाठी निरपराध व्यक्तीचा खून करण्यापर्यंत मजल गेल्यावर, संतापलेला रीचर बचाव पक्षाच्या वकिलाला घेऊन त्यांच्यामागे लागतो. त्याला माहीत असते की खरा गुन्हेगार शोधायचा तर तेवढेच कावेबाज आणि निर्दय व्हायला हवे. प्रत्येक पावलाला गोळीचे उत्तर गोळीनेच द्यायला हवे.